NHẬT KÝ AN LỘC 17403

Bác Sĩ NGUYỄN VĂN QUÝ

NHẬT KÝ AN LỘC

86 NGÀY CỦA MỘT BÁC SĨ GIẢI PHẪU TẠI MẶT TRẬN

VĂN NGHỆ

NHẬT KÝ AN LỘC
Bác sĩ Nguyễn Văn Quý
bìa Khánh Trường
California, USA
2002

ISBN 1-886566-98-4

MỤC LỤC

VỀ TẬP NHẬT KÝ NÀY

Cuốn nhật ký này đã được viết ngay tại mặt trận An Lộc, Bình Long năm 1972. Những ngày đầu của trận đánh, tương đối tôi còn có thì giờ để viết. Sau đó trận chiến trở nên gay cấn, nguy hiểm, sống chết không biết lúc nào, vì bệnh viện đã ở ngay sát tuyến đầu. Hơn nữa vì quá bận rộn săn sóc thương binh nên tôi không có thì giờ viết hàng ngày được. Có khi tôi phải gián đoạn tới hai, ba tuần. Ngày tháng không nhớ được nữa. Tôi chỉ còn có thể ghi theo thứ tự trước sau của các sự việc.

Ngay từ đầu trận đánh, dựa trên những tin tức từ đài phát thanh và báo chí, tôi đã linh cảm trận này không phải tầm thường. Không biết mình có may mắn thoát chết được không. Nên tôi đã có ý định ghi lại mọi việc để những người thân của tôi có thể biết được những gì đã xảy ra và những gì tôi đã làm.

Vì là một cuốn nhật ký nên tôi đã đề cập tới nhiều kỷ niệm riêng tư mà trong lúc ghi lại những cảm nghĩ của tôi, dòng ý tưởng nảy ra từ những sự việc hiện tại lại lan tới những chuyện đã xảy ra trong quá khứ. Tôi ghi lại tất cả một cách tự nhiên không gò ép. Vì vậy người đọc sẽ thấy hơi lộn xộn. Thực ra, trước đây, tôi không có ý định giới thiệu cuốn sách này với mọi người. Nhưng sau những dịp nói chuyện với một số bạn trẻ cỡ 30, 40 tuổi, tôi thấy họ không biết gì về cuộc chiến đấu chính nghĩa của quân dân miền Nam chống lại sự xâm lăng của Cộng Sản phương Bắc, do đó tôi thấy rất có lý để nhiều người cùng đọc. Hơn nữa sau biến cố 30 tháng 4, nhiều tài liệu của miền Nam đã bị hủy hoại cùng những hình ảnh cũng như những dữ kiện của cuốn sách này cũng là một đóng góp nhỏ của một quân y sĩ trong thời điểm lịch sử đó.

Những cảm nghĩ của tôi hồi đó là của một bác sĩ trẻ mới ra trường được mấy năm, rất còn non nớt, có thể không còn hợp với thời đại hiện nay vì đã cách nhau tới 30 năm. Tôi mong có sự thông cảm của người đọc.

Khi vượt biên năm 79 tôi chỉ đi người không. May nhờ cô em gái tôi khi đi đoàn tụ với gia đình, đã nhớ mang theo được bộ phim slide cùng bản thảo cuốn này. Do đó tôi chỉ đánh vào máy để in lại những gì tôi đã viết 30 năm trước.

LỜI MỞ ĐẦU

Do quốc lộ 13, tôi tới làm việc tại Bệnh Viện Tiểu Khu Bình Long ngày 13 tháng 4 năm 1971. Đúng một năm sau, ngày 13 tháng 4 năm 1972, Việt Cộng tấn công Bình Long. Đối với tôi đó quả là một sự trùng hợp lạ lùng.

Tôi tốt nghiệp Y Khoa Đại Học Sài Gòn năm 1967. Theo luật lệ lúc bấy giờ tôi sẽ được miễn dịch khi học xong, không phải nhập ngũ vì là con trai độc nhất của một góa phụ. Nhưng bản tính tôi hơi làm biếng về việc nộp giấy tờ, đơn từ này nọ rắc rối, đồng thời tôi thấy các bạn bè đều lên đường làm nghĩa vụ quân sự, ở lại một mình nó làm sao ấy. Vả lại tính tôi cũng thích phiêu lưu nên quyết định không nộp đơn xin miễn dịch mà nhập ngũ khóa 10 Y Sĩ trưng tập năm 1968.

Tình hình lúc đó khá rối ren vì trùng với cuộc tổng tấn công vào dịp Tết Mậu Thân 1968 của Việt Cộng. Địch quân đã không thành công như ý họ mong muốn, nhưng những vùng nông thôn quanh Sài Gòn cũng không được an ninh lắm. Nên chúng tôi, những quân y, nha, dược sĩ

11

trưng tập khóa 10, thay vì phải học tập quân sự tại trường Bộ Binh Thủ Đức như thường lệ, đã được di chuyển bằng máy bay lên thụ huấn quân sự tại trường Võ Bị Đà Lạt. Do đó tôi đã có cái may được học tập cơ bản quân sự tại một trường võ bị nổi tiếng nhất nước, có thể nói nhất vùng Đông Nam Á. Chính trường này đã đào tạo nên những sĩ quan tài ba đang nắm những chức vụ chỉ huy trong quân lực Việt Nam Cộng Hòa. Tôi rất hãnh diện được thụ huấn quân sự tại đây. Thực ra, khi tôi vừa đậu tú tài hai xong cũng là lúc khai trương trường Võ Bị mới và bắt đầu tuyển sinh viên sĩ quan cho khóa 16. Tôi đã có ý định nộp đơn tình nguyện đi học, nhưng mẹ tôi không muốn tôi đi vào con đường binh nghiệp nhiều nguy hiểm, nên tôi đã bỏ ý định này. Đã hai lần tôi thi vào quân y hiện dịch đều đậu cả để rồi đến phút chót lại đổi ý. Tôi còn nhớ lần cuối cùng khi tôi mang quần áo nhà binh về mặc thử để sửa soạn cho tuần sau chính thức nhập trường. Cả nhà đều buồn, làm như tôi sắp phải đi xa vậy. Tôi thấy vô lý hết sức, nhưng vì mẹ tôi không vui, tôi cũng chiều, bỏ luôn không gia nhập quân y nữa.

Dường như số mạng đã an bài, nên dù mẹ tôi không muốn, khi ra trường tôi vẫn phải khoác áo nhà binh, chính thức gia nhập cuộc chiến, tuy không có gì hào hứng lắm vì là một cuộc chiến tương tàn giữa những người Việt với nhau, nhưng ít ra nó cũng cho tôi một số kinh nghiệm sống để cuộc đời tôi đỡ nhàm chán đơn điệu.

Tôi cảm thấy rất hài lòng đã đứng về phía quốc gia dân tộc chống lại một chế độ độc tài đảng trị, đã làm cho dân tộc tôi bị điêu linh khốn khổ trong mấy chục năm trời. Viết đến đây tôi lại cảm phục mẹ tôi vì bà đã có quyết định rất đúng, rất can đảm khi đem anh em chúng tôi di cư vào Nam năm 1954 tránh họa Cộng Sản. Mẹ tôi đã nghĩ tới tương lai của chúng tôi nên đã phải rời bỏ bố mẹ, em trai của bà để tìm đất sống cho các con. Chính vì vậy mà tôi không bao giờ muốn làm buồn lòng mẹ.

Sau sáu tuần học tập cơ bản quân sự ở cấp trung đội trưởng, khóa chúng tôi được đưa trở về Sài Gòn nghỉ ngơi một tuần rồi đến trường Quân Y để học về hành chánh quân y thêm bốn tuần nữa. Sau đó chúng tôi được lệnh tụ họp tại Cục Quân Y để được phân phối đi các đơn vị theo điểm đậu cao thấp.

Tôi đã chọn trung đoàn Xung Kích 43, Sư Đoàn 18 bộ binh ở Long Khánh, cho gần nhà vì chỉ cách Sài Gòn chừng 100 cây số. Tôi trở thành Đại Đội Trưởng đại đội 43 quân y trực thuộc tiểu đoàn 18 quân y, do y sĩ Thiếu tá Phạm Hữu Hảo làm chỉ huy trưởng. Tôi ở trung đoàn được 19 tháng nhưng tính ra chỉ có hai tháng được ở hậu cứ còn lại đi hành quân liên miên.

Trong thời gian đó tôi đã tham dự bốn trận đánh lớn. Một trong những trận tôi nhớ nhất là trận suối Long, trận đầu đời binh nghiệp của tôi mà Tây gọi là "Bapteme de feu", đã ghi lại nhiều kỷ niệm khó quên. Vị y sĩ tôi tới để thay thế là Bác sĩ Trần Minh Sơn.

Bác sĩ Sơn nói:

– Cuộc hành quân lần này đáng lẽ tôi phải đi, nhưng nay Quý về đây, nên đi cho quen. Vì những người sắp thuyên chuyển đi nơi khác mà còn ráng đi chuyến chót thường bị xui và dễ ngỏm lắm.

Tôi mỉm cười nói:

– Anh đừng ngại, tôi đi là đúng, nhân thể lấy thêm kinh nghiệm. Vả lại anh đã chịu cực nhiều lần rồi, anh cứ ở hậu cứ nghỉ ngơi cho khỏe.

Tình hình quân sự lúc bấy giờ khá gay go. Sau những cuộc được gọi là cách mạng, chỉnh lý liên miên, sức mạnh quân sự ở miền Nam bị yếu đi nhiều. Mặc dù bị thất bại trong cuộc tổng công kích năm Mậu Thân, chính phủ Cộng Sản miền Bắc đã nhân cơ hội này, củng cố lại lực lượng, tiếp tục xâm nhập miền Nam. Do đó nhiều trận đánh dữ dội đã xảy ra. Trong thời điểm đó nhiều bác sĩ đã phải hy sinh tại mặt trận như Đoàn Mạnh Hoạch, Đỗ Vinh, Trương Bá Hân, Nguyễn Văn Nhứt, Nghiêm Sĩ Tuấn, Phạm Đình Bách.

Những tin buồn liên tiếp đó không làm tôi nao núng. Tôi nghĩ rằng, đời người chỉ chết có một lần. Sống làm sao cho đáng sống, đừng hèn là được. Thực ra những tư tưởng tốt đẹp ấy là kết quả của cả một sự giáo dục uốn nắn từ nhỏ của thế hệ tôi, lấy từ những gương anh hùng liệt sĩ trong sử nước nhà cũng như ngay cả những người còn sống trước mắt tôi. Tôi còn nhớ khi tôi theo cha mẹ tản cư từ Hà Nội về huyện Đông Quan, tỉnh Thái Bình.

Tôi được vào lớp của ông thầy Uyển. Thầy mặc áo dài the đen, bị thọt một chân. Tôi được nghe kể rằng thầy hoạt động cách mạng, theo Việt Nam Quốc Dân Đảng, bị mật thám Pháp vây bắt, thầy đã nhảy từ lầu hai xuống trốn chạy, không may bị gãy xương đùi.

Lúc bấy giờ thầy không được chữa trị đúng cách nên thành tật, đi đứng rất khó khăn. Bởi vậy thầy rất ít di chuyển trong lớp. Thầy giữ kỷ luật bằng một cái roi dài quá khổ, làm bằng một cành trúc.

Vì lớp học nhỏ nên dù cho ngồi cuối lớp, anh nào nghịch ngợm cũng không thoát khỏi bị thầy gõ đầu mà không cần phải đi một bước nào. Sau khi nghe được câu chuyện về đời cách mạng của thầy, tôi rất lấy làm kính trọng cảm phục thầy. Rồi khi lớn lên, được biết thêm gương ái quốc của những nhà cách mạng yêu nước như Phan Bội Châu, Phan Chu Trinh, Phan Đình Phùng, Trần Cao Vân, Nguyễn Thái Học cùng 12 liệt sĩ... đã hy sinh trọn đời mình để mong giành độc lập cho nước nhà, thoát khỏi ách đô hộ của người Pháp. Gương hy sinh của những vị anh hùng đó đã kích thích và nuôi dưỡng lòng yêu nước của thế hệ thanh niên chúng tôi.

Cuộc hành quân đó kéo dài 11 ngày. Bốn ngày đầu bình yên không có gì xảy ra. Tôi còn nhớ sau khi được trực thăng vận xuống bãi đáp. Vì là lính mới tò te, tôi chẳng có kinh nghiệm chiến trường gì cả. Nhảy ra khỏi trực thăng xong, tôi còn đi tản bộ ngắm nhìn đồi núi xung quanh y như đi cắm trại, khiến ông Trung úy Hoàng Thúc Kháng, phụ tá Ban Ba trung đoàn, khóa 20 Võ Bị Đà Lạt, sợ quá chạy lại kéo tay tôi ngồi xuống, hấp tấp nói:

– Bác sĩ tìm chỗ núp đi, đừng đi lớ ngớ như vậy. Tụi nó hay pháo vào bãi đáp, nếu không nó cũng bắn sẻ nữa, nguy hiểm lắm.

Nghe nói vậy tôi mới giật mình cám ơn Kháng, rồi nhìn chung quanh mới thấy toàn bộ binh lính đã biến đi đâu mất. Thì ra họ đã lẩn sau những gốc cây hoặc tìm chỗ núp. Còn một số ở gần tôi đều đã ở trong tư thế sẵn sàng chiến đấu, chứ đâu có nhởn nhơ như tôi.

Ngồi cách tôi chừng 10 thước, Đại úy trưởng Ban Hai trung đoàn Phạm Tạ Từ nhìn tôi nháy mắt cười thông cảm. Sau đó bộ chỉ huy trung đoàn bắt đầu di chuyển vào rừng để tiến tới mục tiêu thứ nhất. Đại úy Từ đi sát bên tôi dặn:

– Bác sĩ đi trong rừng phải để ý từng bước chân, thấy gì lạ đừng có đá hoặc sờ mó, để phòng nó gài lựu đạn hoặc gài mìn. Phải để ý bám sát người phía trước, vì di chuyển nhanh lắm nếu không sẽ bị lạc.

Tôi gật đầu ghi nhớ lời khuyên quí báu đó. Quả nhiên khi đã vào sâu trong rừng, cây cối quá rậm rạp, cách nhau năm thước đã không thấy người, vì màu áo nhà binh với màu cây rừng rất khó phân biệt.

Đi độ chừng một giờ, tới một chỗ rừng thưa tôi thấy một cây cổ thụ khá lớn ngang lối đi. Trên một cành cây mục, có một cây phong lan hoa trắng rất đẹp. Tôi nói với ông trung sĩ nhất quân y Nguyễn Đức Tư, người phụ tá cho tôi, rất nhiều kinh nghiệm chiến trường:

– Này ông Tư, cây hoa lan kia đẹp quá. Khi hành quân về qua đây tôi sẽ lấy mang về chơi.

Trung sĩ Tư mỉm cười thương hại nhìn tôi nói:

– Khi về, mình sẽ đi đường khác, không đi đường này nữa đâu mà bác sĩ đòi lấy hoa.

Tôi hơi ngượng vì thấy mình quả thực ngây thơ quá.

Tới ngày thứ tư, thám báo cho biết có nghe thấy tiếng đốn gỗ trong rừng, đi sâu thêm thấy có một mật khu rất lớn của địch cách đây chừng hai cây số. Tin tức được báo về bộ chỉ huy Sư Đoàn. Trung đoàn tôi được lệnh tấn công ngay. Đến khoảng 5 giờ chiều chúng tôi tới mật khu đó, chỉ cách có con suối Long. Tuy mới 5 giờ chiều nhưng vì ở trong rừng cây rậm rạp nên trời đã tối mờ mờ. Vừa dừng quân là mọi người lo đào hố cá nhân ngay.

Cận vệ của tôi là binh nhất Huỳnh Văn Bá, người lo đào hầm, giăng võng cho tôi, cũng như coi sóc về phần ăn uống. Vừa ăn xong cơm tối, tôi đi lên bộ chỉ huy trung đoàn cách chỗ tôi chừng 20 thước xem có tin tức gì không, tới nửa đường, địch bắt đầu pháo kích vào bộ chỉ huy bằng súng cối. Nghe ục một cái là tiếng pháo bắn đi, toàn bộ lính đã biến đi đâu mất. Khi tiếng nổ vang lên tôi thấy lóe lửa sáng cách chỗ tôi đứng chừng 50 thước, lúc bấy giờ tôi mới cuống lên lo đi tìm hầm núp. Tôi khom người chạy về khu quân y. Đang chạy thì lại nghe tiếng bắn đi nữa. Lần này có kinh nghiệm rồi, thoáng thấy cái hố cá nhân trước mặt, tôi cứ lăn đại vào, đè lên mấy người trong đó. Tôi bị họ đẩy ra, có tiếng trung sĩ Tư nói:

– Ở đây chật rồi, em đi kiếm chỗ khác đi.

Tôi biết trong bóng tối, ông Tư không nhận ra tôi. Tôi lổm cổm bò ra bên ngoài. Trong lúc lúng túng cái mũ sắt rơi xuống văng đi đâu không biết. Cũng may địch không pháo kích nữa. Tôi đành đi lần về chỗ tôi ở. Binh nhất Bá nhận ra tôi mừng rỡ, nói:

– Bác sĩ đi đâu, em không thấy, lo quá.

Tôi kể sơ chuyện cho anh Bá nghe và nhờ Bá đi kiếm chiếc nón sắt cho tôi. Vài phút sau anh trở về tay cầm cái nón sắt của tôi. Anh nói:

– Trung sĩ Tư nhờ em nói xin lỗi bác sĩ, vì tối quá không nhận ra.

– Tôi biết, không sao đâu.

Cuộc tấn công mật khu đó về phía bên kia tôi không biết, nhưng về phía trung đoàn 21 người tử thương 84 người bị thương. Trong số người tử thương có 4 sĩ quan.

Tôi tuy chẳng phải là nhà quân sự, nhưng với trí hiểu biết thông thường tôi chẳng dại gì xua quân lên tấn công. Vì như vậy sẽ chắc chắn bị thiệt hại nặng. Mạng người là quí. Nếu tôi cầm quân, khi đã thấy được mật khu địch rồi, tôi sẽ dàn quân bao vây ba mặt. Cho pháo tối đa nát bét căn cứ của địch, rồi thong thả lên chiếm mục tiêu, đỡ thiệt hại nhân mạng, đỡ vất vả hơn.

Sau trận suối Long kinh hoàng đó, tôi trở về an toàn. Nghỉ tại hậu cứ hai tuần, tiễn Bác sĩ Sơn về làm việc tại Tổng Y Viện Cộng Hòa. Sau đó trung đoàn tôi được lệnh sửa soạn lên đường hành quân nữa, lần này nghe báo là sẽ đi lâu hơn vì phải nằm bảo vệ cho công binh Mỹ làm quốc lộ 20 từ Biên Hòa lên Gia Kiệm, Túc Trưng, Định Quán, Đà Lạt. Trung đoàn tôi đóng tại đồi Dốc Mơ, Gia Kiệm. Tôi lại được tham dự một trận đánh lớn khác ở Túc Trưng. Lần này địch quân thua nặng.

Những lần đi hành quân trong rừng, mỗi khi đụng trận, có người bị thương, ngoài việc băng bó rồi di tản thương binh, tôi không thể làm gì hay hơn được. Tôi tự nghĩ, sự hiện diện của mình ở đây thật không cần thiết, vì một y tá có thể làm được những việc đó. Nên tôi có ý định xin về một bệnh viện. Đó mới là đất dụng võ của mình. Tôi làm đơn xin theo học khóa giải phẫu binh đoàn. Sau vài tháng, đơn tôi được chấp thuận. Tôi đã rời trung đoàn 43 về Tổng Y Viện Cộng Hòa thụ huấn một năm chuyên về giải phẫu.

Sau khi mãn khóa, tôi chọn bệnh viện tiểu khu Bình
Long vì gần Sài Gòn, và cũng vì vị tỉnh trưởng ở đây
không phải ai xa lạ chính là Đại tá Trần Văn Nhựt,
nguyên trung đoàn trưởng trung đoàn 43 cũ của tôi. Đi
làm chỗ lạ mà có quen biết trước, nhất là với xếp lớn thì
yên tâm hơn.

Mấy năm trước, tên Bình Long thực xa lạ đối với tôi.
Hóa ra đó chỉ là một tỉnh nhỏ gần biên giới Miên Việt, ở
phía tây bắc Sài Gòn, cách Sài Gòn chừng 100 cây số.
Tỉnh thuộc vùng cao nguyên đất đỏ với những dãy đồi
chập chùng bao quanh, trông thật hùng vĩ và đẹp mắt.
Vào mùa thu sương mù bao phủ núi đồi, giống như Đà
Lạt, chỉ khác Đà Lạt nhiều thông còn Bình Long thì toàn
cây cao su.

Xưa kia Bình Long có tên là Hớn Quảng, là một phần
của tỉnh Bình Dương. Sau này vì lý do chiến lược, tỉnh
được thành lập nằm dọc theo quốc lộ 13 và gồm có 3 quận
là Chơn Thành, An Lộc, và Lộc Ninh.

Ở Sài Gòn, nghe nói tới Bình Long ai cũng ngán, quả
thực vậy, mấy năm trước đây tỉnh lúc nào cũng bị Việt
Cộng phá rối, làm mất an ninh. Địch pháo kích hàng
ngày, đặt mìn, phục kích dọc quốc lộ 13 thành ra ít ai
dám đi đường bộ. Nhưng từ ngày có những cuộc hành
quân vượt biên sang Cambodge, phá vỡ những cơ sở hậu
cần của địch, đồng thời quốc lộ 13 được tu bổ lại, thì tỉnh
Bình Long lại là một trong những tỉnh an ninh nhất tại
Vùng Ba chiến thuật. Suốt một năm qua không có một vụ
pháo kích nào. Đường Sài Gòn - Bình Long xe cộ đi đi về
về thoải mái, không còn những vụ chặn đường bắt cóc
nữa.

Đất đai Bình Long rất phì nhiêu. Đa số những đất canh tác được đều thuộc những đồn điền cao su của người Pháp, như đồn điền Quản Lợi, đồn điền Lộc Tấn và các chi nhánh của những đồn điền này như đồn điền Xa Cam, Minh Thạnh, Xa Cát, Xa Trạch... có đến 80% dân số của tỉnh đều là cựu công nhân của những đồn điền trên. Trong đó có nhiều người gốc ở Bắc Việt đã được mộ làm phu cho đồn điền từ những năm trước thế chiến thứ hai. Họ vẫn còn giữ nguyên phong tục tập quán, cùng giọng nói đặc biệt người Bắc như mới di cư vào. Lần đầu tiên gặp họ tôi ngạc nhiên lắm, sau hỏi ra mới biết tuy họ vào đây đã lâu, sống tụ tập với nhau nên không pha tiếng.

Ở tỉnh này còn có một ít người thiểu số, như người Việt gốc Miên và các sắc dân Thượng, đa số thuộc giống Stiêng ở các sóc xa xôi. Gần đây với dự án di dân lập ấp của chính quyền, những sóc mới được thành lập quanh tỉnh nên dân Thượng về sống khá đông. Như các sóc Bé, sóc Gòn, ấp Chà Là Tân Khai, ấp Thu Bồn... Số còn lại là dân tứ phương về đây sinh sống làm ăn.

Dân số của tỉnh tổng cộng vào khoảng 80 ngàn người, một số là công nhân đồn điền, một số sống về nghề làm cây, làm than, làm vườn, trồng tỉa. Mặc dù mức sống tương đối thấp, nhưng tỉnh đang trên đà phát triển với công trình di dân lập ấp rộng lớn. Quận An Lộc là quận châu thành, tức là quận thủ phủ của tỉnh Bình Long, có một khu phố thương mại khá sầm uất với những nhà lầu kiến trúc bằng vật liệu nặng xây chung quanh một cái chợ lớn. Ngoài ra còn khu phố cũ có những nhà gạch ngói hai bên một đại lộ rất rộng. Đời sống ở đây có vẻ bình dị.

Cả tỉnh có một rạp chớp bóng nhưng không hoạt động từ lâu.

Tỉnh tọa lạc trên một dãy đồi nên vấn đề nước hơi khan hiếm. Điện cũng rất yếu kém. Một số nhà có tiền mua máy phát điện riêng. Công ty điện lực đang dự tính thiết trí điện cho toàn tỉnh với những máy phát điện có công suất lớn. Công việc đang tiến triển một cách khả quan thì xảy ra cuộc chiến này làm cho bốn máy phát điện mới mua của công ty bị hoàn toàn tiêu hủy.

Tỉnh giữ một địa thế chiến lược quan trọng. Vì một khi Bình Long mất thì Bình Dương sẽ lâm nguy và Sài Gòn sẽ bị đe dọa trầm trọng.

Một điểm yếu của tỉnh Bình Long là chỉ liên lạc được với các tỉnh lân cận bằng một con đường độc nhất: quốc lộ 13. Một khi con đường này bị cắt kể như Bình Long bị cô lập.

Về phương diện y tế, tỉnh Bình Long có một nhà thương phối hợp dân quân y, được gọi là bệnh viện Tiểu Khu Bình Long. Ngoài ra tại mỗi quận đều có một chi y tế và tại mỗi đồn điền đều có một nhà thương riêng. Bệnh viện tỉnh được xây trên một phần của một ngọn đồi khá lớn, rộng chừng 3000 mét vuông. Có bốn dãy nhà song song là những trại bệnh. Một dãy nhà ngang là phòng giải phẫu và phòng hành chánh và một kho thuốc và y cụ ở sau nhà bảo sanh.

Bệnh viện có 103 giường, chỉ có ba bác sĩ điều trị. Một nội khoa, Bác sĩ Lê Hữu Chí bạn cùng lớp với tôi, một sản phụ khoa, Bác sĩ Nguyễn Phúc, kiêm trưởng ty y tế, một lo về ngoại khoa là tôi. Ngoài ra bệnh viện còn có thêm một bác sĩ Hoa Kỳ, Bác sĩ David Risch thuộc phái đoàn MILPHAP 10 cùng làm chung với tôi về ngoại khoa. Nhưng khi cuộc chiến bùng nổ thì Bác sĩ Risch vắng mặt vì đang đi nghỉ phép.

Tham dự trận này về phía y sĩ có 16 người thuộc đủ mọi đơn vị tham chiến ở đây. Ngoài những vị thuộc tiểu đoàn 5 quân y và bệnh viện tiểu khu Bình Long phối hợp làm việc chung ngay tại bệnh viện, các vị khác mỗi người điều khiển một trạm cứu thương cấp tiểu đoàn hay trung đoàn. Nơi đây những người thương binh nhẹ được chữa trị ngay tại chỗ. Chỉ những người nặng cần những cuộc giải phẫu lớn như mổ bụng, nối mạch máu, thông phổi hay thiết đoạn tay chân mới được gửi về bệnh viện để tôi giải phẫu.

Tôi vẫn lấy làm phấn khởi về sự đoàn kết, tương trợ giữa những đơn vị quân y tại chiến trường An Lộc. Khi bệnh viện đã cạn đồ tiếp liệu, chính các anh ở Biệt Cách Dù đã mang đến cho tôi những chai nước biển. Các anh ở Đại Đội 52 Quân Y đã cho tôi từng cặp găng, từng sợi chỉ để may các vết thương. Mỗi khi tôi ngỏ ý cần gì các anh sẵn sàng đi lùng kiếm mang về để tôi có đủ phương tiện làm việc. Các anh ở Đại Đội 1 Quân Y Dù đã chia cho tôi mọi thứ thuốc cần thiết. Những cử chỉ đẹp ấy chắc không bao giờ tôi quên được.

Công tác giải phẫu của tôi tại mặt trận Bình Long có thể chia làm ba thời kỳ. Thời kỳ thứ nhất là những ngày đầu của cuộc chiến, từ ngày 5 tháng 4 năm 1972 đến ngày 12 tháng 4 năm 72, giai đoạn công tác giải phẫu được hoàn thành tốt đẹp nhất. Vì số bệnh nhân tương đối ít, bệnh viện còn đầy đủ thuốc men, dụng cụ khử trùng đúng qui tắc.

Thời kỳ thứ hai trùng với cuộc tấn công đợt nhất của Việt Cộng. Đây là thời kỳ đen tối nhất. Chúng tôi làm việc trong những điều kiện nguy hiểm, lo âu sợ sệt, thiếu thốn đủ mọi đường. Bệnh viện không có hầm cứu thương. Tôi đã làm việc trong một phòng mổ tiền chế, trần bằng carton, mái lợp tôn, không có gì bảo đảm an ninh cả. Mọi nghi thức giải phẫu đều được giản dị hóa tới mức tối đa, chỉ còn cặp găng tay. Chúng tôi cởi trần mặc áo giáp đội mũ sắt để thay cho áo choàng mổ, vì trong khi làm, Việt Cộng vẫn pháo kích nổ ầm ầm chung quanh.

Nước hết, điện không có, mọi tiện nghi đều là con số không. Công tác giải phẫu bây giờ chỉ giới hạn trong việc thiết đoạn tứ chi, thông phổi, mổ khí quản cấp cứu và làm tiểu giải phẫu thôi. Các vết thương bụng không mổ được. Cũng may trong thời gian đó chỉ có sáu người bị thương bụng. Hai người không mổ vẫn sống.

Thời kỳ thứ ba trùng với cuộc tấn công đợt hai của Việt Cộng. Lúc này phòng mổ đã được dọn sang bộ chỉ huy tiểu khu. Chúng tôi có chỗ an toàn để làm việc trong một cái hầm ngầm xây bằng beton cốt sắt. Nơi đây tôi đã tổ chức một phòng mổ dã chiến tuy đơn giản nhưng có khả năng làm được những cuộc mổ lớn. Đây là thời kỳ tôi tích cực làm việc nhiều nhất mặc dù còn rất nhiều thiếu thốn trở ngại.

Đêm ngày 4 tháng 4 năm 1972 rạng ngày 5-4, vào khoảng 1 giờ sáng, đang ngủ trong phòng trực ở nhà thương, tôi bỗng giật mình tỉnh dậy vì nhiều loạt súng nổ xé màn đêm ở phía đồn điền Quản Lợi, một đồn điền ở phía tây bắc bệnh viện, cách bệnh viện chừng ba cây số. Mấy lúc sau này tình hình có vẻ căng thẳng. Thỉnh thoảng có những vụ chạm súng nhỏ nhưng rất ngắn ban đêm. Tôi cũng đã quá quen, nên không để ý mấy. Nhưng đêm nay sao súng nổ lâu rồi mà vẫn chưa dứt. Lại thêm có nhiều tiếng súng lớn nữa. Tôi nghĩ thầm chắc có đụng độ mạnh. Tôi nằm thao thức suy nghĩ, hồi lâu giấc ngủ đến với tôi. Mệt mỏi vì hai cuộc giải phẫu lúc ban ngày, tôi đã đánh một giấc cho tới sáng. Không biết rằng những tiếng súng đó đã báo hiệu một trận chiến thảm khốc sắp mở màn.

NHỮNG NGÀY ĐẦU

NGÀY 5 tháng 4 năm 1972

Sau khi săn sóc và khám lại những bệnh nhân mới mổ hôm qua, tôi từ phòng hậu giải phẫu đi ra phòng ngoại chẩn. Vừa tới ngang phòng hấp y cụ, tôi bỗng nghe thấy một tiếng hú kỳ lạ rít qua đầu và trong tích tắc một tiếng nổ dữ dội vang lên gần đâu đây. Biết là có pháo kích, tôi và tất cả những người trong bệnh viện vội tìm chỗ núp. Chỉ trong nháy mắt tôi đã thấy mình ngồi nép sát bên một kệ đựng dụng cụ y khoa trong phòng hấp. Trống ngực tôi đánh thình thình, hồi hộp chờ đợi một tiếng nổ thứ hai và có thể nhiều nữa, nhưng vài phút trôi qua, vẫn yên lặng.

Tôi hoàn hồn nhìn quanh, thấy trung sĩ Đắc, binh nhất Đức, và cô y tá Huệ cũng ở trong phòng hấp như tôi. Tôi mỉm cười từ từ đứng dậy, rảo bước đi về trại ngoại khoa của tôi ở sau phòng hấp. Tôi nghĩ rằng nếu còn pháo kích nữa thì nấp ở trại ngoại khoa có vẻ an toàn hơn nhất là ở hành lang giữa trại. Vì trại có mái ngói, có trần nhà, và hai bên có tường gạch, có thể tránh được miểng đạn. Mặc dù trần nhà làm bằng vật liệu rẻ tiền rất đơn sơ, nhưng theo kinh nghiệm chiến trường của những người lính tôi quen, nếu pháo kích bằng súng cối 82 ly, đầu đạn chạm vào mái ngói là nổ ngay, thành ra không đáng sợ. Còn như pháo kích bằng hỏa tiến 122 ly thì vô phương, lúc đó chỉ đổ tại cho số mạng thôi.

Vào trong trại, tôi thấy tất cả bệnh nhân còn ngồi dưới sàn nhà, người nào không đi đứng được đành nằm trên giường, giương đôi mắt lo lắng nhìn tôi. Tôi thấy trung sĩ Lạng, y tá trưởng trại xuất hiện ở cửa phòng trực y tá, nhìn tôi cười gượng gạo, khịt khịt cái mũi bị viêm mũi dị ứng kinh niên. Tôi tiến đến chiếc bàn kê trước phòng trực ở ngoài hành lang, dùng để làm nơi phát thuốc và ghi chép giấy tờ. Tôi vừa định ngồi xuống, thì một tiếng rít bay qua mái ngói bệnh viện. Mọi người lại rạp xuống, nhưng tiếng nổ nghe hơi xa, hình như ở phía bộ chỉ huy tiểu khu, nên mọi người cũng đỡ sợ.

Lần này rút kinh nghiệm là khi đạn réo qua đầu, nó sẽ không nổ ở chỗ mình đang đứng, nên tôi vẫn ngồi yên trên ghế, vả lại ở hành lang này tôi cảm thấy yên lòng hơn ở ngoài sân nhiều. Tôi trầm ngâm ngồi chờ đợi. Chừng mười phút sau tôi thấy không có gì bèn đi lên phòng cấp cứu xem có ai bị thương không. Không có ai cả. Nhân viên túa ra sân nói cười vui vẻ. Bệnh viện trở nên huyên náo lạ. Từ chục năm nay họ đã quen với những vụ pháo kích rồi. Sau khi thấy mình vô sự, họ hân hoan kể cho nhau nghe những cảm giác sợ hãi khi nghe tiếng đạn réo qua đầu.

Tôi bước vào phòng hậu giải phẫu. Cô Lâm, cô Trí, hai cô y tá phòng mổ đang cười ngặt nghẽo. Cô Lâm vừa cười vừa nói:

– Bác sĩ ơi, chị Trí chui xuống gầm bàn.

Cô Trí thu người lại, làm dáng điệu rùng mình nói:

– Em sợ quá, nghe đánh vèo một cái, lạnh cả xương sống. Thấy cái bàn em chui đại vào, chân bây giờ vẫn còn run.

Tôi mỉm cười, nghĩ tới phản ứng tự nhiên của con người khi gặp nguy hiểm, đôi khi vô lý đến tức cười: núp dưới một chiếc bàn gỗ mong manh để mong tránh đạn pháo kích. Thực ra tôi cũng vậy, tôi đã chả nép sát bên tủ đựng dụng cụ y khoa trong phòng hấp là gì. Nhưng nhờ thế mà một số người đã tránh được những thương vong.

Cửa phòng bật mở, một y tá hấp tấp bước vào:

– Thưa bác sĩ, ông Long chết rồi!

Tôi giật mình hỏi:

– Ông Long nào?

– Thưa bác sĩ, ông Long gác cổng đó. Trái hỏa tiễn đầu tiên rơi sát vòng rào bệnh viện, gần cổng, làm thủng một lỗ lớn ở vách tường nhà gác, mái tôn bay đi mất luôn. Một anh thuộc tiểu đoàn 5 Quân Y ra xem hố pháo kích, thấy cạnh đấy một đống đen, lại gần mới hay là ông Long đã nằm chết tự bao giờ.

Tôi bước nhanh ra cửa, vừa tới thềm nhà thì thấy hai người lính đang khênh thi hài ông Long đi ngang qua. Đàng sau, cô con dâu đi theo khóc nức nở. Chồng cô ta là lính cũng mới chết cách đây mấy tháng. Xác ông Long nằm trên chiếc cáng đầu nghẹo về bên phải để hở một vết thương lớn phía trên cổ gần sau ót và một vết nữa ở ngực gần vai trái. Máu nhuộm đỏ thẫm chiếc áo màu xám rách nát và đầy đất đỏ. Mái tóc hoa râm của ông cũng bết máu. Chắc chắn ông Long đã chết ngay sau tiếng nổ và như vậy ông đỡ phải chịu nhiều đớn đau do vết thương gây nên.

Tôi ít tiếp xúc với ông, nhưng hình dáng một ông già gầy gò, độ 55 hay 56 tuổi, có bộ ria mép muối tiêu, dáng đi khập khễnh khó khăn đã quá quen thuộc đối với tôi sau gần một năm làm việc tại bệnh viện này. Một nhân viên nói với tôi, ông ấy trước cũng là lính, bị thương hai lần, lần chót do mảnh B40 ghim ngay đùi trái. Vết thương làm ông thành tật đi bước thấp bước cao. Ông được giải ngũ sau đó và được giữ chân gác cổng cho nhà thương này được vài năm nay.

Tôi ngậm ngùi nhìn theo đám người đưa thi hài ông ra nhà xác. Định mệnh oan nghiệt đã không buông tha cho gia đình ông. Tôi nghĩ đến thân phận con người thời chiến, thực không biết thế nào mà lường được. Nay sống mai chết, chỉ một tích tắc thôi là thay đổi tất cả.

Tin ông già Long chết làm cho mọi người trong bệnh viện xôn xao. Những nụ cười đã tắt trên môi để nhường cho những nét mặt đăm chiêu, tư lự. Họ đang nghĩ tới những cuộc pháo kích sắp tới và những nguy hiểm đang rình rập chờ đợi họ. Nếu tai nạn xảy ra ở một nơi nào khác trong tỉnh thì không ảnh hưởng gì, nhưng nay lại xảy ra ngay tại bệnh viện thì đương nhiên làm nhiều người phải suy nghĩ lo âu.

Những tin đồn về địch quân đánh chiếm Lộc Ninh, tấn công Quản Lợi, cắt đứt quốc lộ 13 lan đi nhanh chóng, càng làm mọi người hoang mang. Tôi bối rối, bệnh viện hiện giờ chỉ còn lại hai bác sĩ, bác sĩ Lê Hữu Chí và tôi. Bác sĩ Nguyễn Phúc trưởng ty Y Tế không có mặt vì mắc đi dự khóa hội thảo bình định phát triển tại Vũng Tàu và kẹt tại đó chưa về được. Trung úy sĩ quan quản lý Phạm Ngọc Quý cũng bị kẹt ở Biên Hòa vì đi công tác liên lạc liên đoàn 73 Quân Y. Về phía hành chánh chỉ còn Thiếu úy Phạm Quang Thu phụ trách về nhân viên.

Tôi là bác sĩ giải phẫu độc nhất tại bệnh viện và sau này của cả chiến trường An Lộc, được chỉ định làm xử lý thường vụ thay thế bác sĩ Nguyễn Phúc đi công tác. Vì vậy ngoài công việc giải phẫu điều trị cho các thương binh và nạn nhân chiến cuộc càng ngày càng gia tăng, tôi còn phải lo điều hành chỉ huy mọi việc vừa hành chánh lẫn quân sự trong đơn vị và ty Y Tế. Thật là một gánh nặng cho tôi. Nhất là trong tình trạng hiện tại, nhìn mấy chàng lính quân y ngơ ngơ ngác ngác không quen chiến trận, vũ khí của họ chỉ là khẩu súng Carbine M1 với vài băng đạn, làm sao tôi có thể bảo toàn được đơn vị trong trường hợp tỉnh Bình Long bị tấn công? Đặc biệt là về phương diện y tế, liệu với khả năng hiện có của bệnh viện tôi có thể hoàn tất mỹ mãn công tác điều trị và tản thương cho một số lớn vừa quân và dân không? Câu trả lời rất dễ, chắc chắn là không rồi. Nhưng tôi tự nhủ là sẽ cố gắng làm hết sức mình, tới đâu hay đó. Trong những công tác khó khăn, mình có hoàn thành được mới hơn người. Ý tưởng đó làm tôi phấn khởi.

Tôi tự nghĩ, điều quan trọng hiện giờ là vấn đề tổ chức và phối trí. Hơn lúc nào hết câu châm ngôn "Chỉ huy là tiên liệu" vang lên trong óc tôi. Cũng cùng một mối lo như tôi, bác sĩ Chí nhắc tôi:

— Mày cho lệnh cấm trại 100 phần trăm đi, không tụi nó trốn hết bây giờ.

Tôi đồng ý. Tôi đã dự trù xong kế hoạch sơ khởi về phòng thủ và cấp cứu tản thương. Tôi kêu trung sĩ Xòm:

— Anh Sáu ra mời Thiếu úy Thu tới gặp tôi.

Vài phút sau Thiếu úy Thu tới:

— Thưa bác sĩ kêu tôi?

Tôi gật đầu. Chúng tôi đứng nói chuyện trước hiên phòng mổ.

— Ông cho tập họp tất cả binh sĩ lại. Điểm danh. Đọc nhật lệnh cấm trại 100 phần trăm. Chỉ thị cho các anh em xem lại súng đạn giấy vớ, mũ sắt. Cắt toán gác cổng, cắt toán tuần vòng ban đêm. Sửa sang lại các hầm hố cá nhân, các hầm trú ẩn. Cắt các toán cấp cứu. Xem xét lại máy móc các xe Hồng Thập Tự. Xăng nhớt phải đầy đủ. Tài xế xe Hồng phải thay phiên nhau trực 24 trên 24. Mỗi xe không kể tài xế phải có bốn khiêng cáng viên và có ít nhất hai cáng với túi cứu thương. Nội trong ngày nay phải làm xong tất cả rồi báo cáo cho tôi biết. Phần ông như vậy tạm đủ. Mình đang thiếu người, làm việc hơi cực một chút, ông nên khuyến khích anh em đừng coi thường, kỳ này đánh lớn đó.

Từ trên thềm khu hậu giải phẫu, cao hơn sân bệnh viện chừng 40 phân, tôi bước xuống sân đi tới phòng cấp cứu, gặp cô Cúc và cô Phúc y tá phòng cấp cứu đang đứng ở đó. Cô Cúc có biệt danh là Cúc lùn hay Cúc Đồng vì tên cô là Đồng Thị Cúc và hơi thiếu bề cao. Cô có dáng người khỏe mạnh, cô học một năm võ Vovinam. Tôi được nghe kể lại, có lần không hiểu vì cớ gì cô đã đá bay một chàng lính Quân Y khiến hắn ta dậy không nổi. Cô rất thích nghe chuyện tiếu lâm. Lúc nào thấm ý cô cất tiếng cười, cả nhà thương bốn trại, năm phòng đều nghe tiếng. Vừa thấy tôi, cô cất cao giọng tinh nghịch hỏi:

– Bác sĩ, sợ không bác sĩ?

Tôi gật đầu cười đáp:

– Sợ chứ. Nhưng hiện giờ tôi có việc này nhờ cô làm ngay cho.

Cúc nhanh nhẩu cướp lời:

– Việc gì bác sĩ? Vẫn giọng tinh nghịch, Cúc tiếp, Bác sĩ có việc gì ra lệnh là em làm ngay.

Tôi không trả lời vội, đưa mắt nhìn qua tủ thuốc trực, thấy chỉ còn vài ba chai Ringer's lactate, Dextrose and Sodium, một dẫy hộp thuốc chích, thuốc viên đủ loại. Chiếc ống nghe, cái máy đo huyết áp để lỏng chỏng phía góc tủ. Tôi nhìn cô Cúc nghiêm trang nói:

– Như cô đã thấy, với tình hình khẩn trương như hiện nay, có thể bệnh viện sẽ phải tiếp nhận một số lớn người bị thương. Tôi muốn mọi người lúc nào cũng phải sẵn sàng để làm việc. Tủ thuốc cấp cứu lúc nào cũng phải có ít nhất 20 chai nước biển cùng dây truyền nước đầy đủ, các loại thuốc cấp cứu như SAT, Demerol, thuốc trụ sinh, thuốc cầm máu, v.v..., cùng bông băng, các thuốc sát trùng như Phisohex, hoặc Thimerosal và những thứ khác nữa. Bây giờ cô lo lập phiếu xin ở kho và lãnh ngay càng sớm càng tốt, tôi sẽ ký sau.

Nói xong tôi để Cúc đi làm phiếu lãnh thuốc. Tôi đứng trầm ngâm nhìn quanh phòng cấp cứu. Thật không có một phòng cấp cứu nào tồi tệ hơn. Phòng lúc nào cũng thiếu ánh sáng vì không bóng đèn điện. Rộng bốn thước, dài bảy thước, hai mặt có cửa sổ, một cửa ra vào và một cửa hông thông ra phòng ngoại chẩn. Mái lợp tôn và không có trần nên từ 11 giờ trở đi là nóng như thiêu như đốt. Mùa mưa thì dột vì mái bị thủng do những mảnh pháo kích mấy năm trước chưa được sửa lại.

Phụ trách phòng cấp cứu có 8 nhân viên, 4 quân y, 4 dân y. Tuy nhiên trong trường hợp cần thiết số nhân viên có thể sẽ tăng lên nhiều do các y tá các trại bệnh khác được điều động tới để tiếp tay. Đó là một ưu điểm của một bệnh viện nhỏ, không thủ tục giấy tờ hành chánh rườm rà, lúc nào cũng gọn nhẹ và năng động, rất dễ dàng điều khiển cho hợp với nhu cầu. Tôi đặc biệt thích điểm này vì nó đã tiết kiệm được rất nhiều tiền, nhiều thì giờ và có khi cả sinh mạng nữa.

Với một phòng cấp cứu nhỏ xíu như vậy chỉ cần năm bệnh nhân vào một lúc là phòng chật cứng khó bề xoay sở. Lại thêm những kẻ hiếu kỳ và thân nhân của bệnh nhân, đã xông đại vào phòng bất cần lời cấm đoán của bác sĩ và nhân viên, lại càng gây thêm trở ngại trong việc săn sóc bệnh nhân.

Những người đó làm tôi bực mình không ít. Tôi ít khi nào to tiếng với ai vì lúc nào tôi cũng tôn trọng nhân vị người khác và rất thông cảm mối quan tâm của họ với người thân. Vậy mà đôi khi tôi phải lớn tiếng hoặc dọa bỏ đi không làm việc nữa họ mới lùi lại một chút để khi có cơ hội lại lấn vào như cũ.

Tôi thông cảm với một bệnh viện tỉnh nhỏ thiếu thốn đủ mọi phương tiện, riết rồi cũng quen đi. Tôi cứ chú tâm vào việc mình làm, không cần để ý tới những khó chịu ấy nữa.

Trong trường hợp nếu có trận chiến xảy ra, vào cả trăm người thì sao? Tôi thầm tự hỏi. Tôi ngước lên nhìn dãy hành lang khu nội khoa nằm phía trước phòng cấp cứu. Dãy hành lang cao ráo sạch sẽ dài tới 40 thước, có thể tạm thời làm nơi cấp cứu nạn nhân trong khi chờ đợi di chuyển những người đã được săn sóc xong xuống trại.

Có tiếng thắng xe làm tôi nhìn ra. Một chiếc xe jeep không mui đã ngừng trước cửa. Hai người lính trên xe nhảy xuống, nhanh nhẹn lấy một chiếc băng ca dựng dọc theo tường phòng cấp cứu để xuống đất, rồi cố gắng khênh một người lính bị thương đặt lên cáng đem vô phòng.

Tôi cúi xuống nhìn người bị thương. Đó là một người lính Thượng, anh ta hãy còn tỉnh nằm giương cặp mắt mệt mỏi nhìn tôi. Ở phần bụng có băng một băng cá nhân lớn. Vết máu trên miếng băng đã khô. Cô Phúc nhanh nhẹn lấy kéo cắt giải băng. Tôi lật băng lên, hai vết thương nhỏ, một ở gần rốn, một ở sườn phải. Tôi ấn nhẹ tay xuống thành bụng. Bụng hơi cứng. Bệnh nhân nhăn mặt rên nhỏ:

— Đau lắm bác sĩ ơi.

Mảnh đạn chắc đã xuyên vào bụng. Tôi hỏi:

– Anh bị thương lúc nào?

– Hồi 2 giờ đêm qua.

– Mìn hay lựu đạn?

– Em không biết, chắc mảnh B40.

Tôi khám nhanh người bệnh. Hai bên phổi thở đều. Vết thương ở bên sườn chắc chỉ trợt ở bên ngoài, chưa xuyên vào phổi, bệnh nhân thở không khó khăn. Các vùng khác không có gì ngoài cánh tay trái bị trầy sơ. Tôi nói với cô Phúc:

– Cô cho truyền một chai Ringer's, chích thuốc ngừa phong đòn gánh, cho phân loại máu, đo hematocrit, chụp quang tuyến bụng thẳng và nghiêng, chụp phổi, rồi chuyển lên phòng mổ ngay cho tôi.

Bây giờ là 10 giờ kém 15 phút. Tôi vừa nói vừa ghi nhanh vào tờ bệnh nghiệm. Ký thêm năm sáu phiếu thử nghiệm và phiếu thuốc cô Phúc đưa cho tôi. Sau đó tôi đi lên phòng mổ.

Đó là một dãy nhà tiền chế nằm chặn ngang khu nội khoa thành hình chữ T. Nền nhà cao hơn mặt đường 40 phân. Nhà lợp tôn có trần bằng carton, được chia làm ba phần. Phần đầu làm phòng quang tuyến. Phần giữa phòng mổ và phần cuối phòng hậu giải phẫu. Muốn đi vào phòng mổ phải qua phòng hậu giải phẫu.

Tôi đẩy cánh cửa xanh màu lá cây quê mùa bước vào phòng mổ, miệng kêu:

– Mổ bụng, mổ bụng!

Cô Thìn, cô Lâm, anh Xòm đang ngồi nói chuyện bên chiếc cáng có bánh xe đẩy gần máy lạnh quay ra. Cô Lâm nhăn mặt nói:

– Trời ơi, lại mổ bụng nữa!

– Đừng than, sẽ còn nhiều. Bây giờ cô sửa soạn mang bộ Major set ra. Cô Thìn kêu chị Huyền đi mời cô Đào, cô Bích lên đây, anh Xòm lo sửa soạn máy gây mê đi.

Có tiếng động mạnh ở cửa phòng mổ, tôi mở rộng cửa để người y công đẩy xe chuyển bệnh vào. Tôi giúp mọi người khênh bệnh nhân sang bàn mổ. Quay sang anh Xòm tôi nói:

– Anh nhớ đặt ống thông tiểu sau khi đo áp huyết xem có máu trong nước tiểu không.

Tôi đi vào nơi rửa tay để thay áo, mang mask và mũ. Chỗ rửa tay là một phần phòng mổ lấn sang phòng quang tuyến dài ba thước rộng một thước rưỡi. Ở đó có hai chậu rửa làm theo đúng qui cách của một phòng giải phẫu nhưng không có nước. Người ta phải để một sô lớn và ba sô nhỏ đựng nước. Dọc sát vách tường có hai kệ lớn đựng dụng cụ y khoa như băng bột, bông chỉ may và những dụng cụ hư hỏng. Rửa tay bằng bàn chải chà thuốc Phisohex. Có một y công đứng cạnh dùng lon xối nước cho mọi người rửa tay.

Ở đây không có nước máy chạy liên tục. Nước do ty Công Chánh cung cấp chảy mỗi ngày hai giờ. Hứng nhỏ giọt chưa được một thùng phi. Những ngày mổ nhiều có khi hết cả nước rửa tay, phải đi xin các trại khác. Tình trạng khan hiếm nước như vậy đã có từ lâu, có thể từ ngày thành lập bệnh viện. Tới giờ vẫn chưa có sự sửa sang cải tổ hữu hiệu nào.

Nói cho ngay đàng sau bệnh viện đã có xây xong một bồn nước cao nhưng không có máy bơm nước lên, vì giếng ở trên đồi, làm gì có nước và chuyện này dường như chẳng ai để ý tới nữa.

Tôi nghe thấy tiếng cười của cô Đào ở ngoài phòng, vội bước ra. Cô là nữ hộ sinh trưởng của bệnh viện, kiêm chuyên viên tê mê, năm nay chừng hai mươi tám tuổi. Cô là người dễ mến. Cô làm việc chăm chỉ và tận tâm. Cô có một đứa con trai mới được tám tháng rất kháu khỉnh, ai hỏi gì cũng cười. Trông thấy tôi cô hỏi:

– Mổ bụng hả bác sĩ? Tôi gật đầu:

– Cô cho bệnh nhân ngủ đi. À anh Sáu, nước tiểu ra sao, huyết áp bao nhiêu?

– Thưa bác sĩ, nước tiểu trong ạ. Anh Sáu Xòm vừa đổ ether vào máy thuốc mê vừa nói. Tension 10 trên 7, mạch 96.

– Tốt! Chúng ta bắt tay vào việc là vừa.

Trong số các nhân viên phòng mổ, tôi thích nhất anh Sáu Xòm. Anh quê ở Sa Đéc không hiểu sao lại lưu lạc tới tận vùng đất đỏ này. Anh ăn nói lễ phép, hiền lành, chịu khó làm việc, chịu khó học hỏi. Anh có bằng CC1 phòng mổ nhưng hiện giờ anh có thể đảm nhận việc gây mê một cách hoàn hảo, mặc dù anh không được gửi đi học khóa nào.

Chính cô Đào đã truyền nghề cho anh. Cho tới nay anh đã gây mê được gần một trăm trường hợp với kết quả tốt đẹp, không có gì trục trặc xảy ra. Có anh, cô Đào đỡ được một phần gánh nặng. Trong suốt hai tháng cô Đào nghỉ phép sanh, anh đã giúp tôi gây mê nhiều trường hợp. Nếu không có anh tôi thực là bối rối vì không ai gây mê bệnh nhân cho tôi mổ. Từ xưa đến giờ cô Đào là chuyên viên gây mê độc nhất ở đây.

Tôi còn nhớ, có một lần chính tôi phải vừa gây mê vừa mổ vì cô Đào đi công tác. Một buổi tối, một đứa nhỏ bị nhân dân tự vệ bắn bị thương ở bụng, cần mổ gấp mà không có chuyên viên gây mê. Tôi phải gồng mình cho nó ngủ một cách khó khăn vì nó đã ăn rồi, bị sặc và ói mửa nhưng rốt cuộc nó cũng ngủ yên. Tôi liền giao cho một y tá giữ máy và dặn xem chừng huyết áp, mạch và nhịp thở, rồi tôi hối hả đi rửa tay mặc áo mổ thật lẹ. Cũng may thằng bé chỉ bị một vết thương nhỏ ở gan, chừng ba phân. Tôi khâu lại bằng hai mũi catgut chronic để cầm máu. Kiểm soát các cơ quan trong bụng, thấy không còn vết thương nào nữa, tôi vội vã đóng bụng lại. Cuộc giải phẫu kết thúc mau lẹ, chưa đầy một giờ đã xong. Tuần sau đứa nhỏ xuất viện mạnh khỏe. Thật là may mắn cho cả thầy thuốc lẫn bệnh nhân.

Rút kinh nghiệm lần đó, tôi đã đề nghị với bác sĩ giám đốc cho anh Xòm được tập sự gây mê với cô Đào. Vì anh Xòm là chuyên viên phòng mổ lại có nhiều thiện chí học hỏi nên chẳng bao lâu anh Xòm đã có thể tự gây mê một mình được.

Sau này bệnh viện có thêm một chuyên viên gây mê mới đi học CC1 về, là binh nhất Thiện, thành ra kể cả anh Xòm, bệnh viện có cả thảy ba chuyên viên gây mê.

Chắc chắn tôi sẽ không còn gặp cái cảnh vừa gây mê vừa mổ nữa.

Tôi nhìn quanh không thấy cô Bích. Tôi hỏi cô Lâm:

– Cô Bích đâu chưa tới à, cô Lâm?

– Thưa quan Đốc nhà cháu đây ạ.

Cô Bích mở cửa bước vào, nhái giọng Bắc Kỳ trả lời tôi, làm mọi người cười vui vẻ. Cô Bích cũng cười khoe hàm răng trắng đều và đẹp. Cô là cán sự điều dưỡng. Nghe nói cô quê ở Long An, gần Sài Gòn, cùng lớp với cô Bông, sau khi tốt nghiệp cán sự y tế, hai cô chọn nơi đây làm việc. Trước đây cô là y tá trưởng phòng mổ. Cô phụ mổ hơn một năm nay nên công việc rất thành thạo. Cô mới được cử qua làm điều dưỡng trưởng trại nội khoa nam. Điều dưỡng trưởng phòng mổ hiện thời là cô Nga, đang nghỉ phép nên tôi phải mời cô Bích tới phụ mổ.

Cô Bích và cô Bông điều dưỡng trưởng của bệnh viện ở chung với nhau tại một phòng trong khu ngoại khoa, nên lúc nào cần hầu như các cô đều có mặt. Cô Bích làm việc hăng hái lắm, nhưng có từng cơn. Cô vui giận bất thường nên làm việc với cô phải tế nhị mới được. Hiện tượng này mới chỉ có gần đây thôi. Chứ trước kia cô vui vẻ yêu đời lắm. Những ngày đầu tôi làm việc ở đây, tôi thấy bác sĩ giám đốc bệnh viện đi thả bộ cùng cô ở sân bệnh viện, nói cười thân mật vui vẻ lắm. Nhưng sau khi bác sĩ giám đốc lập gia đình rồi thì thấy tính tình cô hơi đổi khác, nhưng phải tinh ý lắm thì mới nhận biết được. Có thể vì tính cô hồn nhiên hay cười nói nên khó nhận ra. Chỉ khi làm chung với cô mới biết được thôi.

Vài tháng sau, tôi thấy có một Trung úy Dù tới thăm cô tại bệnh viện. Tôi cũng mừng cho cô đã tìm được người bạn mới. Có một lần tôi thấy cô ngồi đan áo. Tôi hỏi:

– Cô đan áo cho ai vậy?

Cô cười cười không trả lời, bà Khánh đứng cạnh nhanh nhảu đáp thế:

– Chắc đan áo cho bồ chứ còn ai nữa.

Cô Bích vẫn cười cười không công nhận mà cũng không chối bỏ. Tôi đoán mò, hỏi:

– Chắc là chàng Trung úy Dù đẹp trai, to khỏe hôm trước phải không?

Cô Bích ỡm ờ trả lời:

– Có thể lắm. Anh ấy cũng to cỡ bác sĩ. À, nhờ bác sĩ đứng thẳng để tôi ướm thử xem cái vai có vừa không.

Tôi cau mặt nói:

– Cái cô này lạ nhỉ. Tại sao không đo ngay trên người anh ta mà lại lấy tôi làm người mẫu. Cô Bích năn nỉ:

– Thôi mà, xin bác sĩ làm ơn làm phước giùm một chút có mất mát gì đâu.

Tôi làm bộ giận nói:

– Bộ cô tưởng tôi là phường giá áo túi cơm sao mà đo với ướm áo.

Cô biết tôi nói chơi nên cười ngặt nghẽo:

– Đâu ai dám nói bác sĩ như vậy đâu. Nhờ bác sĩ một chút thôi, tôi muốn làm món quà tặng bất ngờ mà, lại sợ áo không được vừa nên mới mạo muội như vậy. Tôi năn nỉ đó.

Bà Khánh đứng bên cũng nói vô:

– Bác sĩ thử cho cô ấy đo xem sao.

Thực ra tôi thấy cô có ý nghĩ lạ. Nên muốn làm khó chơi một chút xem sao chứ đo thì đo đâu có nhằm nhò gì. Tôi đứng lên cho cô Bích ướm thử bề ngang cái vai. Cô nói:

– May quá, nếu không thử thì hư mất rồi. Áo sẽ bị chật. Cám ơn bác sĩ.

– Cô cám ơn bằng gì? Tôi hỏi cắc cớ.

– Một nồi cà ry gà.

– Cũng được.

Một tuần sau vào một buổi trưa nhàn rỗi, mọi người đang ngồi nói chuyện ở phòng hậu giải phẫu. Cô Bích mang một gói đồ tới, nói:

– Tôi lại phiền bác sĩ một lần nữa. Áo đã đan xong rồi, nhờ bác sĩ thử xem có vừa không.

Tôi nghĩ thế này thì quá lắm. Tôi tưởng cô nhờ một lần rồi thôi. Ai đời đi đan áo cho bồ mà lại cứ bắt tôi thử. Tôi không nói gì, đứng dậy cầm lấy cái áo len mang vào phòng mặc thử. Thấy vừa in, mẩu xám rất nhã. Tôi ra ngoài nói với cô Bích:

– Áo vừa quá cô ạ. Mặc vào đẹp lắm. Rồi tôi cứ thản nhiên ngồi nói chuyện như chẳng có gì xảy ra cả. Cô Bích nóng ruột nói:

– Bác sĩ cởi áo ra trả lại chứ, thử thôi mà.

Tôi nói ngang một cách rất nghiêm trang, cù không cười:

– Áo này rất vừa và rất đẹp, không thể nào cởi được.

Cô Bích năn nỉ:

– Tội nghiệp mà bác sĩ. Trả lại áo cho tôi đi. Mai mốt tôi sẽ đan cho bác sĩ cái áo khác.

Tôi nghe trong giọng nói của cô chẳng có gì thực sự muốn đòi lại cái áo cả. Có thể là do chủ quan chăng? Bà Khánh, chị Huyền, cô Lâm, cô Thìn chỉ ngồi cười, mặc cho cô Bích năn nỉ. Có thể họ cũng cùng một ý nghĩ như tôi. Tôi nói:

– Để cho công bằng, tôi sẽ về Sài Gòn mua mấy cuộn len để đền lại cô. Còn cái áo này nó đã dính chặt vào người tôi rồi không cởi ra được nữa. Cám ơn cô nhiều lắm. Tôi vừa nói vừa cười đứng dậy tỉnh bơ đi về phòng.

Mấy ngày sau, mỗi lần gặp tôi cô đều đòi áo, nhưng đời nào tôi trả. Cô không giận mà hình như lại còn thân hơn trước. Cô nói tôi lì quá chưa ai lì như vậy.

Cô Đào đã cho bệnh nhân ngủ yên. Cô Lâm đã rửa sạch vùng sắp mổ. Mọi người đều đã sửa soạn xong. Tôi vào phòng rửa tay. Vài phút sau tôi bước ra, cô Thìn đã cầm một chiếc áo mổ màu xanh xám đợi sẵn, giúp tôi mặc vào, đi găng tay xong, tôi cùng với cô Bích trải khăn mổ phủ lên người bệnh, trong khi cô Thìn lo sửa soạn dụng cụ.

Tôi cầm con dao mổ hỏi cô Đào:

– Mổ được chưa cô?

– Dạ được. Cô Đào nhanh nhảu trả lời.

Tôi ấn mạnh lưỡi dao xuống lần da bụng, thẳng một đường từ cuối chấn thủy xuống, vòng qua phía trái của rốn tới gần xương mu. Máu đỏ dợm chảy theo vết cắt.

Mỗi lần cầm dao mổ tôi lại có cảm giác sung sướng như đã đạt được một cái gì.

Hồi tôi mới vào trường Y Khoa, thấy các thầy và các bậc đàn anh, tay thoăn thoắt con dao cái kéo làm việc, ánh mắt đầy vẻ tự tin, khi thì nghiêm trang khi thì bông đùa, tôi lấy làm phục lắm. Tôi ước mơ một ngày nào đó tôi sẽ được như vậy. Chính vì thế nên dù biết nghề giải phẫu vất vả, tôi vẫn theo học. Một phần nữa tôi thấy giải phẫu cho ngay kết quả trước mắt. Có nhiều bệnh, bên nội khoa bó tay, phải nhờ tới thủ thuật của nhà giải phẫu mới chữa được.

Một đôi khi tôi còn cảm thấy giải phẫu làm chơi mà được việc. Chỉ cần bỏ ra một chút thời gian ngồi khâu lại một động mạch bị đứt có thể cứu được cả một cẳng chân, một cánh tay tránh khỏi phải bị cưa cắt. Đó là một trường hợp mới xảy ra hai tháng trước, tôi được nghỉ phép về thăm nhà, tính ra ngày hôm sau mới phải về lại bệnh viện. Nhưng có xe người bạn đi về nên tôi theo lên sớm hơn một ngày, không ngờ vừa lên tới nơi thì có một người bị thương đứt động mạch đùi do mảnh lựu đạn. Tôi liền vào bệnh viện mổ ngay nối lại động mạch, nên chân người lính khỏi bị nguy hiểm vì phương tiện tản thương ban đêm không có, để chậm thì có thể chân bị cưa. Những kết quả nhỏ nhoi ấy thực không đáng kể, nhưng ít ra nó cũng làm tôi vui và xoa dịu được phần nào mặc cảm tự ti khi đọc thấy những tiến bộ lớn lao của y khoa thế giới.

Trong khi ở các nước tiên tiến, y khoa đang đào sâu tới tận phân tử của các hóa chất, nhằm giải đáp những nguyên nhân gây bệnh để đi tìm những phương thuốc hữu hiệu và hợp lý để trị bệnh thì y khoa của nước nhà vẫn còn phôi thai chưa vượt qua được mức chặn tế bào. Tuy nhiên mục đích tối hậu của y khoa cũng chỉ là để cứu sống người bệnh. Thì ngay tại tỉnh nhỏ này, với rất nhiều thiếu thốn, tôi vẫn đang làm điều đó với nhiều nhiệt tâm. Tôi đã cứu sống nhiều người bệnh. Tôi rất vui và nghĩ rằng mặc dù mình không có những phát minh cao siêu, những kỹ thuật tân kỳ, nhưng mục đích tối hậu đã đạt được thì tôi cũng đỡ mặc cảm nhiều lắm.

Tâm trí tôi lúc nào cũng mong muốn phát minh ra một cái gì độc đáo. Chính vì vậy khi tôi còn là y sĩ trưởng Trung Đoàn 43, một vấn đề nan giải lúc bấy giờ là lở loét bàn chân của đa số binh lính đi hành quân trong mùa mưa. Hồi đó giầy của bộ binh đều là giầy vải. Bị ngâm trong nước bùn suốt ngày, da chân mềm ra, lại thêm bị cọ sát với thành giày khi di chuyển, nên da chân bị tróc, gây nên lở loét, đau đớn, binh sĩ không thể nào tiếp tục cuộc hành quân được.

Trong mùa mưa, nhiều đơn vị có số binh sĩ bất khiển dụng vì lở loét chân lên tới già nửa. Tinh thần binh sĩ xuống, có nhiều trường hợp tự hủy hoại thân thể để khỏi phải đi hành quân, như tự bắn vào chân vào tay, vào bụng do chính mắt tôi thấy, để hy vọng được tản thương về hậu cứ hoặc xuất ngũ.

Để chữa trị chứng lở loét đó quân y thường lấy thuốc đỏ tức Mercurochrome thoa lên chỗ vết lở. Nếu làm độc thì cho thêm thuốc trụ sinh. Phương pháp đó hoàn toàn không hữu hiệu, lại tăng thêm sự đau đớn của bệnh nhân. Nhiều trường hợp sau khi thoa thuốc đỏ lên, chân còn bị phản ứng sưng vù thêm không thể di chuyển được.

Tôi nghĩ cần phải kiếm ra một phương thuốc công hiệu nhanh chóng. Chỉ cần một hai giờ hay cùng quá qua đêm là phải dứt điểm đau đớn lở loét chân, đồng thời phải giản dị, rẻ tiền, có thể áp dụng hàng loạt mấy trăm người một lúc.

Tôi đã nghĩ được phương thuốc đó, đã thí nghiệm thành công cho các binh sĩ của 4 tiểu đoàn bộ binh của Trung Đoàn 43. Các sĩ quan trợ y báo cáo về cho tôi biết thuốc công hiệu, binh sĩ rất thích thứ thuốc này.

Hành quân trong mùa mưa, khi dừng chân hay nghỉ qua đêm, những người lính được lệnh tháo giầy thoa thuốc, để khô chừng 20 phút rồi lấy vớ khô đi vào. Từ đó quân số bất khiển dụng do đau lở bàn chân giảm rất nhiều. Phương thuốc này vừa chữa trị, vừa phòng ngừa được chứng lở loét bàn chân rất hữu hiệu khi phối hợp với vệ sinh bàn chân.

Đó chính là dung dịch nitrate bạc 0.5% (Silver Nitrate solution 0.5%). Với hai đặc tính rất cần thiết để trị chứng lở bàn chân: Sát trùng và Khô da (astringent).

Từ Trung Đoàn, tôi đã điện thoại với Y sĩ Thiếu tá Phạm Hữu Hảo, y sĩ trưởng tiểu đoàn 18 quân y, trình bẩy về phương thuốc mới này và đã được sự đồng ý của anh Hảo. Anh đã ra lệnh cho các dược sĩ của tiểu đoàn 18 quân y pha chế dung dịch nitrate bạc đem phân phát cho các binh sĩ. Thí nghiệm này ít người biết vì chưa được công bố ra. Nhưng những kết quả sơ khởi đã làm tôi rất hài lòng.

Sau khi dùng kẹp cầm máu xong, tôi dùng kéo mổ bụng. Ruột phình lên, máu bầm tràn ra thành bụng. Đó là dấu hiệu đầu tiên cho biết chắc chắn 100 phần trăm có vết thương trong bụng và cũng đã xác nhận sự định bệnh đã đúng. Bây giờ chỉ cần đi kiếm xem vết thương ở đâu để dùng thủ thuật giải phẫu chữa trị. Tôi lấy khăn thấm máu. Kêu cô Lâm mở máy hút. Sau khi hút hết máu bầm, tôi khởi sự khám ruột non. Tôi thấy một khúc ruột dài chừng 30 phân bị thủng tới mười mấy lỗ. Tôi quyết định cắt đi rồi nối hai đầu ruột lại.

Đúng lúc tôi khâu xong mũi chỉ đầu tiên, đèn phòng mổ lu dần rồi cả phòng chìm trong bóng tối. Tôi thở dài, mặc dù đã quá quen với cảnh này, tôi cũng muốn văng tục. Từ gần một năm nay, máy điện bị trục trặc hoài, sửa không hết. Đèn lúc sáng lúc tối. Đã hơn một lần tôi phải mổ dưới ánh đèn pin, mình mẩy ướt đẫm mồ hôi vì nóng. Cả toán mổ ai nấy đều phải choàng kín thân mình từ đầu tới chân chỉ để hở đôi mắt. Chân phải đi đôi giày cao su tới đầu gối để tránh nước rửa vết thương lẫn máu thấm vào người. Quanh bụng còn phải quấn một mảnh nylon, bởi vậy khi không có điện, phòng mổ không có máy lạnh thì chúng tôi khổ sở đến chừng nào. Anh Xòm cười nói:

– Ban ánh sáng sửa soạn làm việc.

Hiểu ý, cô Lâm, thượng sĩ Lý, mỗi người lấy một cây đèn pin để sẵn trong tủ thuốc soi cho tôi tiếp tục làm việc.

Nắng tháng tư đổ xuống mái tôn làm cho căn phòng mổ kín mít này ngột ngạt vô cùng. Mồ hôi từ trán chảy xuống mắt tôi cay xè. Cô Lâm thỉnh thoảng lại phải lấy khăn lau sạch mồ hôi trên mặt tôi sợ để rơi xuống vùng đang mổ gây nhiễm trùng. Cũng may chúng tôi không phải chịu cực hình đó lâu hơn nữa. Khi tôi vừa nối xong hai đầu ruột thì tôi thấy tiếng máy điện chạy, rồi đèn phòng mổ bật sáng và tiếng máy lạnh bắt đầu. Mọi người đều reo vui mừng. Tôi thở ra nhìn cô Đào nói:

– Thoát nạn!

Cô Đào không nói gì chỉ nhe răng cười, tay cầm mảnh băng chùi vội những giọt mồ hôi trên trán.

Tôi vá thêm hai lỗ thủng ở ruột non. Sau đó tôi khởi sự khám các cơ quan khác, thấy tất cả đều bình thường không còn một vết thương nào nữa, liền sửa soạn đóng bụng lại. Khi tôi đang khâu da thì Thiếu úy Thu đứng ngoài cửa phòng mổ ló đầu vào nói:

– Thưa bác sĩ, tôi đã đọc nhật lệnh cho các anh em. Chia họ làm ba toán cứu thương, thay phiên nhau làm việc. Ban đêm 50 phần trăm quân số ở lại bệnh viện, 50 phần trăm về canh gác trại gia binh. Tôi gật đầu hài lòng:

– Ông lo kiểm soát anh em, có gì báo cho tôi ngay.

Mổ xong tôi ra phòng hồi sức lấy tờ bệnh nghiệm cho thuốc và ghi các phương thức săn sóc hậu giải phẫu. Sau đó tôi viết nghi thức giải phẫu vào cuốn sổ. Khi tôi ra khỏi nhà thương đi bộ về nhà, nhìn đồng hồ chỉ đúng 12 giờ 30 phút.

Bệnh nhân mổ vừa rồi là người đầu tiên trong tổng số các vụ mổ tại chiến trường An Lộc. Cũng như ông già Long là người đầu tiên đã nằm xuống vĩnh viễn vì trái hỏa tiễn pháo kích mở màn trận đánh. Đó là ngày 5-4-1972.

CĂN NHÀ DƯỚI GỐC CÂY ĐA

Tôi rời phòng mổ đi về nhà, tới cổng bệnh viện, liếc nhìn hố hỏa tiễn nổ sát bờ rào bên ngoài bệnh viện, ngay sau nhà gác cổng. Tôi thấy ơn ớn xương sống. Tôi rảo bước băng qua bộ tư lệnh tiền phương của Sư Đoàn 5, băng ngang đường Nguyễn Huệ, đi chừng vài chục bước nữa là tới nơi tôi trú ngụ từ khi làm việc tại tỉnh lỵ này. Như thế nơi tôi ở cách bệnh viện chừng 300 thước. Thường ngày tôi hay đi bộ để đi làm. Đôi khi tôi quá giang xe Thiếu tá Diệm, sĩ quan trưởng phòng tư tiểu khu, cũng là người ở cùng nhà với tôi.

Tôi biết Thiếu tá Diệm từ hồi ở Trung Đoàn 43. Hồi đó ông là sĩ quan trưởng phòng tư Trung Đoàn. Hôm tôi lên nhận việc tại bệnh viện, có nhờ Bác sĩ Nguyễn Phúc trưởng ty Y Tế chở tôi tới tòa tỉnh trưởng chào Đại tá Nhựt. Thấy tôi, Đại tá Nhựt mừng lắm, vồn vã đón mừng vì là chỗ quen biết cũ, đã từng cùng đi hành quân mấy lần, từng đóng quân ở đồi Dốc Mơ, Gia Kiệm gần cả một năm trời, biết bao nhiêu kỷ niệm vui buồn. Đại tá Nhựt giả giọng Bắc cười nói:

47

– Thế là cụ lại theo tôi lên đây đấy hả?

Tôi mỉm cười gật đầu đáp:

– Dạ, cũng gần như vậy. Tôi chọn ở đây tương đối cũng gần Sài Gòn, hơn nữa lại biết có Đại tá làm tỉnh trưởng ở đây, được gặp lại chắc cũng vui lắm.

Đại tá Nhựt chợt hỏi:

– À, bác sĩ đã gặp ông Diệm chưa?

– Dạ, thưa chưa.

– Để tôi mời ông tới nói chuyện cho vui.

Vài phút sau Thiếu tá Nguyễn Kiếm Diệm tới, vừa trông thấy tôi ông reo lên:

– À, Bác sĩ Quý, tôi nghe tin ông sắp lên làm việc ở đây. Tôi mừng quá cứ mong gặp lại ông. À, mà ông đã có chỗ ở chưa?

– Thưa chưa, tôi mới tới đây ngày hôm nay, chưa biết sẽ ở đâu.

Ông Diệm vui vẻ nói:

– Khỏi lo, về ở chung với tôi. Chỗ tôi ở sạch sẽ mát mẻ lắm, lại gần bệnh viện, rất tiện cho ông đi làm.

Thế là ngay ngày đầu tiên lên Bình Long tôi đã có chỗ tạm trú tốt, không phải mất thì giờ lo lắng về nơi ăn chốn ở. Số tôi như vậy, đi xa thường hay gặp người giúp đỡ.

Tôi bước vào nhà, căn phòng mát rượi. Đó là một căn nhà nhỏ có một phòng ngủ và một phòng khách. Căn nhà này đã cũ kỹ lắm, ước chừng cũng phải ba, bốn chục năm.

Tôi được biết trước kia căn nhà này thuộc ty Tiểu Học Bình Long. Không hiểu sao nó đã bị bỏ hoang đổ nát cho đến khi Thiếu tá Diệm đổi về đây xin phép tỉnh sửa sang lại nên bây giờ mới ở được. Nhà rộng 5 mét dài 10 mét, nền cao tới 40 phân trên mặt đất. Phòng khách làm phòng ăn luôn. Phòng ngủ kê hai giường sắt nhà binh, một cho Thiếu tá Diệm và một cho tôi. Trên trần nhà cũng như chung quanh vách tường có chất hai lớp bao cát để tránh mảnh đạn pháo kích, ngoài ra còn có một cái hầm nổi khá rộng, khá kiên cố ăn thông ngay bên hông phòng ngủ. Nếu có biến động gì chỉ trong nháy mắt tụi tôi đã có chỗ an toàn trú ẩn. Căn hầm này thực ra cũng chỉ mới được Thiếu tá Diệm cho dựng nên, dùng làm chỗ ở tạm cho bà Diệm lên đây sanh đứa con trai út mấy tháng trước. Sau khi sanh xong được một tháng, cháu bé đã cứng cát rồi, bà Diệm và các con đã về lại Sài Gòn. Phía trước nhà còn có một hàng ba khá rộng, chiều chiều khi đi làm về hay những ngày nghỉ, tôi và Thiếu tá Diệm thường ngồi chơi hay uống trà nói chuyện trước khi đi ngủ.

Nhà cất trên một khoảng đất khá rộng bên cạnh trường trung học Bình Long, trước cổng có hai cây chà là và một cây mãng cầu xiêm. Tôi đã được nếm những trái cây nhà lá vườn này. Phía sau là một cây đa cổ thụ vĩ đại, lớn nhất Bình Long. Cành lá xum xuê bao trùm gần trọn vẹn mái nhà, khiến cho trong nhà lúc nào cũng mát lạnh. Dưới gốc cây đa có một miễu thờ, tôi không biết thờ ai và cũng chẳng muốn hỏi thêm chi tiết.

Những đêm đầu ngủ tại nhà này thỉnh thoảng tôi giật mình sờ sợ vì những quả đa rơi lộp độp trên mái ngói, tưởng như những bước chân người rón rén đi ở đâu đây. Cây đa này quá âm u và người ta đồn nhà tôi đang ở có ma. Có thể vì lý do ấy căn nhà này đã bị bỏ hoang lâu ngày. Cho đến bây giờ dân tỉnh này vẫn còn nhiều người không dám đi đêm qua đó. Nhưng tôi ở đây đã gần một năm vẫn chưa thấy gì. Ông Diệm nói:

– Tôi có tượng ảnh Chúa đã được cha làm phép, treo trong nhà này thì ma đâu còn dám lộng hành nữa.

Tôi không theo đạo Chúa, nhưng nếu đúng như lời ông Diệm thì cũng tốt thôi. Những ngày rảnh rỗi, tôi vác cuốc lên luống quanh nhà trồng ít khoai lang, thứ rau tôi rất thích, vừa được ăn lá lại được ăn củ.

Tôi cất tiếng gọi:

– Anh Châu ơi, có cơm chưa?

Anh Châu là người nấu ăn và coi nhà cho chúng tôi. Anh là lính địa phương quân của tỉnh, bị thương hư mắt trái từ mấy năm trước. Lúc nào cũng băng mắt. Ra ngoài anh thường hay đeo kính râm để che con mắt hư và tuy gần 50 tuổi anh vẫn còn bay bướm. Nghe ông Diệm nói anh Châu đã có vợ và ba con sống ở quận Chơn Thành. Tôi chưa bao giờ gặp mặt và tôi cũng ít thấy khi nào anh về thăm gia đình. Hiện nay anh lại có thêm một bà nữa ở ngay bên kia đường. Bà này có hai đứa con, chắc góa chồng. Ngoài ra tôi không biết gì thêm.

– Xong rồi bác sĩ.

– Thiếu tá về chưa?

– Ông đang rửa mặt ở đằng sau.

– Sao bác sĩ về muộn vậy? Thiếu tá Diệm từ sau nhà bước ra hỏi tôi.

– Tôi mắc mổ một người bị thương bụng.

– Liệu có sống không?

– Sống chứ, vết thương ở ruột non dễ lành lắm. Anh lính này cũng hên, bao nhiêu mảnh đạn đều ghim vào ruột non, chừa ruột già và những động mạch lớn ra, thế có phúc không? Tôi tiếp – Đêm qua súng nổ dữ dội ông có biết đánh nhau ở đâu không?

Thiếu tá Diệm gật đầu:

– Địch quân tấn công đồn điền Quản Lợi. Lôi Hổ bắn chết sáu tên, tịch thu hai súng. Địa Phương Quân bị thương ba người.

– Sao tôi mới nhận có một?

– Chắc hai người kia bị nhẹ chuyển ra sau. Có tin địch quân sắp đánh Bình Long đấy. Nó kéo về đây mấy sư đoàn.

Tôi thản nhiên nói:

– Nó hăm đánh mình hoài mà có thấy gì đâu!

Thiếu tá Diệm chép miệng trả lời:

– Mình cũng mong như vậy, nhưng dù sao cũng phải đề phòng.

Chúng tôi lên phòng trên kéo ghế ngồi vào bàn ăn. Mâm cơm bữa nay có rau cải cúc nấu với sườn, một dĩa thịt heo kho và một dĩa rau cải xào thịt bò. Tôi ăn rất ngon miệng, anh Châu nấu ăn rất khéo. Bữa cơm kết thúc mau chóng. Chúng tôi sửa soạn đi ngủ trưa. Hôm qua tôi trực nên chiều nay được nghỉ. Tuy nhiên lắm khi cũng không được ngủ yên. Có bệnh ngoại khoa phải mổ bất kể ngày giờ.

Là y sĩ giải phẫu đã cực rồi, cực từ khi học đến lúc ra trường. Y sĩ giải phẫu duy nhất tại tỉnh nhỏ lại càng cực hơn. Có thể nói lúc nào cũng trong tình trạng trực 24 trên 24.

Tại bệnh viện Bình Long có ba bác sĩ, bác sĩ trưởng ty không phải gác. Chỉ còn hai người, tôi với Bác sĩ Chí, chia nhau gác cách ngày một lần, hôm sau được nghỉ bù buổi chiều. Nhưng Bác sĩ Chí là bác sĩ nội khoa chỉ làm được những vết thương nhỏ. Những vết thương lớn, vết thương bụng tôi phải làm. Trong thời chiến này, nhất là ở tỉnh Bình Long, một tỉnh gần biên giới Miên Việt, những cuộc đụng độ xảy ra thường xuyên, chiến thương ngày nào mà chẳng có. Do đó tôi luôn luôn phải có mặt, đi đâu phải để địa chỉ cho người ta dễ kiếm. Có nhiều khi tôi đang dự tiệc hoặc xem trình diễn văn nghệ phải hấp tấp trở về bệnh viện. Có lần tôi đang ngồi hớt tóc ngoài phố họ cũng tìm được lôi về, khiến tôi phải hối anh thợ cắt cho thiệt lẹ.

Tỉnh Bình Long mấy năm trước không có y sĩ giải phẫu, chỉ có một phái đoàn MILPHAP Hoa Kỳ có khả năng làm được những cuộc mổ lớn. Tuy nhiên thường những bệnh nặng đều được tản thương bằng trực thăng về Bình Dương hay Sài Gòn. Hồi ấy có một đơn vị Không Kỵ Hoa Kỳ đóng ở gần tỉnh nên phương tiện tản thương rất dồi dào và dễ xin. Về sau tình hình an ninh khả quan hơn, đường bộ có thể đi được dễ dàng vì quốc lộ 13 mới được tu bổ nên hầu hết các vụ tản thương đều theo đường bộ. Tản thương bằng trực thăng mới đầu giới hạn, dành riêng cho quân nhân, về sau cũng ngưng luôn.

Phải mất một giờ rưỡi xe Hồng Thập Tự mới có thể đi từ Bình Long tới Bình Dương. Thời gian lâu như vậy lại thêm đường dằn xóc nên chuyển bệnh bằng đường bộ rất rủi ro cho thương bệnh binh, có khi chịu không nổi chết ở dọc đường. Từ ngày tôi về đây vấn đề tản thương ít khi được đặt ra. Hầu hết bệnh nhân đều được giải phẫu ngay tại bệnh viện. Số thương vong vì thế giảm đi rất nhiều. Tôi nói ra điều này không phải tự đề cao, nhưng trong thâm tâm tôi rất lấy làm hài lòng vì sự có mặt của tôi đã giúp đỡ được nhiều cho bệnh nhân tỉnh này.

Tôi còn nhớ mấy tháng trước đây, hơi rảnh rỗi, tôi đã bàn với Bác sĩ Risch đi lùng bệnh, vào những thôn xóm, những sóc quanh tỉnh để tìm những trẻ bị tật bẩm sinh như sứt môi hay tất cả những bệnh gì chúng tôi có thể mổ được đem về bệnh viện để trước chữa cho dân, sau thêm kinh nghiệm cho nghề nghiệp.

Những trường hợp quá khó khăn thì Bác sĩ Risch cho chở về bệnh viện Long Bình của Mỹ, ở nơi này có khá nhiều bác sĩ chuyên khoa và phương tiện lại dồi dào nên có thể giải quyết được mọi trường hợp một cách an toàn hơn cho bệnh nhân. Nhân thể trong khi phụ mổ cho các bác sĩ chuyên khoa, tôi cũng học được thêm.

Mới hai tháng trước đây, chúng tôi kiếm được một em nhỏ 8 tuổi bị một bướu ở não, meningioma. Bác sĩ Risch đã dàn xếp chuyển bệnh nhân về 24th Evac Hospital ở Long Bình. Tôi được may mắn phụ mổ và học hỏi thêm về Neurosurgery (giải phẫu thần kinh) từ một bác sĩ chuyên khoa rất dễ thương và rất giỏi về môn này. Ông ta còn trẻ, đã để tôi cầm dao mổ và chỉ bảo một cách tận tình cũng như khuyến khích khen ngợi tôi sau khi mổ xong một cách an toàn, khiến tôi thấy thoải mái tự tin lắm. Chương trình đang tiến hành tốt đẹp thì xảy ra trận chiến này, chúng tôi không thể tiếp tục được nữa.

Tôi còn độc thân, đang tuổi thanh niên, không phải lo lắng về sinh kế cho gia đình. Mẹ và các em tôi sống an lành tại Sài Gòn. Ở nơi đây tôi chỉ lấy công việc làm vui. Cố gắng học hỏi trau giồi tay nghề cho vững để có dịp đem khả năng của mình ra giúp người. Tôi không hay đau vặt, sức khỏe dồi dào nhờ năng tập luyện thể dục. Tôi có thể mổ xẻ suốt ngày không biết mệt. Niềm ước ao chân thành nhất của tôi là trở thành một y sĩ giỏi. Tôi ham học hỏi và đọc sách, nhưng tiếc rằng nơi đây không có bạn học.

Bệnh viện có quá ít y sĩ, ai nấy đều lo làm công việc của mình đã hết thì giờ rồi. Chúng tôi ít có dịp ngồi lại với nhau để bàn chuyện học hành. Nhất là tạo thành một Journal Club mà tôi đã có dịp tham dự tại một bệnh viện Mỹ ở Long Bình. Hồi tôi còn đang theo học khóa giải phẫu binh đoàn, mỗi tuần các bác sĩ trong bệnh viện thay phiên nhau đọc những tạp chí y khoa, chọn lấy những bài hay đem ra trình bày cho các đồng nghiệp để bàn thảo và học hỏi thêm, để chúng tôi có thêm tin tức về những tiến bộ y khoa trên thế giới.

Nếu không có những phương tiện truyền thông đó, ở một xứ xa xôi hẻo lánh này, kiến thức y khoa của chúng tôi sẽ bị tụt lùi càng ngày càng xa. Cho nên tôi vẫn thích phương pháp học hỏi của Journal Club. Chỉ cần một người đọc mà mọi người đều được chia sẻ những tin tức mới. Một mình không ai có thể đọc hết được những tạp chí đó vì có quá nhiều. Do đó tôi vẫn mang ý định về sau sẽ thành lập một hình thức học hỏi như vậy tại bệnh viện này, nhưng thấy khó có thể thực hiện.

Về đây tôi chỉ có cái cảm giác sung sướng là tự mình điều khiển lấy mình. Muốn làm gì có thể làm ngay được, không cần phải qua những thủ tục giấy tờ như ở các bệnh viện lớn. Những trường hợp mổ khẩn cấp chỉ trong vòng từ 15 đến 30 phút là có thể thực hiện được. Điều này rất có lợi cho bệnh nhân, đỡ mất thì giờ cho cả mọi người. Tuy nhiên nhiều khi tôi cũng thấy tiếc không có thầy hoặc các đồng nghiệp đàn anh chỉ bảo cho những trường hợp khó khăn.

Bác sĩ Risch cũng không có nhiều kinh nghiệm vì mới xong năm thứ nhất về giải phẫu chỉnh xương đã được phái đi cầm đầu phái đoàn MILPHAP của tỉnh. Trước đây Bác sĩ Risch có làm việc mấy tháng tại một bệnh viện Mỹ ở Cam Ranh, hình như là bệnh viện 94th Evacuation Hospital.

Tôi thích phòng mổ bệnh viện này, nơi tương đối sạch sẽ nhất trong nhà thương. Phòng mổ khá rộng khoảng 6 thước x 6 thước, có một máy điều hòa không khí. Dụng cụ khá đầy đủ đựng trong một dãy tủ bằng sắt không rỉ sáng bóng. Tôi có đủ các bộ đồ để mổ trong mọi trường hợp. Năm bộ đồ mổ bụng, giải phẫu thần kinh, giải phẫu thẩm mỹ, bộ mổ tử cung, bàng quang, túi mật, xương, ghép da, v.v... Đối với một bệnh viện hạng bét như bệnh viện này tôi thấy thế quá đủ. Như vậy khả năng tối đa của phòng mổ này là 5 trường hợp giải phẫu lớn trong ngày.

Cái khó khăn nhất cho phòng mổ là vấn đề điện nước. Máy phát điện có hai cái thì một cái bị hư, một cái trục trặc thường xuyên. Có nhiều lần tôi đã phải mổ dưới ánh đèn pin như đã nói ở trên. Điện không được liên tục 24 giờ. Sáng từ 8 giờ đến 12 giờ, trưa từ 2 giờ đến 6 giờ, tối từ 7 giờ đến 9 giờ 30. Tình trạng điện như vậy gây rất nhiều trở ngại trong việc săn sóc hậu giải phẫu.

Vấn đề nước cũng không kém phần quan trọng. Đôi khi không có nước giặt những khăn mổ, thành ra có những ngày mổ nhiều, thiếu khăn trải phải dùng áo choàng mổ thay thế.

SỬA SOẠN

Hai giờ kém 15, Thiếu tá Diệm và tôi trở dậy đi làm. Mặc dù chiều nay là ngày nghỉ, tôi cũng phải vào bệnh viện. Tình thế này không cho phép tôi ở nhà. Thiếu tá Diệm lái xe đưa tôi tới nhà thương rồi ông quành xe đi về bộ chỉ huy Tiểu Khu cách đấy chừng một cây số.

Vào giờ này bệnh viện hãy còn vắng. Nhân viên lác đác đi làm. Ở đây họ đi làm không được đúng giờ lắm.

Tôi xuống trại ngoại khoa, gặp trung sĩ Lạng, trưởng trại. Tôi nói:

— Tôi đi khám bệnh bây giờ, anh phát hồ sơ đi.

Trong khi chờ đợi Lạng đi phân phát hồ sơ, tôi ngồi ký những phiếu để lãnh thuốc dùng trong trại. Mấy phút sau Lạng trở lại nói:

— Thưa bác sĩ phát xong rồi.

Chiều nay tôi đi khám lại bệnh, nhằm cho xuất viện tối đa những người bị thương nhẹ, vì tôi mới nhận được công điện của thượng cấp từ Liên Đoàn 3 Quân Y ở Biên Hòa chỉ thị cho chúng tôi dùng mọi phương tiện cũng như sáng kiến để có một số giường trống tối đa. Chắc thượng cấp đã nhìn thấy sắp có đụng độ lớn nên phải dự trù trước số giường trống cho thương binh.

Tôi đi một vòng. Tôi nhận thấy phần đông những bệnh nhẹ nằm đây cả tuần lễ đã gần khỏi rồi. Tôi cho xuất viện 30 người. Trại nhi khoa phần đông bệnh nội thương, tôi cho xuất viện hết. Như vậy tôi đã có 48 giường trống. Ngày mai tôi sẽ cho xuất viện thêm nữa. Những người lính được xuất viện, kèm theo mấy ngày phép nên không kêu ca gì. Những người dân phần đông đều xin ở lại mặc dù vết thương rất nhẹ. Một số vì nhà ở Lộc Ninh đường đã bị cắt nên không về được. Một số cố xin nằm lại nhà thương để được nuôi ăn.

Tôi tới bên giường một bà bị chấn thương đầu và gãy kín hai cánh tay vì tai nạn xe hơi lật cách đây mấy ngày. Thay vì cho bà về ngay sau khi bó bột, nhưng tôi ngại chấn thương sọ não nên để bà nằm lại mấy ngày để theo dõi. Nay tình trạng của bà có vẻ đã ổn định. Tôi khám thần kinh cho bà, xem xét mọi thứ xong tôi nói:

– Tôi cho bà xuất viện, ngày mai về nhà tĩnh dưỡng, 15 ngày sau trở lại tái khám.

Bà ta cố làm ra vẻ thiểu não, mắt rơm rớm, dở giọng van xin:

– Thưa bác sĩ, bác sĩ thương cho tôi nhờ. Tay tôi còn đau lắm, chóng mặt tôi không đi được.

Nếu bình thường tôi cũng cho bà ta nằm thêm ngày nữa, để tránh cái cảnh van xin này. Nhưng trong tình trạng hiện tại phải cứng rắn mới được. Tôi giảng cho bà ta hiểu.

– Bây giờ bà hết nguy hiểm rồi. Tôi đã bó bột cánh tay gãy cho bà. Chỉ cần bà về nhà nghỉ ngơi dưỡng sức chừng sáu tuần sau các xương sẽ lành.

– Thưa bác sĩ nhà tôi ở tận Lộc Ninh. Làm sao tôi về được. Bác sĩ rộng lòng thương cho tôi được nằm ở đây thêm mấy ngày nữa.

Tôi nhẹ nhàng nhưng cương quyết nói:

– Bệnh bà tương đối nhẹ. Tôi đã săn sóc tử tế cho bà, bây giờ bà phải về để nhường giường cho những người nặng hơn. Bà có thể ra ở nhờ nhà người quen dưới phố. Ở đây thêm mấy ngày nữa cũng không ích gì. Sắp sửa đánh nhau lớn rồi, bệnh viện lại gần căn cứ quân đội, sẽ bị pháo kích nguy hiểm lắm. Tôi sẽ cho bà thuốc khi ra khỏi nhà thương.

Tôi bỏ đi tới khám một người đàn ông 45 tuổi, bị té gãy một xương sườn nằm đây đã gần một tuần. Cứ thấy mặt tôi ông ta nằm gục xuống kêu đau ngực. Có chiều tôi thấy ông ta ra hóng mát ngoài hành lang, đi bách bộ quanh trại, chẳng có vẻ gì đau đớn cả. Tôi dùng ống nghe khám kỹ thấy phổi ông thở tốt. Tôi nói:

– Mai ông xuất viện về nhà.

– Thưa bác sĩ em không có nhà.

– Thế trước ông ở đâu?

– Dạ em ở nhờ nhà người quen dưới chợ.

Tôi cau mặt.

– Thì bây giờ ông lại về đó ở.

– Em có một thân một mình không ai săn sóc em. Nói xong ông ta ôm ngực ra chiều đau đớn lắm. Rồi ngửng lên nhìn tôi tiếp lời, Em xin bác sĩ cho em ở đây kiếm chút thuốc chút cơm qua ngày.

Tôi nhẫn nại giải thích:

– Không được đâu, tình trạng của ông không còn gì nguy hiểm nữa. Nhà thương chữa bệnh chứ đâu có phải là khách sạn đâu, ông nên xuất viện tìm chỗ trú ngụ, tháng sau tới tôi khám lại.

– Bác sĩ thương em... Ông ta cố nài nỉ.

Tôi bực mình ngắt lời:

– Tôi sắp sửa nhận hàng trăm thương binh tới đây, bệnh của ông thực ra không cần nằm bệnh viện ngay từ ngày đầu. Nay đã khá rồi ông nên kiếm chỗ tĩnh dưỡng để nhường giường cho những người nặng sắp vô.

Theo đúng nguyên tắc những bệnh ngoại khoa nhẹ như hai trường hợp trên không cần nằm lại. Nhưng tình cảnh của những dân vùng này thật nghèo khó. Kiếm đủ hai bữa ăn một ngày rất chật vật. Vào nằm bệnh viện bảo đảm có đủ hai bữa cơm ăn, tuy không ngon lành béo bổ nhưng cũng đủ no khỏi phải mất sức lao động vất vả suốt ngày. Thông cảm tình trạng khó khăn của dân như vậy nên chúng tôi rất dễ dãi trong việc nhập viện. Đặc biệt là khi bệnh viện có nhiều giường trống. Lâu dần thành lệ quen, nên mới gặp rắc rối như hôm nay.

Như đã nói ở trên, đa số dân ở đây đều là phu đồn điền cao su trước kia. Những người còn làm cho đồn điền sẽ được săn sóc tại bệnh viện riêng của đồn điền. Bệnh viện Quản Lợi là bệnh viện lớn nhất có khá đủ dụng cụ thuốc men, có nhà xây rộng rãi khang trang gấp mấy lần bệnh viện Tiểu Khu.

Tôi biết vậy vì tôi đã có dịp làm bác sĩ cho đồn điền được một tháng, mỗi tuần làm có nửa ngày thứ Năm, trong khi đó lương lại gấp đôi lương quân đội. Đi về đều có xe đồn điền đưa đón. Những bệnh xá ở xa đều đi bằng máy bay Cesna của đồn điền. Được ăn uống tiếp đãi rất trọng thể tại một biệt thự riêng dành cho bác sĩ. Có một bà bếp riêng nấu ăn trưa rất ngon. Bà này ăn mặc rất giống những bà già quê miền Bắc. Nói giọng đặc biệt Bắc Kỳ. Tôi tò mò hỏi:

— Bà làm ở đây đã lâu chưa?

Bà già lễ phép trả lời.

— Thưa quan đốc nhà cháu làm ở đây đã được gần năm mươi năm rồi. Từ khi nhà cháu mới 18 tuổi, đăng ký đi làm phu đồn điền, rời khỏi đất Bắc lúc còn con gái, năm nay đã 66 tuổi rồi.

— Thế bà có về thăm lại làng quê bao giờ chưa?

— Dạ, có về một lần, cách nay đã mười mấy năm rồi. Nhưng họ hàng chả còn ai nữa nên nhà cháu lại trở lại đây làm việc. Con dâu, con rể cùng làm việc ở đây cả nên cũng đỡ buồn. Chứ hồi trước, lúc mới vào đây nhớ nhà, mà cực khổ quá chỉ có khóc mà thôi.

— Thế ông nhà có còn làm việc ở đây không?

— Thưa ông nhà cháu mất được năm năm rồi, bị lao lực mà chết.

Thực vậy số bệnh nhân bị lao phổi nặng ở các bệnh xá đồn điền không phải ít. Tôi đến khám bệnh cho họ thấy họ được cho ở một khu riêng trong bệnh viện. Mỗi bệnh xá gần chục người. Thân hình gầy khẳng khiu chỉ

còn da bọc xương, mặt mũi tái mét chắc có lẽ họ cũng đã
bị vi trùng sốt rét tàn phá. Tôi nghĩ họ chỉ còn chờ ngày
chết.

Tuy làm bác sĩ cho đồn điền thì sướng và có thêm
tiền thật, nhưng sau một tháng tôi phải tự ý xin nghỉ.
Những y tá có cảm tình với tôi khuyên tôi không nên làm
nữa vì rất nguy hiểm. Tôi có thể bị phía bên kia bắt cóc.

Tôi thấy có lý, vả lại tôi cũng chẳng tham tiền. Sở dĩ
tôi nhận lời làm bác sĩ cho đồn điền vì nơi đó đối với tôi
vẫn là những khu vực bí mật. Tôi tò mò muốn vô tận nơi
xem sinh hoạt của những cư dân ở đó ra sao.

Tôi báo cho chủ đồn điền sẽ không tiếp tục công việc
nữa. Họ thông cảm trường hợp của tôi và một tuần sau
cho anh Kiên, người có nhiệm vụ đưa đón tôi đi các bệnh
xá của đồn điền, mang đến đưa tôi một số tiền 60 ngàn
đồng, 10 ngàn nhiều hơn số lương họ đã đồng ý trả cho
tôi. Tôi có nói cho anh Kiên biết nếu có bệnh nhân nào
cần mổ xẻ khẩn cấp, cứ cho chở ra bệnh viện Tiểu Khu
tôi sẽ hết lòng săn sóc họ.

Xong việc tôi đi lên trại nội khoa nữ, gặp cô Túy y tá
trại này. Tôi hỏi cô:

— Ông Đắc đâu cô? Cô kêu ông lại đây giúp tôi.

Ông Đắc là trưởng trại nội khoa nữ kiêm phụ tá điều
dưỡng trưởng bệnh viện. Người ta thường gọi ông là Đắc
già mặc dù ông cũng chỉ 48 tuổi thôi, để phân biệt với
trung sĩ Đắc quân y.

— Thưa bác sĩ kêu tôi? Đắc già vừa cười vừa tiến đến
bên tôi, tướng đi chân chữ bát, lưng hơi còng. Tôi gật đầu:

– Trại ông có bệnh nặng không?

Đắc già nhanh nhẩu trả lời:

– Dạ thưa không, toàn bệnh nhẹ cả.

– Như vậy ông cho xuất viện hết cho tôi. Sắp đánh nhau lớn rồi, mình phải dự trù một số giường lớn cho thương binh nằm.

– Vâng bác sĩ để tôi lo cho, nhưng có cho ra hết, cũng chỉ được có 20 giường.

– Ở được bao nhiêu hay bấy nhiêu.

– Thưa còn những người ở xa như Lộc Ninh thì sao?

– Đó là việc của họ không phải việc của mình.

Thoáng thấy ông quản lý Kiên ở cuối hành lang, ông này là quản lý bệnh viện dân y, tôi vẫy ông ta lại.

– Mình còn bao nhiêu giường dư ở dưới kho hả ông?

– Dạ thưa 15.

– Ông cho lấy ra, kê hết vô phòng trống. Mình phải kiếm cách tăng số giường lên mới được.

– Thưa đã cho kê xong cả rồi.

– Ông cho y công dọn dẹp phòng hội, ở đó có thể để được gần 20 băng ca.

– Vâng, tôi sẽ cho họ làm ngay.

Tôi chợt nhớ ra hỏi:

– À, vụ ông Long ra sao?

– Tôi đang cho người đi đóng hòm, bây giờ người nhà đang tắm rửa cho ông ấy, chờ liệm xác, ngày mai tôi cho xe mang đi chôn.

Tôi gật đầu nói:

– Thôi, chào hai ông.

Cả hai cùng cất tiếng:

– Chào bác sĩ.

Tôi đi xuống phòng mổ. Qua phòng hậu giải phẫu tôi thăm người bệnh ban sáng. Y nằm ngủ yên, hơi thở đều hòa. Tôi dơ tay bắt mạch. Thấy bình thường. Tôi thấy khá yên lòng. Trên chiếc cọc sắt cắm ở đầu giường, chai nước biển nhỏ từng giọt đều đặn. Trên thành chai có một mảnh giấy ghi:

Chai thứ 2, 14 giờ ngày 5-4-72
PNC 5 Triệu

Ký tên: Trí

Tôi gật đầu hài lòng. Tôi đã dặn dò y tá nhiều lần, người nào truyền nước cho bệnh nhân phải ghi rõ ngày giờ, chai thứ mấy trong ngày, pha thứ thuốc gì trong đó, đồng thời ký tên để dễ theo dõi và kiểm soát. Nhưng chỉ được mấy ngày đầu rồi vì quên hoặc làm biếng họ ghi một cách thiếu sót hoặc không ghi khiến tôi bực mình không ít.

Phòng hậu giải phẫu có năm giường điều chỉnh và một giường băng ca có bánh xe đẩy. Hiện giờ chỉ còn hai giường trống. Để có thêm giường tôi cho chuyển ba người đã ổn định xuống trại ngoại khoa: Một người bị vết thương bụng tôi đã mổ cách đây ba ngày tình trạng khả quan. Một người lính Thượng tên là Điểu Thoul bị lủng ruột già tôi đã làm hậu môn tạm và một người lính bị gãy hở cẳng chân.

Tôi mở cửa phòng mổ, thấy Bác sĩ Chí đang mổ sạch một vết thương ở cánh tay. Cô Trí đứng phụ bên cạnh. Cô có cặp mắt rất đẹp, nhất là khi cô mang khẩu trang che bớt cái miệng hơi móm. Tôi hỏi:

– Có gì lạ không Chí? Bác sĩ Chí quay mặt ra, trả lời:

– Có hai người Địa Phương Quân bị thương mới vô.

Tôi thắc mắc:

– Còn người kia đâu?

Chí đứng dậy tháo găng tay. Cô Trí thoăn thoắt băng vết thương.

– Người kia bị gãy nát khuỷu tay phải. Tao cho đi chụp hình rồi.

Tôi ngồi xuống chiếc ghế tròn bằng sắt của phòng mổ, gần máy điều hòa không khí. Hơi lạnh tỏa ra làm tôi thấy dễ chịu. Trưa tháng Tư ở đây thật nóng.

– À Chí ơi, hôm nay mày cho xuất viện bao nhiêu người?

– Ba chục.

– Ít đấy, ráng cho thêm đi, mình phải có số giường trống tối đa.

– Dễ mà, bệnh trại tao toàn sốt rét, cho họ thuốc về nhà uống cũng được. Đến mai tao sẽ cho ra hết chỉ giữ lại một hai người nặng thôi.

Tôi mừng rỡ, gật đầu vui vẻ nói:

– Như vậy là nhất mày rồi. Này, tình hình có vẻ găng lắm đấy nhé. Bình Long kể như bị cô lập rồi. Xếp lại đi vắng, tao vừa lo mổ vừa lo chỉ huy toàn bệnh viện bận muốn điên cái đầu luôn.

Bác sĩ Chí hơi mỉm cười an ủi:

– Ôi, hơi đâu mà lo, nghĩ làm gì cho mệt.

Tuy nói vậy nhưng nhìn nét mặt của Chí, tôi cũng thấy những ưu tư không thể dấu nổi. Cũng may vợ và hai con Chí đã về Sài Gòn mấy ngày trước. Chí cũng yên lòng được phần nào. Nhưng Chí mới xây xong căn nhà khá khang trang ở ngay phố chợ, vừa dùng làm chỗ ở vừa dùng làm phòng mạch. Tôi đã có dịp tới thăm. Tôi có cảm tưởng bao nhiêu tiền dành dụm được Chí đã đem đổ vào căn nhà này cả. Nếu trận chiến xảy ra căn nhà bị hủy hoại thì chắc không được vui lắm.

Tôi ngồi yên lắc đầu, nhè nhẹ thở ra không nói gì. Kể từ Tết đến giờ tôi luôn luôn bận rộn. Dân, lính bị thương tùm lum. Bị thương vì đụng độ với địch thì ít, vì những tai nạn lăng nhách thì nhiều, như say rượu mở chốt lựu đạn bỏ vào ly rượu khiến cho chính đương sự bị mất đầu và năm người khác bị thương. Tám nhân dân tự vệ 14-15 tuổi thách nhau mở chốt lựu đạn ra chơi khiến chỉ còn một mạng sống sót. Cả chục người bị thương vì một ông già lẩm cẩm lấy đạn súng cối ra đập chơi. Rồi đi làm dẫm phải mìn, lựu đạn gài. Toàn những chuyện không đâu.

— Thưa bác sĩ có phim ướt đây.

Một y tá phòng quang tuyến ló đầu vào phòng mổ báo cáo. Tôi nhìn ra, đó là hạ sĩ Ngà, người nhỏ con, có nước da trắng như con gái. Tôi đưa tay cầm lấy khung phim chụp khuỷu tay còn ướt nước tráng phim. Tôi soi phim lên ánh đèn. Thấy đầu dưới xương cánh tay bị dập nát. Khớp xương này kể như không dùng được. Tôi nói với cô Trí:

— Cô kêu người đem bệnh này ra, khênh người bị thương ở khuỷu tay vô.

Trong chốc lát người bệnh được đem vào nằm ngay ngắn trên bàn mổ. Cánh tay phải đã được băng bằng một băng cá nhân lớn, đẫm máu. Tôi bắt mạch cổ tay, không có. Tôi trợn mắt nhìn Bác sĩ Chí. Chí nhún vai đứng yên. Tôi bắt mạch tay bên kia thấy bình thường. Tôi nói:

– Chắc đứt động mạch cánh tay.

Tôi quay sang bên phía anh Xòm nói:

– Anh đo áp huyết rồi sửa soạn cho bệnh nhân ngủ đi. Cô Trí lấy cho tôi bộ đồ suture lớn và bộ vascular.

Bệnh nhân ngước mắt nhìn tôi:

– Bác sĩ đừng cắt tay em. Anh ta rơm rớm nước mắt. Bác sĩ mà cắt tay em chắc em không sống được. Em còn sáu đứa con.

Tôi thông cảm với anh ta. Đây không phải là lần thứ nhất tôi bị nghe những lời như vậy. Phần đông những người bị thương tay chân đều có thành kiến là vào bệnh viện sẽ bị cưa, bị cắt, nhất là ở những bệnh viện cấp thấp và nhỏ như bệnh viện Tiểu Khu này. Điều này cũng đúng một phần nào vì chuyên viên giải phẫu không đủ, đặc biệt là về kỹ thuật giải phẫu mạch máu.

Tôi vẫn lấy làm lạ là ở trong một nước chiến tranh ròng rã đã bao nhiêu năm mà nền y khoa miền Nam Việt Nam không chú trọng gì về ngành giải phẫu. Trước sau vẫn chỉ rập khuôn theo chương trình trong thời bình của người Pháp để lại, không có gì thay đổi cho phù hợp với tình thế hiện tại. Những giới chức có trách nhiệm hình như rất ù lì, không có sáng kiến.

Ngay cả cục Quân Y cũng vậy, mấy năm gần đây tuy có tổ chức được mấy khóa giải phẫu binh đoàn, nhưng số bác sĩ được thụ huấn quá ít, không đủ cung ứng được nhu cầu của chiến trường toàn quốc về y sĩ giải phẫu. Mặc dù ngành quân y được ưu tiên trưng dụng hầu hết các nam bác sĩ mới ra trường hàng năm.

Khi con trai của vị khoa trưởng Y khoa đại học bị nhập ngũ với chức vụ sĩ quan trợ y bị một mảnh đạn vào cổ đã không được săn sóc đúng cách và đã bị tử thương một cách oan uổng, lập tức một lệnh được đưa xuống là tất cả các bác sĩ mới ra trường, nhập ngũ phải tham dự một khóa huấn luyện về giải phẫu cấp cứu. Chắc chắn cấp trên đã rút được một bài học đắng cay từ kinh nghiệm trên. Tuy có trễ, nhưng muộn vẫn còn hơn không.

Khi hành nghề y sĩ lúc nào tôi cũng nhớ câu: Đừng làm cho người những gì mình không muốn người làm cho mình. Tôi đã dùng câu này để làm phương châm chỉ đạo trong suốt cuộc đời tôi, không những về phương diện y khoa mà với tất cả các sự việc khác trên đời. Tôi lúc nào cũng tâm niệm, coi bệnh nhân như những người thân, cố hết sức chữa chạy cho họ như cho những người trong gia đình hay cho chính bản thân tôi.

Tôi thương tôi. Tôi thương những người con trai Việt Nam mà tuổi hoa niên chỉ là những chuỗi ngày bom đạn. Suốt 20 năm chiến tranh biết bao người đã âm thầm ngã gục. Biết bao người đã trở thành tàn phế, sống lây lất chuỗi ngày còn lại.

Tôi nhớ lại những ngày ở đơn vị tác chiến, ngay những giây phút cam go khổ cực nhất, tôi đã bắt gặp những nụ cười vừa hồn nhiên vừa cam phận lại vừa tin tưởng nơi những người lính trẻ. Tôi thấy mến họ hơn bao giờ hết. Có những người còn đang tuổi học, chiến tranh đã cướp mất tuổi trẻ của họ, bắt họ rời ghế nhà trường quá sớm để đi vào một cuộc đời phiêu lưu đầy hiểm nguy và bất trắc.

Trong cuộc hành quân đầu đời, tôi còn nhớ một chuẩn úy trẻ tên Chánh hình như mới ra trường. Anh có nét mặt rất non, rất sữa, dáng người mập mạp, miệng luôn luôn tươi cười. Khi trung đội của anh tiến lên phía trước vượt qua chỗ tôi đang dừng quân, thấy tôi, anh giơ tay vẫy, miệng cười gọi:

— Bác sĩ, mạnh giỏi không?

Tôi nhìn ra thấy Chánh, cũng vẫy tay làm hiệu chào lại mỉm cười gật đầu không nói gì. Ba mươi phút sau có tiếng súng nổ ròn rã ở phía trước. Tôi biết tiền đạo của mình đã đụng trận. Và không bao lâu Trung úy Kháng phòng ba trung đoàn báo cho tôi biết Chuẩn úy Chánh đã trúng đạn tử trận. Nét mặt tươi cười của Chánh chưa phai trong trí tôi, nhưng nay Chánh đã không còn nữa. Thật như một giấc mơ. Trường hợp như Chánh không phải là ít. Những người trai trẻ ấy đã sinh lầm vào một thời kỳ lịch sử đen tối của nước nhà. Số phận họ thật hẩm hiu. Tôi thương và quý họ vô cùng.

Tôi thấy tôi phải hết lòng giúp đỡ họ, nếu chẳng may trên chiến trường họ có mệnh hệ nào. Tôi sẽ cố gắng trong khả năng của tôi để cứu sống họ, cố giữ cho họ được toàn vẹn thân thể.

Phải cắt đi một bàn tay hay một cẳng chân của người khác là một điều tôi không bao giờ muốn vì nó làm tôi đau lòng không ít. Trước khi đưa tới quyết định khủng khiếp đó tôi đã phải đắn đo ghê gớm và chỉ làm khi nào có đầy đủ những yếu tố cần thiết hoặc để cứu lấy mạng sống của người thương binh. Không bao giờ tôi phóng tâm làm bừa bãi.

Có nhiều trường hợp tuyệt vọng tôi cũng cố giữ cho đến khi không thể được mới cắt đi. Làm như vậy thực trái với tinh thần khoa học nhưng nói lên tâm ý của tôi là không bao giờ làm cẩu thả cho xong việc, không để ý gì đến nỗi đau của người khác.

Bởi vậy tôi rất thông cảm nỗi lo lắng bị tàn tật của anh thương binh. Những lời van xin của anh đã nói lên điều đó. Tôi đến gần bên anh vỗ vai nói:

– Anh đừng lo, để tôi xem nếu giữ được tôi sẽ cố giữ. Nếu mạch máu đứt tôi sẽ cố nối lại. Bất đắc dĩ lắm tôi mới phải cắt, anh yên chí đi.

Tuy nói vậy nhưng tôi lấy làm lo lắm. Vì vết thương này xảy ra đã lâu rồi, đã quá sáu giờ rồi, dù có nối mạch máu lại nhưng cánh tay có sống được không. Hy vọng thật là mong manh.

Tôi cho đặt đai chỉ huyết phía trên cánh tay gần nách. Trong khi chờ đợi anh Sáu cho bệnh ngủ, tôi đi rửa tay cùng với Bác sĩ Chí và cô Bích.

Sau khi sửa soạn xong, tôi ngồi xuống và bắt đầu mổ. Tôi rạch da theo đường đi của động mạch. Tôi tìm thấy động mạch cánh tay không khó khăn. Động mạch bị đứt gần hết. Hai đầu chỉ còn dính với nhau ở mặt sau. Tôi cắt rời ra. Đầu dưới mạch máu vẫn còn máu tươi chảy lên. Tôi nghi chắc còn những động mạch phụ chảy vào. Như vậy hãy còn nhiều hy vọng. Tôi làm sạch sẽ hai đầu mạch máu. Cắt cho thật phẳng rồi dùng Mersilene 5.0

may lại. Cuộc giải phẫu kết thúc sau một giờ. Tôi dùng máng bột bọc mặt sau cánh tay tới bàn tay để giữ im cẳng tay hợp với cánh tay một góc 90 độ để đề phòng bệnh nhân duỗi tay ra làm đứt động mạch mới nối.

Sau khi băng bó xong, tôi trút bỏ găng tay bắn văng xuống chân cô Bích khiến cô lườm tôi một cái xiêu đình. Tôi chỉ mỉm cười hít mạnh. Không gì khoan khoái bằng giây phút được trút bỏ găng tay sau vụ mổ. Tôi cởi bỏ áo choàng, lau sạch mồ hôi tay đến bên người bệnh. Bác sĩ Chí bắt mạch cánh tay vừa mới mổ xong nhìn tôi nói:

– Sao không thấy mạch nhảy?

– Từ từ đừng nóng, không thấy bàn tay nó hồng hào trở lại sao bạn. Lạy trời nếu không có gì trục trặc xảy ra, cuộc giải phẫu thành công thì vui biết mấy.

Mổ bụng cứu sống một mạng người tôi không thích bằng nối động mạch cứu sống được một phần thân thể. Tôi cũng không hiểu tại sao. Tôi quay sang người y công mới được gọi vào nói:

– Chị Huyên đẩy giường vào đi. Cho bệnh ra mình còn về ăn cơm chứ. Anh Xòm nhớ cho 5 triệu penicillin vào chai nước nghe.

– Vâng ạ.

Tôi giúp anh Xòm và chị Huyên chuyển bệnh sang bên giường, đẩy ra ngoài phòng hậu giải phẫu. Tôi lấy hộp băng bột chèn vào phía bên ngoài để cho cánh tay bị thương khỏi ngã sang một bên.

Sau khi viết nghi thức giải phẫu cùng ghi thuốc vào tờ bệnh nghiệm tôi dặn cô Trí, y tá trực đêm nay:

– Cô nhớ coi chừng bệnh, nếu anh ta kêu đau cô chích 50mg Demerol như tôi có ghi trong hồ sơ. Trí gật đầu dạ nhỏ. Tôi quay sang Bác sĩ Chí:

– Về chưa, sáu giờ rồi.

Chí gật đầu tay móc xâu chìa khóa. Tôi nói tiếp:

– Cho tao quá giang về nhà, đói quá.

Chí đề nghị:

– Đi ăn phở với tao không?

– Thôi để khi khác, anh Châu nấu cơm cho tao rồi.

– Tao bây giờ không ai nấu cơm nữa, bà xã bị kẹt ở Sài Gòn rồi.

Tôi ngắt lời:

– Thế là mừng, mày đỡ phải lo. Ở đây sắp loạn rồi.

Chúng tôi bước ra ngoài, lên xe. Chí rồ máy, chiếc xe từ từ đi ra khỏi bệnh viện. Chí tiếp tục nói:

– Sáng nay tao gọi điện thoại về nhà, tính dặn vợ tao đừng có lên nguy hiểm lắm, thì người nhà cho biết là bả đã đi rồi, thế có bực mình không?

Tôi an ủi Chí:

– Lo gì, đường đã bị cắt rồi. Lên đến Lai Khê hoặc Chơn Thành là phải quay về.

Xe đã đến nhà tôi. Tôi nói:

– Tốp đi. Cám ơn.

Tôi bước xuống xe. Chí rồ ga đi thẳng.

Lúc này trời đã hết nắng. Ngôi nhà nhỏ đứng thu hình dưới tàn cây đa. Thời tiết tháng Tư có vẻ oi bức lạ. Hơi nóng từ mặt đất vẫn còn xông lên. Tôi đi vòng ra phía sau nhà. Anh Châu đang ngồi trên bực thềm hút thuốc lá mắt nhìn xa xăm. Nơi bậc thềm tam cấp phía sau nhà là chỗ ngồi quen thuộc của anh mỗi khi anh rảnh rỗi, làm xong hết công việc vặt trong nhà. Tôi hỏi anh:

– Ông Diệm về chưa?

Châu lắc đầu:

– Thiếu tá không về, ông sai chú Út về lấy cơm nước, mang mùng mền vào ngủ trong Tiểu Khu, cấm trại 100 phần trăm.

Chú Út là lính cận vệ của Thiếu tá Diệm và cũng là tài xế của ông. Tôi bước vô nhà, ngồi xuống cái giường sắt của tôi. Cởi giày thay đồ sửa soạn đi tắm. Sau một ngày dài bó chân trong đôi giày nhà binh cao cổ, tôi thấy rất dễ chịu khi để chân trần trên nền gạch sạch mát. Đôi giày này thuộc loại Jungle boot số 9, của quân đội Mỹ mà em Tuệ tôi đã mua cho tôi mấy tháng trước đây. Rất vừa chân, đi rất thoải mái và an toàn bởi vậy mới đi suốt ngày được. Tôi lấy ngón tay xoa bóp hai bàn chân cho máu chảy đều.

Có những bữa mổ nhiều, đứng cả chục tiếng đồng hồ một ngày, tôi thấy mỏi ở hai bắp chân và đùi. Nếu có người đấm bóp thì thực khoan khoái biết chừng nào! Nhưng cái hạnh phúc nhỏ nhoi ấy hiện giờ không có được nên phải tự làm lấy mà thôi. Vả lại bản thân tôi cũng không muốn nhờ vả làm phiền đến những người khác.

Tôi tìm đôi dép nhật, vươn vai đứng dậy đi vào buồng tắm. Buồng tắm hơi tối, ẩm thấp, nhưng được cái lúc nào cũng đầy đủ nước. Nước ở Bình Long thật khan hiếm. Vì tỉnh tọa lạc trên một dẫy đồi, phải đào giếng bằng máy khá sâu mới có nước. Thiếu tá Diệm là sĩ quan trưởng phòng tư, nên chúng tôi lúc nào cũng có đầy đủ phương tiện đi lấy nước từ Quản Lợi xa chừng ba cây số. Mỗi tuần chúng tôi lại có một xe nước kéo tới nhà.

Những mệt mỏi trong ngày đã trôi đi theo những gáo nước lạnh xối trên người. Tôi thấy thoải mái nhẹ nhàng sau khi tắm xong. Tôi ra phòng ngoài ăn cơm.

– Anh Châu này, tối nay tôi vô bệnh viện ngủ.

Anh Châu hơi ngạc nhiên:

– Sao bác sĩ không ngủ nhà, hôm qua bác sĩ trực rồi mà?

– Cấm trại 100 phần trăm. Vả lại ngủ nhà cũng hơi ngán, sợ địch tràn vào đánh đặc công.

Châu cười tin tưởng:

– Nhà mình ở giữa, chung quanh toàn lính lo gì.

– Mình phải đề phòng, tôi phải vào để coi sóc binh lính.

Thực ra có nhiều lý do bắt buộc tôi phải vào bệnh viện. Thứ nhất vì trách nhiệm chỉ huy đơn vị. Thứ hai, tôi muốn lúc nào cũng phải ở tư thế sẵn sàng để đón tiếp những người bị thương. Tôi rất ghét làm việc hấp tấp, hốt hoảng không phương pháp và vô tổ chức. Thứ ba tôi muốn tránh việc di chuyển trong đêm hôm rất nguy hiểm cho tôi và cho người đi mời tôi. Nếu có sự xáo trộn xảy ra, di chuyển ban đêm rất dễ là mục tiêu cho địch và bạn bắn lầm.

Ăn cơm xong tôi ra ghế uống nước, đi giày để sửa soạn vô bệnh viện. Liếc nhìn đồng hồ thấy 7 giờ 30, tôi đứng dậy:

— Anh Châu trông nhà nghe.

— Vâng bác sĩ cứ đi đi. Châu đáp vọng lại từ sau nhà.

Trời tối mờ mờ, dãy nhà cư xá công chức trước cửa đã bật đèn. Những bóng người loáng thoáng trong ánh điện vàng nhạt. Có nhà đang ăn cơm. Ngoài đường không một bóng người. Quán nước ở góc đường, ngày thường đông đảo bây giờ chỉ còn một hai người. Cây xoài ở cổng trường tiểu học in bóng đen thẫm trên nền trời xám nhạt. Tôi rẽ vào cổng bệnh viện, liếc nhanh về hố hỏa tiễn vẫn còn thấy rợn rợn. Vào giờ này bệnh viện thật vắng vẻ và hiu quạnh. Đã có lần Thiếu tá Diệm phải thốt lên:

— Buổi chiều bệnh viện sao mà buồn và lặng lẽ thế!

Ánh điện tù mù nơi hàng hiên càng tăng thêm vẻ thê lương. Một vài bóng bệnh nhân ngồi âm thầm bên những gốc cột ngoài hành lang. Tôi bước về phòng hậu giải phẫu. Ánh đèn néon sáng chói làm lóa mắt tôi mới từ ngoài bước vào. Cô Trí đang làm sổ thuốc trực. Tôi đến ngay giường người bệnh mới nối mạch máu hồi chiều. Tôi nắm ngay lấy cổ tay bắt mạch. Mạch nhảy đều. Bàn tay ấm, ấm cả lòng tôi. Một niềm vui nhẹ nhàng làm miệng tôi tự động nở một nụ cười. Tôi so sánh mạch hai cổ tay. Mạch bên bị thương yếu hơn nhiều, nhưng không sao sau này nó sẽ trở lại bình thường. Hiện giờ miễn cánh tay sống lại là được rồi.

Bệnh nhân cựa mình rên nhẹ. Khuôn mặt nhợt nhạt vì bị mất máu và kích xúc lúc mới vào nay đã thấy tươi lên được một chút. Anh ta mở mắt, mấy giây sau anh mới nhận ra tôi:

— Bác sĩ không cắt tay tôi chứ?

— Không. Còn nguyên, anh nhìn xem. Tôi đã nối mạch máu cho anh.

Anh mấp máy môi:

— Cám ơn bác sĩ.

Anh không cần phải nói, trong tia mắt anh tôi đã thấy điều đó.

— Anh thấy bàn tay ra sao?

— Thưa bác sĩ nó hơi tê tê.

— Anh cử động mấy ngón tay tôi coi.

Anh ta ngo ngoe mấy ngón tay. Có lẽ cử động ấy làm anh ta đau, tôi thấy anh nhăn mặt.

— Thôi đủ rồi, thế là anh yên tâm nhé. Mới mổ nó còn đau một chút, chừng hai ba ngày nó sẽ bớt đi nhiều. Thôi anh nằm nghỉ nhé.

— Cám ơn bác sĩ.

Tôi quay sang người bệnh mổ lúc ban sáng. Anh ta đã tỉnh. Một ống nhựa đặt qua lỗ mũi vào bao tử để hút nước trong dạ dày.

— Thưa bác sĩ, cho rút ống này ra để khó chịu quá.

Tôi đặt tay lên trán người bệnh, nhẹ nhàng giải thích:

— Anh ráng chịu khó, để chừng một ngày. Khi tôi nghe thấy tiếng ruột kêu trong bụng chứng tỏ ruột đã hoạt động lại rồi, tôi sẽ cho rút ra liền không cần anh phải xin. Anh bị thương ở ruột, phải làm như vậy mới mau lành. Cô Trí ơi, tension ông này bao nhiêu?

Cô Trí tìm tờ bệnh nghiệm xem xong trả lời:

– Thưa bác sĩ 11/7 lúc 7 giờ.

Tôi gật đầu:

– Tốt, cám ơn cô. Cô để ý bệnh giùm tôi, tôi đi xuống phòng đây.

– Vâng ạ. Cô Trí lễ phép trả lời tôi rồi đi coi mấy bệnh khác.

Tôi bước ra khỏi phòng hậu giải phẫu. Trời tối đen như mực. Tôi lần bước xuống trại ngoại khoa. Nơi đây có vẻ nóng vì nhiều hơi người. Tôi mở khóa, bước vào văn phòng của tôi cũng là nơi tôi trực gác. Tôi lấy tay lần mở nút bật đèn lên. Ánh sáng tràn đầy căn phòng. Những đồ vật quen thuộc hiện lên trước mặt tôi: Một tủ đầy sách gần cửa sổ đã được đóng kín. Cửa sổ này nhìn thẳng lên phòng cấp cứu. Một cái bàn gỗ kê giữa phòng, một chiếc giường sắt nhà binh, có nệm phủ vải xanh lơ kê dọc theo tường gần cửa ra vào. Vài thùng giấy, trong để những đồ lặt vặt, vứt loanh quanh đâu đó.

Tôi bắt đầu dọn dẹp những sách vở để bừa bãi trên bàn được cất hết vào tủ, chỉ để lại một tờ báo và một ly nước. Tôi lấy chổi quét kỹ nền nhà. Tôi đang sửa soạn làm một cái hầm giản dị nhất thế giới và cũng tạm bợ nhất vì không còn cách nào khác. Đó là hầm trú ẩn dưới gầm giường. Quét xong tôi lấy một tấm nệm mỏng trải ngay ngắn trên sàn gạch giữa bốn chân giường. Thế là xong việc, trong nháy mắt tôi đã có một chỗ tránh mảnh đạn pháo kích mà tôi cứ cho là an toàn để tự an ủi lấy mình cho đỡ sợ.

Tôi lôi ở cuối giường ra một cái áo giáp còn mới nguyên bọc trong bao nylon. Tôi đã đem nó lên từ Sài Gòn, cất dưới nệm cả năm nay không dùng. Tôi nghĩ với tình hình này tôi sắp phải cần tới nó. Tôi vuốt cái áo giáp cho thẳng thắn, để lên mặt bàn. Tôi nhét vào trong túi áo giáp một cái bật lửa gas và một con dao bấm rất sắc còn mới của phi công Mỹ tôi rất thích. Túi bên trái tôi để một cái băng cá nhân.

Mỗi khi đi đâu xa tôi đều dự bị ba vật tôi cho rất cần thiết lúc nào cũng mang theo bên mình. Đó là một con dao, cái bật lửa và chiếc đèn pin. Dao là một dụng cụ đa dụng khi cần có thể là một vũ khí rất tốt, đặc biệt rất quan trọng trong việc mưu sinh thoát hiểm. Tôi không ưa súng. Lửa cũng rất hữu ích không kém gì dao. Tôi có hai con dao bấm, hai bật lửa, một gas, một xăng, mặc dù tôi không ghiền thuốc. Một đèn pin để phòng đi đêm tối. Chiếc đèn pin lúc nào cũng ở ngay tầm tay khi tôi nằm ngủ. Còn thêm một bi đông đựng nước trà nữa. Nhưng ngày thường tôi chỉ uống nước lạnh.

Những lúc mưu sinh thoát hiểm tôi thích có nước trà, do kinh nghiệm đi hành quân hồi tôi còn ở trung đoàn xung kích 43. Uống nước trà sẽ không bị khát nước, đi bộ không biết mệt, tinh thần rất tỉnh táo. Một bi đông nước trà tôi dùng ba ngày không hết. Nếu phải tiết kiệm, như khi bị lạc trong rừng, tôi có thể dùng cho cả tuần lễ vẫn còn dư vì chỉ khi nào thật khát tôi mới uống một nắp bi đông tức là vào khoảng một muỗng cà phê. Nước trà để lâu không bị hư. Uống một nắp bi đông là tỉnh người liền.

Tôi để cái áo giáp và cái mũ sắt ngay dưới chân bàn. Khi có biến tôi chỉ lăn người xuống gầm giường rồi thò tay ra là có ngay áo giáp mũ sắt cùng những đồ vật cần dùng khác.

Sau vụ trang bị, tôi nghĩ đến vấn đề thực phẩm. Tôi có một thùng đồ hộp mới mua ở quân tiếp vụ để ở góc phòng. Một lon gô thịt chà bông mới mang từ Sài Gòn lên tháng trước vẫn còn đầy. Cạnh tủ sách, sau cái bàn gỗ là nửa két bia hộp, nửa két coca và chừng sáu lít nước đựng trong hai thùng nhựa xanh trước kia là thùng Phisohex, sau khi xài hết tôi xin ở phòng mổ, đem rửa súc thật sạch để đựng nước để phòng khi cần.

Tôi vững bụng yên chí, ít ra tôi cũng không sợ bị đói khát trong hai tuần. Tôi vặn quạt. Thay đồ nằm ngả lưng trên giường nghỉ thoải mái. Tôi nghĩ với tấm nệm dày hơn một tấc, tôi không sợ những mảnh đạn pháo kích với súng cối 82 và 61 ly. Những thứ này đụng mái ngói đã nổ huống chi còn cái trần nhà rồi mới tới tấm nệm. Nếu bị trúng hỏa tiễn thì hết thuốc chữa. Đó là số mệnh đành chịu vậy. Vả lại mấy hầm trú ẩn đều cách xa phòng tôi. Di chuyển đang khi bị pháo kích rất dễ bị trúng mảnh đạn. Tôi quyết định dù thế nào chăng nữa tôi cứ nằm dưới gầm giường chịu trận là chắc ăn.

Tôi với tờ báo. Báo cũ đã ba ngày. Tin tức chẳng có gì lạ. Tôi thấy buồn ngủ. Tôi nhìn đồng hồ đã 11 giờ rồi. Tôi với tay tắt đèn. Giấc ngủ đến với tôi rất mau chóng.

NGÀY 06-4-1972

Bẩy giờ sáng, tôi thức dậy. Suốt đêm qua yên tĩnh, tôi đã ngủ một giấc thật ngon. Tôi thay quần áo ra khỏi phòng đi lên phòng hậu giải phẫu gặp cô **Trí** đang đo nhiệt độ cho bệnh nhân. Tôi hỏi:

— Đêm qua có gì lạ không cô?

— Dạ thưa không, các bệnh nhân đều ngủ yên cả, chỉ có người bệnh bị gãy tay mà bác sĩ mới nối động mạch hồi chiều kêu đau, em có chích một mũi Demerol, ông ta nằm ngủ tới tận bây giờ mới thức.

Tôi hài lòng chào cô rồi đi bộ về nhà rửa mặt và sửa soạn ăn sáng.

Tháng tư trời sáng rất sớm. Ánh sáng trắng không vẩn một chút sương mù. Những dẫy đồi và rừng cao su phía xa hiện ra những nét rõ ràng. Khu chợ mới ngay dưới chân đồi bệnh viện đã nhộn nhịp những người. Khí trời cao nguyên vào buổi sáng vừa trong và mát lạnh. Tôi hít thở một cách khoan khoái.

Tôi nhớ mãi những sáng mùa đông vừa qua, hẹn đánh Tennis với Bác sĩ Edward D. Risch, một bác sĩ Hoa Kỳ trưởng phái đoàn Milphap 10 cùng làm chung với tôi về ngoại khoa. Khi đó bầu trời âm u, mây mù dầy nặng, chúng tôi phải chờ tới 7 giờ rưỡi trời mới đủ sáng để có thể trông thấy trái banh. Khi ra sân chúng tôi phải hâm nóng người bằng cách làm những động tác thể dục tại chỗ hoặc chạy vòng quanh sân, nếu không nhiệt độ buổi sáng khá lạnh đến cóng tay lại.

Bây giờ là mùa hạ, mới 6 giờ trời đã sáng tỏ rồi. Nhưng Bác sĩ Risch đã đi nghỉ phép và trong tình hình này, chưa chắc đã trở về được. Nếu có Bác sĩ Risch thì tôi cũng đỡ được một tay. Nhưng với tình trạng nguy hiểm như bây giờ tôi thực không muốn ông ta có mặt. Tôi chịu nguy hiểm thì được. Vì đây là đất nước của tôi. Nếu có chuyện gì không may xảy ra tôi cũng gọi là đền nợ nước. Còn Bác sĩ Risch, người ngoại quốc không dính dáng gì tới nước tôi cả. Nên rất vô lý nếu ông ta phải nằm xuống ở nơi đây. Chính vì thế tôi mừng thấy ông đi nghỉ mát, tránh được những hiểm nguy ở trận chiến này.

Tôi về tới nhà, anh Châu đang hâm lại nồi cháo đậu đen cho tôi. Một năm nay, từ ngày tới Bình Long, tôi chỉ ăn sáng bằng cháo đậu đen với đường. Ăn như vậy vừa bổ, vừa no, rẻ, lại hợp vệ sinh. Tôi không thích đi ăn tiệm đã mất thì giờ lại chắc chắn không được sạch sẽ bằng ở nhà.

Sau bữa cơm trưa, anh Châu bắc nồi cháo lên đun sôi trong một giờ cho đậu thật nhừ. Sáng hôm sau anh chỉ hâm nóng lại là tôi có ngay một bữa ăn sáng ngon lành giản dị rất hợp khẩu vị của tôi.

Ăn xong tôi đi bộ ra phòng khám bệnh của tôi ở đường Nguyễn Huệ, cách nhà tôi chừng 300 thước. Tôi mới dọn lại đây được năm ngày. Cũng nhờ Thiếu tá Diệm cho thợ tới sửa sang giùm nên phòng mạch rất khang trang và rộng rãi. Phòng mạch trước của tôi ở chợ cũ. Chật hẹp hơn phòng mới nhiều. Lại rất bất tiện vì người chủ vẫn ở phía sau. Khi tôi về nhà con cái họ vào phòng mạch nghịch ngợm, không còn gì là riêng tư nữa.

Do đó tôi quyết định đi thuê chỗ khác, hơi đắt tiền hơn một chút nhưng thoải mái hơn, không ai dòm ngó. Tôi đã phải trả trước sáu tháng tiền nhà, mất 42 ngàn. Nhà rộng 6 mét, sâu 15 mét, có khá đủ tiện nghi. Bà dược sĩ tiệm thuốc tây An Lộc khuyên tôi đừng thuê chỗ này vì con đường có vẻ chạy thẳng vào nhà lại ở dưới dốc nữa. Tôi cũng biết vậy nhưng quanh đây không có nhà nào cho thuê nên tôi thử làm đại xem sao. Tuy dọn sang chỗ mới nhưng không xa chỗ cũ bao nhiêu nên mọi người đều tìm đến dễ dàng. Công việc làm ăn tiến triển rất tốt, dù chỉ mới có mấy ngày thôi.

Khi tôi đến nơi, cô Liên, cô y tá riêng của tôi đang thu dọn quét sạch nhà. Cô tươi cười chào tôi và tiếp tục làm việc. Cô chăm chỉ và chịu khó, lúc nào cũng vui vẻ nhanh nhẹn. Tôi biết cô là con gái lớn trong một gia đình đông con nên cô quen quán xuyến mọi việc. Cô tiếp khách rất tự nhiên và dịu dàng. Cô là một trong 10 người được ty Y Tế tiểu khu chọn cho thụ huấn một khóa y tá để sau này làm việc cho y tế công cộng. Cô vào khoảng 18 tuổi thôi. Khi cô tới bệnh viện thực tập, cô có dịp làm việc dưới sự chỉ dẫn của tôi ở phòng ngoại chẩn. Nên tôi biết

NHẬT KÝ AN LỘC 83

cô có thể là người phụ tá tốt, vì vậy khi tôi quyết định mở phòng mạch tư, tôi mời cô làm việc, cô đã vui vẻ nhận lời.

Sau khi khám xong người bệnh đầu tiên, tôi đứng lên ra tiễn người khách quen, vừa quay trở vào thì một tiếng nổ vang lên ở phía phi trường, rồi liên tiếp ba tiếng nữa nổ rải rác trong thành phố. Ở sân sau của phòng mạch có một cái hầm chìm do chủ nhà đã xây từ lâu trông rất kiên cố, an toàn. Tôi bảo cô Liên:

– Cô xuống hầm đi.

– Dạ, để bao giờ nó pháo gần gần em mới xuống. Hầm này bỏ hoang lâu ngày sợ có rắn rết chuột bọ bên trong, mà em thì sợ chuột lắm. Cô ngần ngừ nói như vậy.

Tôi cũng không muốn xuống hầm vội, vì đạn rơi còn xa chỗ tôi lắm. Nếu nó pháo bừa bãi thế này chắc chắn sẽ có người bị thương, và như vậy tôi sẽ phải về ngay bệnh viện. Quả nhiên 5 phút sau xe hồng thập tự đến đón tôi thắng ngay trước cửa. Tôi dặn cô Liên:

– Thôi cô khóa cửa rồi mau mau về nhà đi. Về nhà dù sao cũng an toàn và yên trí hơn.

Tôi bước vào ngồi trên ghế xe hỏi tài xế Mệnh:

– Có người bị thương hả?

– Vâng có hai người Thượng.

– Bị nặng hay nhẹ?

– Dạ thưa một người bị ở đùi, một bị ở bụng.

Tôi lặng thinh không nói gì. Xe về tới bệnh viện, rẽ vào đậu trước phòng cấp cứu. Mấy người Thượng cởi trần, đóng khố, thân hình đen xạm, đứng lố nhố ở cửa phòng. Tôi lách mình tiến vào. Tôi ngửi thấy mùi máu tanh pha lẫn mùi mồ hôi khét nặng, mùi thuốc lá rê tạo thành một thứ mùi rất khó chịu.

Một người đàn bà Thượng già, chỉ mặc một cái xà rông đen viền chỉ ngũ sắc, vú để dài lòng thòng đang đứng khóc cạnh một người đàn ông Thượng được đặt nằm trên bàn khám bệnh. Một người đàn bà Thượng nằm trên chiếc divan, chân trái của bà ta đã được bó im bằng hai cành cây cao su. Dưới sàn nhà tôi còn thấy để chiếc cáng dã chiến làm bằng một chiếc xà rông buộc hai đầu vào một cây gậy dài làm võng khiêng.

Tôi khám người đàn ông trước. Y chừng 30 tuổi, có vẻ bị thương nặng. Tôi thấy hắn ói đầy ra nền nhà. Khóe miệng còn dính dãi nhớt với cơm. Anh ta cởi trần mặc quần đùi. Tôi kêu y tá cắt băng quấn quanh bụng. Một vết thương nhỏ chừng 1cm ở dưới sườn phải vẫn còn rỉ máu. Tôi ấn tay xuống bụng thấy bụng hơi cứng. Bệnh nhân nhăn mặt kêu đau gạt tay tôi ra.

Người đàn bà Thượng già cầm lấy tay tôi kêu xin:

– Bác sĩ cứu con tôi. Trước kia nó đã bị thương một lần rồi, vợ nó cũng bị thương nữa. Giọng của bà ngang ngang lơ lớ, nhưng tôi nghe hiểu rất rõ.

Tôi gật đầu không nói gì, dùng ống nghe khám kỹ phổi, thấy bình thường. Tôi kêu y tá Trọng, một nam y tá thuộc dân y chứ không phải quân y.

– Anh cho truyền nước Ringer's lactate, thử máu chụp hình phổi, hình bụng rồi cho lên phòng mổ ngay.

Trọng dạ nhỏ, rồi đưa tôi ký mấy giấy tờ cần thiết. Tôi tới khám người đàn bà Thượng nằm trên divan. Các băng và nẹp cây đã được trung sĩ Tiếng cắt bỏ đi để lộ ra một vết thương xuyên qua đùi trái, ở phía trên đầu gối chừng 20 phân. Trông người bệnh có vẻ bình tĩnh và không có dấu hiệu bị kích xúc nào cả. Tôi bắt mạch cổ chân. Mạch nhảy tốt. Tôi khám xương đùi thấy không gãy. Thật là may mắn.

Tôi kêu Trọng:

– Anh chích SAT và PNC rồi cho ngay lên phòng mổ. Tôi mổ sạch bà này trước, trong khi chờ đợi chụp hình bệnh nhân bị vết thương bụng.

Tôi đảo qua về phòng thay áo. Khi tôi lên tới phòng mổ thì bệnh nhân đã được để nằm chờ trên bàn. Tôi nói với cô Lâm:

– Sửa soạn dụng cụ để tôi làm ngay bà này thật nhanh còn dành thì giờ mổ bụng nữa. Anh Xòm lấy Lidocain đi. Cô Lâm đi lấy cho tôi bộ suture set nhỏ.

Tôi đi găng tay. Trong khi anh Xòm rửa sạch vết thương bằng Phisohex. Tôi trải khăn bao phủ vết thương xong, sửa soạn chích thuốc tê, lấy kéo cắt bỏ những phần thịt hư nát, mổ sạch rồi bơm rửa vết thương bằng nước hấp pha với nước oxygene và phisohex. Tôi để hở vết thương không khâu, thoa thuốc Furacine lên rồi băng lại. Mười phút sau mọi việc xong hết tôi kêu:

– Cô Lâm, cho gọi chị Huyên mang băng ca chuyển người này xuống trại ngoại khoa ngay.

Sau khi chuyển bệnh đi chúng tôi hối hả giúp nhau dọn dẹp phòng cho sạch.

Chúng tôi trải khăn mới lên bàn mổ vừa xong thì mấy người y tá đẩy người bị thương bụng vào. Tôi nhìn anh Sáu Xòm:

– Ca này anh đánh thuốc mê nghe, khỏi cần gọi cô Đào, có Thiện nó giúp một tay. Rồi tôi quay sang chị Huyên:

– Chị đi kêu cô Bích giùm tôi.

Tôi cầm hai khung phim ướt treo lên Negatoscope. Một mảnh đạn hình tam giác to bằng đầu ngón tay út còn nằm trong bụng phía phải xương sống. Tôi đi rửa tay. Mười lăm phút sau chúng tôi sửa soạn đâu vào đấy. Tôi đứng bên bàn mổ. Cô Bích đứng trước mặt là người phụ mổ chính. Cô Thìn đứng cạnh cô Bích làm nhân viên dụng cụ, có nhiệm vụ đưa cho tôi những dụng cụ tôi cần và xỏ chỉ để tôi may vết thương.

Cô Thìn dáng người khỏe mạnh, nhưng không được cao lắm. Cô với cô Cúc tranh chức vô địch lùn ở nhà thương. Cô ăn nói lễ phép và dịu dàng, khi cô nói đầu cô hay nghiêng qua nghiêng lại, ánh mắt linh động, và lúc nào cũng tươi cười. Tôi bảo cô trông giống như con chim sẻ. Thường những khi phụ mổ với tôi, cô phải dùng một bục gỗ kê lên để đứng cho vừa tầm tay. Trong bệnh viện có tiếng xầm xì đồn rằng ông Đắc già là "Sugar daddy" của cô, vì thấy hai người thường đi chung với nhau và nói chuyện có vẻ thân mật lắm. Tôi không tin như vậy. Có thể họ có bà con với nhau, chắc chắn không có chuyện gì khuất tất xảy ra. Tôi chỉ tin khi nào có bằng cớ hẳn hoi, còn những tin đồn nhảm tôi thường để ngoài tai. Tôi cũng không có thì giờ đi tìm hiểu chuyện của người khác.

Tôi hỏi anh Xòm:

– Mổ được chưa anh Sáu?

– Thưa bác sĩ mổ được rồi ạ.

Tôi cầm con dao mổ, vẽ trước một đường trên da giữa bụng, tới rốn, vòng qua phía trái của rốn rồi lại đi thẳng xuống. Mặc dầu mổ đã nhiều lần, tôi vẫn không bỏ thói quen đó, nó giúp tôi mổ rất chính xác giữa hai bắp thịt bụng, và như vậy ít chảy máu hơn. Có lần tôi nói đùa:

– Mọi người coi, quanh năm suốt tháng tôi vẽ mãi hình này mà vẫn chưa xong. Khiến tất cả toán giải phẫu đều cười.

Tôi lấy kéo cắt màng bao cơ giữa hai bắp thịt bụng và phúc mạc. Ruột phồng lên, máu bầm trào ra cùng với chất nước trong ruột non xanh như rau bị nghiền nát. Tôi không ngửi thấy mùi hôi. Chắc không có vết thương ruột già. Kinh nghiệm cho thấy rằng bị thủng ruột già, khi mổ bụng ra lập tức ngửi thấy mùi hôi ngay. Tôi lấy máy hút sạch máu, rồi dùng khăn thấm sạch ruột non. Tôi tìm thấy bốn lỗ thủng ở ruột non. Ruột già và các cơ quan khác đều không có gì lạ.

Tôi sửa soạn khâu lỗ thủng đầu tiên. Vừa khâu được một mũi, tôi nghe một tiếng hú của hỏa tiễn rít ngang trời. Mọi người đều ngưng tay đưa mắt lo lắng nhìn nhau. Qua mảnh kính vỡ của cửa sổ phòng mổ, tôi nhìn thấy một cột bụi nâu đen bốc lên ở vòng rào bộ tư lệnh sư đoàn 5 cách bệnh viện chừng 100 thước. Bệnh viện và bộ tư lệnh tiền phương của sư đoàn 5 nằm gần nhau tạo thành một góc 90 độ. Mấy ngày nay chắc địch quân bắn điều chỉnh để sửa soạn pháo kích sư đoàn nên nhà thương bị vạ lây.

Tôi kêu thượng sĩ Lý lấy thêm Catgut 3.0. Chưa nói dứt lời, một tiếng nổ nữa vang lên thật gần làm rung chuyển phòng mổ. Mảnh đạn và đất đá văng lên mái tôn nghe rào rào như mưa. Bụi trên trần nhà rơi xuống. Tôi hét cô Bích lấy khăn mổ đậy ruột lại. Cô lúng túng làm rơi khăn xuống đất. Tôi xòe hai bàn tay che lấy đống ruột, trong khi cô Thìn đưa cái khăn tay để phủ lên bụng bệnh nhân.

Ngoài sân bệnh viện vắng tanh không một bóng người. Họ đã kiếm chỗ ẩn núp hết rồi. Trong phòng mổ, tôi thấy chị Huyên rúc đầu dưới cái xe đẩy bệnh để gần máy điều hòa không khí. Chúng tôi, toán giải phẫu đành đứng trơ mình chịu trận... Hai trái nữa nổ bên trường trung học. Chúng tôi không thể nào bỏ bệnh nhân tìm chỗ núp trong trường hợp này. Bệnh nhân sẽ chết. Chúng tôi đành liều đứng làm việc như thường.

Trong lòng tôi thấy hồi hộp lắm. Tôi tiếc là không mang theo áo giáp, nón sắt để sẵn ở đây. Bề ngoài tôi làm tỉnh để mọi người bình tĩnh làm việc, nhưng tôi thấy không an toàn chút nào. Nếu như phòng mổ kiên cố một chút cũng đỡ sợ. Đằng này mái tôn trần bằng carton không bảo đảm chút nào.

Tôi thay găng tiếp tục khâu lại vết thương ruột. Có điều lần này tôi khâu nhanh tay hơn trước. Vừa làm tôi vừa nói để mọi người quên sợ:

— Quí vị yên trí đi, mình làm công việc cứu người, trời không để hỏa tiễn rơi trúng đâu. Nếu địch có nhắm trúng đây, trời cũng lái nó ra chỗ khác chơi. Phải không cô Bích?

— Vâng ạ, nhưng hình như tay bác sĩ khâu còn hơi run run thì phải.

– Sức mấy mà run, người hùng làm sao run tay được. Tôi nói móc lại. Không biết lúc nãy ai sợ quá đánh rớt cả khăn xuống đất nhỉ.

Mọi người cùng cười quên hết nỗi lo sợ vừa qua.

Nửa giờ sau tôi đóng bụng xong. Băng bó cẩn thận rồi tôi ra phòng ngoài ghi nghi thức giải phẫu, không quên dặn anh Sáu đặt ống tube Levine để hút bao tử liên tục.

Tôi vừa đặt bút lên cuốn sổ thì y tá Trọng từ phòng cấp cứu hấp tấp chạy vào.

– Trình bác sĩ, ngoài kia có hai người bị thương.

Tôi thở ra thật mạnh, đứng dậy rảo bước ra phòng cấp cứu. Trong phòng đặc những người. Tôi bực mình kéo bay một người đứng ở cửa ra ngoài, gạt những người khác ra, miệng nói:

– Ra ngoài. Xem cái gì?

Vài người lùi lại, nhưng vẫn chưa chịu ra. Tôi ra lệnh cho trung sĩ Tiếng:

– Đuổi hết họ ra ngoài đi.

Tiếng quát lớn:

– Mấy người kỳ vậy. Nói hoài không nghe. Ra cho rộng chỗ để bác sĩ làm việc. Đứng đầy ra bệnh nhân thiếu không khí, bệnh nhân thở làm sao được.

Tôi nhìn quanh phòng. Một người băng đầu ngồi ở divan, một băng chân. Trông họ còn tỉnh táo và có vẻ nhẹ. Một người đàn bà ăn mặc sạch sẽ nằm ngay dưới sàn nhà mặt mét xanh mê man như chết rồi. Tuy nhiên khắp người không có dấu máu.

Tôi quì xuống bên cạnh, bắt mạch cổ. Không có. Nghe tim, im lặng. Tôi vạch mắt thấy đồng tử nở lớn. Bệnh nhân kể như đã chết.

Tuy nhiên tôi thấy tôi cần phải làm một cái gì, may ra có thể làm hồi sinh được hoặc ít ra cho thân nhân biết rằng tôi đã cố gắng cứu mà không được.

Tôi kêu Trọng mang Ambu bag lại bơm giúp cho bệnh nhân thở. Hối cô Cúc truyền một chai Normal Saline. Tôi nhấn mạnh ngực bệnh nhân theo phương pháp hồi sinh cấp cứu. Vừa làm tôi vừa hỏi người đàn ông ngồi cạnh đấy, dáng điệu đau khổ, bồn chồn lo lắng, gương mặt tái xanh.

– Ông là chồng bà này phải không?

– Vâng.

Cúc đứng cạnh nhanh nhấu nói:

– Ông ấy là giáo sư bên trường trung học.

– Ông kể lại tại sao bà ấy ngất đi như vậy.

– Trái đạn vừa rồi nổ ngay sau nhà tôi, ở cư xá công chức, tường sập, nhưng vợ tôi không việc gì cả, chạy vào bồng đứa con nhỏ ra tới cửa thì xỉu, tôi liền mang lại đây.

Tôi nhờ Cúc thoa bóp tim. Tôi khám khắp người, không có dấu vết gì khác lạ. Không có một vết thương.

– Bà có bị bệnh tim không? Tôi ngước mắt lên nhìn người chồng hỏi tiếp.

– Thưa tôi không biết.

Thật lạ lùng, trường hợp này đến bây giờ tôi vẫn không biết rõ nguyên nhân đã gây ra cái chết của bà đó.

Có thể bị sức ép của vụ nổ, có thể vì quá sợ hãi, kinh hoàng đến độ tim ngưng đập.

Hai mươi phút trôi qua. Hồi sinh không kết quả. Tôi đành chịu thua tử thần, để ông giáo sư mang xác vợ về chôn.

Hai người kia bị nhẹ. Tiếng rửa sạch các vết thương, chích thuốc trụ sinh, ngừa phong đòn gánh xong tôi cho về.

Một cảm giác buồn phiền nhen nhóm trong tôi. Tôi không hiểu được nguyên do cái chết vừa rồi. Nếu được mổ khám nghiệm tử thi, chắc tôi sẽ tìm được nhiều điều bổ ích và các thắc mắc sẽ được giải đáp thỏa đáng. Nhưng việc đó chỉ có thể làm được ở những nhà thương lớn, còn trong tình trạng này không thể và không nên làm. Tôi nghĩ vậy. Tôi phải dành thì giờ và dành sức để làm những việc khác khẩn cấp hơn.

Tôi thấy thương hại người chồng, nét đau khổ hằn trên gương mặt. Chỉ trong khoảnh khắc ông đã mất đi người vợ thân yêu. Trong thời chiến, những cái chết thật đột ngột, thật bất ngờ như Trịnh Công Sơn viết "Chết như mơ". Có những người bạn mới bắt tay cười nói ngày trước, ngày sau thân xác đã vùi trong đất lạnh. Bị hãm trong trận địa pháo của Việt Cộng trời thương ai nấy sống, không còn biết trốn tránh chỗ nào.

Sát ngay phòng hậu giải phẫu, nơi phòng trực y tá, trước đây có một cái hầm nổi khá tốt. Vì tình hình an ninh khả quan, gần một năm nay không xảy ra một vụ pháo kích nào, nên tôi đề nghị với ban giám đốc phá bỏ hầm đi để phòng trực y tá rộng rãi và sạch sẽ hơn vì trong hầm thường hay có chuột bọ rắn rết rất nguy hiểm.

Mọi người đều hoàn toàn đồng ý và chỉ trong một ngày hầm đã được dọn sạch. Nay phá xong rồi mọi người đều tiếc. Thành ra cả nhà thương chỉ còn lại bốn hầm mà thôi, hai hầm ở gần cổng, một hầm chìm ở nhà bảo sanh và một hầm trong văn phòng giám đốc bệnh viện.

Khi có pháo kích, ở trong hầm thì yên tâm thật, nhưng nếu có người bị thương tôi vẫn phải ra làm. Không ai bắt buộc tôi cả, nhưng tôi không thể nào đang tâm ngồi yên được. Đợi ngớt pháo tôi chui ra khỏi gầm giường chạy lên phòng mổ làm việc. Được cái là những ngày đầu Việt Cộng pháo lai rai vài ba quả một rồi ngưng cũng đỡ khổ.

Lúc này hơn lúc nào hết, tôi tin tưởng vào số mệnh. Nếu tới số thì tránh cũng không khỏi. Chính vì vậy tôi vẫn làm việc như thường không ru rú ở trong hầm như những người khác.

Có điều công việc giải phẫu làm việc phải được tổ chức thành một toán, tối thiểu ba người: một y sĩ, một người phụ và một chuyên viên tê mê. Tôi có thể liều được nhưng tôi không muốn bắt buộc nhân viên chịu chung sự nguy hiểm với tôi. Lỡ ra họ có mệnh hệ nào thì tôi sẽ phải ân hận biết bao. Do đó tôi chỉ dùng những người tình nguyện mà thôi.

May mắn cho tôi tất cả nhân viên phòng mổ đều sát cánh bên tôi. Họ đã tỏ ra can đảm, giúp đỡ tôi rất đắc lực khiến tôi có thể hoàn thành mỹ mãn công tác giải phẫu điều trị thương binh. Mặc những trái đạn pháo kích nổ rất gần làm thầy trò đều xanh mặt, chúng tôi vẫn lỳ lợm làm công việc. Xong xuôi rồi mạnh ai nấy tìm chỗ núp.

Ngày hôm ấy địch quân pháo lai rai suốt ngày. Trưa tôi không thể về ăn cơm được, đành nuốt vội mấy bánh Biscuit, uống một hộp coca lót lòng. Nằm nghỉ trưa được một giờ, tôi lại dậy tiếp tục làm việc nữa tới 10 giờ tối mới xong.

Tính ra ngày đó có một người chết, bảy người bị thương, toàn là dân do đạn pháo kích mà thôi. Khi lên giường nằm nghỉ tôi phải để chân lên chiếc gối cao để máu được lưu thông dễ dàng hơn. Mắt tôi lóa lên vì quá chăm chú nhìn khi mổ. Tôi tắt đèn đi, bóng tối tràn ngập căn phòng và tôi cảm thấy dễ chịu hơn.

MẤT LỘC NINH

NGÀY 7-4-1972

Ngày 7-4-72 tình hình trở nên khẩn trương. Việt Cộng vẫn pháo kích đều đều vào tỉnh ly, nhất là vào phi trường, bộ chỉ huy Tiểu Khu, bộ tư lệnh Sư Đoàn 5 và trung tâm quản trị tiếp vận Bình Long.

Tin tức báo cáo về cho biết Việt Cộng đã tràn ngập chi khu Lộc Ninh, một quận ở phía tây bắc tỉnh Bình Long, sát biên giới Miên Việt, cách An Lộc chừng 25 cây số. Nghe nói một phần bộ chỉ huy Trung Đoàn 9 bị bắt. Thiết đoàn 1 bị đánh úp, tan nát chỉ còn hai chiếc thiết vận xa cố lết về An Lộc. Một chiếc hư đành nằm lại dọc đường và bị B40 bắn cháy cùng với một số thương binh nằm trong. Tôi đã thấy chiếc còn lại về tới An Lộc, bùn đất bê bết trông thật thê thảm.

Mấy ngày trước các bệnh nhân từ Quản Lợi ra báo cho tôi biết Việt Cộng về đầy dẫy chung quanh đồn điền, đào hầm hố, công sự chiến đấu một cách công khai. Tôi có cho Thiếu tá Diệm biết và hỏi tại sao mình không có phản ứng nào hay mình không biết. Tin tức tình báo của mình đâu? Tại sao mình không cho máy bay dội bom xuống hay ít ra cũng pháo kích cho địch quân không có cơ hội sửa soạn chiến trường được. Ông Diệm không có câu trả lời.

Bây giờ đến lượt Quản Lợi bị chiếm, các tiền đồn dọc theo quốc lộ 13 rút dần về phía tỉnh ly. An Lộc đã bị bao vây và cô lập. Những tin tức bất lợi dồn dập tới làm mọi người lo lắng xôn xao. Một số nhân viên ở nhà thương đều có bà con thân thuộc ở Lộc Ninh. Họ không còn tinh thần làm việc nữa. Điều này không đáng trách.

Tôi gặp bà Tư đứng khóc một mình trong phòng mổ. Bà đã khá đứng tuổi. Tôi không biết tuổi thật của bà bao nhiêu nhưng chắc khoảng 50 tuổi. Bà là y công phòng mổ, dáng người gầy gò nhưng vẫn còn mạnh khỏe lắm. Tên thật của bà là Khánh.

Bà có một hàm răng mái hiên rất rõ ràng. Có lần tôi nói đùa với bà rằng nếu trời mưa ai đi với bà chắc chắn không sợ ướt. Bà chỉ cười không tỏ vẻ gì phật ý cả. Ở trại sản khoa của cô Đào cũng có một bà y công gốc Bắc Kỳ nữa tên là bà Đề. Một hôm trời mưa, tôi khám bệnh ở trại sản khoa xong ngồi lại nói chuyện với cô Đào, có cả bà Khánh, bà Đề. Tôi đọc trẹo một câu ca dao là: Trời mưa thì mặc trời mưa, tôi không có nón trời đưa tôi về, trời đưa tới nhà bà Đề trời bỏ tôi đó tôi về mặc tôi. Làm cho bà Khánh, bà Đề cười sặc sụa. Tôi thấy những người đó rất chất phác và dễ cười thật.

Tôi tuy ít nói cười thỉnh thoảng cũng hay nói chuyện khôi hài một chút, nhưng luôn luôn có một niềm kính trọng người khác, không cậy thế, cậy thần, kiểu dưới mắt không người, nên tôi cũng được người ta quí trọng lại. Đặc biệt là đối với nhân viên dưới quyền, tôi rất tử tế và sẵn sàng giúp đỡ họ khi cần.

Bà Tư rất quí mến chúng tôi, coi như những người thân trong gia đình, đặc biệt là tôi, cũng người miền Bắc như bà. Mặc dù bà đã lập nghiệp ở đây từ mấy chục năm rồi. Tôi hỏi giọng nhẹ nhàng:

– Có chuyện gì vậy bà Tư?

– Con tôi chắc chết mất bác sĩ ơi! Bà vừa mếu máo vừa trả lời.

– Nó ở đâu? Bị bệnh hay sao?

– Không ạ. Bà Tư vừa lau nước mắt trả lời. Cháu nó đi lính ở Lộc Ninh, Việt Cộng chiếm quận đó rồi thì nó còn sống làm sao được.

Những giọt nước mắt của người mẹ già khóc cho đứa con trai làm tôi xúc động. Tôi nghĩ tới mẹ tôi, giờ này ở Sài Gòn, chắc mẹ tôi nóng ruột và lo lắng cho tôi nhiều lắm. Tôi là con trai độc nhất, mẹ tôi đã ở vậy nuôi anh em chúng tôi từ khi thầy tôi mất, lúc bà mới có 26 tuổi. Tới bây giờ tôi vẫn chưa giúp đỡ được gì cho gia đình cả. Mọi việc đều trông mong vào sự đảm đang của các cô em gái.

Hồi đầu năm về thăm nhà, mẹ tôi ân cần dặn dò:

– Này, năm nay con phải cẩn thận. Hạn sao Thái Bạch không phải tầm thường đâu

Tuổi tôi năm nay 30 nhưng tính theo tuổi ta thì 31, theo mấy ông thầy tử vi đó là năm xui xẻo lắm. Tháng nào mẹ tôi cũng cúng sao giải hạn cho tôi. Tôi cũng tin là năm nay tôi gặp nhiều điều nguy hiểm nên tôi thầm mong lòng thành của mẹ tôi sẽ xui khiến cho tôi tránh được những rủi ro nếu có. Tôi biết rằng nếu tôi có mệnh hệ nào, mẹ tôi và các em sẽ đau khổ vô cùng. Tôi là cột trụ, là niềm hy vọng của gia đình, tôi phải biết bảo trọng lấy thân. Các em tôi thường nhắc nhở:

– Anh ở trên ấy đừng đi chơi xa, Việt Cộng đầy dẫy nguy hiểm lắm. Má và các em ở nhà lo lắng cho anh nhiều. Hôm nọ má đi xem bói, ông thầy mù nói hãy lưu ý đến đứa con tuổi Ngọ, vận hạn nặng lắm.

Tôi ngắt lời:

– Anh biết rồi, anh làm không hết việc, thì giờ đâu đi chơi xa.

Là con trai độc nhất, tôi nhận được nhiều tình thương của mẹ, lòng yêu kính của các em. Tuy nhiên vì vậy nhiều khi tôi không dám làm những việc theo ý mình. Tôi thích phiêu lưu, muốn có nhiều kinh nghiệm sống. Khi mới ra trường, tôi tính chọn vào một đơn vị tổng trừ bị để có thể đặt chân trên khắp nẻo đường đất nước, để được mở rộng tầm mắt nhìn đối với quê hương. Nhưng nghĩ đến gia đình, tôi đành phải dẹp những ý định đó và cho đến bây giờ tôi vẫn chỉ quanh quẩn ở Vùng Ba chiến thuật, để khi cần chỉ trong vòng một hay hai giờ tôi có thể có mặt ở nhà.

Vì có cái tâm sự như vậy, nên tôi rất thông cảm hoàn cảnh của bà Tư. Tôi kinh sợ cái cảnh tre già khóc măng. Không biết nói gì hơn, tôi chỉ an ủi bà:

– Thôi bà đừng khóc nữa, sống chết có số mạng cả. Bà ăn ở hiền lành chắc cháu nó cũng không sao đâu. Bà lo phiền hại cho sức khỏe.

Bà Tư đáp:

– Cám ơn bác sĩ, chắc tôi phải xin nghỉ, nghe tin đó chân tay tôi rời rã không còn làm việc được gì nữa.

– Được rồi, nếu bà thấy khó ở thì cứ xin nghỉ vài hôm cho khỏe.

Tôi từ giã bà Tư đi ra phòng cấp cứu. Tôi thấy cô Cúc gương mặt buồn rầu, cặp mắt đỏ hoe ngồi thu người trên chiếc divan. Khác với ngày thường cô là người ham hoạt động và hay nói chuyện huyên thuyên rất vui vẻ.

Tôi thường lưu ý tới đời sống nhân viên, sẵn sàng giúp đỡ họ nếu họ có gặp điều gì khó khăn. Một vài người kêu tôi là "bác sĩ nhà mình". Danh từ đó nói lên tình thân giữa tôi và họ. Tôi hỏi cô Cúc:

– Có ai trêu chọc cô hả? Cúc lắc đầu đáp:

– Nghe tin Lộc Ninh mất, em lo cho ba má em với thằng em trai của em đi lính trên đó. Ba má em già rồi, em còn mỗi thằng em trai, nó mà chết chắc em sống không nổi.

– Năm nay nó bao nhiêu tuổi?

– Dạ, 17 tuổi.

– Nhỏ vậy chắc địch không thèm giết đâu, cùng lắm là bị bắt mà thôi. Nhưng tôi tin thế nào nó cũng trốn về được.

Những lời an ủi của tôi không làm vơi được nỗi buồn của cô. Sức làm việc của cô kém hẳn đi. Cô không còn tâm trí đâu để làm việc nữa. Thường cô và người em gái nhỏ chừng 12 tuổi rút vào phòng riêng khóc với nhau. Tôi thông cảm nỗi buồn của cô và để cô được tự nhiên.

Trước đây cô Cúc thuê nhà ở ngoài phố nhưng từ khi có những cuộc pháo kích, cô và mấy y tá khác đã xin phép dọn vào văn phòng của phái đoàn Milphap ở vì nhân viên đoàn này đã không có mặt ở đây, họ đã rút đi đâu mất tiêu từ khi Bác sĩ Risch đi nghỉ phép. Tôi rất vui lòng thấy họ ở đó vì chắc chắn lúc nào tôi cũng có nhân viên giúp việc, rất tiện cho tôi và cho bệnh viện, khỏi sợ họ trốn luôn ở nhà.

Bốn hôm sau khi tôi nói chuyện với cô Cúc, đi ngang qua chỗ cô ở, tôi ngạc nhiên lại nghe thấy tiếng cười vui vẻ rộn rã của cô. Tôi vội bước vào phòng hỏi:

– Có chuyện gì mà cô Cúc vui vậy?

Cúc mỉm cười quay sang bên trái, đưa ngón tay chỉ cho tôi một thiếu niên trong bộ đồ nhà binh nét mặt còn non choẹt nói:

– Bác sĩ, em trai em nó trốn về được rồi. Tôi mừng rỡ:

– Vậy hả? Nó tên gì? Về từ hồi nào?

– Nó tên Nhâm, nó về đây từ chiều hôm qua.

– Giỏi quá, vậy mà cô không cho tôi biết để tôi mừng với. Quay sang Nhâm tôi hỏi:

– Em đi bằng cách nào mà hay vậy?

– Em đi bộ từ Lộc Ninh xuống đây. Nhâm rụt rè trả lời tôi. Em đi cùng với mấy người bạn. Ban ngày thì trốn trong rừng, đêm đến mới dám lần mò tìm đường đi xuống đây.

– Đi như vậy có gặp Việt Cộng không?

– Dạ không, gặp thì nó đã bắt lại rồi. Tụi em biết lối đi, tránh né hết, tụi em chỉ sợ pháo binh mình hoặc máy bay trông thấy tưởng là Việt Cộng bắn lầm. Về đến đây gặp mấy anh Biệt Động Quân dơ súng định bắn. Tụi em phải dơ tay hàng, xuất trình giấy tờ nói là lính Nghĩa Quân trốn thoát từ Lộc Ninh về. Họ giữ lại điều tra kỹ càng rồi mới cho đi.

— Này, cô Cúc, thế là cô toại nguyện rồi nhé. Tôi nói đâu có sai. Em cô đã trốn về được rồi vậy cô phải làm việc thật hăng vào nghe không?

Cúc cười thật tươi đáp:

— Dạ, em em sống sót trở về. Bây giờ em có phải làm gấp đôi gấp ba em cũng vui lòng.

LƯƠNG KHÔ

Sau khi tôi cho xuất viện hàng loạt những bệnh nhân đã ổn định và những bệnh nhân nhẹ, đồng thời phối trí lại tất cả các phòng ốc, thuốc men cùng nhân viên, bệnh viện lúc nào cũng ở trong tình trạng sẵn sàng đón nhận một số lớn thương binh và dân chúng bị thương. Số giường trong hiện tại là 160 giường. Tức là đã tăng lên 50 phần trăm số giường thường có của bệnh viện. Tôi dự trù nếu cần, tôi có thể tạo thêm chỗ nằm nữa bằng cách cho nằm ba người hai giường hoặc huy động một số băng ca để ở hành lang.

Tôi lấy làm lạ là đánh lớn ở Lộc Ninh, Quản Lợi mà sao không thấy đưa thương binh về. Hôm qua tôi chỉ nhận được 13 người, đa số là thường dân, đặc biệt là dân Thượng, bị pháo kích và một ít Địa Phương Quân mà thôi. Sau này tôi mới biết là Tiểu Đoàn 5 Quân Y đã phụ trách việc tản thương gần 200 thương binh tại một địa điểm gần đồi Đồng Long.

Mỗi buổi sáng tôi đứng dưới hiên phòng hậu giải phẫu chờ người ta mang bệnh tới. Họ dùng đủ mọi phương tiện có thể có để chuyển bệnh đến nhà thương. Khi thì họ dùng xe lam, xe bò, xe kéo và thường là khênh bằng võng hay cáng.

Từ ngày xảy ra cuộc chiến, chúng tôi chỉ lo cấp cứu mà không phải khám ngoại chẩn nữa. Đó là điều thích thú nhất của tôi. Những bệnh nội khoa và những bệnh tái khám cũng không thấy tới. Khám ngoại chẩn là công việc buồn nản nhất. Bình thường tôi với Bác sĩ Chí sáng nào cũng phải khám cho tới 11, 12 giờ mới hết bệnh.

Đa số người đến khai bệnh đều không có bệnh gì nặng cả, chỉ cảm sốt sơ sơ lấy cớ khai bệnh để được xin nghỉ mấy ngày. Chuyện này làm mất thì giờ của tôi không ít. Trong khi tôi còn lo mổ, săn sóc hậu giải phẫu, thăm bệnh trại ngoại khoa và nhi đồng. Những khi phải xử lý thường vụ còn phải coi thêm cả nội khoa nữ và bảo sanh nữa, đôi khi làm không hết việc.

Sáng nay sau khi khám xong bệnh nhân trại ngoại khoa, tôi đi về phòng hậu giải phẫu, vừa đến đầu trại nội khoa nam thì gặp Thiếu tá Diệm, đầu đội mũ sắt mình khoác áo giáp đàng hoàng. Gặp nhau chúng tôi đều mừng rỡ, đã ba ngày chúng tôi không thấy mặt nhau. Có nhiều tin tức tôi muốn được biết.

Tôi vẫn chỉ phong phanh chiếc áo xanh không tay ba lỗ của phòng mổ. Tôi chưa cần mặc áo giáp liên tục vì thấy pháo kích cũng chưa nhiều. Vả lại các nhân viên quân y đều không có áo giáp. Tôi muốn sống hòa đồng với họ và cũng muốn chứng tỏ mình cũng không phải là tay nhát gan.

Tôi kéo Thiếu tá Diệm ngồi xuống ngay bực thềm trại nội khoa. Tôi hỏi ông:

– Ông thấy tình hình giờ ra sao?

– Nguy lắm, Lộc Ninh mất liên lạc rồi, ông quận trưởng Thịnh giờ không biết sống chết ra sao. Ông Trung tá Mỹ quận trưởng Chơn Thành bị thương, tản về Sài Gòn tối qua. Ông già Tuyên chi khu phó chết rồi.

Tôi giật mình hỏi lại:

– Thiếu tá Tuyên ấy hả?

Thiếu tá Diệm gật đầu:

– Ông ấy mới lên làm chi khu phó Chơn Thành được mấy ngày nay, bị trúng đạn pháo kích.

Hai tháng trước Thiếu tá Diệm có giới thiệu Thiếu tá Tuyên với tôi, nhờ tôi chữa giùm căn bệnh xìu xìu ển ển của ông. Theo lời Thiếu tá Diệm thì ông mới cưới bà vợ trẻ được mấy năm nay, muốn có một cậu con trai nữa và nhất là muốn làm cho bà xã hài lòng. Tôi nhìn ông Tuyên thấy người vui vẻ, hơi gầy một chút, tóc đã hoa râm, bề ngoài thấy nội lực có vẻ không được thâm hậu cho lắm. Thấy tôi còn trầm ngâm suy nghĩ ông Tuyên tưởng tôi thoái thác bèn năn nỉ:

– Bác sĩ ráng giúp tôi, nếu thành công tôi không quên ơn bác sĩ đâu.

Ông Diệm cũng nói thêm vào:

– Ông này có mấy tay đàn em hay đi săn nai lắm. Nếu bác sĩ giúp thế nào chúng mình cũng có một đùi nai nhậu.

Sau khi hỏi sơ qua tôi biết căn bệnh của ông chẳng có gì, chỉ là vấn đề tâm lý thôi. Công vụ bận bịu thành ra hết hứng thú, chứ ông già Tuyên không có sao cả. Sau khi trang bị cho ông một số dữ kiện tâm lý, tôi biên cho ông một cái toa, đó là Triolandren, chích mỗi tháng một lần.

Tôi nói với ông già Tuyên đó là thần dược đấy. Thế là ông yên chí hân hoan ra về. Nửa tháng sau ông Diệm cho tôi biết Thiếu tá Tuyên nhờ ông gửi lời cám ơn tôi và nói thuốc rất công hiệu. Ông còn nhắn thêm rằng ông sẽ mang một đùi nai tới biếu tôi một ngày rất gần đây.

Nay được tin ông đã vĩnh viễn giã từ vũ khí, thì đùi nai của tôi cũng tiêu diêu luôn. Tuy vậy tôi cũng thấy có phần vui vì ít ra ông già Tuyên cũng đã được hài lòng, bà Tuyên cũng được hài lòng mặc dù chỉ trong một thời gian không được dài lắm.

Chúng tôi đang ngồi nói chuyện thì Thiếu úy Thu từ văn phòng chạy lại:

— Chào thiếu tá, xin thiếu tá cấp cho bệnh viện ít lương khô, không thì anh em đói quá.

Thiếu tá Diệm gật đầu:

— Rồi. Cho tôi biết quân số bệnh viện Tiểu Khu là bao nhiêu người?

— Dạ, thưa 70 người.

Thiếu tá Diệm với tay rút cây viết Bic dắt dưới nách trái nói:

— Ông kiếm cho tôi mảnh giấy, tôi biên mấy chữ rồi cho người sang bên trung tâm quản trị tiếp vận lãnh về cho anh em.

Thu vội chạy về văn phòng lấy một tờ giấy trắng đưa cho ông Diệm. Ông đặt tờ giấy trên đùi hý hoáy viết rồi đưa cho Thu dặn:

— Đây tôi cấp cho bệnh viện 70 khẩu phần khô ba ngày. Cho người đi lãnh ngay đi rồi chia cho anh em.

Thu cầm lấy tờ giấy, cười rất tươi luôn mồm cám ơn Thiếu tá Diệm. Ông Diệm hít hơi thuốc cuối cùng rồi búng mạnh mẩu thuốc lá ra xa hỏi tôi:

– Ở đây hầm hố có kiên cố không?

– Có ba cái dành cho bệnh nhân, tôi không có hầm.

Ông Diệm nhướng mắt lên ngạc nhiên hỏi:

– Thế lúc pháo kích ông núp ở đâu?

Tôi cười tựa lưng vào chân cột hành lang:

– Chui vào gầm giường nghe radio.

Diệm cười, gật gù:

– Ngon, thế không sợ sao?

– Sợ chứ, nhưng đạn tránh người chứ mình đâu tránh được đạn. Tôi tiếp, thế còn bên bộ chỉ huy Tiểu Khu thì sao?

– Hầm rộng tốt lắm.

– Liệu chịu nổi hỏa tiễn không?

Thiếu tá Diệm tin tưởng:

– Dư sức, hầm ngầm của Mỹ làm mà, beton cốt sắt dầy năm tấc trên còn sáu lớp bao cát với vỉ sắt nữa. Này, hay ông sang đó ở cho chắc ăn.

Tôi lắc đầu trả lời:

– Tôi không thể bỏ bệnh viện được. Ông yên trí đi, tôi cứu người chả lẽ trời không thương sao? Chỉ cần ông tiếp tế lương thực cho tụi tôi đầy đủ là tốt rồi.

– Rồi, chuyện đó tôi với ông thì khỏi lo, thôi tôi về bên đó đây.

Tôi đứng dậy bắt tay Thiếu tá Diệm, ông lên xe jeep về bên tiểu khu.

Thiếu úy Thu gọi tôi:

– Bác sĩ Quý, có điện thoại Bác sĩ Phúc gọi.

Tôi chạy vội về văn phòng cầm ống điện thoại lên:

– Allo, tôi Bác sĩ Quý nghe đây.

Tiếng Bác sĩ Phúc xa vắng từ đầu dây bên kia:

– Allo, anh Quý đó hả, tình hình bây giờ ra sao?

– Việt Cộng hăm đánh Bình Long, vẫn pháo kích lai rai. Ông già Long gác cổng bệnh viện chết rồi.

– Vậy hả, thương binh nhiều không?

– Chưa có gì, phần nhiều là dân thôi. Làm việc bù đầu rồi, mong anh về giúp tôi một tay.

– Tôi sẽ lên ngay. Hiện giờ đang kiếm phương tiện. Trực thăng ở Biên Hòa hiếm lắm, chỉ ưu tiên cho hành quân thôi. Anh cần thuốc men gì thêm không?

– Có, anh xin cho tôi nước biển đủ loại, máu, dây truyền máu và các thuốc trụ sinh và bông băng.

– Tôi nghe rõ rồi, dứt nghe. Cho tôi gửi lời thăm tất cả các anh em nghe không.

Tôi đặt máy xuống, Thu hỏi:

– Bác sĩ Phúc nói bao giờ lên đây, bác sĩ?

Tôi nhún vai trả lời:

– Chưa biết được, còn kẹt trực thăng.

Thu cười khành khạch:

– Kẹt dài dài là phè ở Sài Gòn rồi.

Tôi im lặng nhìn Thu:

– Mình ở đây tuy vậy còn an toàn hơn. Đi trực thăng lên đây thật là nguy hiểm, dễ bị bắn lắm. Nhất là lúc hạ cánh xuống bãi đáp. Thôi, ông cho tụi nó đi lãnh thực phẩm khô chưa?

– Dạ, chưa.

Tôi cau mày:

– Ông cho người đi lấy ngay đi.

Thiếu úy Thu ra ngoài một lát trở vào nói:

— Thưa bác sĩ tụi nó không dám đi, vì không có áo giáp, nón sắt. Chỗ đó pháo kích dữ lắm.

Tôi cười nói:

— Mới pháo sơ sơ mà đã lạnh cẳng rồi. Thôi ông ra kiếm bốn người tình nguyện đi với tôi.

Thiếu úy Thu nói:

— Nếu bác sĩ đi tôi lái xe cho bác sĩ.

Thấy tôi đích thân đi, họ không còn ngần ngại nữa. Ba người theo tôi và Thiếu úy Thu lên chiếc xe Dodge hồng thập tự. Thu de xe rồi vọt ra cổng bệnh viện coi có vẻ hùng dũng lắm. Tôi ngoảnh lại phía sau, thấy có trung sĩ Đắc, hạ sĩ Hội, hạ sĩ Đức.

Đường từ bệnh viện đi tới trung tâm quản trị tiếp vận tiểu khu Bình Long là một đường thẳng dài chừng 400 thước đi ngay sau bộ tư lệnh Sư Đoàn 5. Đường đi khó vì những chướng ngại vật đầy mặt lộ để chận xe tăng. Xe phải lách qua lách lại những chướng ngại vật ấy một cách khó khăn.

Trung tâm quản trị tiếp vận là một trong số những căn cứ quân sự bị pháo kích nhiều nhất. Dọc đường tôi thấy những hố đạn pháo kích rải rác đó đây cày sâu xuống mặt đường nhựa. Con đường này đi rất nguy hiểm, vì nó nằm như một đường viền trống trải của ngọn đồi. Địch quân có thể trông thấy được mọi sự di chuyển từ một nơi cách xa đó hàng hai ba cây số. Chúng tôi ngồi trong xe hồi hộp nghĩ tới những bất trắc có thể xảy ra. Thực ra việc này không cần tôi phải đi. Nhưng thấy lính ngại ngùng, là cấp chỉ huy đôi khi phải biểu diễn vài đường cho lính nó phục mới điều khiển được.

Gần tới cổng vào trung tâm, một tiếng rít của đạn trái phá bay ngang qua đầu rồi nổ ở sân vận động cách chúng tôi chừng 100 thước. Thiếu úy Thu cúi đầu xuống bánh lái nhấn mạnh ga vượt qua cổng kêu:

– Xí hụt.

Chúng tôi cùng cười. Đến nơi chúng tôi bung cửa xe lẹ làng nhảy xuống. Liếc nhanh địa thế chung quanh, tôi thấy hầu hết những căn nhà trong trung tâm đều bị pháo sập. Cảnh tượng thật tiêu điều. Tôi không quen chỗ này, ngơ ngác nhìn quanh, hỏi Thu:

– Hầm đâu? Chui vô cho lẹ đi không nó pháo bây giờ.

Thu dơ tay chỉ về phía trái trả lời:

– Đây, lối này bác sĩ.

Chúng tôi vội chạy vào lách vô hầm. Vừa may một trái rớt nổ ngay phía hàng rào gần cổng. Tôi nhìn Thu nháy mắt:

– Hú vía, chậm một chút nữa là khốn nạn rồi.

Thu kêu Hội.

– Hội ơi, xem nếu hết pháo ra quay đầu xe lại nghe.

Hội gật đầu, Thu tiếp, tụi bây đứng đây chờ nghe.

Tôi và Thu tiến sâu vô hầm. Hầm hẹp nhưng dài có thể tới 100 thước. Trần làm bằng vỉ sắt, đà sắt xe lửa có chất nhiều lớp bao cát. Chung quanh có để những thùng phi lớn trong đổ đầy đất làm tường. Hầm coi có vẻ kiên cố. Lính kê ghế bố nằm dọc theo vách hầm. Gặp vài người quen chào tôi. Tôi hỏi:

– Đại úy Phẩm ở đâu các ông?

Một người nói:

– Bác sĩ cứ đi thẳng tuốt rồi quẹo trái là tới.

Đại úy Phẩm là chỉ huy trưởng trung tâm quản trị tiếp vận Bình Long. Tôi đi chừng chục thước nữa tới nơi. Tôi thấy Thiếu tá Diệm đang ngồi nói chuyện với Đại úy Quang đang nằm trên ghế bố. Trông Quang có vẻ an nhàn. Tôi bắt tay từng người xong quay sang ông Diệm nói:

– Lại gặp nhau nữa. Ông chưa về bộ chỉ huy Tiểu Khu à?

Diệm cười, rít một hơi thuốc nhả khói ra một cách khoan khoái:

– Chưa, sang đây tị nạn, nhân tiện làm một tí cà phê đỡ ghiền. Ở bên đó xếp cứ trông thấy mặt là sai đủ mọi thứ chuyện. Tôi hỏi:

– Đại úy Phẩm ở đâu ông?

– Chào bác sĩ.

Tôi ngoảnh lại. Đại úy Phẩm bước ra sau tấm màn chắn. Phẩm tiếp:

– Mấy ngày nay chắc bác sĩ bận lắm?

– Vâng làm việc cũng nhiều hơn trước.

– Tôi có mấy đứa bị thương nhẹ thôi, tôi giữ lại bên này có trợ y lo.

Tôi gật đầu tỏ ý cám ơn.

– Ông nghĩ vậy đỡ cho tôi lắm. Cái gì bên này làm không được hãy chuyển sang, nếu không bên tôi nhiều quá, ối đọng làm không xuể.

– Bác sĩ sang đây có chuyện gì không?

– À, tôi xin lãnh thực phẩm khô cho lính.

Thiếu úy Thu đưa phiếu cho Đại úy Phẩm hỏi:

— Thưa đại úy có 70 khẩu phần, đại úy có gạo tươi không?

Đại úy Phẩm lắc đầu:

— Gạo sấy thì có nhiều, gạo tươi thì gần hết.

Tôi nói xen vô:

— Gạo sấy cũng được, tiện lợi nữa là đàng khác. Miễn là có cái gì ăn khỏi đói là được rồi.

Phẩm ký tên vào phiếu đưa cho Thu:

— Ông cho người xuống kho lãnh đi.

Thu cám ơn đứng dậy đi ra. Tôi liếc nhìn sơ đồ phòng thủ doanh trại để rút kinh nghiệm. Nơi này kể như là tuyến đầu rồi. Bên ngoài không còn đơn vị nào khác. Địch quân mà chiếm được nơi này thì tiểu khu và bộ tư lệnh sư đoàn phải mệt lắm. Vì nơi đây chứa lương thực và đạn dược. Tôi hỏi Đại úy Phẩm:

— Ông có chừng bao nhiêu tay súng?

— Hơn hai trăm.

— Cũng khá đấy chứ. Việt Cộng có tấn công cũng khó mà nuốt nổi mình.

— Có điều mình toàn lính văn phòng với lính thợ mới kẹt chứ. Tôi thường phải đích thân đi kiểm soát, sợ mấy ông nội lơ là để tụi nó lẻn vô là chết cả đám.

Chúng tôi ngồi nói chuyện được một lúc thì Thu trở lại.

— Xong rồi bác sĩ, mình về.

Tôi chào mọi người rồi theo Thu ra xe. Ngồi trên xe tôi hỏi:

— Mình lãnh được những gì?

— Gạo sấy, cá hộp Mackarel, thịt gà, xúc xích.

Về tới bệnh viện an toàn, Thu cho xe vô đậu trước văn phòng, nhảy xuống hoa chân múa tay miệng la:

– Toàn thắng, toàn thắng!

Nhân viên quân y túa lại. Tôi đứng yên mỉm cười. Lãnh được đồ ăn mà kêu toàn thắng. Thu có tính hiếu động, vui vẻ, thích khoa trương, nhưng tốt bụng, không nham hiểm. Tôi nói:

– Kêu tụi nó khuân đồ xuống, cất xe đi rồi chia cho anh em. Đừng đứng tụ lại một đám đông nguy hiểm lắm.

Chiều hôm đó, tôi lên phòng mổ, thấy Trung úy Quý, sĩ quan quản lý bên quân y đứng ở cửa văn phòng. Tôi mừng rỡ hỏi:

– Ủa, ông lên hồi nào vậy?

– Thưa mới lên hồi trưa.

– Xuống máy bay có bị pháo không?

– Dạ có, chạy bò lê bò càng. Tôi phải đi bộ từ phi trường về đây.

Tôi bước vào phòng ngồi lên mặt bàn.

– Sao, ông về Liên Đoàn họ hỏi chuyện gì?

– Ôi, họ hỏi nhiều chuyện lắm. Liên Đoàn muốn biết khả năng đại giải phẫu của mình trong một ngày. Có bao nhiêu bộ đồ đại giải phẫu. Bao nhiêu nhân viên phòng mổ, chuyên viên tê mê, cùng những thứ thuốc nào mà bác sĩ cần xin thêm.

– Thế ông trả lời ra sao?

– Vấn đề giải phẫu tôi đâu có rành. Tôi nói để về hỏi lại bác sĩ. Còn vấn đề nhân viên tôi nắm vững có đưa trình một danh sách các nhân viên phòng mổ. Tôi cũng nói thêm về kế hoạch an ninh phòng thủ đơn vị nữa. Đây, ông Liên Đoàn Phó sợ tôi quên có bảo tôi ghi các điều ông cần biết vào tờ giấy này. Bác sĩ xem rồi cho tôi các chi tiết để tôi báo cáo về Liên Đoàn.

Tôi cầm lấy tờ giấy xem qua, xong trả lại cho Trung úy Quý. Tôi nói:

– Chúng mình làm ngay bây giờ. Ông đọc từng mục một, rồi tôi cho ông biết chi tiết. Ông ghi vào rồi đánh một công điện khẩn báo cáo về Liên Đoàn.

Một lát sau chúng tôi làm xong. Tôi tự tay ghi thêm một danh sách thuốc men cùng với số lượng tôi cần để xin gửi khẩn cấp. Nhấn mạnh về mục nước biển, máu, và thuốc trụ sinh. Sau đó tôi cho Trung úy Quý biết:

– Ông Bác sĩ Phúc mới gọi điện thoại cho tôi xong.

– Thế à, tôi cũng gặp Bác sĩ Phúc ở Liên Đoàn.

– Như vậy là tốt rồi. Liên Đoàn muốn biết gì cứ hỏi ông ấy là xong.

Quý lắc đầu:

– Nhưng xem chừng về vấn đề giải phẫu ông ấy không nắm vững bằng bác sĩ.

– Có gì đâu mà nắm vững với không nắm vững. À sao Bác sĩ Phúc không về cùng với ông?

– Bác sĩ Phúc còn ở Biên Hòa. Tôi phải đi Lai Khê mới có trực thăng lên đây. Ở Biên Hòa không có phương tiện. Nếu Bác sĩ Phúc muốn đi phải lên Lai Khê mới có trực thăng.

– Ông có gặp Thiếu úy Kha không?

– Ông Kha lên cùng với tôi. Có lẽ giờ đang về thăm nhà. Ở Liên Đoàn sửa soạn dữ lắm. Xe cộ thuốc men, nhân viên, cái gì cũng sẵn sàng cả. Liên Đoàn đang tính lập một bệnh viện dã chiến ở đây. Nhưng với tình trạng này, chắc phải làm ở dưới Lai Khê.

Tôi gật đầu đồng ý:

– Đây biến thành chiến trường rồi, chỉ có thể băng bó cấp cứu. Lập thêm một bệnh viện kiểu nhà lều thì lại chết cả lũ vì pháo kích. Trừ phi làm bệnh viện ngầm dưới đất như của Tiểu Đoàn Nhảy Dù mới được. Nhưng tôi thấy chậm rồi. Điều cần nhất bây giờ là phải có phương tiện để di tản thương binh cho thật lẹ.

Nói vừa dứt lời thì một tiếng nổ bùng lên. Một trái đạn pháo kích rơi ngay vào hàng rào trường trung học, phía trước bệnh viện đúng lúc một xe Dodge và một xe gắn máy vừa chạy tới. Qua đám bụi đen mù, tôi thấy người tài xế bay ra ngoài, chiếc xe ngừng lại. Hai người đi xe gắn máy văng ra lề đường, cạnh hàng rào bệnh viện. Cảnh tượng diễn ra như trong ciné. Tiếng nổ bất thần làm chúng tôi chưa kịp có phản ứng. Thiếu úy Thu chỉ kịp nói:

– Chết cha hai thằng xe gắn máy rồi.

Nhưng chỉ lát sau tôi thấy hai người cùng đứng dậy đẩy chiếc xe gắn máy hư vào bệnh viện. Mặt họ tái xanh, đầu tóc, quần áo bê bết bụi nhưng không có vẻ gì bị thương nặng cả ngoài mấy vết trầy xây xát do té xuống đất. Người tài xế xe Dodge cũng chỉ bị thương nhẹ thôi. Ai nấy đều cho là họ may mắn.

CỨU TRỢ DÂN TỴ NẠN

NGÀY 8-4-1972

Sau khi Lộc Ninh thất thủ, một liên đoàn Biệt Động Quân được trực thăng vận tới An Lộc để trấn giữ mặt đông bắc Bình Long. Vừa rời phi trường để di chuyển vào một đường mòn, đại đội chỉ huy bị lãnh ngay một trái hỏa tiễn khiến 4 người chết, 5 người bị thương. Tất cả đều được đưa vào bệnh viện để tôi săn sóc. Ông đại đội trưởng bị nát chân mặt lên tới đầu gối. Tôi đành phải cắt khớp gối. Ông ta có một gương mặt thật đẹp. Chiếc mũi cao thẳng, đôi mắt đều và sáng. Tôi lấy làm buồn vì ông đã phải hy sinh một cẳng chân.

Sau đó tôi làm thông phổi cho một người bị thương ở ngực. Anh này là y tá của tiểu đoàn Biệt Động Quân. Thấy mặt anh ta tôi hơi ngờ ngợ như đã gặp ở đâu rồi. Hỏi chuyện anh tôi mới nhớ ra trước kia khi tôi còn ở trung đoàn 43 bộ binh, anh là lao công đào binh ở đó. Khi hết hạn anh tình nguyện đi Biệt Động Quân làm y tá và xui xẻo cho anh lại bị thương ở trận này. Gặp người quen cũ tôi mừng lắm nhưng quá bận nên không nói chuyện được nhiều.

Tôi còn mổ làm sạch vết thương cho một trung úy bị thương ở chân và một người nữa bị thương ở gần mặt. Người bị thương ở bụng tình trạng tốt, tôi để làm sau chót đợi có người cho máu.

Một y tá Biệt Động Quân được Bác sĩ Cảnh, bác sĩ của Liên Đoàn 3 BĐQ phái đến bệnh viện để săn sóc theo dõi mấy người bị thương cùng tìm cách đưa mấy xác chết về hậu cứ. Tôi không nhớ tên anh ta, nhưng có lẽ tôi không bao giờ quên anh được. Anh dáng người to lớn, giọng nói trầm ấm thong thả, nét mặt thật thà. Mới nhìn tôi đã có cảm tình ngay. Sự tận tâm của anh với đồng đội lại càng làm tôi mến anh hơn. Khi tôi ngỏ lời cần máu để mổ người bị thương bụng. Chính anh đã tình nguyện cho tôi lấy 250 phân khối. Nhờ vậy tôi mới vững bụng để mổ và đã cứu sống người thương binh đó.

Cho máu xong anh không cần nghỉ ngơi, anh lo đi liên lạc mọi nơi để xin và biết giờ đến của trực thăng tản thương. 4 giờ chiều hôm ấy mới có chuyến trực thăng đặc biệt chỉ để tản thương cho 5 thương binh BĐQ. Họ không chở xác chết. Anh phụ cùng với mấy y tá bệnh viện đem thương binh lên xe ra phi trường.

Từ đó tới nay tôi không gặp lại anh nữa. Không biết sau cuộc chiến này anh có được bình an không?

Từ ngày có Biệt Động Quân đổ bộ xuống An Lộc, những cuộc đụng độ càng ngày càng nhiều. Máy bay bỏ bom để yểm trợ các cuộc hành quân hầu như hàng ngày.

Dân chúng bị thương đa số là những người Thượng ở những sóc xa và số thương binh cũng tăng lên rõ rệt.

Tôi nhận thấy với một phòng mổ chúng tôi không thể nào giải quyết kịp được số thương binh chắc chắn sẽ gia tăng trong những ngày tới. Ở trại ngoại khoa của tôi, Bộ Y Tế có thiết lập một phòng mổ khá tối tân, dự trù trong năm nay sẽ di chuyển phòng mổ hiện thời xuống đó. Nhưng vì còn thiếu nhiều tiện nghi cần thiết nên cho tới nay vẫn chưa sử dụng được.

Hiện giờ phòng mổ này là chỗ ở tạm của cô Bông, điều dưỡng trưởng bệnh viện và cô Bích bạn cùng lớp với cô Bông, chuyên viên phòng mổ. Tôi liền cho hai cô dọn đi nơi khác và nhờ ông quản lý Kiên sai y công thu dọn và làm sạch sẽ lại căn phòng, gắn điện vào dàn đèn mổ. Đồng thời tôi cho trang bị một số dụng cụ y khoa cần thiết. Trong phòng này đã có sẵn một bàn mổ rất hiện đại, còn mới nguyên. Tôi dùng phòng này làm phòng tiểu giải phẫu và có thể có khả năng đại giải phẫu nếu cần.

Tôi đề phòng nếu phòng mổ trên bị hủy hoại tôi sẽ có ngay một phòng mổ khác để làm việc. Phòng này tôi giao cho Bác sĩ Chí điều khiển. Phải tới gần một ngày trời chúng tôi mới tổ chức xong phòng mổ mới. Ngay ngày hôm sau chúng tôi đã có 4 khách hàng. Người thương binh đầu tiên được mổ tại phòng mổ này là một anh lính người Thượng. Anh bị pháo kích gãy nát cẳng chân phải và cẳng tay trái. Bàn chân phải văng đi đâu mất tiêu. Y tá đơn vị chỉ dùng băng cá nhân bó sơ sài phần cẳng chân còn lại để cầm máu. Không còn gì có thể cứu vãn được những bộ phận trên, tôi đành phải thiết đoạn 1/3 chi dưới và bàn tay trái.

Nhờ có hai phòng mổ làm việc điều hòa nên bệnh không bị ối đọng. Chúng tôi giải quyết rất nhanh, thương binh không phải chờ đợi lâu. Các vết thương đưa tới thường được mổ ngay, nên mặc dù làm việc trong điều kiện thiếu thốn nhưng số người bị nhiễm trùng gần như không đáng kể. Ít ra là trong mấy ngày hậu giải phẫu tại bệnh viện. Còn sau đó thương binh được tản thương về Bình Dương hay Tổng Y Viện Cộng Hòa, có nhiễm trùng hay không tôi thực không biết.

Tôi để một chuyên viên tê mê là binh nhất Thiện cùng với cô Vân, cô Tú, cô Hương làm việc ở phòng mổ mới với Bác sĩ Chí. Ở phòng mổ cũ tôi có trung sĩ Xòm, thượng sĩ Lỹ, cô Bích, cô Thìn, cô Mỹ, cô Trí, cô Lâm. Tuy phân chia như vậy cho dễ làm việc, nhưng lúc cần vẫn có thể du di người từ chỗ này tới chỗ khác để công việc được giải quyết nhanh gọn điều hòa.

Cô Đào là chuyên viên tê mê nhiều kinh nghiệm nhất trông coi về tê mê cả hai phòng mổ. Những ngày đầu cô làm việc rất hăng. Cô có sức chịu đựng thật dẻo dai. Những ngày sau vì cô còn có con nhỏ, nên chỉ những trường hợp nào cần thiết tôi mới cho mời cô giúp một tay.

Sáng hôm sau tôi vừa rời phòng hậu giải phẫu bước xuống sân thì gặp ông Khổng đi tới. Ông Khổng là trưởng phòng y tế công cộng. Ông có dáng người gầy gò, da ngăm đen, ăn mặc lúc nào cũng chải chuốt. Khổng nói:

– Thưa bác sĩ, dân ty nạn về càng ngày càng đông. Họ tụ tập ở ba nơi: chùa Từ Quang, nhà thờ Xứ và ngã tư chợ cũ. Họ ăn ở bừa bãi mất vệ sinh lắm. Tôi đi thăm thấy có nhiều người bị bệnh và bị thương nhẹ. Nếu tình trạng này mình không lo trước có thể xảy ra bệnh dịch lắm.

Tôi gật đầu đồng ý. Tôi đã nhìn thấy những hậu quả không hay do sự ăn uống thiếu vệ sinh.

— Họ từ đâu tới ông biết không?

— Dạ, họ từ Xa Cam, Xa Trạch và các sóc quanh đây. Phần đông ở trạm tiếp cư là những người Thượng. Vấn đề vệ sinh họ chưa được thông suốt nên phóng uế bừa bãi.

— Mình có thuốc chủng ngừa nào không?

— Thưa y tế còn một ít Plague Vaccin và Anti Cholera Vaccin.

— Thế thì tốt quá. Ông có bao nhiêu nhân viên?

— Dạ có 12 người kể cả tôi.

— Bây giờ ông huy động toàn thể ra đó làm việc. Thứ nhất ông cho chích ngừa dịch tả. Tụ tập đông người mà ăn ở bê bối như vậy sợ dịch tả xảy ra lắm. Thứ nhì ông lấy một số thuốc thông thường cùng bông băng cần thiết lo phát thuốc cho đồng bào và săn sóc những người bị thương. À ông lấy thêm bột DDT rắc quanh chỗ họ ở. Ông có thể ngoại giao với ty Công Chánh cho người đào những hầm vệ sinh.

— Thưa mấy thứ thuốc đó tôi đã dự bị xong xuôi cả rồi.

— Vậy thì tốt quá. Ông cho nhân viên đi làm ngay đi. À còn vấn đề ăn uống của đồng bào thì sao?

— Thưa chuyện đó ty Xã Hội đã lo cùng với Hội Đồng Tỉnh, phân phát gạo và bánh mì hàng ngày. Nước thì có xe của Công Chánh chở tới.

— Thôi được, ông lo giùm tôi việc đó nghe không. Đáng lẽ tôi phải tới thăm xem đồng bào ra sao, nhưng ở đây bận quá, đi không được. Ông lo được như vậy là giỏi lắm đó. À, nếu có ai bị thương nặng ngoài khả năng làm việc của ông, nên cho xe chuyển về đây ngay cho tôi.

Tôi vỗ vai ông Khổng tỏ ý khen ngợi ông đã làm việc chu đáo. Thực ra vì quá bận rộn trong vấn đề mổ xẻ nên tôi không có thì giờ nghĩ tới những việc ngoài bệnh viện. May nhờ có ông Khổng tới báo cáo nên tôi mới biết được những sự việc liên quan tới y tế bên ngoài mà bổn phận tôi, xử lý thường vụ Trưởng Ty Y Tế, phải biết để điều hành cho đúng cách hầu ngăn chặn kịp thời những tai họa như dịch hạch, dịch tả có thể xảy ra trong phần trách nhiệm của mình.

Phòng y tế công cộng chỉ hoạt động cứu trợ đồng bào được gần một tuần thì xảy ra cuộc tấn công đợt nhất của Việt Cộng, thành ra toàn thể nhân viên phải rút về bệnh viện hết.

Tại các trại, số y tá vì vậy được tăng thêm. Mỗi buổi sáng các cô lũ lượt tới thay băng cho các bệnh nhân. Tôi đi thăm bệnh thấy mọi người đều yên lặng chăm chỉ làm việc. Tôi không còn nghe những tiếng cười đùa vui vẻ hồn nhiên của các cô nữa. Bị hãm trong trận chiến này, sống chết không thể biết được, sống được ngày nào hay ngày ấy. Lúc nào mọi người cũng nơm nớp lo sợ bị trúng pháo của địch, cũng cảm thấy như có một con dao treo trên đầu, có thể rơi xuống cổ bất cứ lúc nào.

Nỗi lo lắng ấy làm mất đi những nụ cười thường ngày, thay vào đấy là những ánh mắt đăm chiêu, lo sợ, hoặc hốt hoảng khi nghe một tiếng động nhẹ như tiếng kéo lê của một đôi dép trên sân hay tiếng sột soạt của mái tôn bị tróc khi gió thổi qua. Tình trạng thật là căng thẳng.

KHO THUỐC VƯỢT BIÊN

Mới sau có bốn ngày sơ khởi làm việc khu ngoại khoa đã tiêu thụ một số lớn bông băng và nước biển. Tổng cộng cả mổ lớn lẫn mổ nhỏ chỉ mới chừng 30 người, vậy mà cấp số y cụ và vải băng trong tháng đã tiêu đi gần hết. Công bằng mà nói tổng số bệnh nhân bốn ngày đó cũng bằng cả một tháng hoạt động của bệnh viện trong thời bình.

Tôi nhận thấy, nếu cứ sử dụng như thế này thì chả mấy chốc sẽ cạn hết nguồn tiếp liệu. Tôi thông báo cho tất cả các trại bệnh phải bắt đầu một chương trình tiết kiệm. Không được phóng tâm dùng bừa bãi. Khi xuống kho thuốc lớn, tôi thấy bông còn rất nhiều nhưng băng còn ít thôi. Tôi ra lệnh chỉ dùng băng đã khử trùng rồi cho phòng mổ để băng bó cho những bệnh mới giải phẫu xong. Đối với những vết thương cũ, tôi cho dùng gòn hấp hay băng cá nhân dã chiến, như vậy cũng tiết kiệm được một số.

Tôi biết chắc rằng tỉnh Bình Long đã bị bao vây, cô lập, nên việc xin tiếp tế sẽ rất chậm chạp, khó khăn. Nếu không biết lo xa thì sẽ không còn gì để làm việc nữa.

Bệnh viện có ba kho thuốc, kho chẵn, kho lẻ và kho vượt biên. Khi tôi về đây thì mọi sự đã được sẵn sàng như vậy, nên tôi cứ thế mà làm. Tôi nghĩ rằng chia ra kho chẵn, kho lẻ để dễ kiểm soát. Ngày chẵn thì lãnh thuốc men y cụ ở kho chẵn, ngày lẻ thì lãnh ở kho lẻ.

Kho thuốc vượt biên được thành lập từ hơn một năm nay, từ khi có những cuộc hành quân vượt biên sang Cambodge và Lào.

Trong kho có đầy đủ mọi thứ nước biển, bông băng và thuốc cấp cứu đủ dùng cho một bệnh viện tiểu khu trong một tháng. Kho thuốc này được đặt trong một phòng thuộc trại ngoại khoa, xéo cửa phòng tôi. Những đồ tiếp liệu trong kho này chỉ để dành riêng cho những trường hợp bất ngờ bệnh viện phải tiếp nhận một số lớn thương binh mang về từ những cuộc hành quân vượt biên. Sáng kiến thành lập một kho thuốc như vậy tại mấy tỉnh gần biên giới thực đáng được đề cao.

Chính nhờ kho thuốc này tôi có đủ thuốc men dùng được gần một tháng là thời kỳ tiếp tế thuốc rất khó khăn vì tỉnh đã bị hoàn toàn cô lập.

Kho thuốc chẵn hay kho thuốc chính của bệnh viện, nằm ngay sau nhà bảo sanh. Khu vực này là nơi lãnh nhiều đạn pháo kích nhất trong bệnh viện. Ngay những ngày đầu, kho thuốc đã bị 6 trái 82 ly và 61 ly, làm sập một phần mái nhà nhưng may mắn không cháy, do đó không bị thiệt hại nặng nề lắm.

Tôi thấy nếu cứ để thuốc men trong đó sẽ có ngày bị pháo cháy tiêu. Nhưng dời đi chỗ khác thì không được vì bệnh viện đã chật, không còn phòng trống, vả lại cũng không có chỗ nào an toàn cả. Chỉ còn cách duy nhất là phân tán mỏng.

Tôi mời Dược sĩ Tân, Bác sĩ Chí, trung sĩ Thành thủ kho y dược, xuống kho kiểm điểm thuốc men. Đồng thời tôi huy động thêm bốn người ở phòng mổ tới khuân vác y cụ lên chia cho mỗi phòng một ít để dễ dàng cất chứa. Tôi thấy còn rất nhiều băng cá nhân, ống chích, kim chích các thứ nước sát trùng để rửa vết thương. Dưới con mắt của một y sĩ giải phẫu thì lúc bấy giờ những thứ đó đối với tôi là vàng. Tôi không quên mang lên phòng mổ các ống thông phổi, băng thun, găng tay cùng nhiều thuốc trụ sinh các loại.

Có nhiều thứ, ngày thường tôi tưởng hết nay lục lọi ra mới thấy đầy dẫy như băng thun dãn, rất tốt để băng các mấu chi sau khi thiết đoạn, như băng lớn dùng để băng vết thương sau khi mổ bụng, Phisohex hàng mấy chục thùng v.v...

Với số thuốc men sẵn có tạm thời tôi không lo thiếu thuốc. Nhưng chỉ cần một trăm thương binh nhập viện một ngày thì không đầy một tuần các đồ tiếp liệu sẽ vơi đi một cách đáng kể. Nên tôi nghĩ tốt hơn hết cứ xin sẵn thuốc men cần thiết để dự phòng. Tôi vừa gọi điện thoại, vừa đánh công điện về Liên Đoàn để xin tiếp liệu. Chỉ vài ngày sau tôi đã nhận được một phần của danh sách tôi yêu cầu, trong đó có 30 bịch máu O.

Có đầy đủ phương tiện để làm, nhất là có máu truyền cho thương binh, tôi phấn khởi vô cùng. Có ngày tôi mổ tới 7 trường hợp, liên tiếp ba ca bụng liền làm mấy y tá mệt dừ. Cô Đào không kịp ăn cơm, mặt mũi nhợt nhạt. Cô Bích than đứng lâu run chân muốn sụm. Thượng sĩ Lỹ, trung sĩ Xòm, binh nhất Thiện cũng phờ phạc cả người. Tôi nói đùa:

– Mọi sự xảy ra đều tại cô Mỹ cả, mọi người ráng chịu khó một chút.

Cô Mỹ là nữ điều dưỡng mới đổi lên đây được hai ngày trước khi Việt Cộng mở cuộc pháo kích vào An Lộc. Nghe tôi nói vậy, cô Mỹ đang lúi húi bên bàn giải phẫu dọn dẹp mấy tấm khăn mổ, ngẩng lên ngơ ngác nhìn tôi nói:

– Ủa, em có làm gì đâu.

Tôi thản nhiên trả lời mặt tỉnh bơ:

– Ai bảo cô xin đổi lên đây làm gì để Việt Cộng nó đánh Bình Long. Cô quên Việt Cộng nó nói chống Mỹ cứu nước à.

Vỡ lẽ, cô biết tôi nói đùa, mỉm cười tiếp tục làm việc. Mặc dù mới tới được mấy ngày, cô đã thạo công việc và tỏ ra rất chăm chỉ, tận tâm. Sau cuộc tấn công đợt nhất của Việt Cộng vào An Lộc đa số nhân viên dân sự đều nghỉ việc. Một số nhỏ nhanh chân theo các chuyến máy bay tản thương về Lai Khê rồi Sài Gòn. Một số về nhà ở với gia đình. Bệnh viện chỉ còn lại có cô Mỹ, cô Bông, cô Bích, cô Đào, Thìn, Thêm, Tuy, Ngọc. Cô Mỹ ở lại tới ngày 18 tháng 4 thì có người anh tới chở cô xuống ấp Phú Đức tỵ nạn.

Phòng hậu giải phẫu bây giờ đầy bệnh. Có 6 giường mà nằm tới 7 người, đều là những bệnh bị mổ bụng cả. Một đứa nhỏ mới có 3 tuổi người Việt gốc Miên tên Thạch Ngọc bị thương ở ruột già. Tôi làm hậu môn nhân tạo, phải để nó nằm trên nóc tủ đựng đồ linh tinh của phòng mổ. Từ xưa tới giờ nhà thương này chưa hề có nhiều trường hợp mổ bụng nằm la liệt như thế. Hai máy hút bao tử liên tục làm việc suốt ngày, luân phiên đi từng giường bệnh.

Thông thường, những bệnh mổ bụng tôi phải đợi đến khi có tiếng ruột chuyển động hoặc có trung tiện hay đại tiện rồi mới cho di chuyển xuống trại. Nay, với tình trạng này tôi đành phá lệ. Thấy người nào khá, tỉnh táo, khỏe là tôi cho xuống trại ngay để lấy chỗ nằm cho bệnh nhân mới mổ.

Những người bị gãy xương sau khi bó bột hoặc những người bị cắt tay chân, đều phải chuyển ngay xuống trại không được nằm tại phòng hậu giải phẫu nữa.

Những người mổ bụng thì từ 3 tới 5 ngày sau mới thay băng. Một khi đã mở băng rồi thì tùy theo vết thương sạch hay làm độc sẽ được thay băng cách ngày hay hàng ngày. Còn những vết thương khác cũng vậy, bình thường cứ hai ngày thay băng một lần. Chúng tôi phải làm như vậy mới có đủ thì giờ mổ bệnh mới, săn sóc bệnh cũ, đồng thời cũng tiết kiệm được một số bông băng.

BÁC SĨ PHÚC TRỞ VỀ

NGÀY 9-4-1972

Sáng ngày 9 tháng 4, mới 8 giờ 25 phút, tiếng bom do máy bay B52 thả xuống đã nổ rền ba đợt, khá gần làm rung rinh cả vách tường. Cửa sổ và cửa ra vào phòng tôi đập ầm ầm theo nhịp bom. Tôi cài cửa bằng một thanh sắt dài 20 phân được uốn cong thành hình chữ U nhét qua hai khoen sắt. Vậy mà nhiều đêm đang ngủ, B52 thả bom cửa rung mạnh quá làm rơi cả thanh sắt đó, khiến tôi phải lồm cồm bò dậy gài lại.

Sau cuộc dội bom, suốt sáng đó không thấy địch quân pháo kích nữa. Chừng một giờ sau, tôi nghe thấy tiếng trực thăng Chinook bay ngang bệnh viện. Khoảng 20 phút sau, khi tôi vừa từ phòng hậu giải phẫu bước ra hè, tôi thấy Bác sĩ Nguyễn Phúc, Trưởng ty Y Tế vừa rời chiếc xe mobylette do một người đàn ông chở tới.

Trông thấy anh tôi mừng quá, vội rảo bước xuống sân tới đón anh. Có nhiều nhân viên khác cũng chạy tới chào anh. Khuôn mặt mọi người đều mừng rỡ khi thấy anh trở về. Tâm lý chung thì những lúc nguy khốn ai cũng trông mong ở vị chỉ huy của mình.

Anh chỉ gật đầu chào mọi người vì còn mải quay lại cám ơn người đã cho anh quá giang. Anh dơ tay bắt tay tôi, miệng hơi mỉm cười. Tôi thấy anh có vẻ mệt. Nước da ngăm đen của anh hơi sạm lại hơn những ngày thường. Tôi chỉ nhìn thấy cặp mắt trắng của anh mà thôi. Tôi hỏi anh:

— Anh mới về chắc mệt lắm?

Bác sĩ Phúc gật đầu:

— Tôi đi bằng Chinook mới đáp xuống đó.

— Trực thăng xuống chỗ sân vận động hả anh?

— Đúng. Tôi không thấy xe đón, phải đi bộ về. May gặp ông Chuyển cho quá giang xe.

Tôi liền đáp lời anh:

— Tụi tôi không được tin anh về. Mà sao anh cũng còn nhớ mang được áo giáp, nón sắt lên thế?

— Đâu có, tôi mới lấy ở bên nhà. Đợi mãi không có máy bay, tôi đành theo chuyến Chinook lên, đổ bộ cùng với Biệt Động Quân. Họ trang bị vũ khí đầy người. Mình tôi đi người không. Lọt vô đó trông không giống ai cả. Khi đi chỉ sợ máy bay đáp xuống một cánh rừng nào đó để Biệt Động Quân đánh bọc hậu Việt Cộng thì mệt. Vì như vậy mình bắt buộc phải theo họ cho tới cùng. Lúc tới nơi, thấy binh lính ùa xuống, chạy tìm chỗ nấp, bố trí sẵn sàng coi như sắp đánh nhau, mình thấy ớn quá.

Thì ra từ bãi đáp anh đã ghé qua nhà, nên trông quần áo có vẻ tươm tất sạch sẽ. Có lẽ ông Chuyển, người cho anh quá giang, trong lúc đi đường đã báo cáo sơ qua tình hình ở đây nên anh đã biết hiện thời không còn như những ngày trước nữa nên đã mang theo áo giáp, nón sắt để phòng thân.

Tôi tiếp tục nói:

— Cũng may trước khi máy bay đáp, B52 đã dội bom rồi, thành ra không có pháo kích. Nếu không cũng vất vả lắm.

Bác sĩ Phúc gật đầu nói:

— Đi đường tôi thấy nhiều hố đạn pháo kích quá.

Tôi ngắt lời hỏi:

— Anh đi ngang cổng, có thấy hố hỏa tiễn 107 ly không?

— Tôi không để ý.

— Trái đó nổ sát rào bệnh viện, đã giết chết ông Long.

— Thế à, mấy ngày nay chắc anh bận lắm nhỉ?

— Dạ, cũng kha khá.

— Chắc chỉ làm mấy cái nhỏ thôi, chứ mổ lớn như bụng biếc đâu có mổ được phải không?

Tôi trợn mắt lên:

— Mổ chứ anh, kể từ ngày 5 tháng 4 đến giờ, tôi đã mổ được 36 trường hợp, trong đó có 10 cái bụng. Binh lính đều được tản thương còn dân vẫn nằm tại đây.

Bác sĩ Phúc gật đầu hài lòng nói tiếp:

— Vậy thì suya quá rồi.

Vừa nói chuyện chúng tôi vừa bước dần về văn phòng Bác sĩ Phúc. Tôi nói sơ qua tình hình trong tỉnh và trong bệnh viện cùng những biện pháp tôi đã làm. Tôi nói thêm trước khi kết thúc câu chuyện:

— Anh về an toàn tôi mừng lắm. Di chuyển bằng máy bay bây giờ rất nguy hiểm. Súng phòng không của địch bố trí quanh đây rất nhiều. Có anh chỉ huy đơn vị, tôi

NHẬT KÝ AN LỘC 129

được rảnh tay lo mổ xẻ. Những ngày sắp tới chắc chắn sẽ gian nan vất vả vô cùng.

– Ở Sài Gòn, tôi không tưởng tượng nổi tình hình lại bi thảm đến như thế. Tôi cứ nghĩ như mấy lần trước Việt Cộng dọa đánh, pháo kích lai rai vài quả, cùng lắm là chiếm mấy cái sóc, cái ấp xa xa. Chứ đâu có ngờ mình bị bao vây cô lập. À mấy thứ thuốc anh cần tôi đã xin Liên Đoàn rồi. Họ đã gửi lên Lai Khê. Chừng một hai ngày nữa có phương tiện họ sẽ gửi lên. Thôi cám ơn anh, để tôi gặp ông quản lý bàn mấy chuyện về ty Y Tế một chút.

Tôi chào anh rồi đi về trại ngoại khoa tiếp tục làm việc. Một lát sau tôi nhận được giấy mời họp vào 10 giờ sáng ngày mai. Tức 10-4-72.

Buổi trưa hôm ấy, tôi mặc áo giáp lần đầu tiên. Đầu đội nón sắt đi bộ về nhà ăn cơm. Chiếc áo này rất vừa với tôi, size Medium. Tôi cảm thấy hơi nặng nặng. Mới đi được mấy chục bước tôi đã thấy mồ hôi sau lưng rịn ra chảy ướt cái áo ba lỗ phòng mổ tôi thường mặc. Nhưng không sao, có nó tôi thấy an tâm khi đi ra ngoài. Dọc đường tôi thấy hố pháo kích nhiều hơn trước. Con đường thay đổi bộ mặt mỗi ngày.

Anh Châu chờ tôi ở sau nhà. Anh than:

– Nước sắp hết rồi bác sĩ ơi! Còn chừng nửa phi, dùng ngày nữa là hết.

Tôi cũng hơi lo. Bây giờ không thể cho xe vô Quản Lợi lấy nước như cũ được vì nơi đó đã bị chiếm rồi và những vùng quanh đây thì không được an ninh. Tôi nghĩ anh Châu có tài xoay sở, thế nào cũng tìm ra được nước cho mình. Tôi nói:

— Kẹt nhỉ, trời mà mưa được thì đỡ quá. Cũng gần tới mùa mưa rồi. À còn gạo thì sao?

— Cái đó bác sĩ khỏi lo. Gạo nhà mình còn hơn một tạ. Ăn cầu ba tháng cũng chưa hết. Còn thêm hai thùng gạo sấy nữa. Vài chục đồ hộp.

— Anh kiếm đâu mà hay vậy?

Anh Châu được tôi khen khoái chí, phập phồng hai cánh mũi, nhướng con mắt độc nhãn của anh nhìn tôi mỉm cười nói:

— Lo xa mà bác sĩ. Gạo sấy xin bên bà Chín, đồ hộp mua ở quân tiếp vụ.

Anh Châu vừa nói vừa sắp cơm cho tôi ăn ngay trên chiếc bàn gỗ sau nhà, dưới bóng mát của cây đa.

Tôi ăn hối hả, vì đói, và vì hai ngày chưa được ăn cơm. Vừa hết một bát thì một trái đạn pháo kích rớt ngay sân trường trung học nổ trước mặt tôi cách tôi chừng 30 thước. Đất đá nâu đen bắn tung lên rồi rơi lộp độp trên mái nhà. Tôi lom khom người thu vội chén bát nói:

— Dọn vô hầm ăn, anh Châu.

Tôi đi vô nhà xuống hầm trước, anh Châu mang thức ăn theo sau. Tôi ngồi ngay xuống đất tiếp tục ăn nữa. Bên ngoài đạn pháo kích vẫn nổ ầm ầm. Đất cát, mảnh đạn tiếp tục văng lên mái ngói. Anh Châu ngó qua cửa sổ hầm kêu:

— Chết cha, một trái trúng trại gia binh quân y rồi.

Tôi nhón người nhìn ra, thấy đất cát bay mù mịt ở khu trại gia binh cách chỗ tôi chừng 100 thước.

Có tiếng xe Jeep đậu ở ngoài sân, rồi tiếng chân người gấp rút chạy vào nhà. Qua cửa hầm tôi thấy chú Út và một người lính đang hốt hoảng tông cửa vào tìm chỗ núp. Tôi gọi:

– Vào đây Út. Út là tài xế của Thiếu tá Diệm.

Út lách mình bước xuống hầm, ngồi phệt ngay xuống đất, mặt mũi thất sắc, hơi thở dồn dập nói:

– Em suýt chết bác sĩ ạ. Một trái nổ ngay trước xe. Mảnh văng làm bể kiếng chắn gió. Nếu em không cúi đầu xuống kịp là tiêu rồi. Quay sang người bạn, Út nói có vẻ trách móc – Anh cứ bảo chạy nhanh nữa đi. Mình chỉ vọt lên chút xíu nữa là lãnh đủ.

Người bạn chỉ biết ngồi cười trừ. Tôi hỏi:

– Anh về lấy cơm cho thiếu tá phải không?

– Vâng, à thằng Xuân chết rồi. Bác sĩ biết chưa?

– Trời! Xuân chết rồi à. Nó hiền lành dễ thương. Tội nghiệp lại mới cưới vợ được mấy tháng.

Xuân là lính của ông Diệm, rành về nghề mộc. Ông Diệm đã cho Xuân tới giúp tôi đóng vách ngăn phòng tại phòng mạch mới của tôi vài ngày trước khi xảy ra những vụ pháo kích này. Út tiếp tục kể:

– Nó bị thương chết ngay không kịp mang đến bệnh viện.

Tôi hỏi thăm Út để lấy thêm vài tin tức mới:

– Ở Tiểu Khu có dễ chịu không?

– Cực lắm bác sĩ ơi. Ngày nào cũng phải làm bao cát. Canh gác ngày đêm đâu có được ở không.

– Trong đó có đủ nước uống không?

– Dạ có một giếng. Nước bơm lên có giờ. Mỗi lần lấy nước tranh nhau cực lắm, khó khăn lắm. Nước này chỉ để uống, nấu ăn thôi. Cấm không được tắm giặt.

Nghe như vậy tôi thấy hy vọng nhờ Thiếu tá Diệm kiếm nước cho tôi tan thành mây khói. Tôi hỏi tiếp:

– Có nghe thấy tin tức gì không?

– Em nghe nói viện quân Dù sắp lên.

Tôi thấy phấn khởi:

– Như vậy là nhất rồi. Dù lên dẹp tụi nó cho lẹ, chứ để nó pháo hoài khó chịu quá. À, vợ con Út bây giờ ở đâu?

– Dạ, em vẫn để ở nhà.

– Nhà có hầm tốt không?

– Dạ, sơ sài lắm. Út nhìn quanh, ngó lên trần hầm. Tôi nói:

– Hầm này tốt lắm hay Út mang vợ con sang đây ở an toàn hơn. Ở nhà Út gần trại cải huấn nguy hiểm lắm. Quân mình phía đó ít.

Anh Châu cười xen vô:

– Nhà này vững lắm. Có thần cây đa che chở. Bác sĩ thấy lúc nãy nó pháo chỉ rớt chung quanh đây chứ có trái nào trúng nhà đâu. Dù có trúng, đạn chạm vào cành đa cũng nổ rồi. Mình ở trong hầm đâu có việc gì

(Anh Châu chỉ có lý trong tháng đầu. Tháng sau có lẽ bom đạn nổ nhiều quá làm kinh động tới thần cây đa nên thần phải di cư đi chỗ khác, hết linh. Thành ra nhà và hầm đó đều bị pháo trúng năm sáu trái, sập luôn. Một gia đình tỵ nạn ở trong đó bị thương hai người, đứt chân. Hiện cái chân gẫy vẫn còn để trong hầm. Ngay cái miểu thờ gốc cây Đa của trung sĩ Hùng cũng bị pháo tan tành.)

Anh Châu đã sắp sẵn xong cơm, đưa cho Út. Út đứng dậy nói:

– Em đi đây bác sĩ.

Tôi vội nói:

– Cho tôi quá giang vào bệnh viện luôn. Anh Châu ở nhà cẩn thận nhé. Cứ nằm trong hầm cho chắc ăn.

Chúng tôi lên xe. Ngoài đường vắng ngắt không một bóng người. Út ngưng xe trước trại ngoại khoa. Tôi cảm ơn Út xong, bước xuống đi về phòng. Tôi ngả người nằm xuống mặt đệm mát lạnh. Bác sĩ Phúc đã trở về, thế là nhẹ được phần trách nhiệm. Tôi an tâm làm công việc của tôi hơn.

PHỐI HỢP LÀM VIỆC

NGÀY 10-4-1972

Sáng hôm sau, ngày 10 tháng 4 năm 72, để có thể tới họp đúng giờ, tôi đã dậy sớm. Sau khi khám xong các bệnh ngoại khoa cũng gần 10 giờ. Tôi rảo bước tới văn phòng Bác sĩ Phúc, đã thấy anh ngồi nơi bàn giấy đang ghi chép trên một cuốn sổ. Tôi chào anh rồi hỏi:

– Chưa có ai tới hả anh?

– Chưa, còn hơi sớm, anh ngồi chơi đi.

– Hôm nay mình bàn về vấn đề gì anh?

– À, về vấn đề phối hợp với Tiểu Đoàn 5 Quân Y.

Vừa dứt câu trả lời, một tiếng hú của đạn pháo kích bay ngang mái bệnh viện nổ ở bên trường trung học. Bác sĩ Phúc phản ứng rất nhanh, phóng mình nằm soài trên mặt đất, cái mũ sắt để trên bàn rơi xuống nền nhà kêu loỏng coỏng. Mặc dù tôi đã có kinh nghiệm về pháo kích hơn anh cả gần một tuần rồi, tôi vẫn phản ứng chậm hơn nên đành ngồi trơ trên ghế.

Vài phút sau Bác sĩ Chí, Bác sĩ Tích, Bác sĩ Nam Hùng tới. Chúng tôi chia nhau ngồi chung quanh chiếc bàn giữa phòng. Bác sĩ Phúc hỏi:

— Anh Vũ Thế Hùng có được tin họp không anh Tích?

Bác sĩ Tích trả lời:

— Dạ, thưa anh có, anh Hùng vì bận chút việc bên sư đoàn nên đến sau.

Bác sĩ Vũ Thế Hùng, Bác sĩ Tích, Bác sĩ Nam Hùng đều là y sĩ thuộc Tiểu Đoàn 5 Quân Y. Bên bệnh viện Tiểu Khu thì có Bác sĩ Phúc, Bác sĩ Chí và tôi. Bác sĩ Phúc nói:

— Thôi được, chúng mình bắt đầu. Theo tôi nghĩ thì trận này còn kéo dài và sẽ đánh lớn chứ không nhỏ đâu. Ở đây quân y mình có hai đơn vị khá lớn là Tiểu Đoàn 5 Quân Y và bệnh viện Tiểu Khu. Để công tác điều trị và tản thương được hữu hiệu tôi thấy chúng ta cần phải phối hợp lại mới làm việc được. Các anh thấy thế nào xin cho biết ý kiến.

Bác sĩ Tích trả lời:

— Thưa anh nghĩ vậy rất đúng. Bên bệnh viện tiểu khu có đầy đủ dụng cụ và cơ sở điều trị. Còn bên tụi tôi xin phương tiện tản thương dễ dàng hơn. Nếu mình phối hợp thì sẽ bổ túc cho nhau và công việc đương nhiên sẽ chạy hơn.

Bác sĩ Phúc gật đầu:

— Nếu chúng ta cùng đồng ý về việc phối hợp thì tôi thấy có 4 điểm chính chúng ta cần thảo luận. Thứ nhất là vấn đề nhân sự. Thứ hai là vấn đề điều hành cấp cứu. Thứ ba là vấn đề tản thương. Cuối cùng là vấn đề y dược. Về nhân sự, tôi muốn nói y sĩ, y tá. Y sĩ chúng ta có 6 người. Tôi và Bác sĩ Hùng giữ việc chỉ huy điều hành tổng quát. Như vậy còn lại 4. Bên các anh có anh nào rành về giải phẫu cấp cứu không?

Bác sĩ Nam Hùng trả lời:

– Thưa anh không.

– Nếu vậy chúng ta chỉ có mình anh Quý có khả năng làm đại giải phẫu. Tôi thấy như vậy anh Quý làm không xuể. Quay sang tôi Bác sĩ Phúc hỏi – Anh có thấy cần thêm y sĩ giúp anh không? Tôi đề nghị anh Nam Hùng vào phụ anh.

Tôi thong thả trả lời:

– Trước mắt, mình có bao nhiêu thì làm bấy nhiêu. Không thể nào đòi hỏi thêm được. Nếu được thêm một bác sĩ có khả năng mổ lớn vào làm thay phiên với tôi thì tốt nhất bằng không tôi thấy không cần thêm người nữa. Tôi và các y tá phòng mổ có thể đảm đương được công việc. Tôi đề nghị thế này. Vì anh Tích và anh Nam Hùng không ở trong bệnh viện tiểu khu nên dụng cụ thuốc men và nhân viên y tá các anh chưa quen thành ra khó làm việc, nên để các anh giữ phần nhận bệnh lựa thương cấp cứu. Anh Chí giữ phòng tiểu giải phẫu. Tôi giữ phòng mổ lớn vì chúng tôi quen người quen việc hơn.

Bác sĩ Phúc gật đầu nói:

– Vậy cũng được, anh Nam Hùng và anh Tích có ý kiến gì thêm không?

Bác sĩ Tích nói:

– Chúng tôi cũng đồng ý với anh Quý.

Bác sĩ Phúc tiếp lời:

– Anh Quý mới tổ chức xong được một phòng mổ mới ở dưới trại ngoại khoa. Thành ra bệnh viện hiện giờ có hai phòng mổ. Một phòng làm đại giải phẫu và một phòng làm tiểu giải phẫu. Thực ra vì mình thiếu người. Nếu không hai phòng mổ này đều có đầy đủ dụng cụ để làm những cuộc mổ lớn được. Anh Tích, anh Nam Hùng coi nhận bệnh lựa thương, nếu bệnh nặng cần mổ lớn sẽ đưa lên anh Quý, bệnh nhẹ sẽ đưa xuống anh Chí.

Nói đến đây thì Bác sĩ Vũ Thế Hùng, Tiểu Đoàn Trưởng Tiểu Đoàn 5 Quân Y tới. Sau khi mời anh ngồi, Bác sĩ Phúc tóm tắt cho anh biết mục đích buổi họp và những điều vừa mới thảo luận xong.

Bác sĩ Vũ Thế Hùng nói:

– Như vậy về phần y sĩ thì xong rồi. Còn về y tá anh tính sao?

Bác sĩ Phúc trả lời:

– Ở các trại, bệnh viện tiểu khu lo. Còn ở phòng cấp cứu tụi tôi sẽ có 6 người, các anh cũng có 6 người nữa là đủ. Thêm một người làm thư ký ghi sổ nhập viện để báo cáo.

Bác sĩ Hùng nhấn mạnh:

– Ở phòng cấp cứu lựa thương chỉ cần những người giỏi, có thiện chí, lanh lẹ để làm việc. Nếu không thương binh sẽ bị ối đọng không tài nào giải quyết kịp được.

Bác sĩ Phúc ngắt lời:

– Có, tôi có cho ra ngoài phòng cấp cứu những tay có bằng B1.

Bác sĩ Hùng gạt phất đi:

– Bằng cấp không cần thiết. Chỉ cần thằng y tá quèn cũng được. Miễn là nó chăm chỉ, chích mạch truyền nước biển thật nhanh là được. B1, B2 làm gì nếu mà nó chích mạch không được, chích đi chích lại, lụi mãi kim không trúng mạch thì còn làm ăn gì được, còn cấp cứu hồi sinh thế nào được.

Tôi thấy anh Hùng nói năng mạnh bạo đúng là tác phong nhà binh, dã chiến. Chúng tôi thuộc đơn vị tĩnh tại lại phối hợp với dân y nên có vẻ hiền hòa hơn. Thực ra ý kiến của anh Hùng rất đúng không ai chối cãi điều đó. Nhưng trên thực tế những người anh Phúc đưa ra đều là những nhân viên giỏi, đã làm quen việc cấp cứu tản thương rồi. Vả lại sau những năm làm việc tại bệnh viện, kinh nghiệm của họ còn nhiều hơn những y tá còn ở binh đoàn. Chính tại bệnh viện họ mới có dịp chích tĩnh mạch truyền nước biển nhiều hơn ở những chỗ khác.

Mọi người đều làm lơ để cuộc họp có kết quả tốt đẹp, để hai bên thêm đoàn kết, loại bỏ những dị biệt nhỏ không đáng kể. Mục đích chung của chúng tôi là làm sao chu toàn công tác cấp cứu tản thương, giảm thiểu hao tổn sinh mạng của đồng đội càng ít càng tốt.

Bác sĩ Chí nói:

– Về vấn đề phòng cấp cứu nhận bệnh. Tôi đề nghị nên dời lên cửa chính vào trại nội khoa. Nơi đó vừa rộng vừa tiện cho xe hồng thập tự ra vào mang bệnh tới, lại an ninh hơn phòng cấp cứu hiện thời chỉ có mái tôn.

Mọi người đều tán đồng ý kiến đó. Bác sĩ Hùng nói thêm:

– Tôi thấy ở cạnh đấy có một phòng trống khá rộng, nên dùng để làm phòng dechocage trước khi mang bệnh đi mổ. Chỗ nhận bệnh để ở ngoài.

Bác sĩ Phúc quay sang tôi hỏi:

– Ý anh làm sao?

– Theo tôi thì phòng đó để kho thuốc, còn cấp cứu hồi sinh làm ngay nơi nhận bệnh.

Bác sĩ Hùng gạt đi:

– Không được, toa làm như vậy trong trường hợp ít bệnh thì được, trong trường hợp vào cả trăm người làm sao làm được?

Tôi lặng im không nói vì chi tiết đó không quan trọng, để trong để ngoài cũng vậy thôi. Với kinh nghiệm tôi đã làm việc tại Tổng Y Viện Cộng Hòa tôi nghĩ trái lại, vào cả trăm người với điều kiện như bệnh viện này làm hồi sinh tại chỗ mới đúng vì lúc đó không còn nhúc nhích gì được nữa. Còn chỗ đâu, còn người đâu mà khênh bệnh đi chỗ này chỗ kia. Làm như vậy vừa mất thì giờ vừa đau bệnh và gây kích xúc thêm.

Sau này quả đúng như vậy. Phòng làm hồi sinh chỉ được ba ngày rồi biến thành kho thuốc và chỗ ở của anh em Tiểu Đoàn 5 Quân Y. Thương binh về để nằm ngay tại hành lang nơi tiếp nhận và chữa kích xúc ngay tại đó trước khi mang xuống phòng mổ.

Bác sĩ Phúc tiếp tục:

– Bây giờ chúng ta bàn về vấn đề tản thương.

Bác sĩ Hùng ngắt lời:

– Tản thương để tụi tôi lo cho. Chúng tôi xin phương tiện trực thăng dễ dàng hơn các anh. Các anh cho tôi biết bệnh viện có mấy xe hồng thập tự. Mỗi lần tản thương phải cần nhiều để chở thương binh tới bãi đáp.

Bác sĩ Phúc trả lời:

– Bên tôi có ba xe, hư một còn hai.

– Vậy được rồi. Tôi còn một Dodge và một Jeep hồng thập tự. Bây giờ kẹt chưa mở đường được. Nếu không tôi cho kéo lên từ Lai Khê cả chục chiếc. Bao giờ có tản thương tôi sẽ báo cho anh biết để anh biệt phái xe cho tôi. Xăng nhớt, tài xế tôi có đủ anh khỏi lo.

– Vậy thì tiện quá. Còn vấn đề chót là y dược, theo tôi rất giản dị. Thuốc men chúng ta đều dùng chung cả. Bên nào còn thì cho bên hết, rồi đánh điện xin tiếp tế thêm. Có ai còn thắc mắc hay có ý kiến gì không?

Không ai thắc mắc cả. Các anh Tiểu Đoàn 5 Quân Y đứng dậy ra về. Chưa ra khỏi cửa phòng thì hai ba tiếng nổ liên tiếp rất gần dội lại ngay phía sau nhà thương. Mọi người lại rần rần chạy vào.

Bác sĩ Hùng hỏi tôi:

– Hầm đâu. Có hầm không?

Tôi đưa tay chỉ vào phía trong văn phòng, ngay phía bên góc trái, nói:

– Có hầm ở phía này.

Mọi người đều theo nhau chui vào hầm. Trong hầm còn để một đống súng carbine, một đống hồ sơ với mấy khúc gỗ lớn nên hơi chật. Chúng tôi phải khuân bỏ đống súng với hồ sơ ra ngoài mới ngồi vừa. Trong khi hối hả dọn dẹp, không may một chai Potassium chloride bị bể làm bay ra mùi hăng của khí Chlor thật khó chịu, càng làm tăng thêm sự ngột ngạt do nhiều hơi người trong hầm.

Ngồi chừng 10 phút, thấy không pháo nữa, các anh Tiểu Đoàn 5 Quân Y đều chào chúng tôi ra về.

Ngồi trong hầm tôi nghe thấy tiếng xe Dodge thắng gấp rút phía phòng mổ. Mấy phút sau tôi nghe thấy tiếng người gọi tên tôi. Rồi tiếng chân người gấp rút chạy vào văn phòng. Một đầu người ghé vào cửa hầm hỏi:

– Có Bác sĩ Quý ở trong này không?

Tôi hỏi ra:

– Có chuyện gì vậy?

– Thưa bác sĩ có nhiều người bị thương.

Tôi chạy vội ra ngoài. Trên chiếc xe Dodge, mấy người lính đang cố gắng khiêng ba, bốn băng ca xuống. Tôi thấy có ít nhất là bảy, tám người bị thương đang để nằm dài theo hàng hiên phòng mổ.

Một người lính mặt mũi đầy cát bụi tới kéo áo tôi lại gần một chiếc cáng. Anh ta có vẻ xúc động lắm. Nước mắt đoanh tròng.

– Bác sĩ cứu giùm Thiếu úy Đại Đội Trưởng của em. Giọng anh ta có vẻ uất ức – Chúng em bị bỏ bom lầm ngay bộ chỉ huy đại đội. Tụi nó còn nằm như rạ ngoài kia.

Tôi quỳ xuống bên băng ca. Một người nằm thiêm thiếp, mặt mũi tái xanh chắc chắn bị kích xúc rất nặng. Tôi thấy hai cẳng chân bị thương nát tới đầu gối. Vết thương đầy bùn đất. Cẳng chân trái chỉ còn là một đống thịt xương vụn nát dính vào gối bằng mấy sợi gân trắng hếu. Nhìn nét mặt người thương binh thấy hơi quen quen. Tôi ngó xuống bảng tên: UY. Tôi ngửng phất lên nắm vai anh lính:

– Có phải thiếu úy đại đội trưởng 212 không?

– Dạ phải.

Thôi rồi, tôi thấy lạnh buốt trong lòng. Một niềm thương cảm xót xa làm tôi thấy cay ở mắt. Tháng trước gặp Uy lần đầu tiên, ăn nhậu với Uy. Uy nói tôi và Uy có họ với nhau. Uy là em họ tôi. Thực tình tôi không thể biết tôi và Uy có họ hàng gì hay không. Trong bữa tiệc tôi không tiện hỏi kỹ. Tôi nghĩ bao giờ về Sài Gòn hỏi lại người nhà cho chắc chắn. Tuy nhiên ngay buổi gặp đầu tiên tôi đã có cảm tình với Uy. Tôi đã nghe tiếng Uy từ lâu là một trong những đại đội trưởng khá nhất của tiểu khu. Mặc dù anh có dáng người gầy gò nhỏ nhắn nhưng lính rất sợ và nể phục anh vì tính tình anh rất phóng khoáng gan dạ và chỉ huy rất giỏi.

Với vết thương như vậy Uy sẽ bị tàn phế suốt đời. Tôi tiếc thương cho Uy. Tuổi đời chưa quá 30, tương lai còn dài mà nay đã trở thành phế nhân. Đau cho Uy và cho cả chúng tôi, tỉnh Bình Long này là Uy, một trong những sĩ quan giỏi của tiểu khu, đã bị loại ra khỏi trận chiến này quá sớm. Uy đã phải hy sinh cặp chân của mình không phải do đạn của kẻ thù mà do đạn của đồng minh bắn lầm.

Tôi cho chích một mũi Demerol cho đỡ đau. Tôi sai y tá cho đặt đai chỉ huyết ở hai đùi để cầm máu, đồng thời truyền nước biển rồi cho khênh Uy vào đặt trên bàn mổ. Tôi đang cầm tay Uy bắt mạch thì Đại tá Trần Văn Nhựt tới thăm cùng Trung tá cố vấn trưởng tiểu khu Colley. Đại tá Nhựt đứng nhìn Uy nằm thiêm thiếp trên bàn mổ lo lắng hỏi tôi:

– Liệu có cứu được không bác sĩ?

– Thưa đại tá nếu có máu thì chắc cứu được.

– À, cái đó để tôi lo cho. Bác sĩ cần bao nhiêu?

– Thưa càng nhiều càng tốt. Nhưng tối thiểu là ba bịch.

– Được, để tôi bảo lính cho.

Đại tá Nhựt ra về. Tôi cho phân loại máu Uy. Chừng 30 phút sau tôi nhận được hai bịch máu loại O. Tăng, y tá phòng thí nghiệm hỏi:

— Bác sĩ cần nữa không, còn ba người tình nguyện cho.

— Cứ lấy đi.

Tôi cho truyền máu gấp rút. Áp mạch lên được 11/8. Tôi nói cô Đào sửa soạn chích Penthotal. Theo kinh nghiệm của tôi những người bị thương nát hai chân như trường hợp này thường hay chết vì kích xúc nếu không có máu nhiều để làm hồi sinh.

Cô Đào đã cho bệnh ngủ xong. Tôi đi găng tay khám nghiệm thấy hai cẳng chân bị gãy nát vụn. Mạch máu, dây thần kinh bị đứt hết. Tôi quyết định phải cắt cả hai chân. Tôi phải làm thật nhanh, cố gắng rút ngắn thời gian gây mê, sợ có ảnh hưởng tai hại, làm trầm trọng thêm tình trạng kích xúc. Sau khi cột các mạch máu, tôi lấy Phisohex rửa sạch vết thương. Sau đó rửa lại lần nữa với Hydrogen Peroxide rồi băng lại bằng băng thun không quên làm skin traction (kéo da).

Tôi cắt một phần ba cẳng chân phải, cố giữ đầu gối phải để sau này Uy có thể sử dụng chân giả dễ dàng. Xong việc không tới 20 phút. Bây giờ thân hình Uy chỉ còn một khúc ngắn ngủn ai trông thấy cũng mủi lòng.

Tôi giúp y tá đặt Uy lên giường điều chỉnh đẩy ra phòng hậu giải phẫu. Bà chị vợ vào thăm. Thấy thân hình Uy như vậy ôm lấy tay Uy khóc nức nở khiến mấy người lính phải khuyên bà bình tĩnh, Uy còn thấm thuốc mê làm náo động có hại. Bà nghe lời, chỉ ngồi sụt sịt khóc thầm.

Nhờ mấy bịch máu đó mặt Uy hồng hào trở lại. Chung quanh giường hai người lính 212 đứng canh chừng cho Uy. Một người kể lại:

– Ông bị bệnh sốt rét mấy ngày nay. Vẫn còn được nghỉ phép mà phải ra cầm quân. Xui thật.

Tôi dặn cô y tá:

– Nếu chút nữa, ông ta tỉnh lại kêu đau, cô chích thêm một ống Demerol 50mg nghe cô Mỹ.

Cô Mỹ dạ nhỏ rồi tiếp tục làm việc thay băng cho những bệnh nhân khác.

Trưa hôm đó tôi đói mà ăn cơm không nổi.

Tôi vẫn còn cảm thấy đau trong lòng vì vụ bắn lầm. Hai bên đang dàn trận để quyết tử mà bên mình lại bị hại do chính người của phe mình gây nên hỏi ai không đau lòng. Nếu bị Việt Cộng bắn cũng còn đỡ tức. Nhưng thôi, để cho đời đỡ khổ tôi lại đổ cho tại số để tự an ủi, yên tâm tiếp tục làm việc.

TẢN THƯƠNG KHÓ KHĂN

Càng ngày nhịp độ pháo kích của địch quân càng gia tăng. Nhất là khi có máy bay trực thăng lên xuống. Điều này làm cho việc tản thương, tiếp tế thêm khó khăn. Mỗi lần di tản thường là cả một sự liều mình, là dấn thân vào vùng đất chết. Địch quân dường như đã đặt súng căn sẵn vào những bãi đáp. Mỗi khi thấy máy bay là là định đáp xuống là chúng khai hỏa liền. Chúng bắn đuổi theo trực thăng khiến máy bay đáp không được phải bay trở về. Như vậy xe hồng thập tự sau nhiều giờ chờ đợi, có khi gần cả một ngày trời dưới nắng, lại phải đưa thương binh về bệnh viện. Thương binh vừa đói vừa khát, về đến nhà thương lắm người lả đi vì mệt.

Hai giờ chiều hôm ấy Thiếu úy Thu tới kiếm tôi:

— Thưa bác sĩ, bên tiểu khu vừa cho mình hay sẽ có chuyến tản thương. Mình phải sẵn sàng tám người. Ưu tiên cho những người nặng. Chừng hai mươi phút nữa trực thăng sẽ tới. Bãi đáp ở sân vận động.

– Hay quá, ông cho các anh em biết để sửa soạn xe hồng thập tự. Tôi sẽ chỉ định người được tản thương. Sáu người ở trại hậu giải phẫu này sẽ được đi hết.

Tôi xuống trại ngoại khoa kiếm trung sĩ Lạng:

– Chọn cho tôi hai người nặng nhất để tản thương ngay bây giờ. Không cho thân nhân đi theo.

Lát sau xe hồng thập tự đã đến đậu trước cửa phòng hậu giải phẫu. Cửa xe vừa mở rộng để các y tá khênh những người bệnh nặng ra thì những người bị thương nhẹ đã tranh nhau nhảy tuốt lên xe ngồi. Tôi đã cố ý dấu họ, hoàn toàn giữ bí mật về việc tản thương này. Tôi ra lệnh cho y tá một cách kín đáo sao những người này quá tinh ý, biết là có tản thương ùn ùn kéo ra đầy xe. Họ tranh nhau leo lên xe làm mất trật tự, gây chậm trễ và trở ngại rất nhiều trong việc tản thương. Kẻ thì chống gậy, kẻ thì nhẩy lò cò, những người bị thương ở tay, hai chân còn lành lặn đã lẹ làng nhảy vào trong xe ngồi giữ chỗ trước.

Tôi bực mình ra ngăn họ lại, quát lớn:

– Các anh em hãy từ từ. Hãy nhường chỗ cho những người bị nặng đi trước. Chuyến sau sẽ tới lượt các anh em.

Một vài người nghe lời tôi trở vào. Một số ngoan cố đã chui tọt vào xe ngồi yên không chịu xuống. Nói nhẹ không nghe, tôi phải dùng biện pháp mạnh, cho người lên kéo, khênh họ xuống. Chúng tôi phải làm gấp rút để tranh thủ thời gian cho xe ra bãi đáp đúng giờ hẹn.

Những lần đi hành quân ở Trung Đoàn 43 bộ binh đã cho tôi nhiều kinh nghiệm về tản thương bằng trực thăng. Khi được báo 10 phút là đúng 10 phút trực thăng sẽ tới. Thương binh phải sẵn sàng tại bãi đáp. Trực thăng không bao giờ chờ đợi. Nếu tới bãi đáp không thấy thương binh, phi công sẽ bay luôn không trở lại nữa. Sau này xin tản thương sẽ rất khó được thỏa mãn.

Ngay cả khi trực thăng tới mà thương binh ùa lên máy bay một cách mất trật tự gây trở ngại cho việc cất cánh cũng là một điều lỗi của quân y. Phi công có thể viện cớ đó để từ chối tản thương. Bởi vậy thà mình tới sớm đợi máy bay còn hơn để lỡ chuyến làm hư hết mọi chuyện và có ảnh hưởng tai hại tới sinh mạng của thương binh.

Mặc cho những lời van xin, những lời chửi rủa, văng tục. Có kẻ kêu chúng tôi là những người độc ác, tàn nhẫn vô lương tâm, lính bị thương mà không cho tản thương. Tôi giả điếc làm ngơ cho người khênh 4 băng ca và dìu 4 người có thể ngồi được lên xe. Hai y tá đứng hai bên cửa xe. Một người nữa đứng ở phía sau. Sửa soạn xong xuôi tôi cho xe ra phi trường. Xe đi rồi chúng tôi thở ra như trút được một gánh nặng.

Nhưng chưa hết đâu, bao giờ xe không người trở về mới chắc. Có tản thương, không những bệnh nhân mà cả chúng tôi cũng được vui vẻ vì bệnh viện lại giải tỏa thêm một số giường để lấy chỗ tiếp nhận bệnh mới. Tuy nhiên trong tình trạng này, mặc dù xe đi rồi chúng tôi vẫn cứ thấp thỏm. Vì đã nhiều lần xe đi rồi lại về: máy bay không đến hay đáp xuống không được.

Xe đi được chừng 15 phút, tôi lắng nghe thấy có tiếng trực thăng ở xa vọng lại, mỗi lúc một gần. Tôi quay sang nói với Thiếu úy Thu:

– Rồi, máy bay sắp tới!

Một lát sau hai chiếc trực thăng bay qua đầu chúng tôi. Một chiếc hạ thấp, một chiếc vẫn bay cao dường như để canh chừng. Tôi nghe thấy ba tiếng nổ ở sân vận động. Thu nói:

– Nó pháo vào bãi đáp rồi.

Tôi lắc đầu chán nản. Tôi thấy chiếc trực thăng vọt lên như một mũi tên. Rồi hai chiếc trước sau bay về hướng Sài Gòn mất dạng. Tôi nghĩ lần này tản thương chắc lại đi không về rồi quá.

Quả nhiên 10 phút sau xe hồng thập tự trở về, vẫn đầy nhóc những người.

Tài xế Mệnh nhảy xuống xe nhìn tôi lắc đầu:

– Suýt chết bác sĩ ạ. Mảnh đạn véo ngang đầu.

Tôi ngắt lời hỏi:

– Nó pháo gần không?

– Ngay boong à bác sĩ. Cách tụi em chừng mươi thước.

Binh nhất Nở xen vô:

– Máy bay vừa nhào xuống, định đáp là tụi nó rót vô Binh, Binh, Binh. Tụi em bung người xuống, mạnh ai nấy tìm chỗ núp. Em chui đại xuống gầm xe. Nó vừa nói vừa chỉ cho tôi xem quần áo đầy những đất đỏ cùng với dầu xe. Mệnh chặc lưỡi:

– Nó căn sẵn hay sao mà bắn suya quá, làm máy bay thấy pháo gần quá đi luôn. Em đành phải lái xe về.

Tôi vỗ vai Mệnh:

– Thôi, không ai bị gì là tôi mừng rồi. Đợi chuyến khác.

Tôi quay lại kêu mấy y tá đang đứng tụm lại hỏi chuyện mấy người từ bãi đáp về:

– Các anh em lo khiêng giùm bệnh nhân xuống xe đi chứ. Để trong xe hoài ngộp chịu sao nổi.

Tôi hỏi thăm mấy thương binh, thấy họ mệt nhưng tỉnh táo:

– Sợ không các anh?

– Dạ, sợ chứ nhưng tụi tôi đành nằm đó phó mặc cho số mệnh đâu có thể ngồi dậy chạy đi đâu được.

Câu nói tỉnh bơ như vậy nhưng đối với tôi thực là khủng khiếp. Cái cảnh cá nằm trên thớt, nhìn thấy con dao treo lơ lửng trên đầu mà không thể nhúc nhích được mới khiếp làm sao.

Uy kêu tôi lại, ngỏ ý xin về nhà nằm có hầm hố, có người nhà săn sóc chu đáo hơn. Tôi thấy không có gì trở ngại. Tình trạng của Uy giờ khá rồi. Tôi đồng ý cho Uy về nhà nhưng hẹn ngày mai phải lên sớm để tản thương.

Chiều hôm đó tôi nhận được điện thoại từ Biên Hòa. Trung tá Liên Đoàn Trưởng Liên Đoàn 73 Quân Y, Bác sĩ Lương Khánh Chí gọi lên trấn an chúng tôi và ngỏ lời khen ngợi toàn thể quân nhân các cấp thuộc bệnh viện tiểu khu Bình Long đã tỏ ra có nhiều thiện chí và bình tĩnh sáng suốt làm việc trong những điều kiện hiểm nghèo.

Sau đó chị Phúc, chị Chí nói chuyện bằng điện thoại với Bác sĩ Phúc và Bác sĩ Chí. Thì ra các bà nóng ruột đã tìm đường lên tới bộ chỉ huy liên đoàn Quân Y để được điện thoại hỏi thăm các ông. Tôi vì còn độc thân, không vợ không người yêu nên chẳng có ai nói chuyện hỏi thăm cả. Tôi chỉ nhờ Bác sĩ Chí nói lại cho chị Chí làm ơn tới nhà tôi cho mẹ tôi biết tin là tôi vẫn bình an mạnh khỏe để cho mẹ tôi khỏi lo.

Chúng tôi đều không ai ngờ rằng đó là lần liên lạc chót bằng điện thoại với Biên Hòa. Vì ngay ngày sau, địch quân đã pháo kích đứt hết dây điện thoại, và ngày 12 tháng 4 Việt Cộng pháo vào trung tâm truyền tin cố định khiến cho 7 người chết 7 người bị thương, thành ra những hy vọng sửa chữa cũng như liên lạc bằng điện thoại tan thành mây khói.

Ngay như đối với bộ chỉ huy tiểu khu hay các đơn vị quân sự trong tỉnh, bệnh viện cũng không thể liên lạc bằng điện thoại được. Mọi sự liên lạc chỉ có thể cho người đích thân tới. Nhưng trong tình trạng hiện tại ai dám bỏ chỗ an toàn đi ra ngoài, không bị pháo kích cũng bị nghi ngờ là Việt Cộng.

Pháo binh Sư Đoàn trước đóng ở sân vận động, sau bị pháo dữ quá phải dọn xuống công viên Tao Phùng. Công viên này nằm ngay dưới chân đồi của bệnh viện về hướng tây. Thành ra bệnh viện ở giữa hai căn cứ quân sự mà địch quân cố tình triệt hạ cho kỳ được, Bộ Tư Lệnh Sư Đoàn 5 và Pháo Binh. Thế là bệnh viện bị lãnh đủ. Mới đầu, đạn còn rớt ngoài vòng rào, về sau trại nào cũng bị pháo trúng. Nhất là trại ngoại khoa của tôi. Không phòng nào là không bị một trái.

Ngày 11 tháng 4, địch quân pháo suốt ngày. Mới 8 giờ sáng đã có nhiều trái rơi vào trường trung học, nơi tàn quân của Trung Đoàn 52 đóng ở đó ngay trước mặt bệnh viện. Cho tới chiều, khoảng 3 giờ 45 phút, ngớt pháo kích, bên bộ chỉ huy tiểu khu cho người tới báo sắp có máy bay tản thương. Chúng tôi lại sửa soạn cùng với các anh em thuộc tiểu đoàn đem thương binh ra chất đầy ba xe hồng thập tự để chở ra bãi đáp. Lại tranh giành, ồn ào, cãi vã, lại quát tháo giải thích mãi đến 20 phút sau xe mới chuyển bánh được.

Xe đi đã lâu sao chưa thấy tiếng trực thăng tới. Mọi người đợi chờ trong lo lắng. Ai nấy đều thầm cầu mong trong lòng đừng có pháo kích để máy bay đáp xuống an toàn bốc hết thương binh đi.

Tôi đang mổ sạch một người bị thương nát mông trái, bỗng nghe tiếng xe đậu ngoài sân ngay trước phòng mổ. Rồi tiếng người lao xao, ồn ào, tiếng cười nói huyên thuyên khác thường. Tôi lấy làm lạ, tôi bảo thượng sĩ Lỹ:

– Ông ra xem cái gì mà ồn vậy.

Lát sau thượng sĩ Lỹ vào cười nói:

– Thưa bác sĩ tản thương được hết rồi. Đoàn xe đã trở về.

Tôi vui mừng:

– Vậy thì đỡ quá. Kỳ này mình cho đi được tới 24 người đó nghe. Không biết có bao nhiêu trực thăng mà đi được nhiều như vậy?

– Thưa nghe nói có Chinook xuống.

– À, thảo nào. Chinook hốt thì lẹ lắm.

– Mấy tài xế nói dân cũng đi được khá nhiều.

Tôi đứng dậy sau khi băng xong vết thương, tháo găng tay bước ra ngoài kêu Mệnh lại hỏi:

– Đi được hết rồi phải không?

Mệnh mặt mày tươi rói:

– Dạ hết. Hai Chinook xuống cùng một lúc nên chở được nhiều lắm, cả dân cũng được đi nữa.

– Chắc họ tranh giành chen nhau ồn ào lắm phải không?

– Dạ, thưa mấy kỳ trước mất trật tự lắm. Rút kinh nghiệm kỳ này có quân canh gác nên cũng đỡ. Họ cho thương binh lên trước, rồi mới tới vợ con các sĩ quan, binh lính, dân chúng lên sau. Máy bay cất cánh rồi Việt Cộng mới pháo. Có lẽ kỳ này tụi nó ngủ gật. À em thấy cô gì nhỏ nhỏ người làm ở trại bác sĩ cũng leo lên trực thăng đi luôn.

– À, đó là cô Sum đấy.

Cô Sum là y tá trại ngoại khoa, dáng người bé nhỏ. Chồng cô là giáo sư trường trung học Bình Long, (em trai Bác sĩ Trần Tam Lang cùng lớp với tôi, sau này làm tiểu đoàn trưởng tiểu đoàn 2 quân y) hiện đang kẹt tại Sài Gòn. Mỗi lần nghe tiếng nổ là cô sợ hãi lắm. Cô không còn thân nhân nào tại đây. Cô lại đang mang thai. Tình cảnh cô thật tội nghiệp. Cô ngỏ ý xin phép tôi theo xe tản thương lên máy bay về Sài Gòn. Tôi thực không có quyền gì với nhân viên dân sự cả. Tôi nói:

– Cô lên xin Bác sĩ Phúc trưởng ty Y Tế xem sao.

Cô ngại ngùng:

– Tôi sợ Bác sĩ Phúc không cho.

Tôi cũng đoán vậy. Trong tình trạng này, bệnh viện đang cần nhân viên, làm sao bác sĩ trưởng ty có thể chấp thuận lời cầu xin đó được. Các y tá khác sẽ bắt chước, bệnh viện còn ai mà làm việc.

Tôi nghĩ rằng, một người đã có ý tưởng ra đi dù bắt họ ở lại họ cũng không còn tinh thần làm việc. Đôi khi sự có mặt của họ lại càng làm bận rộn thêm cho mình. Huống chi tôi biết cô mỗi lần sanh đẻ rất khó khăn đều phải mổ cả. Nếu giữ cô lại, sau này đi không được vì trận chiến kéo dài hay rủi ro xảy đến cho cô thì thực tôi ân hận biết bao. Lỡ tới ngày cô sanh cần phải mổ thì với phương tiện càng ngày càng thiếu thốn như ở đây làm sao tôi có thể đảm bảo được sự an toàn cho hai mẹ con cô. Hơn nữa nơi đây là bãi chiến trường, ngay như cô là người mạnh khỏe, không mang thai hay bệnh hoạn, chỉ với điều kiện là phái nữ tôi nghĩ cô cũng không nên ở lại trừ phi cô tình nguyện.

Vì thế tôi nói với cô:

– Tôi thông cảm hoàn cảnh của cô. Cô muốn đi thì đi, tôi không ngăn cản. Nếu có ai thắc mắc tôi sẽ giải thích giùm cô.

Cô Sum nắm lấy tay tôi nói lời cám ơn và không quên chúc tôi ở lại được bình an. Tuy vậy như tôi đã nói, việc lên được máy bay không phải là dễ. Cô Sum đã phải mất tới hai hôm, vất vả, nguy hiểm lắm mới đi được. Tôi cũng mừng cho cô, và trong lòng tôi cũng không có điều gì phải áy náy, ân hận vì đã bao che cho một nhân viên bỏ nhiệm vụ. (Sau này khi về tới Sài Gòn tôi được biết cô đã phải mổ lần thứ hai và sanh được một đứa con trai nữa. Sau trận chiến, khi được đổi về Sài Gòn, tôi được gặp cô lần nữa tại Viện Bài Lao Hồng Bàng nơi cô đang làm việc.)

NGƯỜI TÙ BINH

Trước cuộc pháo kích một tuần, nghĩa là cách nay được hai tuần, ban an ninh tỉnh có giải tới bệnh viện hai tù binh bị thương, một đàn bà, một đàn ông.

Cả hai người còn trẻ tuổi. Người con gái chừng 23, dáng người cao gầy, cỡ chừng 1 thước 60, da ngăm đen, bị thương ở bụng. Người con trai cỡ 21 tuổi, bị thương gãy xương đùi phải. Trái với người con gái, anh này có da có thịt, da trắng xanh, trông mặt mũi cũng khá sáng sủa. Tôi đã mổ cho hai người này, săn sóc họ cũng giống như những người dân khác, không phân biệt thù hay bạn. Sau khi mổ xong, chuyển họ qua phòng hậu giải phẫu, nhân viên an ninh đến ngay canh chừng, dùng còng số tám khóa tay họ vào thành giường.

Tôi biết bị khóa như vậy thì khổ sở lắm. Tay sẽ mỏi và tê buốt vì ở trong một vị thế lâu hàng giờ. Cũng may tay họ bị khóa dọc theo thành giường chứ không vắt lên trên khung sắt cong đầu giường. Như vậy sẽ càng mỏi, tê ghê gớm hơn. Tôi biết được điều này vì từ hồi còn là sinh viên y khoa tôi truyền nước biển cho một người bệnh uống thuốc ngủ tự tử. Vì bệnh nhân dãy dụa nằm không yên nên y tá phải cột cánh tay cô ta vào một cái nẹp gỗ để cánh tay không co lại được, tránh cho tĩnh mạch khỏi bị kim đâm xuyên qua. Khi truyền xong, cô ta tỉnh dậy và than chỗ khuỷu tay bị cứng lại, co vào thấy đau, tê lắm. Ấy là chỉ mới giữ im cánh tay có hai giờ thôi, bệnh nhân đã kêu than như vậy. Nay những người tù binh này bị còng vào thành giường cả ngày, không biết sẽ tê nhức đến thế nào.

Lúc đầu hai người này rất ít nói, rất dè dặt. Ai hỏi gì chỉ trả lời tiếng một, mặt tỉnh bơ vô cảm giác. Nhưng sau vài ngày thấy chúng tôi đối xử với họ như những bệnh nhân khác, trong ánh mắt của họ đã mất đi vẻ nghi kỵ lạnh lùng.

Sau hai ngày ở phòng hậu giải phẫu tôi cho chuyển họ xuống trại ngoại khoa. Vết thương bụng người con gái lành khá nhanh theo như dự đoán, không có biến chứng gì cả. Nhân viên phòng nhì của tỉnh vẫn canh chừng, nhưng hơi lơi là một chút, thay vì ở đó suốt ngày, nay họ chỉ tới thăm chừng một ngày hai lần. Họ không sợ tù binh đào thoát vì tay tù binh vẫn bị khóa vào thành giường như cũ.

Người con gái đã có thể ngồi dậy ăn uống. Nếu có nhu cầu vệ sinh cô ta có thể gọi y tá tới giúp. Vì nhu cầu sinh tồn, cô ta đã làm quen được những người bệnh cùng phòng và họ sẵn sàng giúp đỡ cô ta khi cần.

Sự hiện diện của một tù binh bên địch ở trong trại ngoại khoa chẳng làm cho mọi người để ý gì hoặc xử sự gì khác lạ. Một vài bệnh nhân vì tò mò có lần tới xem mặt người tù binh nhưng không có thái độ căm thù hay oán ghét gì cô ta.

Tôi nhận thấy đó là một điều khác thường. Trên chiến trường thì ăn thua đủ, sẵn sàng nhả đạn tiêu diệt kẻ thù, nhưng khi bị thương vào bệnh viện mọi người chỉ là bệnh nhân thôi. Cùng là người Việt cả. Có thể cùng nói một thứ tiếng, cùng một phong tục tập quán nên dễ thông cảm nhau chăng. Cũng có thể là cuộc chiến tương tàn giữa những người Việt với nhau không phải do họ, những thường dân vô tội, mà do một nhóm người lãnh đạo đầy tham vọng quyền lực đã áp đặt, đưa đẩy họ vào. Tôi chắc chắn rằng họ cũng như tôi, chỉ mong có một cuộc sống bình an, không có tiếng súng, không chết chóc, hận thù. Cho nên chúng tôi, y sĩ, y tá đều cố gắng chữa lành những vết thương cho mọi người, không phân biệt ta và địch trên phương diện y khoa. Tuy nhiên vì chúng tôi đang ở trên hai chiến tuyến khác nhau nên tôi vẫn phải đề cao cảnh giác, vẫn để ý canh chừng.

Chúng tôi đối xử với họ với tinh thần nhân đạo, nhưng làm sao biết được trong lòng họ nghĩ gì. Bởi vậy tôi căn dặn trung sĩ Lạng y tá trưởng trại không nên phóng tâm ỷ y. Mặc dù canh giữ tù nhân là trách nhiệm của an ninh tỉnh, nhưng mình cũng có một phần trách nhiệm nếu có điều gì xảy ra ở trại của mình.

Sau 10 ngày, vết thương bụng của cô gái đã lành hẳn. Tôi tháo băng cắt chỉ và sẵn sàng trả cô lại cho ban An Ninh tỉnh. Những ngày cuối cùng ở bệnh viện, cô ta có vẻ cởi mở hơn nhiều so với những ngày trước. Tôi đã thấy được nụ cười trên môi cô và những câu trả lời cũng đỡ khô khan cộc lốc. Các nhân viên an ninh càng ngày càng ít tới canh chừng tù binh, có khi hai, ba ngày họ mới tới một lần.

Những hôm bị pháo kích, tôi đi ngang qua phòng cô ta thấy cô ta mặt mũi xanh dờn vì sợ, chui xuống gầm giường bệnh, một cánh tay vẫn bị khóa chặt vào thành giường, khiến cho mọi cử động của cô ta rất khó khăn. Tôi nghĩ bụng, thì ra cô cũng sợ pháo của các đồng chí của cô.

Có một lần cô ta nói với tôi:

– Xin bác sĩ cho mở cái còng giùm tôi. Tôi hứa sẽ không trốn đâu.

Tôi lắc đầu đáp:

– Tôi không có chìa khóa.

Dù có chìa khóa tôi cũng không dám mở, tuy tôi thông cảm nỗi khổ của cô. Ngày hôm qua sau khi tản thương xong, tôi xuống trại ngoại khoa khám bệnh. Vừa thấy tôi trung sĩ Lạng báo cáo liền:

– Thưa bác sĩ, còng tay cô gái tù bị sút ra rồi.

Tôi cau mày ngạc nhiên hỏi:

– Sao vậy?

– Thưa bác sĩ, lúc nghe pháo cô ấy nhảy mạnh xuống sàn, không ngờ còng tuột khỏi bàn tay.

Tôi suy nghĩ, có lẽ trong thời gian dưỡng bệnh sau khi mổ, cô ta gầy đi, bàn tay có thể nhỏ lại nên mới tuột ra khỏi còng. Tôi nhìn trung sĩ Lạng, anh ta hiểu ý tôi, vội nói:

– Tôi đã cho người canh chừng, đã báo ngay cho an ninh tỉnh biết, được nửa tiếng rồi sao đến giờ này vẫn chưa có ai tới.

Tôi vội đi tới phòng của cô gái tù binh. Tôi thấy cô ta đang ngồi trên giường nói chuyện với cô y tá Huệ một cách vui vẻ. Tôi bước vào phòng, cô ta ngừng lên thấy tôi hơi mỉm cười, gật đầu chào. Tôi cũng gật đầu chào lại cô ta rồi hỏi:

— Tay cô có đau không?

Cô gái lắc đầu trả lời:

— Dạ thưa không. Chỉ hơi trầy da một chút xíu thôi. Được thoát khỏi còng tôi thấy khỏe lắm. Tôi hỏi tiếp:

— Thế vết thương ở bụng cô còn đau lắm không?

— Dạ thưa bớt nhiều lắm rồi. Cám ơn bác sĩ đã cứu sống tôi.

Đây là tiếng nói cám ơn đầu tiên của người nữ tù binh tôi nhận được từ khi cô ta nằm bệnh viện. Thật khác hẳn thái độ nghi kỵ và đề phòng lúc ban đầu. Tôi nhờ cô y tá Huệ mở băng bụng cho tôi khám lại vết thương. Vết mổ đã lành. Tôi nói với người nữ tù nhân:

— Vết thương lành hẳn rồi. Cô có thể ăn uống như thường. Chút nữa an ninh tỉnh tới tôi sẽ cho cô xuất viện để họ mang cô về bên ty An Ninh. Bổn phận của chúng tôi tới đây là xong. Chỉ cần một tuần nữa cô hoàn toàn bình phục, muốn làm gì cũng được.

Cô gái cúi đầu xuống lộ vẻ lo âu khi nghe thấy tôi chuyển cô lại ty An Ninh tỉnh. Tôi vội trấn an cô:

— Cô đừng lo, cô mới lành bệnh xong, sang đó họ sẽ không làm gì cô đâu. Họ sẽ chỉ hỏi cung là cùng. Chắc chắn không có tra tấn gì đâu.

Nói đến đây, hai nhân viên an ninh tỉnh tới. Sau khi các thủ tục giấy tờ đã ký xong, cô gái bị còng hai tay lại rồi theo nhân viên an ninh ra xe đi về ty An Ninh tỉnh.

(Sau này khi tôi được lệnh dọn sang bộ chỉ huy tiểu khu để tổ chức một phòng mổ cấp cứu ở đó, tôi lại có dịp gặp cô gái tù nhân. Tôi ngạc nhiên khi thấy cô này chẳng bị còng tay gì cả, đi đứng tự do như mọi người. Cô trông có vẻ khỏe mạnh, nước da trắng hơn trước, nét mặt vui hơn và có vẻ yêu đời hơn. Cô trông thấy tôi mỉm cười gật đầu chào tôi. Tôi cũng gật đầu chào lại, không trao đổi câu nào. Trong lòng tôi hơi thắc mắc sao một người tù nhân bên địch lại được tự do sống ngay trong bộ chỉ huy tiểu khu như vậy. Có thể cô ta đã hồi chánh rồi chăng?)

Còn người nam tù nhân, từ khi xuống trại ngoại khoa, những ngày đầu, tôi không thấy anh ta nói gì. Tôi cũng không hỏi, chỉ khám bệnh và săn sóc vết thương cho anh ta như những bệnh nhân khác. Anh ta được đặt ngay sát phòng tôi. Xương đùi phải bị gãy nên tôi phải kéo xương đùi bằng cách dùng một hệ thống ròng rọc và tạ nặng 10 ký.

Mấy ngày đầu bệnh nhân sẽ thấy rất đau, nhưng rồi sẽ quen đi. Sau 10 ngày tôi cho chụp lại hình xương đùi thấy chỗ gãy đã thẳng hàng với nhau. Tôi liền bó bột để giữ cho xương ở vị trí và tránh lệch lạc. Cổ tay trái anh ta vẫn bị còng vào khung giường.

Có một lần anh năn nỉ tôi đi kiếm cho anh một cái cưa sắt để anh cưa đứt còng cho thoải mái. Anh ta lấy lý do là chân bị gãy, anh ta sẽ không thể trốn đi đâu được. Cũng như đối với cô tù binh kể trên, tôi trả lời anh ta là tôi không có cưa sắt và nếu có tôi cũng không dám đưa. Tôi nói với anh ta rằng tôi sẽ cho an ninh tỉnh biết để chuyển anh đi nơi khác vì tình trạng sức khỏe của anh ta hiện giờ đã ổn định, không cần phải nằm bệnh viện nữa.

Nhưng điện thoại đã bị cắt. Bệnh viện đã bị cô lập, tôi không thể liên lạc với An Ninh tỉnh được, thành ra anh ta vẫn phải nằm tại bệnh viện. Anh ta đã thoát chết mấy lần pháo.

(Sau khi tôi được lệnh di chuyển sang bộ chỉ huy tiểu khu, trong lúc bận rộn thu xếp đồ đạc dụng cụ y khoa mang đi để thiết lập một phòng mổ cấp cứu, tôi cũng không quên dặn dò trung sĩ Lạng nhớ săn sóc cho người tù binh, kiếm thức ăn cho anh ta ăn, sau đó tôi mới yên chí ra đi.)

TIẾP TẾ TỪ TRÊN KHÔNG

Cùng với nhịp độ pháo kích gia tăng, số nạn thương chiến cuộc càng ngày càng nhiều. Phòng cấp cứu, phòng tiểu giải phẫu làm việc không nghỉ tay. Chúng tôi vừa làm vừa phập phồng lo sợ đủ mọi thứ chuyện: lo pháo, lo bỏ bom lầm, lo bị dù đè.

Từ ngày phi trường bị pháo hư và mất an ninh, máy bay cánh quạt không thể đáp xuống được. Mọi sự tiếp tế đều trông chờ vào trực thăng, nhất là thả dù. Những cánh dù lơ lửng in trên nền trời xanh trông thật đẹp. Đẹp hơn nữa khi nó mang lại gạo sấy, thịt hộp, trái cây hộp, đạn dược thuốc men cho những người lính đang sống thiếu thốn, mệt mỏi vì đã bị vây hãm lâu ngày.

Cũng như những trái đạn pháo kích, những cánh dù tiếp tế đầu tiên đã rơi xuống tại bệnh viện. Một cái rơi gần cổng vào, một cái rơi xuống trại ngoại khoa của tôi, sát phòng trực của y tá, làm sụp mái ngói, đè chết một thương binh người Việt gốc Miên bị thương ở ngực tôi chữa đã gần khỏi. Chiếc giường nằm bị bẹp dúm một cách thảm hại. May thay ba người nằm cùng phòng không bị thương gì cả. Nhưng họ cũng bị một mẻ sợ điếng hồn. Các anh em quân y đang thiếu gạo và thực phẩm, hy vọng cái tai họa bất ngờ này may ra cũng bù lại bằng một dù gạo sấy hoặc các lương khô khác. Nên mọi người hăm hở xúm vào giúp nhau gỡ dù, nhanh nhẹn mở thùng tiếp tế ra mới biết toàn đạn đại liên với lựu đạn.

Dù mang lại nguồn vui nhưng cũng mang tới tai họa. Có lần mải chụp hình chiếc dù trước mặt, tôi bỗng nghe thấy tiếng kêu:

— Coi chừng dù rớt bác sĩ!

Tôi giật mình ngoảnh lại nhìn lên phía sau, thấy một cái dù lừng lững rơi xuống phía tôi đứng. Hoảng hồn, tôi rảo chân chạy, vừa chạy vừa quay đầu lại nhìn để thăm chừng, thấy lúc nào nó cũng như ở trên đầu mình. Tôi liền nhảy vào núp dưới hàng hiên bê tông cốt sắt trước trại nội khoa. Hai giây sau tôi nghe thấy tiếng ngói vỡ vụn và một tiếng động mạnh làm rung rinh cả nhà. Chiếc dù đã rớt xuống phía mái bên kia trại nội khoa, thùng đổ còn mắc kẹt trên mái. May nó vướng vào cây cột bê tông nếu không lại có vài mạng nữa chết oan.

Đang ở trong phòng mà nghe thấy tiếng máy bay C119 thả dù mọi người đều bung cửa chạy ra sân nhìn xem dù rớt về hướng nào, sau khi dù rớt xong rồi mới yên chí trở vào làm việc lại.

Đang khi mổ cũng vậy, tôi phải cắt một y tá ra xem chừng khi nào thấy dù có vẻ như rơi xuống phòng mổ phải báo động cho mọi người biết để có đủ thì giờ chạy.

Sau này cơ quan tiếp tế thả dù dùng một loại dù lỗ để thả cho chính xác. Mấy người lính gọi đó là dù phản lực.

Vì dù nhỏ, có hở lỗ, sức cản không khí ít nên nó rơi xuống rất nhanh tạo nên một tiếng hú rít nghe rợn người. Dù này thường được thả thật cao, nhìn lên trời không thấy gì hết. Rồi bỗng nhiên từ trong những đám mây chúng hiện ra như những quái điểu khổng lồ lao vút xuống đất với tốc độ nhanh gấp mấy lần những chiếc dù bình thường. Khi thấy nó ở trên đầu rồi may mắn lắm mới tránh được bị đè bẹp. Theo chỗ tôi được biết, số người chết vì bị dù đè ở mặt trận An Lộc lên tới ít nhất bảy người.

Ngày 12 tháng 4, địch quân pháo kích bừa bãi nhiều hơn trước. Tôi vừa mổ xong một người bị vết thương ở bụng, mới bước ra khỏi phòng giải phẫu đã gặp cha Minh, cha xứ Bình Long hớt hải chạy vào. Mặt cha thất sắc, chiếc áo dòng màu đen lấm cát và vấy máu. Tôi hốt hoảng hỏi:

– Cha bị thương sao cha?

Cha Minh lắc đầu, giọng nói gấp rút:

– Không, bác sĩ, Việt Cộng pháo kích vô nhà thờ, dân bị thương chết nhiều lắm, Tôi cho khênh lên đây mấy người nặng nhờ bác sĩ cứu giùm.

Cha Minh vừa nói vừa chỉ cho tôi coi hai người thiếu niên cụt mất cả hai cẳng chân đang nằm thoi thóp thở. Cha Minh dẫn tôi lại gần một người đàn bà bị thương cùng mình, mặt mũi bị những mảnh đạn, đất cát bắn vào làm lỗ chỗ không tài nào nhận ra. Tựu trung chỉ còn lại hai con mắt lờ đờ nhìn mọi người. Ngực bụng tứ chi không chỗ nào là không chi chít những vết thương nhỏ xíu. Cha Minh nói với tôi:

– Bà này tôi coi như người nhà. Xin bác sĩ hết lòng cứu giúp cho.

– Dạ, cha cứ yên chí. Tôi xin hết sức cố gắng.

Tuy nói vậy cho cha yên lòng, theo kinh nghiệm của tôi ba người đó khó lòng cứu được, nhất là trong tình trạng thiếu thốn như bây giờ. Cha Minh dặn dò tôi xong lại tất tả đi về nhà thờ lo cho những người còn lại.

Tôi cho đặt đai chỉ huyết ở đùi hai người bị cụt chân. Cho truyền nước biển cả ba người vì họ bị kích xúc rất nặng. Máu ở nhà thương lại vừa mới hết. Còn một bịch máu O của người lính cho Thiếu úy Uy dư lại, tôi liền sang cho người bệnh nặng nhất và cho lên bàn mổ ngay. Tôi cho chích Pentothal để bệnh ngủ. Tôi cắt khớp hai gối. Tôi làm việc thật nhanh để tranh thủ thời gian sợ bệnh tỉnh dậy bất ngờ. Cô Bích, anh Xòm giúp tôi rửa sạch các vết thương và băng các mấu chỉ. Mỗi khớp tôi chỉ cần từ 3 tới 5 phút để cắt và cột mạch máu.

Khi tôi làm vừa xong người thứ hai cô Mỹ vào cho hay người đàn bà đã trút hơi thở cuối cùng. Hai giờ sau người thanh niên thứ nhất cũng ra đi. Chúng tôi không còn thì giờ để thương tiếc. Người này mổ xong lại có người khác vào. Liên tiếp như vậy khiến đồ hấp không kịp. Các bộ đồ giải phẫu trong ngày ấy đều bị sử dụng hết. Tôi đành khử trùng một cách dã chiến bằng cách đốt những dụng cụ giải phẫu với Alcohol. Tuy nhiên những bộ đồ giải phẫu bụng vẫn được khử trùng bằng máy hấp đúng tiêu chuẩn.

NHẬT KÝ AN LỘC 165

Sau vụ nhà thờ, tôi còn nhận thêm 7 người bị thương nữa do Việt Cộng pháo kích vô trung tâm truyền tin cố định. Chưa hết, địch quân pháo vào đồi Đồng Long, chúng tôi lại nhận thêm 9 người bị thương nữa.

Có tin một trực thăng Chinook bị bắn cháy ngoài phi trường. Lợi dụng lúc mới mổ xong, nhân viên còn đang dọn dẹp phòng mổ, tôi chạy vội ra phía cuối trại ngoại khoa nhìn về phía phi trường, cách bệnh viện chừng hơn một cây số. Tôi thấy một cột khói đen kịt bốc thẳng lên trời cao tới mấy trăm thước cho thấy hôm đó trời không có gió.

Tôi thầm mong sao cho phi hành đoàn và mọi người ở trên máy bay đều được bình yên. Cháy lớn như vậy tôi sợ có người bị chết cháy hay bị phỏng nặng. Khi tôi quay trở vào, Thiếu úy Thu tươi cười giới thiệu tôi một người lính:

-- Đây người hùng đây, bác sĩ. Hạ sĩ nhất Lê Văn Tèo ở kho y dược 731 đi theo chiếc Chinook để tải thuốc lên tiếp tế cho mình đó.

Tôi trợn mắt lên:

– Chiếc Chinook đang bị cháy đấy hả?

– Dạ phải!

Tôi lo lắng hỏi:

– Có ai bị thương không?

– Dạ thưa không. Chỉ có tôi bị phỏng nhẹ ở tai trái và ở cánh tay trái thôi. Vừa nói hạ sĩ Tèo vừa chỉ cho tôi xem vành tai trái bị băng mà lúc đầu vì mải nghe tôi không để ý.

Thiếu úy Thu xen vào nói:

– Hạ sĩ Tèo mang được đầy đủ thuốc về. Ngon không bác sĩ. Tèo còn chê phi hành đoàn không chịu chữa lửa, mới đầu cháy có chút xíu. Nếu không máy bay đâu có tiêu ra tro. Tôi mỉm cười nói:

— Lo gì chuyện đó, mọi người bình an cả là mừng rồi. Cám ơn anh Tèo nhiều lắm. Một mình anh lo mang được cả một đống thuốc men như vậy thì quả như lời Thiếu úy Thu nói, đúng là anh hùng rồi, phải tuyên dương công trạng anh mới được. Tôi quay sang Thu nói tiếp. Nhưng trước hết ông cho anh Tèo vào trình diện Bác sĩ Phúc, rồi lo nơi ăn chốn ở cho anh ấy cho chu đáo. Khi nào có chuyến tản thương sẽ ưu tiên để anh Tèo tháp tùng thương binh về Lai Khê càng sớm càng tốt.

Thu và Tèo chào tôi đi lên văn phòng bác sĩ giám đốc. Tôi lại quay vào phòng giải phẫu mổ tiếp. Chúng tôi tiếp tục làm việc cho đến 6 giờ chiều. Ai nấy đều hốc hác, vậy mà vẫn còn 5 người bị thương nữa. Tôi nói với các nhân viên y tá:

— Thôi nghỉ đi, mọi người đi kiếm cái gì ăn cho chắc bụng, mình phải để dành sức tối mổ tiếp.

Tôi bước ra khỏi phòng mổ, gặp Bác sĩ Chí tiến vào. Chí hất hàm hỏi tôi:

— Hết chưa?

Tôi lấy cánh tay quệt mồ hôi đang rịn ra trên trán, lắc đầu nói:

— Còn 5 người nữa, nhưng nhẹ thôi, mấy vết thương ngoài da ở tay chân đã được săn sóc chích ngừa phong đòn gánh và cho trụ sinh cả rồi, để tối nay làm tiếp.

Chí gật đầu:

– Tối nay tao lên làm chung với mày nói chuyện cho vui. Làm một mình ở dưới kia buồn muốn chết. Thấy nó lạnh lẽo làm sao ấy.

– Mày nói đúng, tao cũng cảm thấy như vậy. Làm hai người vui và đỡ chán hơn. Xe mày đâu?

– Để ở đằng trước.

– Rồi, lái xe đi ăn phở.

Chúng tôi đi vòng ra phía trước bệnh viện. Chí lái xe xuống đại lộ Hoàng Hôn. Đi ngang qua căn cứ pháo binh tôi vội nhắc Chí:

– Chỗ này nguy hiểm, Việt Cộng khoái pháo đây lắm. Vọt lẹ đi.

Vừa nói dứt lời, một khẩu 105 của pháo binh bắn đi, tiếng nổ làm chúng tôi cùng giật thót mình. Cả hai cùng nhìn nhau cười hô hố khiến mấy người lính pháo binh bên đường ngơ ngác không hiểu gì cả.

Chúng tôi như những con chim đã bị tên, giờ đây nghe thấy tiếng nổ là sợ. Ngoài đường không một bóng người. Thỉnh thoảng một anh lính Địa Phương Quân cưỡi xe gắn máy cắm cổ phóng vụt qua như gió rồi mất dạng ở cuối phố.

Chí cho đậu xe ngay trước tiệm phở Thành Mỹ. Tiệm này nổi tiếng nấu phở ngon nhất Bình Long. Trong tiệm vắng vẻ, chỉ còn hai vợ chồng người cảnh sát mới ăn xong đang sửa soạn ra về.

Thấy bà chủ đi ra tôi vội hỏi:

– Bà còn phở không?

Người đàn bà tươi cười nói:

– Dạ, thưa còn.

- Bà cho chúng tôi hai tô đi. Dạo này chắc vắng khách phải không bà?

- Thưa vâng, mọi lần không đủ bàn để ngồi. Nay lộn xộn thành ra chẳng ai dám đi ra ngoài cả. Lắm hôm phải ăn phở trừ cơm.

Người đàn bà ra quầy hàng làm hai tô phở. Tôi đá chân Chí hỏi:

- La de không?

Chí gật đầu mỉm cười:

- Uống chớ. Nhưng mày đừng có say, chút nữa để quên dao kéo trong bụng người ta.

Tôi mỉm cười:

- Một chai ăn nhằm gì.

Tôi vẫy đứa nhỏ con bà chủ lại:

- Em cho hai chai 33 đi.

Tô phở nóng bốc hơi thơm mùi mỡ bò. Vì đói chúng tôi ăn rất ngon lành.

Tôi nói với Chí:

- Mày nhớ không, nghe tin đánh Quảng Trị, tụi mình khoái chí bảo mấy thằng bạn mình ở bệnh viện tiểu khu Quảng Trị sẽ làm việc hốc hác. Không ngờ ngày nay mình lại còn hốc hác hơn họ nữa.

Chí uống một ngụm bia xong cười nói:

- Thành ra số tụi mình là số ăn mày.

Mặt Chí chợt đăm chiêu:

- Mình bị vây đến nay là 8 ngày rồi. Sao chưa thấy rục rịch phản công gì cả?

- Tao cũng tự hỏi như vậy, nhưng có lẽ cũng sắp rồi. Tao nghe nói viện quân Dù đã lên tới Tân Khai. Chắc chỉ nay mai là giải tỏa xong quốc lộ 13. Chí chợt hỏi:

– Lúc pháo kích mày núp ở đâu?

– Dưới gầm giường.

Chí cười:

– Vậy là chí lớn gặp nhau rồi. Tao cũng vậy. Nhưng chỗ tao ồn ào và hơi chật. Vì có thêm Nha sĩ Tài, Đốc tờ Hùng, Đốc tờ Thùy nữa. Vả lại ở ngay phòng nhận bệnh, thương binh đêm đêm kêu rên không tài nào ngủ được.

– Ở phòng Đốc tờ Phúc có hầm tốt lắm sao mày không lên đấy mà ngủ?

Chí cười hỏi lại tôi:

– Thế sao mày không lên?

– À, ở phòng tao được thoải mái tự nhiên hơn. Hay mày xuống chỗ tao?

Chí ngần ngừ trả lời:

– Thôi ở đâu quen đó, chỗ nào cũng vậy thôi.

– Nếu nó pháo quá chắc tao cũng phải lên hầm Đốc tờ Phúc cho chắc ăn. Nằm một mình trong phòng nghe pháo nổ chung quanh, tao thấy lạnh lẽo cô đơn quá. Lại càng sợ nữa. Có một vài người ở bên cạnh mình sẽ thấy yên tâm hơn.

– Tao thấy mày làm việc nhiều quá, lỡ mày đau tụi tao khổ.

Tôi lắc đầu:

– Đau thì không sợ, chỉ sợ bị thương thôi. Sao bây giờ xin tản thương khó khăn quá, lại nguy hiểm nữa. Mình chữa trị cho người thì được. Đến lúc mình bị thì ai mổ cho mình đây?

Chí gật đầu nhẹ, chậm rãi nói:

– Kẹt nhỉ, ở đây chỉ có mình mày là y sĩ giải phẫu mới đau chứ. Chí xua tay: Thôi đừng nghĩ tầm bậy, mình ăn cho xong rồi về tiếp tục làm tiếp.

Chúng tôi mỗi người đều ăn hết hai tô phở. Không ai nghĩ rằng đó là những tô phở cuối cùng ăn tại Bình Long. Và không ai nghĩ rằng ngày mai, 13 tháng 4 Việt Cộng dốc toàn lực tấn công An Lộc khiến cho chúng tôi phải sống một cuộc đời tử thủ khổ cực trong nhiều tháng.

TẤN CÔNG ĐỢT NHẤT

Sau một ngày làm việc mệt nhọc, tôi đang say giấc, bỗng choàng tỉnh dậy vì những tiếng nổ rất gần. Tôi với tay lấy cái đèn pin, lăn mình xuống gầm giường. Tôi bấm đèn soi mặt đồng hồ, thấy mới có 1 giờ đêm. Tôi tự hỏi, không hiểu sao tụi nó pháo kích sớm quá vậy.

Tôi lấy chiếc mũ sắt úp lên đầu, chiếc áo giáp đắp lên người, định tiếp tục ngủ nữa, mặc nó muốn pháo sao thì pháo. Tôi cố nhắm mắt nhưng không tài nào ngủ được. Tiếng đạn rít qua mái nhà vi vút như thoi đưa. Dường như nó bắn từ ba bốn phía vào. Tôi nghe thấy tiếng depart ở khắp nơi, đủ mọi loại pháo. Đạn rơi xuống nổ liên hồi không biết đằng nào mà lần.

Tôi thấy lạnh khắp người. Tôi nằm co lại, cố thu nhỏ thân mình, ép sát người vào vách tường. Lưng chạm vào thành xi măng lại càng lạnh thêm. Tôi nghe rõ tiếng tim đập nhanh trong lồng ngực. Tiếng nổ càng ngày càng gần. Có vài trái đã rơi vào chu vi bệnh viện.

Qua những tiếng nổ hỗn độn như mưa đó, tôi cố gắng gạn lọc, phân biệt những tiếng nổ nào xa, nào gần để

171

lượng định xem chiều hướng điều chỉnh của pháo địch, cái nào có vẻ nguy hiểm cái nào không. Tôi bỗng chú ý tới một hướng pháo từ phía nam, những trái pháo rơi rất đều, tạo nên những tiếng nổ càng ngày càng di chuyển gần về phía tôi. Ầm, Ầm, Ầm. Bắt đầu là phía nhà Bác sĩ Phúc, một cư xá công chức ở ngang bệnh viện, rồi tới trại nội khoa nữ. Tôi nghe rõ những tiếng ngói vỡ vụn từ phía ấy. Tiếng nổ tiếp tục tiến tới trại nội khoa nam. Gạch vữa bắn văng lên tường lên mái tôn khu hậu giải phẫu rồi tiếng nổ tới phòng cấp cứu cũ của bệnh viện chỉ cách phòng tôi có 10 thước. Tôi nghĩ thầm, chết cha rồi, cứ đà này nó nhích lại lần nữa là trúng phòng mình. Tôi run quá. Chắc tiêu tùng chuyến này quá. Tôi khấn thầm đức Phật Quan Thế Âm cứu khổ cứu nạn.

Lần đầu tiên trong cuộc đời tôi thấy sợ và phải cầu Trời khấn Phật như vậy. May quá, như một phép lạ, chẳng biết làm sao đường pháo lại chuyển qua hướng khác một cách rõ rệt như có người quay nòng pháo sang một góc độ khác. Tôi biết tôi đã được thoát nạn. Tuy nhiên tôi vẫn cảm thấy không yên lòng chút nào. Tôi loay hoay mặc áo giáp, nhưng không được vì gầm giường quá thấp. Tôi phải lăn ra ngoài, khoác vội vào rồi lại lăn vô trong. Mặc áo giáp xong tôi thấy dễ chịu hơn trước. Tôi thấy ấm áp hơn và có cảm giác an toàn hơn.

Tôi nằm chịu trận lắng nghe tiếng nổ. Có ít nhất mười mấy trái đã rơi ở phía sau bệnh viện, ở phía nhà kho và nhà bảo sanh. Không biết cô Đào có làm sao không? Tôi nghe một tiếng nổ ở cuối trại ngoại khoa cách tôi chừng bốn phòng. Hai tiếng nữa ở đầu trại. Tiếng ngói vỡ rơi rào rào. Có tiếng người thảng thốt kêu lên:

– Trời ơi tôi bị thương rồi!

Tiếng kêu trong đêm tối làm tôi lạnh mình. Chắc chắn người đó chết quá vì sau đó tôi chẳng nghe thấy tiếng rên la nào cả.

Nằm dưới gầm giường tôi thầm nghĩ, pháo nhiều thế này chắc là tiền pháo hậu xung đây, theo đúng như chiến thuật thường dùng của địch quân. Tôi kiểm điểm trong đầu sơ qua vị trí phòng thủ của các đơn vị bạn quanh bệnh viện. Phía bắc có trung đoàn 8 và bộ chỉ huy trung đoàn 52 đóng gần khu chợ mới, cùng với pháo binh sư đoàn ngay dưới chân đồi của bệnh viện. Phía đông trước mặt bệnh viện có chừng hai đại đội của trung đoàn 52. Phía nam có trung tâm quản trị tiếp vận Bình Long và gần hơn có bộ tư lệnh sư đoàn 5.

Chỉ lo phía tây có mỗi một đại đội trinh sát 5. Tuy nhiên nếu nó ào vô chắc cũng phải khó khăn lắm. Nếu phải rút thì chắc cũng có thì giờ rút được. Nhưng chạy đi đâu?

Trong lúc hỗn loạn, ra khỏi vị trí mình là chết. Quân bạn cũng không tha, vì dễ bị hiểu lầm là quân địch. Trước mắt, cách hay nhất vẫn là nằm yên một chỗ, khỏi lo bị bắn lầm và cũng tránh được mảnh đạn lạc. Còn nếu một quả nào đó rơi trúng ngay chỗ mình thì cũng là số mạng cả. Tôi cứ nằm thao thức suy nghĩ miên man. Chẳng lẽ mình lại chết dấp chết dúi ở đây sao? Đời mình còn dài, mới có 30 tuổi, còn nhiều việc chưa làm, chết bây giờ uổng quá. Nhưng tôi chẳng còn biết làm gì hơn được nữa. Thôi đành buông trôi theo số mệnh. Tôi xem lại đồng hồ, 4 giờ sáng, pháo gì mà lâu thế. Mặc các đồng chí cứ pháo cứ tấn công đi, tôi mệt và buồn ngủ quá rồi.

Tôi ngủ luôn cho tới 7 giờ sáng. Thức dậy nhìn quanh, thấy phòng tôi vẫn còn nguyên. Qua khe cửa sổ, tôi thấy có thấp thoáng bóng người qua lại. Tôi mở cửa bước ra hành lang trại ngoại khoa, vẫn không thấy gì lạ. Thương binh vẫn còn nằm yên. Tôi gặp trung sĩ Lạng. Lạng chỉ cho tôi đầu hồi trại bị pháo trúng bay hết mái ngói còn trơ mấy cây kèo gỗ. Cây bã đậu trước trại cũng bị lãnh một trái làm bay mất ngọn.

Tôi với Lạng đi thăm từng phòng. Lạng nói:

– Một trái trúng phòng một làm chết hai người, bị thương một người.

Tôi bước vào phòng một, gạch vữa rơi đầy phòng. Trần nhà bị lủng một lỗ tới nửa thước. Hai người bệnh nằm chung giường gần cửa sổ nằm chết cứng từ bao giờ. Người nằm ngoài, đầu vắt ra ngoài thành giường, ngó xuống đất, cánh tay trái buông thõng. Người bên trong nằm thẳng cẳng cứng như khúc gỗ. Cả hai đều bị cát vữa từ trên trần đổ xuống phủ đầy mình, đầu tóc đều biến thành bạc trắng. Các bệnh nhân khác đều chui xuống gầm giường điều chỉnh nằm.

Một người bị thương ở ngực mấy ngày trước, tôi đã đặt ống thông phổi nối với một bình nước để rút không khí và máu ra ngoài, nay bình lăn lóc một nơi, ống tuột khỏi bình, mà sao bệnh nhân vẫn tỉnh bơ. Tôi nói với Lạng lấy kìm kẹp lại đầu ống để chút nữa đặt lại bình thông phổi. Những người bị mổ bụng, ngày thường tôi khuyên họ nên đứng dậy, đi lại cho máu huyết lưu thông cho mau lành và tránh dính ruột, họ đều kêu đau, nhất định không chịu nghe. Giờ đây, chắc nhờ thần pháo nên họ cũng lăn được xuống dưới gầm giường để tránh đạn.

Tôi đến cuối trại, một phòng gần cửa vào cũng bị lãnh một trái, gạch ngói ngổn ngang đầy phòng. Tôi hỏi:

– Có ai bị thương không?

Một người lao công đào binh dáng cao lớn, nằm đó đã mấy ngày rồi, vội trả lời:

– Thưa không. Tôi ngạc nhiên hỏi:

– Phòng này lúc đó không ai nằm sao?

– Thưa có bốn người. Một trái rơi giữa phòng nổ hất lên, tụi em nằm nệm bị sức ép hất tung lên chứ không việc gì. Có thằng nhỏ nằm với em bị mảnh đạn sớt nhẹ ngoài da thôi.

Thật là một trường hợp may mắn hi hữu. Đúng là sống sót có số mạng, không tin không được.

Ngó qua phía trường trung học, tôi thấy vẫn còn đầy lính mình. Nhiều người đang cố sửa sang lại các vị trí chiến đấu, cùng hố cá nhân cho nó kiên cố hơn. Thấy mọi người bu khá đông ở phòng cấp cứu cũ, tôi vội bước tới xem. Một cảnh tượng khủng khiếp đập vào mắt tôi, trong phòng hơn 35 xác nằm sóng sượt không một người sống sót. Đa số là thường dân, đàn bà trẻ con đã tìm trú ẩn ở phòng này trong đêm qua. Tôi tính về phòng lấy máy ảnh chụp làm tài liệu, nhưng nghĩ bụng chụp xác chết sợ xui nên lại thôi.

Sau khi đi một vòng quan sát tình hình, tôi yên lòng trở về ăn sáng. Nói là ăn sáng cho sang, thực ra tôi xúc vội năm, sáu muỗng cơm sấy ăn với miếng thịt hộp ba lát còn dư lại từ ngày hôm qua. Bịch cơm sấy này chỉ dùng cho một bữa nhưng tôi ăn đã hơn một ngày chưa hết. Trong lúc tinh thần căng thẳng, vừa lo vừa mệt tôi ăn không được bao nhiêu. Cơm sấy ăn với thịt hộp khô khan khó nuốt lắm, thỉnh thoảng tôi phải uống một ngụm nước lọc để đẩy cơm xuống bao tử. Mở mắt ra là ăn liền. Mẹ tôi đã dặn không bao giờ để bụng đói làm việc vì dễ bị xỉu và kiệt sức. Lời khuyên có vẻ tầm thường nhưng thực ra rất đúng. Rất thực tế. Trong lúc hấp tấp vội vàng nhiều khi người ta chỉ lo làm việc quên ăn. Đến khi đói lả cần ăn thì không có thức ăn ngay tại chỗ lại càng mệt thêm, ảnh hưởng rất nhiều đến tinh thần và óc sáng suốt khi làm việc, đặc biệt trong những trường hợp cận kề nguy hiểm và thiếu thốn phương tiện như hiện nay. Tôi đã áp dụng lời khuyên này nhiều lần và đã trở thành thói quen, công nhận nó rất hữu ích cho tôi.

Tôi lấy làm lạ sau trận pháo dữ dội và lâu dài như vậy sao chưa thấy người ta chuyển thương bệnh binh tới bệnh viện. Có lẽ là hơi sớm chăng?

Thấy địch quân vẫn còn pháo lai rai, tôi lại chui vào gầm giường nằm lấy giấy bút ra tiếp tục viết nhật ký. Lúc đó là 8 giờ 15 phút, máy bay B52 bỏ bom gần quá, gần nhất từ trước tới giờ. Bỏ liên tục làm cửa phòng tôi rung chuyển rầm rầm như muốn rớt ra. Tôi nằm sấp viết. Chấn động bom dội quá mạnh làm tôi khó chịu. Tôi có cảm tưởng như bom nổ gần vào khoảng 500 thước, nhưng tôi biết sự thực bom nổ ở một nơi cách xa hơn nhiều, không biết xa bao nhiêu.

Những tiếng súng lớn nhỏ bắt đầu nổ ròn rã phía chợ mới, rồi chung quanh bệnh viện. Tôi nghe thấy phần đông là tiếng M16 thỉnh thoảng mới xen vào tiếng súng lạ nghe như tiếng AK của Việt Cộng.

Tôi không nghĩ hai bên đang đụng nhau, mà chắc lính mình bắn hoảng. Tuy nhiên tôi cũng thấy trong lòng hồi hộp, bụng nóng nảy bồn chồn. Tôi nghĩ tới mẹ và các em tôi. Tôi viết được vài dòng, rồi thấy không tài nào viết được nữa. Mà viết để làm gì, vô ích, mệt óc. Chính cái mạng sống của mình còn không biết đi đứt lúc nào, lo làm gì tới nhật ký. Một khi địch quân dùng biển người tràn vào, như chúng vẫn thường làm, thì tan nát hết. Tôi nhét xấp giấy xuống dưới nệm. Nằm ngửa người lại, mắt mở thao láo nhìn lên nóc giường.

Tôi nghĩ phải đi ra ngoài, nằm một mình trong phòng để chờ đợi bao sự nguy hiểm, bất trắc xảy ra chắc tôi điên mất. Tôi lăn ra ngoài gầm giường, đứng dậy sửa áo giáp, đội mũ sắt đi ra khỏi phòng.

Tôi thấy ở hành lang giữa trại ngoại khoa giờ khá đông người. Thương binh thì ít, lính lành mạnh thì nhiều. Thay vì ra ngoài vòng rào bệnh viện bố trí, họ ùa vào hành lang nằm cho an toàn mát mẻ. Ngoài sân cũng vậy, lính nằm ngồi ngả nghiêng rã rượi ở những chân tường góc cột, họ không còn nghĩ gì tới chiến đấu nữa. Thậm chí nhiều người còn muốn tràn cả vào văn phòng ty Y Tế nữa. Tôi nghe thấy tiếng Bác sĩ Phúc la lớn:

– Sĩ quan chỉ huy các anh đâu? Ra hết ngoài vòng rào phòng thủ chứ, chạy vào đây làm gì.

Tôi vội chạy ra coi, thấy Bác sĩ Phúc đang đẩy mấy người lính ra khỏi phòng.

Tôi tiến lên gặp anh phàn nàn:

– Không hiểu sao tụi nó nhát quá vậy, mà cũng không có ai chỉ huy tụi nó nữa.

Bác sĩ Phúc gật đầu:

– Ngay đến lính quân y của mình cũng không đến nỗi như vậy, như binh nhất Hiệp mới đổi lên đây nghe tiếng súng nổ rần rần, nó chạy vào phòng tôi kiếm súng để cố thủ. Thằng đó vậy mà ngon.

Vẫy Thiếu úy Thu lại, Bác sĩ Phúc ra lệnh:

– Ông đi coi tụi lính bố trí cho tôi, nhất là ở cổng vào, không cho một người nào vô hết. Trừ người bị thương, thân nhân cũng không được vô.

Tôi nghĩ để phòng như vậy là phải. Vì trong lúc lộn xộn, địch quân thừa cơ hội trà trộn vô đánh đặc công sẽ chết hại nhiều lắm.

Thu dáng người cao lớn, không biết kiếm đâu được cái áo giáp nhỏ xíu, mặc vô chật ních, trông thật khôi hài. Thu kêu trung sĩ Tiếng lại, Tiếng bây giờ cũng có áo giáp, tay xách khẩu M16 trông có vẻ lành nghề lắm. Tiếng trước kia đã đi Lực Lượng Đặc Biệt nên có nhiều kinh nghiệm chiến đấu. Bệnh viện là một đơn vị tĩnh tại, nên chỉ được trang bị đại khái những vũ khí lỗi thời như mấy khẩu Carbine với vài băng đạn làm kiểng thôi. Trong tình trạng hiện tại, cần phải có vũ khí tối tân hơn để lỡ đụng độ mạnh cũng phải sống còn với địch.

Cho tới ngày hôm nay già nửa số nhân viên quân y đã có áo giáp nón sắt nhờ xin lại những người lính trận bị thương. Khi được tản thương họ không cần tới những đồ vật nặng nề ấy nữa. Một vài người cũng có súng M16 để thay thế cho khẩu Carbine lỗi thời, cũng do những người lính bị thương hoặc tử thương bỏ lại.

Thu, Tiếng và tôi đi một vòng, thấy những hố cá nhân đào vội vã quanh bệnh viện đều có lính ngồi bố trí. Đằng sau nhà thương, phía bên ty Công Chánh, cũng như phía bên trường trung học trước cửa bệnh viện đều có lính mình phòng thủ nghiêm ngặt. Thì ra sau vài phút hoang mang hỗn loạn lúc đầu, mọi người đều ý thức được bổn phận của mình nên mọi việc đâu lại vào đấy. Nhất là bên phía địch quân chưa thấy rục rịch gì cả, ngay cả pháo kích cũng im hơi luôn. Tôi đoán, chắc sau nhiều màn trải thảm của B52, bên địch quân đã bị cầm chân vì hao tổn nhiều nên còn phải chỉnh đốn lại hàng ngũ trước khi tấn công tiếp. Yên lòng chúng tôi ra chỗ hành lang trước trại nội khoa ra lệnh cho toán gác cổng không để cho ai vô hết.

Đi ngang qua phòng lựa bệnh, tôi thấy Bác sĩ Chí ngồi sau cửa sổ trong phòng, đầu đội nón sắt, mình không áo giáp, phong phanh chiếc áo xanh ba lỗ của phòng mổ, tay ôm khẩu carbine M2 báng cụt, đặt trên thành cửa sổ chĩa ra phía cổng bệnh viện. Bên ngoài, ngay phía dưới cửa sổ đó, binh nhất Từ Chảy mà mọi người trong bệnh viện cố tình đọc trẹo ra để chọc anh ta là tiêu chảy, cũng thủ một khẩu carbine nấp sau một ghế dài dành cho bệnh ngồi, giờ được lật nghiêng để làm thành công sự chiến đấu. Từ Chảy trông có vẻ bình tĩnh và tự tin lắm, mỉm cười giơ tay chào tụi tôi.

Tôi trông thấy vậy tức cười thầm trong bụng. Bộ hắn tưởng địch quân đi đánh nhau bằng giàn thung bắn đạn đất hay sao mà dùng một công sự chiến đấu bằng một mảnh gỗ dày có ba phân. Trông thấy Đốc tờ Chí hườm súng ở cửa sổ cũng vậy, làm tôi nhớ tới những đoạn phim cao bồi miền Tây nước Mỹ, các tài tử dùng báng súng đập vỡ kiếng ở cửa sổ ra để bắn bọn cướp dưới phố.

Thật là khôi hài, nó nói lên sự ngây thơ và thiếu kinh nghiệm chiến đấu của một đơn vị tĩnh tại. Nhưng nó cũng nói lên tinh thần quyết chiến, lòng bình tĩnh của mọi người trong bệnh viện tiểu khu. Chính nhờ có tinh thần đó, trong suốt thời gian bị địch quân vây hãm tấn công, bệnh viện tiểu khu vẫn làm việc như thường, quân số đầy đủ, và hàng ngày vẫn đánh kẻng tập họp điểm danh để sĩ quan quản lý phân chia công tác.

Tôi đẩy cửa bước vào phòng Bác sĩ Chí. Tôi thấy trong đó nằm ngổn ngang năm, sáu người lạ mặt ngoại trừ Nha sĩ Tài, Bác sĩ Nam Hùng tôi đã biết. Ba người mặc quần áo nhà binh, ba người mặc quần áo thường dân. Tôi đưa mắt nhìn Chí dò hỏi. Chí mỉm cười giới thiệu:

– Đây là Bác sĩ Tâm, Bác sĩ Thùy, Thiếu úy Lạng ở 18 quân y, còn đây là giáo sư Đạo, ông Hiển, trưởng ty Bưu Điện. Chỉ người con gái đang nằm trên băng ca, tuổi chừng 16, 17 tuổi có cái mũi cao gương mặt trắng xanh, Bác sĩ Chí tiếp. Còn đây là bé Ngà, học trò giáo sư Đạo và cũng là người quen của Nha sĩ Tài, bị thương ở bụng. Chí chỉ tôi nói tiếp. Đây là Bác sĩ Quý, y sĩ giải phẫu của bệnh viện. Đâu cô Ngà đưa ông ấy xem vết thương coi có phải mổ không.

Tôi ngồi xuống bên cạnh băng ca, hỏi cô bé:

– Cô bị thương lâu chưa?

– Thưa được một ngày rồi.

Giọng nói quá yếu ớt. Tôi phải cố gắng lắm mới nghe thấy. Có lẽ sợ bị thương thủng ruột nên các bác sĩ đã không cho cô ăn nên cô rất yếu ớt. Kinh nghiệm của tôi cho biết, nếu bị thương bụng nhằm lúc đói thì dễ lành hơn, tuy có yếu một chút. Tôi lật áo lên bắt đầu khám bụng cô. Vì là chỗ đông người nên tôi ý tứ không để thân hình cô bị lộ nhiều quá không cần thiết. Một vết thương nhỏ ở bụng dưới được băng lại cẩn thận. Tôi ấn vào bụng, thấy bụng cô mềm, không căng cứng gì cả. Đó là một dấu hiệu tốt, một điều đáng mừng. Tôi vừa khám vừa hỏi cô:

– Tôi ấn xuống chỗ này có đau không?

– Dạ hơi đau ê ê.

Bị thương đã một ngày mà bụng vẫn mềm, không đau lắm. Tôi cũng mừng thầm cho cô. Tôi nghĩ mảnh đạn chui vào tới bụng, hoặc đã xuyên qua thành bụng nhưng không làm thủng ruột. Tôi quay lại bàn với Chí:

– Trường hợp này tao thấy cứ để săn sóc chờ xem. Chưa cần mổ bây giờ.

Chí gật đầu:

– Tao cũng nghĩ như vậy. Tao đã cho trụ sinh và săn sóc vết thương rất kỹ.

Cô bé đó sau này lành mạnh như thường, nhờ sự săn sóc tận tình của mấy vị y sĩ gần cô. Cô là một trong những người bị thương bụng, không mổ mà vẫn sống ở chiến trường An Lộc.

Trong phòng của Chí đồ đạc để bừa bộn. Hai chiếc giường sắt kê sát nhau, trên chất hai lớp bao cát phủ nệm. Khi có pháo kích, mọi người đều chui xuống nằm dưới đó. Chí, vì là chủ nhân phòng nên được dành một chỗ ưu tiên bên trong cùng sát vách tường. Đầu giường có kê một cái bàn nhỏ, trên để ngổn ngang những thức ăn, đồ hộp, gạo sấy, chai nước, nồi niêu. Dọc bờ tường là hai băng ca đều có người nằm.

Khi ra khỏi phòng Thu ghé sát tai tôi:

– Xem chừng Bác sĩ Chí săn sóc bé Ngà kỹ quá.

Tôi mỉm cười không nói.

Phía chợ mới, súng lớn, súng nhỏ nổ ròn rã. Thấy mấy người chạy ùa ra xem, tôi cũng rảo bước ra phía sau nhà bảo sanh nhìn xuống. Đứng nơi đây tôi có thể nhìn bao quát khu chợ mới ở ngay dưới chân đồi bệnh viện, bên kia đại lộ Hoàng Hôn, và nơi đóng quân của pháo binh. Ngay cả đồi Đồng Long ở phía tây bắc bệnh viện cũng nhìn thấy rõ dù cách xa tới gần ba cây số.

Lúc này phi cơ đang oanh kích dữ dội đồi Đồng Long, một cao điểm trấn giữ phía bắc thị xã An Lộc cũng như đồi Gió là cao điểm trấn giữ phía đông. Đứng trên hai ngọn đồi này có thể nhìn rõ thị xã An Lộc không thiếu một chi tiết nào, như nhìn trên bản đồ vậy. Trên đồi Đồng Long có một trung đội Nghĩa Quân coi giữ mấy khẩu súng cối, có lẽ giờ này địch quân đã chiếm đồi rồi nên phi cơ mới tới can thiệp.

Hai chiếc phản lực cơ thay phiên nhau thả bom rất chính xác trên đỉnh đồi. Tôi nhìn rõ hai trái bom rơi khỏi phi cơ lao về phía mục tiêu. Một cụm khói đen bốc cao, theo sau hai tiếng nổ làm rung rinh cả mặt đất chỗ tôi đứng. Chiếc nọ nối tiếp chiếc kia lao xuống rồi lại phóng vút lên tạo thành một nét cong tuyệt đẹp.

Tôi và một tốp lính đang say sưa theo dõi mấy chiếc phản lực thì có tiếng một người la lên:

– Xe tăng, xe tăng kìa.

Mọi người nhao nhao lên hỏi:

– Đâu, xe tăng đâu?

Người vừa nói giọng gắt gỏng:

– Kia kìa, trên đường đi lên Lộc Ninh đó.

Mọi người nhìn theo tay anh ta chỉ. Vài người kêu lên:

– Đúng rồi, xe tăng đó, không biết của mình hay là của tụi nó.

Một người gắt lên:

– Của tụi nó chứ còn của ai nữa. Mình làm gì có xe tăng ở đây.

Tôi lấy tay che bớt ánh sáng mặt trời cố sức nhìn về hướng Lộc Ninh. Tôi thấy một điểm đen đang di động, càng ngày càng lớn dần. Một người nói:

– Hình như nó treo cả cờ nữa. Đánh trận mà làm như đi diễn binh.

Câu pha trò của anh ta không làm cho ai cười. Mọi người đang hồi hộp theo dõi chiến trận ở phía dưới. Một người lính đưa hai tay lên khum khum như cái ống nhòm nhìn không chớp mắt về phía xe tăng, anh ta nói:

– Thêm hai chiếc nữa, tất cả có ba chiếc.

Một người cãi:

– Có hai chiếc thôi.

– Anh nhìn lại xem, ba chiếc tất cả.

– Ừ nhỉ, chết cha, ba chiếc, rồi mình làm sao?

Một người bạn anh ta đứng bên cạnh nói xen vô:

– Mày quên mình có M72 à. Thụt cho nó vài phát là đi tiêu chứ còn gì nữa.

Anh kia tức giận quay lại, nhưng cuộc cãi vã chấm dứt ngay vì dưới kia trận chiến đang xảy ra dữ dội. Mọi người đều im lặng hồi hộp theo dõi. Mấy khẩu pháo 105 ly đặt ở công viên Tao Phùng ngay dưới chân đồi bệnh viện đang hạ nòng để sửa soạn bắn trực xạ. Hồi trước tôi chỉ được nghe nói hoặc đọc báo khi quân ta bị Việt Cộng tấn công biển người, pháo binh phải bắn trực xạ, nay tôi mới thấy tận mắt. Cảnh này kích thích tôi ghê gớm, khiến tôi và mấy người lính đứng bên dường như quên cả nguy hiểm, tranh nhau đứng xem. Có người leo cả lên bàn lên ghế của nhà bảo sanh để coi cho rõ. Chỗ đánh nhau chỉ cách chúng tôi chừng năm, sáu trăm thước là cùng.

Phía trước công viên Tao Phùng nơi đặt mấy khẩu pháo là một dãy nhà mới cất thuộc khu chợ mới. Trong đó có nhà của Bác sĩ Chí. Trên sân thượng của những nhà này tôi đã thấy có lính bố trí sẵn sàng. Ở một căn nhà bìa dọc theo con đường Bình Long - Lộc Ninh, sân thượng nhà này cao trội hơn những nhà khác, có một tiểu đội lính trấn thủ. Tiểu đội đó hoạt động linh lợi vô cùng. Từ xa tôi thấy người này người nọ lăng xăng lấy M72 ra tiếp tế cho nhau, sửa soạn để bắn chiến xa. Bóng họ in sẫm trên nền trời xanh nhạt.

Tôi thấy một người lính đưa một khẩu M72 cho một người bạn. Người này quỳ xuống nhắm vào chiếc xe tăng đang chạy ở dưới đường. Mấy người khác nằm rạp ra hai bên. Một cột lửa phụt dài ra đằng sau đuôi M72 tiếp theo một tiếng nổ dữ dội vang lên. Mấy người lính đứng bật dậy, ùa ra lan can xem rồi reo hò lên. Từ xa tôi cũng nghe được tiếng họ la hét. Họ tung cả mũ sắt lên trời, ôm nhau nhảy vòng tròn vui vẻ lắm. Tôi đoán họ vừa hạ xong một xe tăng của Việt Cộng.

Họ coi Việt Cộng như không. Đánh giặc như trò đùa. Họ thật bình tĩnh và can đảm. Họ bắn liên tiếp ba bốn trái nữa. Tôi xem hoạt cảnh đó một cách say mê. Đến bây giờ tôi vẫn còn lấy làm lạ sao thấy xe tăng địch tràn vào thành phố mà tôi và mấy người lính hôm đó không có một cảm giác sợ hãi nào. Có thể là xe tăng địch chỉ tiến vào mà không bắn. Địch quân không nhiều, những cảnh chết chóc thảm khốc chưa diễn ra và nhất là địch vẫn còn xa chỗ vị trí của mình.

Bỗng một chiếc xe tăng xuất hiện ngay đầu đường quẹo vô đại lộ Hoàng Hôn. Khẩu pháo 105 ly đã hạ nòng nằm chờ đợi từ lâu gầm lên, đồng thời nơi dẫy nhà trước mặt 5, 6 khẩu M72 phóng vụt ra, chiếc xe tăng nghiêng đi, bốc cháy, bay luôn cả pháo tháp.

Một anh lính đứng gần tôi chợt la lên:

– Kìa, còn một chiếc nữa kìa.

Theo tay chỉ của anh ta, qua những khoảng trống của những căn nhà đang xây dở dang, tôi thấy một chiếc xe tăng đang len lỏi qua ngõ ngách để tránh đạn. Xe tăng trốn chui trốn nhũi như chuột gặp phải mèo. Sau cùng tôi thấy nó xuất hiện ngay đại lộ Hoàng Hôn định chạy lên phía dốc chợ cũ. Đằng sau có chừng hai ba chục lính sư đoàn 5 đuổi theo bám sát, người cầm lựu đạn, người cầm M72, có người còn tính nhảy lên xe tăng nữa. Mỗi lần chiếc xe dừng lại tính quay lui, lính lại dạt ra để rồi đuổi tiếp. Khẩu pháo phía tay phải tôi đã hạ nòng, chỉ lăm le nhả đạn. Tôi than thầm trong bụng, mấy anh lính hăng quá, đuổi theo nó thì ăn cái giải gì, chỉ làm cản đường bắn của quân bạn. Tôi sợ lạc đạn bắn lầm lẫn nhau. Chết do đạn của phe mình mới đau chứ.

Thỉnh thoảng một người lại dục lựu đạn khói màu để cho phi cơ biết quân bạn có ở đó, nếu không máy bay thấy xe tăng sà xuống oanh tạc lầm. Khói màu là bạn, khói trắng là địch.

Hồi lâu chiếc xe tăng bị đuổi dữ quá, lính quýnh đâm sầm vào một căn nhà nằm gọn lỏn bên trong đó và bị bắn cháy tại đây.

Trên trời hai chiếc phản lực vẫn sục sạo tìm kiếm xe tăng. Chỗ nào có khói trắng là phi cơ lao xuống can thiệp liền. Chúng tôi đứng ở xa như vậy mà khi bom nổ cũng thấy tức ngực. Một mảnh bom văng ra rơi trước mặt chúng tôi hai thước. Tôi tiến tới nhặt lên phải vội buông xuống vì mảnh bom vẫn còn nóng bỏng. Nó dài chừng gang tay hình chữ S sắc cạnh vô cùng, chỉ cần nó rơi trúng vào người là có đổ máu rồi. May phước thay, nó văng tới trước mặt chúng tôi thì hết đà.

Tôi thấy máy bay nhào xuống chỗ bến xe đò của tỉnh. Hai trái bom phăng phăng rơi xuống, rồi lửa đỏ và khói đen đùn lên. Nhà cửa mái tôn, cột kèo, vách tường bị hất tung lên trời, bay tứ tán. Cảnh tượng trông thật khủng khiếp, làm tôi nhớ lại cuốn phim "Le dernier grenade" chiếu ở Sài Gòn, cũng có những cảnh tương tự.

Bỏ bom trong thành phố thật tai hại. Tôi đoán có nhiều người dân tản cư không kịp, núp trong hầm ở nhà, có thể sẽ bị chết, không vì trúng bom cũng vì sức ép hay nhà sập đè mà không ai biết. Hầm trú ẩn của họ bỗng nhiên biến thành mồ chôn của cả gia đình. Ý nghĩ đó thoáng qua trong đầu làm tôi thấy mất hứng thú theo dõi trận đánh. Tôi đi trở về phòng.

Tôi thấy mệt mỏi lạ. Có thể vì tôi đã trải qua mấy tiếng đồng hồ căng thẳng vừa qua chăng?

Tôi cởi áo giáp, bỏ nón sắt, nằm ngả lưng xuống giường, lòng phân vân tự hỏi, không hiểu trận chiến còn kéo dài bao lâu và liệu quân mình có chống nổi những cuộc tấn công sau này của địch không? Tôi chắc chắn sẽ còn những cuộc tấn công kế tiếp nữa. Tôi nghĩ cũng không lâu đâu. Hiện giờ mới là màn mở đầu. Có thể mấy đợt B52 trải thảm bom đã làm tan rã một phần không nhỏ lực lượng tấn công của địch. Nhưng sau thời gian hỗn loạn lúc đầu, địch sẽ chỉnh đốn lại hàng ngũ, tăng viện thêm và khi họ đã tạo được đầy đủ lực lượng rồi cuộc tấn công thứ nhì sẽ mạnh hơn, gay cấn hơn. Không hiểu bên mình khi đó sẽ ra sao? Bệnh viện bị đứt liên lạc với bộ chỉ huy tiểu khu nên tôi không thể tiếp xúc với Thiếu tá Diệm để hỏi thăm tin tức được.

Xét về phía địch quân, tôi cũng lấy làm lạ sao Việt Cộng đánh đấm gì dở quá vậy. Mang mấy xe tăng đơn độc xông đại vào phòng tuyến của đối phương không có bộ binh đi theo yểm trợ. Súng đại bác của xe tăng cũng không bắn một phát nào. Thật là kỳ cục khó hiểu.

Tôi đang nằm suy nghĩ miên man, bỗng nghe thấy tiếng xô đẩy nhau, tiếng người ồn ào ngoài hành lang. Trong cái âm thanh hỗn độn ấy, tôi nghe có người kêu:

– Xe tăng lên, xe tăng sắp lên tới bệnh viện rồi!

Tôi ngồi bật dậy, khoác vội áo giáp, đội nón sắt mở cửa bước ra ngoài. Hành lang giữa trại ngoại khoa giờ đây chật ních những người. Họ xô nhau chạy lui trở vào.

Người nào người nấy mặt mày thất sắc, hốt hoảng. Tôi thấy đứng dồn cục trong hành lang rất nguy hiểm. Địch thấy lố nhố người, bắn một trái vào là chết cả đám. Tôi vội lách ra phía đầu trại ngoại khoa, đi về phía trại nội khoa an toàn hơn.

Hai bên đường dẫn tới bệnh viện, những khẩu M72 chĩa ra tua tủa. Những người lính phục sát xuống mặt đất đợi chờ. Tôi không nghe thấy tiếng xích sắt nghiến trên đường nhựa. Nếu là chiến xa của mình chắc tôi đã nghe thấy rồi. Chợt một người la lên:

– Nó tới ngã tư rồi.

Ngã tư này ở cuối dốc lên bệnh viện, cách bệnh viện chừng gần 200 thước. Tôi không sợ xe tăng địch. Vì mình đã có vũ khí trừ nó. Tôi chỉ coi nó như một quan tài di động mà thôi vì trước sau gì nó cũng bị ta bắn hạ. Xe tăng không có bộ binh đi kèm chẳng khác gì cua không càng. Cho tới bây giờ tôi vẫn chưa thấy bộ binh địch xuất hiện. Việc này có vẻ hơi bất thường. Tôi nghĩ rằng, có thể bộ binh đã bị B52 tiêu diệt khá nặng chưa gom quân kịp. Do đó phối hợp tấn công bị xáo trộn nên bộ binh và chiến xa không bắt tay được với nhau như đã dự trù.

Dù gì đi chăng nữa mối lo về phía địch tôi thấy trong lúc này thực sự không đáng ngại. Điều đáng sợ nhất đối với tôi lại là quân của phe mình. Mới nghe qua thấy thật nghịch lý, nhưng quả thực là như vậy. Một người lính sư đoàn 5 bị bắn chết ngay trước cửa bệnh viện trong khi anh ta đang bố trí trong hố cá nhân vì đạn trong bộ tư lệnh bắn ra. Bắn một cách vô ý thức và ngu xuẩn vì quanh bộ tư lệnh đều là quân bạn. Địch hãy còn ở xa.

Binh nhất Mệnh có đưa cho tôi xem cái mũ sắt của người lính bất hạnh đó. Vết đạn xuyên qua hai lần mũ sắt, bên trong còn dính bầy nhầy chất óc người. Điều đáng sợ hơn nữa là phi cơ của phe mình. Nếu xe tăng lên tới bệnh viện, máy bay trông thấy sà xuống bỏ bom là bệnh viện tan tành. Cho dù phi công có bỏ bom chính xác cách mấy, nhưng vì gần quá, mạng sống của mọi người trong bệnh viện cũng khó an toàn vì sức ép khủng khiếp của bom nổ.

Tôi đang tính chạy vào trú trong hầm của Bác sĩ Phúc, chợt nhiều tiếng nổ của M72 nổi lên. Có tiếng la:

– Nó ngán rồi, nó quay trở lui.

Lát sau có tiếng reo lên:

– Hạ được rồi, cháy rồi!

Tôi vội chạy ra phía sau nhà bảo sanh nhìn xuống con đường dốc lên bệnh viện. Tôi thấy một vật đang cháy, gần ngay vòng rào thép gai của trại cố vấn Mỹ. Tôi nhìn kỹ:

– Ủa, đâu phải xe tăng, xe bồn nước mà!

Trung sĩ Tuấn nói:

– Đó là bồn dầu của pháo binh, bị M72 bắn lầm. Còn xe tăng bị bắn cháy nằm kia kìa bác sĩ.

Theo ngón tay của Tuấn chỉ, tôi thấy một chiếc xe tăng nằm chình ình ngay giữa đại lộ Hoàng Hôn, đối diện phòng mạch Bác sĩ Phúc, bị bắn cháy vẫn còn bốc khói. Mọi người lại túa ra xem, mỗi người bàn một câu:

– Xe nó lớn quá, nòng súng dài thấy mà ghê.

Tôi thấy cả phía bắc thành phố đều có khói, dường như mỗi nhà bắt đầu âm ỉ cháy. Một cột khói đen bốc thẳng lên gần một tàn cây lớn nhất trong đám, dưới chỗ đó là phòng mạch của tôi. Giờ này chắc cũng ra tro rồi.

Tiếng súng dưới chợ bây giờ đã lắng dịu. Thỉnh thoảng chỉ nghe thấy tiếng M72, M79 hoặc B40 thôi. Trận chiến dường như ngưng hẳn lại, không còn gay cấn hấp dẫn như lúc đầu. Bao nhiêu xe tăng địch tràn vô đều bị hạ hết. Tuy nhiên trên các cao ốc phía xa vẫn còn thấy bóng các binh sĩ thỉnh thoảng tung khói màu cho phi cơ nhận diện. Đặc công của địch chắc đã đột nhập thành phố rồi.

Tôi trở về phòng, gặp anh Châu đứng chờ ngoài cửa. Thấy anh tôi mừng quá. Vì mấy hôm nay không gặp anh tôi cứ lo cho anh hoài. Tôi vừa mở khóa cửa vừa hỏi:

– Bình yên cả chứ? Ở bên nhà ra sao? Sập chưa mà anh sang đây?

– Bên đó pháo dữ quá bác sĩ, đạn rơi chung quanh nhà. Tưởng chết hồi hôm rồi chứ. Nhà trung sĩ Hùng ở gốc cây đa sập rồi. Nhà mình bị một trái ở phòng khách, chưa đến nỗi nào. Nhưng ngán quá không dám ở nữa. Em cho tụi nhỏ sang đây ở nhờ bác sĩ.

Tôi mở rộng cửa cho Châu mang đồ vào. Người vợ và hai đứa con gái nhỏ khoảng 10 tuổi và 6 tuổi, mỗi người đều mang một túi đồ đem vào để ở góc phòng.

Tôi đóng cửa lại kéo ghế ngồi ở bàn. Châu hối vợ con mang bi đông nước, cơm, thức ăn để lên bàn mời tôi. Nước và thức ăn hãy còn nóng. Đã lâu rồi không có nước trà nóng nay uống một ly tôi thấy tỉnh cả người. Vợ Châu để một nồi thịt trước mặt tôi mời:

– Bác sĩ ăn gà rang mặn ngon lắm, mới làm hồi sáng.

Tôi mỉm cười hỏi:

– Gà rang cơ à. Ở đâu mà có thế này, chạy loạn mà ăn sang thế.

Vợ Châu cũng cười đáp:

– Gà của nhà đó bác sĩ, có sáu con tụi tôi làm thịt ăn dần, để rồi cũng sẽ bị người ta bắt đi ăn hết.

Mặc dù có thức ăn tươi ngon, tôi cũng chỉ ăn được một chén cơm. Có nước là tôi uống được nhiều. Anh Châu hỏi tôi:

– Ở đây có hầm không bác sĩ?

– Phía gần cổng có hai cái nhưng đông người lắm. Có pháo kích chen chân không lọt. Tôi cũng chẳng cần hầm hố gì, sống chết có số. Khi nó pháo tôi chui đại xuống gầm giường là xong.

Hai vợ chồng Châu nhìn nhau, tỏ vẻ không tin tưởng mấy cái biện pháp chống pháo kích của tôi.

Cuộc tấn công đợt nhất của Việt Cộng, đối với khả năng và tầm quan sát của tôi chỉ có bấy nhiêu, tức là thu hẹp vào trận chiến diễn ra tại khu chợ mới.

Sau này khi quân ta đánh chiếm lại được An Lộc, tôi có dịp đi xem mới biết trận chiến còn xảy ra tại nhiều nơi khác. Có thể Việt Cộng đã dùng năm mũi dùi tấn công An Lộc: phía Lộc Ninh, sân bay, Xa Cam, Phú Lố và Quản Lợi.

Tôi đi thăm khắp nơi, thấy ở vòng ngoài các xe tăng bị ăn bom nhiều. Bom được thả rất chính xác, nổ ngay trước đầu xe tăng, tạo thành một hố lớn, đường kính tới gần mười thước. Xe tăng nào không bị lật nghiêng cũng bị chúi mũi xuống hố bom. Ở vòng trong thì bị M72. Dọc theo tỉnh lộ từ Lộc Ninh về, trên con đường dẫn vào thị xã An Lộc ba chiếc xe tăng mới tinh bị bắn cháy nằm xếp hàng ngay trên lộ, y như đi duyệt binh.

Tôi nghe nói đó là công của mấy anh em đào binh và của Địa Phương Quân. Ngay bộ chỉ huy tiểu khu, hai xe tăng bị bắn cháy sát vòng rào dây kẽm gai, một ở đằng trước và một ở đằng sau bộ chỉ huy tiểu khu. Xa hơn nữa ở phía bờ rừng cao su gần bên quốc lộ 13 dẫn vào tỉnh ly, hai chiếc nữa cũng bị quân Dù bắn cháy. Rải rác những con đường trong thành phố cũng có xe tăng bị hạ, tính ra chính mắt tôi nhìn thấy và đếm được tổng cộng là 13 chiếc.

Nhìn chung, quả thực đáng sợ, nếu quân ta không trừ ngay được chúng, để chúng hoành hành thì hậu quả không biết đâu lường được.

Hồi đầu thấy xe tăng binh sĩ đều có vẻ ngán và hơi lo sợ, nhưng sau khi được phân phát đầy đủ súng chống tăng M72 đồng thời thấy xe tăng vào cái nào bị hạ cái đó nên binh sĩ thấy tự tin và hăng hái, tinh thần lên rất cao. Ít ra họ cũng biết rõ trong tay họ có thứ vũ khí diệt xe tăng rất hữu hiệu.

Lòng tin tưởng mãnh liệt đó và kinh nghiệm của cuộc tấn công đợt đầu đã giúp cho họ giữ vững được An Lộc trong những cuộc tấn công tới. Một cuộc tấn công mà Việt Cộng cố dốc toàn lực để xả láng đã làm các vị chỉ huy ở đây đã có lúc phải lo ngại.

Sau khi hai vợ chồng anh Châu về nhà để lấy thêm đồ, tôi đóng cửa phòng đi lên phòng mổ. Thương binh đã về, để đầy ngoài hiên. Y tá biến đâu hết rồi. Tôi kêu anh Xòm, thượng sĩ Lỹ và binh nhất Thiện tới. Tôi thấy cô Bích hiện ra ở cửa sổ phòng cô trên trại nhi khoa. Tôi vẫy cô xuống làm. Cô lắc đầu từ chối. Tôi biết ai cũng mất tinh thần cả rồi. Cái chết kề bên, còn lòng dạ đâu làm việc. Nhất là nơi làm việc không an toàn, cách trận chiến không đầy 300 thước. Phương tiện làm việc lại rất thiếu thốn. Không thể trách người khác được.

Ngay cả tôi cũng còn thấy chán nản nữa. Sống chết không có ngày mai. Sáng dậy đập tay biết đau mới tin là mình còn sống. Nếu không có tinh thần trách nhiệm, chắc tôi cũng kiếm chỗ nằm cho khỏe cái thân. Vì vậy tôi cũng chẳng muốn bắt buộc ai cả, chỉ dùng những người tình nguyện thôi.

Một phần vì thiện chí, một phần vì đã khoác áo nhà binh nên mấy quân y tá, đặc biệt là thượng sĩ Lỹ, trung sĩ Xòm, binh nhất Thiện đều nghe lệnh tôi, tận tâm giúp tôi làm việc. Ngày hôm đó trừ cô Bông điều dưỡng trưởng bệnh viện hăng say làm việc quên nghỉ ở phòng cấp cứu, nhân viên dân sự không ai muốn làm việc cả.

Để giải quyết công việc cho nhanh, tôi quyết định hơi khác thường một chút. Đó là chọn những trường hợp tương đối không trầm trọng lắm, với dự đoán có nhiều hy vọng sống, đem làm trước rồi chuyển xuống trại cho bớt ối đọng bệnh nhân.

Mổ xong được một người bị thương ở cẳng chân, tôi đi xuống phòng để uống chút nước. Đi ngang phòng tiểu giải phẫu không thấy ai làm việc mà thương binh còn chờ đông. Tôi liền rảo bước lên phòng Bác sĩ Chí. Gặp Bác sĩ Nam Hùng tôi liền hỏi:

– Anh Chí đâu anh Hùng?

– Anh Chí đang ngủ dưới gầm giường. Hùng vội trả lời tôi.

Tôi cúi đầu xuống nói vọng vào:

– Ở tiểu giải phẫu bệnh đang chờ mày đấy, xuống làm giùm tao. Lính bị thương về nhiều quá.

Chí lồm cồm bò ra từ dưới gầm giường, mắt đỏ vì mới ngủ dậy.

Tôi nhìn Chí cười nói:

– Đánh nhau dữ vậy mà mày ngủ được cũng tài.

– Ngủ cho quên đời.

Nghe Chí nói vậy, tôi biết ngay Chí đang lo cho căn nhà mới cất của nó ở khu chợ mới. Chí đã bỏ ra khá nhiều tiền để làm căn nhà đó. Chưa kịp ăn tân gia thì xảy ra trận đánh. Chẳng biết nhà cửa có còn yên lành không? Hay lại thành đống gạch vụn rồi. Không chán đời sao được.

Chí xuống phòng tiểu giải phẫu làm mấy ca chest tube và khai thông khí đạo cho một đại úy thuộc tiểu đoàn 2/52. Vị đại úy này tôi biết từ khi tôi còn ở trung đoàn 43 sư đoàn 18 bộ binh. Trước anh là đại đội trưởng đại đội trinh sát của trung đoàn 52 được tăng phái cho trung đoàn 43 trong một cuộc hành quân vào một mật khu địch. Tôi còn nhớ mãi trận này vì đó là một chiến thắng lớn. Lúc 3 giờ sáng, toàn bộ chỉ huy trung đoàn của tôi được đánh thức dậy để đi tiếp viện một đại đội trinh sát đang đụng địch rất nặng ở cách vị trí của chúng tôi độ chừng ba cây số. Tôi có nghe nhiều tiếng súng nổ dòn từ xa theo gió vọng lại. Trung úy Hoàng Thúc Kháng phó trưởng ban ba trung đoàn cho tôi biết có thể có cận chiến trong đêm tối. Để phân biệt giữa quân bạn và quân địch, chúng tôi được lệnh xắn một tay áo trái lên, để hở cánh tay trần, còn tay phải vẫn để áo tay dài. Trong đêm tối sờ thấy một tay trần và một tay có áo là bạn, còn ngoài ra là địch cứ xả súng bóp cò liền hoặc dùng lưỡi lê đâm tưới.

Trung úy Kháng nhìn tôi cười cười hỏi:

– Đánh xáp lá cà, bác sĩ có sợ không?

– Tôi không ngán đâu nhưng chỉ sợ bắn lầm quân mình thì đau lắm.

Với kinh nghiệm chiến trường đầy mình, Trung úy Kháng cho tôi biết:

– Bác sĩ đừng lo, khi mình lên tới đó thì trận chiến cũng đã xong, trời cũng sáng rồi. Nhưng bác sĩ cũng nên cẩn thận, xem lại khẩu Colt của bác sĩ đi. Nên nhớ bắn chậm thì chết. Bây giờ là lúc mình đóng phim cao bồi đấy.

Tôi nghe lời kiểm soát lại khẩu Colt đeo bên hông. Tôi chỉ có hai băng đạn tổng cộng 12 viên. Nếu nói là ít thì quá ít, nhưng tôi hy vọng không phải dùng tới viên nào. Nếu không với 12 viên đó tôi cũng có thể xơi tái được vài tên địch đồng thời cướp súng của chúng để tiếp tục chơi nữa.

Sau khi gấp rút sửa soạn xong chúng tôi lên đường ngay vừa đi vừa chạy về hướng có tiếng súng. Vì đi trong rừng, lại đi đêm nên dù có gấp rút chúng tôi cũng phải mất gần hai giờ mới tới được nơi đụng trận. Tuy nhiên lúc sắp đến thì chúng tôi được tin quân mình đã toàn thắng. Trận chiến đã kết thúc đúng như lời tiên đoán của Trung úy Kháng. Địch quân để lại 21 xác, quân ta tịch thu được rất nhiều súng đạn đủ loại. Bên quân bạn chỉ có 2 người bị tử thương trong đó có một trung sĩ nhất. Anh này hăng quá không sợ nguy hiểm gì cả, cứ đứng thẳng người mà bắn, không cần núp nên bị trúng đạn vào đầu.

Tôi tìm gặp vị đại đội trưởng trinh sát 52, bắt tay khen ngợi anh đã đánh thắng trận này. Khi biết tên anh, tôi mới chợt nhớ hồi tiểu đoàn 1/43 ra dưỡng quân tại tỉnh Bình Tuy, tôi có gặp mấy cô nữ sinh ở đó. Một cô cho tôi biết có người yêu tên Nghĩa ở trinh sát 52, nay gặp Nghĩa tôi hỏi anh có đến Bình Tuy lần nào chưa và có quen ai tên Thu không. Nghĩa mỉm cười nhận có biết người em gái hậu phương đó, vẫn còn thư từ qua lại nhưng bận quá chưa có dịp trở về nơi cũ.

Tôi tò mò hỏi anh trận này anh đánh sao mà hay vậy.

Nghĩa mỉm cười chậm rãi kể lại diễn tiến của trận đánh:

– Thực ra cũng là may thôi. Khi đại đội chúng tôi đến đây trời đã bắt đầu tối. Toán tiền sát cho tôi biết có thấy rất nhiều hầm hố của địch ở phía trước. Tôi liền thận trọng dàn hàng ngang cho quân tiến tới lục soát, thì thấy hoàn toàn trống rỗng không một bóng địch. Nhưng những bếp lửa mới tắt còn nóng nguyên. Chứng tỏ địch rời chỗ này chưa lâu. Sau khi chắc chắn không còn tên địch nào, tôi cho lệnh đóng quân ngay tại căn cứ của tụi nó. Vì có hầm hố sẵn sàng rất tiện lợi, khỏi cần phải mất sức đào xới. Tôi cho đặt mìn chiếu sáng, mìn claymore chung quanh như thường lệ, đặt toán canh gác xong xuôi. Chúng tôi đi ngủ để lấy lại sức. Đến nửa đêm, không ngờ tụi địch quay trở lại. Tụi nó đi đứng khơi khơi vì không ngờ rằng căn cứ đã bị tụi tôi chiếm. Toán đi đầu chạm phải mìn chiếu sáng bị toán gác của ta xơi gọn. Chúng tôi có đủ thì giờ, có hầm hố công sự tốt, lại thêm yếu tố bất ngờ nên thắng thế ngay trong phút đầu. Tụi địch cũng hung hăng lắm, vì là căn cứ của chúng nên hầm hố chỗ nào chỗ nấy chúng thuộc nằm lòng. Chúng vác một cây thượng liên đặt ngay chỗ gò mối kia, bắn vào khu trung tâm. Nhưng không may cho tụi nó là khẩu súng đó lại đặt trước một trái mìn claymore. Nên khẩu thượng liên vừa mới khạc đạn là bị ông trung sĩ của tôi bấm nổ liền, tổ thượng liên ba thằng banh xác ngay tại chỗ. Tụi nó cầm cự được chừng 30 phút thấy không xong bèn rút đi để lại hơn 20 xác và vô số súng ống đủ loại.

Tôi có lấy máy hình chụp một đống súng chất sau cái gò mối Nghĩa chỉ cho tôi. Một giờ sau trực thăng xuống chở chiến lợi phẩm và những binh sĩ tử thương về hậu cứ. Không có thương binh, nên tôi cũng không phải làm gì cả.

Tôi chẳng bao giờ ngờ lại có thể gặp Nghĩa ở đây. Thật không may cho anh lại bị thương nơi cổ, không thở được phải làm thông khí quản. Sau khi Chí làm xong tôi có xuống thăm Nghĩa. Anh tỉnh táo nhưng không nói được. Thương binh đã đông, bệnh viện lại bị pháo sập mấy phòng nên thiếu giường trống. Tôi đành để Nghĩa nằm ở hành lang trong trại ngoại khoa sát vách phòng của tôi. Tôi dặn anh lính cận vệ của Nghĩa ráng coi sóc cẩn thận cho ông thầy, đừng bỏ đi xa. Xong, tôi lại lên phòng mổ lớn làm việc tiếp.

ĐỊA NGỤC TRẦN GIAN

Tôi đã cắt mấy cẳng chân bị thương nát bấy. Xương vỡ ra nhiều mảnh vụn. Thịt da tơi tả trông như miếng giẻ rách, bầy nhầy lẫn lộn đất cát và mấy sợi gân trắng hếu. Tôi thấy không tài nào giữ được những cẳng chân ấy. Chiếc cưa dây Gigli tôi dùng đi dùng lại nhiều lần, giờ đây không chịu nổi nữa. Tôi kéo cưa được mấy cái là đứt tung ra, văng cả máu lên mặt. Trong tủ y cụ tôi chỉ còn có hai sợi chót. Sau khi thay tôi chỉ còn một sợi độc nhất để dành. Sợi dây cưa Gigli rất dễ sử dụng. Cưa mau lại đỡ mệt hơn cưa tay thường. Tôi phục người nào đó đã sáng chế ra sợi dây cưa này. Tiện lợi vô cùng, vì nó chỉ là những sợi dây thép gồ ghề xoắn lại với nhau nên luồn lách chỗ nào cũng được.

Trong tình trạng hiện tại, tôi quí sợi dây cưa này lắm, nó giúp tôi làm việc mau lẹ còn dành thì giờ mổ những người khác. Thiếu nó thì những trường hợp thiết đoạn tứ chi tôi đành bó tay. Tôi cố gắng làm việc cho thật nhanh để thương binh khỏi phải chờ đợi và nhất là tránh phơi mình lâu ở chỗ không an toàn.

199

Mọi nghi thức trong phòng mổ đều được giản dị hóa tới mức tối thiểu. Chúng tôi chỉ cần một đôi găng tay. Mọi người trong toán mổ đều mặc áo giáp, đầu đội nón sắt để thay thế áo choàng mổ. Có như vậy chúng tôi mới yên lòng làm việc vì bên ngoài Việt Cộng vẫn pháo tới đều đều.

Máy phát điện đã bị pháo kích hư từ đêm hôm qua. Tôi phải mở rộng cửa sổ để có đủ ánh sáng làm việc. Chiếc bàn mổ phải luôn luôn xoay ngang, xoay dọc, lộn đầu lộn đuôi tùy thuộc nơi mổ là ngực, bụng, đầu hay chân tay để có đủ ánh sáng mặt trời rọi vào chỗ mổ. Phòng hấp ngưng hoạt động vì không còn điện nữa. Các dụng cụ giải phẫu đều được khử trùng bằng cách đốt bằng rượu cồn hay ngâm rửa trong nước xà bông gọi là surgical soap.

Mặc áo giáp mổ vừa nặng vừa nóng. Trong phòng mổ kín mít, không máy lạnh, chỉ có một cái cửa sổ thông hơi nên đứng một lúc là mồ hôi vã ra như tắm. Tôi bị mất nước nhiều quá thành ra mau mệt. Nước bây giờ quý hơn vàng, khó kiếm ra. Phòng mổ bây giờ không còn một giọt nước. Những khăn mổ đã dùng rồi, dính máu không có nước giặt được chị Huyền gom lại vứt thành đống sau phòng trực y tá. Ngay đến nước rửa vết thương còn không có lấy nước đâu ra giặt đồ.

Ngay những ngày đầu của cuộc chiến, tôi đã tiên liệu tình trạng này. Nhưng tôi thực không ngờ trận đánh kéo dài mãi không dứt và hình như hiện giờ mới chỉ là khởi đầu. Tuần trước, tôi đã ra lệnh cho thượng sĩ Lỹ chỉ huy các nhân viên phòng mổ thu gom tất cả các chai nước biển đã dùng rồi, đổ đầy nước vào, đem đi hấp để dự trữ hàng giẫy dài mấy trăm chai dọc theo tường phòng mổ.

Mặc dù chúng tôi dùng rất dè sẻn, chỉ để rửa các vết thương, số nước đó cũng chỉ được một tuần sau là hết. Cũng may tôi xuống dưới kho lớn đã đổ nát tìm được 6 gallon phisohex và hai thùng hydrogen peroxide. Không có nước pha, tôi đành rửa các vết thương bằng phisohex nguyên chất.

Phòng mổ bây giờ thật xơ xác hoang tàn, nền nhà dơ bẩn vì không nước lau đã lâu. Dưới chân bàn mổ từng vũng máu đông đen xì hôi hám. Không khí ngột ngạt khó thở, không thể nào tiếp tục làm việc được nữa. Bệnh viện đã bị cô lập. Muốn liên lạc với các giới chức có thẩm quyền để xin trợ giúp chỉ còn một cách đích thân đi bộ tới tận các bộ chỉ huy. Nhưng trong tình thế này tôi không tin là họ có thể giúp được cho bệnh viện một chút gì. Tôi tự nghĩ, có sao làm vậy, đến đâu hay đến đó, hết sức mình thì thôi.

Khoảng 5 giờ chiều, Bác sĩ Nam Hùng ở phòng cấp cứu, xuống cho tôi hay, có 5 người bị thương bụng cần mổ gấp. Tôi nghe vậy mệt xỉu luôn.

Dù ở trong thời bình với đầy đủ phương tiện, tôi có làm suốt đêm đến sáng, chưa chắc một mình tôi có thể giải quyết xong số thương binh đó. Huống chi, trong tình trạng hiện nay, với một số nhân viên cố định, đã làm việc suốt ngày không nghỉ. Tôi nghĩ không tài nào làm hết nổi. Không biết trận chiến còn kéo dài đến bao giờ. Tôi phải giữ sức khỏe cho nhân viên và cho tôi để có thể tiếp tục làm việc trong những ngày sắp tới. Nếu phung phí sức khỏe làm việc trong một ngày để rồi sau đó kiệt sức nằm bẹp một chỗ thì thật là người bất trí.

Lại còn vấn đề cá nhân nữa, không ai lo cơm nước cho chúng tôi. Chúng tôi phải tự túc lấy. Sau vài ca mổ trong giờ xả hơi tôi tạt qua phòng nhấp vội một hai nắp bi đông nước cho đỡ khát, ăn vội mấy thìa cơm sấy với thịt hộp cho qua cơn đói. Các nhân viên phòng mổ chắc cũng được bạn bè giúp đỡ nên họ cũng chưa đến nỗi kiệt sức lắm.

Tuy nhiên trong tình trạng hiện tại, không điện nước, không đèn đuốc thì dù có tinh thần cao cách mấy cũng không thể nào làm được. Lại thêm Việt Cộng vẫn tiếp tục pháo kích suốt ngày. Đạn pháo rơi bên trường trung học trước bệnh viện, bên bộ tư lệnh sư đoàn 5, bên ty Công Chánh sau bệnh viện rồi rơi vào ngay cả bệnh viện khiến cho chúng tôi đứng mổ không yên. Mọi người đều cố làm thật nhanh để còn đi tìm chỗ núp.

Những vội vã trong lòng không biểu lộ ra nét mặt. Ai nấy đều có cái vẻ ngoài điềm tĩnh để làm việc. Có thể nói sợ quá hóa lỳ. Vì thực ra đâu còn cách nào khác. Tuy nhiên mỗi lần nghe tiếng rít của đạn bay qua đầu hay tiếng hú của hỏa tiễn thì những dấu hiệu kinh sợ mới thấy hiện ra trong ánh mắt mệt mỏi của mọi người. Riêng tôi, mỗi lần như vậy thì cảm giác sợ hãi làm co thắt các bắp thịt đến buốt nhói ở tim. Khi nghe thấy trái đạn nổ rồi, thấy mình không hề hấn gì mới yên lòng làm việc tiếp.

Càng ngày Việt Cộng càng pháo nhiều, tinh thần mọi người ở đây thật căng thẳng. Sống tính từng giờ, chết không biết lúc nào. Chúng tôi như những con chim đã bị tên, thấy cây cong là sợ: Một tiếng xiết chân, một tiếng chép miệng, một tiếng thắng xe, tiếng xao động của mái tôn cũng làm cho chúng tôi giựt thót mình. Bao giờ tôi cũng có cảm tưởng là có một trái đạn treo trên đầu mình sẵn sàng nổ bất cứ lúc nào.

Tôi nhận thấy không tài nào làm hết những vết thương bụng đó được. Tôi chọn xem người nào nhẹ nhất tôi làm trước. Những người nặng và những người mất máu nhiều không có hy vọng sống sót sau khi mổ, tôi chỉ cho truyền nước pha với trụ sinh rồi giao cho số mệnh.

Trong số những người bị thương bụng không mổ, chỉ có hai người sống sót, một cô gái và một người lính cao lớn tên Ba. Tiếc thay anh Ba sống được hai tuần thì một đêm kia, phòng hậu giải phẫu bị trúng một trái 61 ly. Người đàn bà nằm ngay chỗ trái đạn nổ cùng với đứa con không việc gì, trái lại anh Ba bị một mảnh nơi cẳng chân trái. Một tuần sau anh chết vì bị phong đòn gánh.

Trong ánh sáng lờ mờ của buổi chiều, trong không khí ngột ngạt oi bức tanh mùi máu của phòng mổ, tôi, Thiện, Xòm cố sức làm việc. Tôi cố khâu những vết thủng ruột non. Tôi thấy khó thở quá, mồ hôi chảy ròng ròng trong thân làm tôi thấy ngứa ngáy khó chịu. Thỉnh thoảng tôi lại phải nghiêng đầu dơ vai lên quẹt mồ hôi ở mặt từ trán chảy xuống.

Bây giờ không còn như mấy ngày trước nữa mà mong có người đứng bên lau mồ hôi cho mình. Trong hoàn cảnh khó khăn tôi đã hình thành một triết lý sinh tồn là cứ hết sức chú ý vào công việc mình làm, không cần để ý tới thời gian và những phiền toái chung quanh. Bởi vậy cuộc mổ chiều hôm đó tuy cực nhọc khó khăn rốt cuộc rồi cũng xong.

Tôi mệt lả người. Trong lúc Thiện, Xòm đẩy bệnh ra phòng hậu giải phẫu. Tôi bước ra ngoài cho dễ chịu một chút. Tôi không dám hít mạnh vì không khí bệnh viện hiện giờ chẳng trong lành, thơm tho gì. Cho tới nay gần 300 xác người nằm sấp lớp dưới nhà xe và sân sau của bệnh viện. Những xác chết đó có từ ngày đầu cuộc chiến, đến nay gần mười ngày mà chưa được đem đi chôn. Buổi chiều mùa hạ nóng bức cùng với mùi tử khí của những xác người đã bắt đầu trương phình làm cho không khí đặc quánh, thật khó thở.

Bệnh viện có một nhà xác chứa được hai xác. Khi tôi tới làm việc ở tỉnh này được chừng ba tháng, thì dự án nới rộng nhà xác của tỉnh đã được thông qua và bắt đầu. Một ông thượng sĩ an ninh của tỉnh thì thầm với tôi:

— Bác sĩ đừng chê tôi dị đoan, nới rộng nhà xác là điều tối kỵ, vì chắc chắn sẽ có nhiều người chết lắm. Để rồi bác sĩ coi tôi nói có đúng không. Trước tôi làm ở tỉnh Chương Thiện cũng vậy. Chỉ vài tháng sau khi nới rộng nhà xác là vô số người chết tới.

Lúc đó tôi gật đầu cho ông ta vừa lòng, nhưng trong bụng bán tín bán nghi. Nay thì thấy ông thượng sĩ già này có lý.

Thoạt đầu những người tử nạn đều được tẩm liệm vô hòm đàng hoàng, có cả quốc kỳ phủ quan tài cùng hương đèn đốt cháy suốt ngày đêm. Trung đội chung sự không đem đi chôn được vì pháo kích và khu nghĩa địa không được an ninh vì ở xa, ngoài vùng kiểm soát của quân mình, nên xác chết cứ để lại tại bệnh viện.

Khuya, sau khi mổ xong, đi xuống phòng ngủ, tôi không dám nhìn ra phía nhà quàn với hàng quan tài có những ánh nến leo lét cháy. Cứ trông thấy là tôi lạnh người dựng tóc gáy rảo bước cho mau.

Dần dần người chết quá nhiều, bất cứ nơi nào có xác chết là họ thu về đem thảy vào nhà xác bệnh viện. Mới đầu giới hạn ở nhà quàn, sau lan ra nhà xe, tới sân sau, rồi tới ngang hông văn phòng ty Y Tế ngay trước trại ngoại khoa. Có xác quấn poncho, có phiếu chứng tử đính kèm, nhiều xác để trần mặc áo giáp, xác nằm sấp, nằm nghiêng, co chân co tay, miệng há hốc, mắt trợn trừng. Có xác nằm bình thản như người ngủ. Có xác trương phình, bụng căng cứng, bóng như bụng ễnh ương, chảy nước vàng, rữa nát vì để quá lâu, phơi nắng suốt ngày đã biến màu thành đen sạm như chì. Xác của người lớn, của trẻ con, của quan, của lính, của dân nằm lẫn lộn, xông lên mùi hôi thối suốt nửa tháng trời. Ruồi nhặng bu đầy trên mặt mũi, trên những vũng nước rỉ ra từ những thân thể sắp rữa nát.

Để ngăn ngừa ruồi muỗi sinh sản, có người đem rắc bột DDT lên những xác chết. Hành động này về phương diện vệ sinh, trên lý thuyết thì rất đúng. Nhưng đúng ở một nơi nào khác kia, ở một thời điểm nào kia, chứ thực tình tôi vẫn phân vân tự hỏi tại đây nó có tốt không? Trong nhất thời, tôi cho là tai hại quá.

Ruồi nhặng bị xua đuổi khỏi chỗ ở của nó liền quay vào tấn công bệnh viện. Khắp chỗ nào cũng có ruồi nhặng. Chúng lì lợm đậu lên đầu lên mặt tôi, lên mặt những thương binh mệt mỏi nằm ngủ quên. Tôi đưa tay vuốt mặt ngửi thấy mùi hôi thối của xác chết kinh tởm đến lợm giọng. Tệ hơn nữa hiện giờ chẳng kiếm được nước đâu mà tắm rửa. Tôi lấy một cục bông gòn thấm alcool lau qua cho đỡ bẩn. Mùi hăng nồng của alcool quả thực đã làm tôi thấy sạch sẽ hơn, dễ chịu hơn được một chút.

Lại nữa mùi DDT trộn với mùi của xác chết sình thối hợp thành một mùi khủng khiếp không tài nào ngửi được. Có những xác ruồi bu đen suốt từ đầu đến chân, tôi trông thấy mà nôn nao trong ruột muốn ói.

Mấy ngày sau, anh Châu kiếm đâu được ít thịt heo đem kho tàu mang đến cho tôi nhưng tôi không thể ăn được. Cứ đưa miếng thịt lên miệng lại nghĩ tới đống thịt rữa nát chỉ cách mình không xa là mấy, đành phải bỏ xuống. Ấn tượng đó cho đến cả tháng sau, lúc dọn sang bộ chỉ huy tiểu khu mới hết.

Sau không thể chịu được những xác chết đó nữa, chúng tôi trình sự việc lên bộ tư lệnh sư đoàn 5. Một vị đại tá được chỉ thị lo việc này. Đó là Đại tá Điềm nguyên tỉnh trưởng Long Khánh hồi tôi còn ở trung đoàn 43 sư đoàn 18 bộ binh đóng tại ngay tỉnh này. Không hiểu sao tôi lại gặp ông ở đây. Đích thân ông dẫn một tốp lính cùng 10 lao công đào binh để hốt xác đem lên xe cam nhông đưa đi chôn. Nhưng khi Đại tá Điềm ra lệnh xong vừa quay về là lính, lao công đào binh cũng trốn luôn. Ai cũng ghê tởm không dám làm công việc khênh hàng trăm xác rữa nát hôi thối lên xe.

Ở sân trường trung học, ngay phía trước cửa bệnh viện, một chiếc xe ủi đất của ty Công Chánh đang đào những hố thiệt lớn. Tiếng máy nổ khác thường làm mọi người chú ý. Ai cũng thắc mắc không hiểu họ đang làm gì. Mới đầu tôi tưởng bộ tư lệnh sư đoàn cho làm thêm công sự chiến đấu, sau mới biết là đào hố chôn tập thể. Xe phải đào tới gần một ngày mới xong.

Buổi chiều chừng 5 giờ, một xe GMC dẫn 10 lao công đào binh cùng 5 người lính sang bệnh viện. Xe de đít quay vào đám xác. Lần này có lệnh của Đại tá Điềm là ai trốn chạy sẽ bị bắn tại chỗ. Chính nhờ nghiêm lệnh này công việc đã được tiến hành tương đối chu đáo và có hiệu quả. Một trung sĩ to con, mặt sát khí đằng đằng cầm súng M16 đứng chỉ huy.

Mấy người lao công đào binh đi kiếm bao nylon gạo sấy để làm bao tay hì hục khênh từng xác vất lên xe.

Nước vàng hôi thối từ những xác người chảy ròng ròng. Bắt họ làm công việc này thật tội nghiệp. Nhưng nếu không bắt buộc thì không làm sao giải quyết nổi gần 300 cái xác đó. Sau khi chất lên được gần một xe, nhìn lại thấy số xác người gần như không suy chuyển một chút nào, mấy anh lao công đào binh đã bắt đầu nản, xuống tinh thần. Phần vì mệt mỏi, phần vì tiếp cận ngay những cái xác đang rữa nát hôi thối đó, họ đều xin dừng tay nghỉ mệt và một anh đề nghị lấy xe ủi đất ủi tất cả các xác đó vào một đống sau bệnh viện rồi đổ xăng đem đốt. Nhưng giải pháp này không được chấp thuận. Vì mùi khét lẹt của gần 300 cái xác đó xông lên thì chắc không ai chịu đựng nổi.

Bỗng một người lính la lên:

– Có thằng trốn.

Hai người lính liền đi lục soát tìm kiếm. Lợi dụng mọi người không chú ý, ba người nữa chạy vội ra tính leo rào trốn khỏi bệnh viện. Một cuộc rượt bắt diễn ra. Anh trung sĩ phải bắn mấy phát chỉ thiên mới bắt lại được ba người, còn một người trốn mất luôn. Bắt được anh cho mỗi người một báng súng vô ngực, buộc phải quay lại làm tiếp. Anh hăm dọa:

— Tụi bay mà bỏ chạy nữa tao bắn bỏ nghe.

Một người lao công đào binh mồ hôi nhễ nhại ướt đẫm chiếc áo ka ki bạc màu, nhăn nhó qua hàng nước mắt:

— Hôi thối quá làm sao tụi em làm được. Anh trung sĩ nạt lại:

— Bộ tao đứng canh tụi bay ở đây không ngửi thấy mùi sao. Ráng làm cho xong rồi về.

— Khênh người sống còn đỡ, khênh người chết sình nặng quá muốn hụt hơi luôn. Trung sĩ cho tụi em nghỉ một lát để thở.

— Được, cho tụi bay nghỉ 5 phút.

Mấy lao công đào binh ngồi ngay xuống thềm xi măng văn phòng ty Y Tế nghỉ xả hơi. Mặt người nào người nấy phờ phạc có lẽ vì phải hít thở mãi những mùi xú uế từ những tử thi để lâu ngày. Một người trông hãy còn trẻ, chừng 20 tuổi mặt mũi có vẻ thông minh ngồi dựa vào tường than thở.

— Từ hồi cha sinh mẹ đẻ đến giờ, chưa bao giờ tao phải làm một việc cực khổ khốn nạn như thế này. Cực đéo chịu được, thà chết sướng hơn.

Tôi cho người đi kiếm mấy cặp găng tay đã dùng rồi đưa cho họ mang để họ làm việc dễ dàng hơn là dùng những bao nylon gạo sấy.

Hết 5 phút xả hơi, họ lại được lệnh tiếp tục khênh xác lên xe. Đẩy xe rồi tài xế liền lái ra hố chôn tập thể. Họ lại khênh xác vứt xuống hố. Tới 8 giờ tối mới xong được hai xe. Họ làm liên tục như thế trong hai ngày mới thanh toán hết số xác trong bệnh viện. Chiếc xe ủi đất phải đào thêm hố nữa dài theo sân của trường trung học mới đủ chỗ chôn. Ngoài ngã ba Xa Cam dọc theo vườn cao su, trung đội chung sự tiểu khu còn đào thêm một hố chôn tập thể khác khá lớn. Tôi nghe nói hố đó chứa chừng gần một ngàn xác.

Giờ đây mồ mả mọc lên như nấm rải rác khắp thành phố. Những tấm bia bằng gỗ pháo binh, bằng giấy carton được mấy người bạn đồng đội viết nguệch ngoạc tên họ người chết và cắm lên vội vã. Họ phải làm thật lẹ vì rất nguy hiểm khi phơi mình quá lâu trên mặt đất. Đạn pháo kích có thể rơi xuống bất cứ lúc nào.

Trước cửa nhà Tiểu Khu Phó, hai người đang đào hố chôn bạn, gần xong thì bị ngay một trái 105 ly. Chẳng một ai sống sót. Sẵn hố đã đào, người ta liền vùi tất cả chung vào một lỗ. Thành ra những người lính ấy đã tự tay đào lỗ chôn mình. Mấy anh lao công đào binh cũng bị tử nạn đang khi vứt xác xuống hố. Thi thể họ cũng được vùi chung với những xác mà họ vừa mới khênh xuống.

Người ta kể chuyện, vì có những vụ như vậy nên mỗi lần đào hố chôn, họ lại đào rộng ra một chút để nếu có bất hạnh xảy ra thì có sẵn hố tự chôn mình luôn. Thật là bi thảm nếu quả thực là như vậy. Không biết chuyện đó có thật hay không.

Từ khi giải quyết xong mấy trăm xác chết đó, bệnh viện thấy dễ thở hơn được một chút. Tuy nhiên hàng ngày, trung bình có từ 3 tới 5 xác do các nơi đem tới. Trung đội chung sự vì vậy cứ cách ngày lại phải tới bệnh viện gom xác lại đem đi chôn. Công việc cứ tiến hành đều đều như vậy, nên không còn sự ối đọng cả mấy trăm xác chết như trước nữa.

Ở đây không phải chỉ chết một lần, mà hai lần, có trường hợp tới ba lần. Pháo trúng mổ, thân xác bị cầy nát lên, được chôn lại, bị pháo trúng nữa, thịt xương rữa nát văng vãi tứ tung, hôi thối khủng khiếp. Đó là trường hợp của một nữ y tá thuộc phòng y tế công cộng chẳng may bị tử thương, được bạn bè đem chôn tại bờ tường phía sau bệnh viện, đã bị chôn hai lần như vừa kể ở trên. Và đó cũng là trường hợp của bốn quân y tá mà tôi là người nói chuyện với họ lần cuối cùng dưới tàn cây trứng cá trước cửa văn phòng Milphap.

Khi tôi từ phòng mổ đi xuống trại ngoại khoa, nửa đường gặp một nhóm quân y tá đang đứng nói chuyện với nhau. Trông thấy tôi binh nhất Út tươi cười chào hỏi:

– Bác sĩ làm việc mệt không?

Tôi đứng lại nhập bọn với họ, trả lời:

– Mệt lắm, nhưng cũng phải cố gắng, còn nước còn tát. Thế các anh em có chỗ núp an toàn không, ăn uống cơm nước ra sao?

– Thưa bác sĩ nhờ có gạo sấy do thả dù tiếp tế nên cũng không bị đói. Chúng em cứ hai người chung một hố cá nhân đào dọc tường sau của trại nhi khoa, cho đến bây giờ thì may mắn chưa có ai bị hề hấn gì cả.

– Thế thì tốt lắm, nhưng không nên đứng khơi khơi giữa trời như thế này làm gì, nguy hiểm lắm.

Nói xong tôi liền tiếp tục đi xuống trại ngoại khoa, mở khóa vào trong phòng ngả lưng định nằm vài phút để lấy lại sức. Vừa nằm chưa ấm chỗ tôi chợt nghe một tiếng nổ rất gần ngay trong bệnh viện, không to lắm, mảnh đạn, đất đá văng lên mái nhà nghe rào rào. Tôi đoán là đạn súng cối 61 ly. Vì đã có kinh nghiệm và quá quen với pháo kích rồi nên nghe tiếng nổ là tôi có thể đoán trúng được đó là loại đạn gì. Tôi nghĩ thầm loại này thì nhằm nhò gì chỉ như gãi ghẻ mà thôi. Tôi chẳng thèm để ý, định bụng nằm trên giường như thường, chẳng cần phải chui xuống gầm giường như mọi khi nữa.

Đang suy nghĩ miên man, thì có tiếng gõ cửa gấp rút, rồi tiếng trung sĩ Lạng trưởng trại ngoại khoa nói vọng vào:

– Xin mời bác sĩ ra ngay cho. Có bốn y tá của mình bị thương nặng!

Tôi vội ngồi bật dậy, đi ra ngoài, khóa cửa lại cùng trung sĩ Lạng chạy ra phía đầu trại ngoại khoa, ra tới sân trước văn phòng Milphap tôi thấy một nhóm đông đang xúm xít săn sóc bốn người bị thương nằm dưới đất.

Tôi khám thật nhanh thấy ba người kia đã chết vì vết thương quá nặng ở đầu, bụng. Còn có binh nhất Út thấy có vẻ tỉnh táo nhưng mặt mày xanh mét vì mất máu, vì đau. Tôi ra lệnh cho y tá khênh Út vào văn phòng Milphap, đặt anh ta trên chiếc bàn, rồi bắt đầu khám lại kỹ càng hơn. Tôi thấy một vết thương do mảnh đạn xuyên vào phổi phải. Không có tiếng thở phế bào. Chắc máu ra nhiều trong phổi. Tim đập rất yếu. Chắc chắn bệnh nhân cần phải được thông phổi ngay. Nhưng những dụng cụ thông phổi nay đã hết. Nên tôi đành phải dùng valve Heimlitz là một hình thức thông phổi mà không cần bình nước vì valve chỉ cho phép đi một chiều tức là máu ra được nhưng không khí không vào được do hai lá cao su khi thở ra thì nó mở ra, khi hít vô thì nó tự động đóng lại theo sức ép của không khí.

Tôi biết vết thương này không đơn giản. Chắc chắn nó đã gây hư hại nhiều cho những cơ quan bên trong. Tôi chắc Út khó có thể qua khỏi được nếu không được di tản kịp thời. Nhưng với tình trạng hiện nay tản thương là điều không thể có được. Tôi nghĩ đến nước này chỉ đành phó mặc cho trời mà thôi.

Sau khi truyền nước biển xong tôi dặn mấy người bạn Út canh chừng trong đêm nay. Ngày mai nếu may mắn có chuyến tản thương sẽ cho Út ưu tiên đi trước.

Tôi đi vòng qua đống rác lớn cuối trại nội khoa, ra phòng cấp cứu. Qua hành lang giữa trại, tôi thấy thương binh nhiều quá, nằm bừa ra cả lối đi. Tôi phải len chân lần từng bước. Ra tới cửa chính giữa, nơi được dùng làm phòng cấp cứu. Một cảnh tượng đau lòng hiện ra. Chừng 30 thương binh nằm đầy ra ở dưới đất. Một vài người có băng ca, còn phần đông nằm ngay trên sàn gạch dơ dáy, đầy bông băng vấy máu. Một bàn kê sát vách tường trên đó để đầy các thứ thuốc sát trùng, các thứ thuốc chích, cạnh đấy là những thùng băng đã được khui sẵn. Sáu y tá luôn tay làm việc băng bó. Bác sĩ Nam Hùng, Bác sĩ Tích đi khám vết thương từng người rồi ra chỉ thị cho y tá, cái nào rửa sạch băng lại cái nào cần giải phẫu thì chuyển xuống phòng mổ. Tôi đến gần Bác sĩ Tích, anh nhìn lên lắc đầu thở ra. Tôi hiểu ý nói:

– Nhiều quá phải không anh Tích?

Bác sĩ Tích gật đầu mệt mỏi đáp:

– Tôi với anh Hùng làm từ sáng tới giờ mà vẫn không hết. Nghe nói họ sẽ còn mang tới nữa.

– Trời! Lấy chỗ đâu cho thương binh nằm. Ở đây đầy rồi. Dưới trại cũng hết chỗ chứa.

Bác sĩ Tích ngao ngán lắc đầu:

– Mấy thằng khiêng cáng viên dông hết rồi. Tụi nó mất tinh thần, tên nào tên nấy lờ quờ không muốn làm gì cả.

– Mình bận làm việc không hở tay đâu để ý được tụi nó. Giá có thêm người đứng ra chỉ huy, tụi nó sợ, làm việc, thì đâu có ối đọng khổ sở như thế này.

Tôi đi thăm một lượt, may mắn không có ai cần phải mổ lớn cả. Phần đông đều bị thương ở tay chân. Có nhiều người bị gãy xương, được các bạn đồng đội băng bó giữ im tạm khúc xương bị gãy bằng những cành củi khô hoặc bất cứ vật gì mà họ kiếm được.

Một điều tôi lấy làm lạ là bị thương đau đớn như thế mà không có ai kêu la. Khi các y tá xức thuốc rửa những vết thương trầy trụa, họ chỉ suýt soa nhăn mặt cắn răng chịu đựng chứ không như những ngày thường.

Trong số những người bị thương có mấy người dân vừa đàn bà vừa trẻ con. Một đứa trẻ cụt cả hai chân lên tới đầu gối, nằm gối đầu trên một chiếc hộp đựng băng, dơ đôi mắt lờ đờ nhìn tôi miệng mấp máy một cách yếu ớt:

– Nước, nước, cho con hớp nước.

Sắc mặt nó vì bị mất máu nên xanh mét, da môi khô, cánh tay trái bị băng gần hết. Một sợi dây vòng qua cổ treo cánh tay trước ngực thành một góc 90 độ. Tay kia cũng được giữ im để truyền nước biển. Thân hình nó thành ra ngắn ngủn một cách thảm hại. Vệt nước mắt khô còn in trên má. Mắt nó ráo hoảnh, nó không còn nước mắt để mà khóc. Nó nhìn để mà nhìn, đôi mắt dường như vô cảm giác. Tôi nghĩ nó đã quá mệt, tê dại không còn biết đau đớn là gì nữa. Nó bây giờ chỉ còn là một sinh vật, sinh vật "vô tri". Cạnh đấy một người đàn bà bị thương ở má phải tóc bê bết máu nằm gục đầu trên đống băng vấy máu. Vết thương của bà ta đã được băng bằng một băng cá nhân nhà binh khá lớn che gần hết khuôn mặt chỉ để hở một con mắt tím bầm, sưng vù, thỉnh thoảng cố nhướng lên mà không được. Bà ta nằm rên nho nhỏ.

Phía góc phòng một người lính bị thương ở đầu, bị quấn băng kín mít, chốc chốc lại la lên:

— Trời ơi khát nước quá, ai cho tôi miếng nước.

Kêu xong anh ta lại nằm yên như không có gì xảy ra cả. Mọi người đều bận rộn không ai lấy nước cho anh, vì thực ra cũng khó mà kiếm được nước trong lúc này. Tôi yên chí không lo anh bị chết khát, vì chai nước biển treo bên cạnh vẫn nhỏ đều đều từng giọt thẳng vào mạch máu.

Tôi nhìn những người y tá làm việc băng bó như máy. Không hiểu họ có nghĩ gì không. Suốt 20 năm chiến tranh, chết chóc bị thương xảy ra quá thường như cơm bữa, khiến người ta dường như không còn xúc động trước những cái chết của đồng loại. Tôi đã nhận ra được điều này ngay từ hồi tôi còn là một sinh viên y khoa thực tập tại khu ngoại khoa bệnh viện Chợ Rẫy. Hôm ấy người ta khênh vào hai mẹ con bị thương. Tôi săn sóc khâu vá vết thương của người mẹ. Tôi hỏi:

— Vì sao chị bị thương vậy?

Người đàn bà đáp:

— Bị máy bay bắn lầm trong khi cả nhà tôi đang ăn cơm. Hiện giờ chồng tôi và đứa con út bị chết vẫn còn để nằm ở nhà.

Điều làm tôi kinh ngạc nhất là giọng nói thản nhiên, gần như vô cảm giác, không một chút xúc động, không một giọt nước mắt, dường như bà ta đang nói về cái chết của người chồng, người con nào đó không phải của bà ta. Tôi cứ tưởng bà ta phải gào thét lên, khóc nức nở hay tỏ ra đau đớn lắm khi nhắc tới cái chết của chồng con. Nhưng thực sự đã trái lại, và điều này làm tôi chợt hiểu là chiến tranh đã làm chai đá lòng người.

Tuy nhiên cũng còn may, chiến tranh chưa hủy diệt hết tất cả tình cảm của con người vì sau này, trong những lần hành quân dụng địch tôi đã bắt gặp được những tiếng khóc thổn thức, những tiếng kêu thảng thốt của những binh sĩ khi nghe tin một người bạn đã ngã gục ở tuyến đầu. Thành ra về một phương diện nào đó đau khổ quá mức làm cho tê dại đi cũng là một phản ứng tốt để người ta có thể sống còn được.

Tôi tiến dần ra phía ngoài cửa. Nơi đây quả là một địa ngục trần gian. Người sống người chết nằm lẫn lộn với nhau. Một người lính nằm dựa vào chân cột hành lang mắt nhắm nghiền. Một bên má có một vết thương còn rỉ máu. Cánh tay trái băng kín treo trước ngực. Khắp người anh chỗ nào cũng có đầy những vết thương nhỏ.

Anh nằm gác chân lên cái xác mà anh tưởng là một người bạn, thỉnh thoảng anh đập chân thì thào:

– Lấy tao hớp nước mày.

Có lẽ anh ta đã mê loạn rồi chăng? Gần đấy một người bị thương ở cẳng chân, nằm gối đầu lên đùi một người bị thương ở đầu dường như đang ngủ mê mệt. Tôi tới gần xem, người bị thương ở đầu đã chết từ bao giờ. Tôi bỗng nghe một tiếng gọi yếu ớt:

– Bác sĩ!

Tôi quay đầu lại, đưa mắt tìm kiếm xem tiếng nói từ đâu. Một cánh tay gầy khô như khúc xương mệt mỏi vẫy tôi. Tôi nhận ra ngay Điểu Thoul, một lính Địa Phương Quân người Thượng đang nằm sát chân tường gần cửa phòng Bác sĩ Chí. Tôi tới gần cúi nhìn vào hố mắt sâu hoắm của anh ta. Điểu Thoul giờ chỉ còn là bộ xương. Hắn quá yếu đuối không còn nhúc nhích gì được. Điểu Thoul bị thương ở bụng thủng ruột già. Tôi đã mổ làm hậu môn nhân tạo cho anh ta. Mấy ngày trước tôi đã cho tản thương, khênh ra khênh vào mấy lượt nhưng rốt cuộc không đi được, rồi chắc bị bỏ nằm ở đó.

Tôi ngồi xuống bên anh ta, một mùi hôi thối xông lên. Chung quanh chỗ nằm chảy đầy be bét toàn là phân. Cái túi nylon đựng phân buộc ở chỗ hậu môn nhân tạo, mấy ngày nay không được thay, phân đầy tràn ra ngoài, những con bọ nhỏ bò lổn ngổn trông thấy mà nổi gai ốc. Tôi nói:

– Để tôi gọi người thay túi nylon cho anh chịu không?

Điểu Thoul không nói gì, hai giọt nước mắt chảy dài trên đôi má hóp. Thường ngày cũng vậy, Điểu Thoul ít khi nói lắm. Bị đau nhức hay khó chịu trong mình chỉ biết ứa nước mắt khóc mà thôi. Tôi hỏi:

– Đói không, tôi cho người chuyển xuống trại nhe?

Điểu Thoul gật nhẹ đầu. Sau đó tôi nhờ anh Xòm, thượng sĩ Lỹ làm sạch vết thương rồi khênh hắn xuống trại hậu giải phẫu.

Trước cửa sổ phòng Bác sĩ Chí, ba xác nằm bình thản ngay lối đi. Xa hơn nữa, trước cửa phòng nha khoa hai xác nằm sóng đôi được đậy bằng một tấm tôn cong queo thủng lỗ chỗ vì bị mảnh đạn chừa ra hai cặp chân tím ngắt sưng mọng nước. Những thây đó đã bắt đầu hôi, mùi tử khí làm cho mọi người ngột ngạt khó thở.

Tôi thấy cô Bông, điều dưỡng trưởng của bệnh viện, đang loay hoay băng bó một cách khó khăn cho một người lính bị thương ở đùi. Cẳng chân bị ngắn lại vẹo về một bên. Tôi hấp tấp bước lại:

– Khoan hãy băng, người này bị gãy xương đùi, làm bậy bạ bị kích xúc dễ chết lắm. Cô chờ tôi một chút, tôi đi lấy nẹp Thomas, trong khi chờ đợi cô cho truyền một chai Ringer và chích một syrette Morphin cho bớt đau.

Nói xong tôi rảo bước về phòng mổ, ào vô kho lục được một chiếc nẹp mang ra. Tôi hỏi người lính:

– Anh thấy đã bớt đau chưa?

Anh ta gật đầu nhè nhẹ. Tôi vẫy trung sĩ Trọng:

– Lại đây giúp tôi một tay, anh bợ nhẹ chân này lên để cô Bông đặt nẹp vào.

Tôi nắm lấy cổ chân người lính, hơi kéo nhẹ nhàng vừa nâng lên cao. Người lính nhăn mặt kêu đau. Tôi vừa giữ chân vừa vỗ về anh.

– Chịu khó một chút sắp xong rồi.

Năm phút sau chúng tôi băng bó và giữ im xong. Trên trán người lính còn lấm tấm mấy giọt mồ hôi. Anh đã can đảm cắn răng chịu đau khiến chúng tôi làm việc được mau chóng dễ dàng. Tôi thấy cô Bông có vẻ mệt. Bây giờ là 8 giờ tối. Tôi biết cô và Trọng đã làm việc không ngừng suốt từ sáng tới giờ. Đầu tóc cô bơ phờ. Chiếc áo bà ba bằng lụa xanh màu lá chuối non và chiếc quần đen đều vấy máu.

Chúng tôi làm việc dưới ánh sáng bập bùng của ngọn đèn biến chế làm bằng một chai thủy tinh đựng dầu lửa, nút chai được đục thủng một lỗ để bấc đèn chui qua. Ngọn lửa có nhiều khói khét lẹt. Tôi nói với hai người:

— Chắc hết bệnh rồi, mình có thể đi nghỉ được.

Cô Bông đưa tay quẹt mấy giọt mồ hôi trên trán nói:

— Bác sĩ đi nghỉ trước đi, tôi đi kiếm chút nước cho thằng bé nằm kia uống.

Tôi vội dặn cô:

— Coi chừng đấy, mấy người khác thấy được, họ nhao nhao lên đòi, cô không có nước đâu mà cho.

Cô Bông mỉm cười hiểu ý nói:

— Tôi biết mà, bác sĩ yên chí đi nghỉ đi.

DI CHUYỂN CHỖ Ở

Từ giã cô Bông xong, tôi đi xuống trại, ngang qua văn phòng ty Y Tế, tôi bèn tạt vào. Thấy cửa đóng kín mít, tôi đẩy nhẹ, cửa hé ra được một chút, vướng thành bàn chặn ở bên trong. Tôi nghe tiếng Bác sĩ Phúc hỏi vọng ra:

– Ai đấy?

Tôi trả lời:

– Tôi đây anh.

– Anh Quý đó phải không? Sơn ơi ra mở cửa cho Bác sĩ Quý vào.

Có tiếng chân bước ra cửa rồi tiếng kéo lê chiếc bàn. Tôi mở rộng cửa lách mình vào. Hơi nóng hầm hập bên trong hất vào mặt tôi. Chiếc đèn dầu Hoa Kỳ nhỏ để trên bàn giữa phòng leo lét cháy càng làm căn phòng thêm âm u huyền ảo. Trên sàn nhà, năm mẹ con bà Nghi, vợ một nhân viên thuộc ty Y Tế đang nằm ngổn ngang. Đứa bé gái nhỏ thỉnh thoảng lại giãy dụa ú ở khóc, khiến mẹ nó phải dơ tay quạt liền liền. Không khí tù túng ngột ngạt như đặc sệt lại. Mùi hôi của mấy cái xác ngay sau bức tường, chỗ nhà để xe càng làm khó thở hơn.

Tôi tiến sâu về phía cuối phòng. Nơi đây có một hầm nổi khá kiên cố. Tôi cúi đầu chui vào hầm. Bên trong hầm còn bí hơi ngộp thở hơn nữa. Ở đây cũng có một ngọn đèn Hoa Kỳ để ở góc hầm trên khúc gỗ vuông.

Tôi phải mất mấy giây mới nhận ra Bác sĩ Phúc đang nằm dài trên một chiếc nệm. Anh cởi trần, mặc quần đùi cho bớt nóng. Thấy tôi anh hỏi ngay:

– Chưa đi ngủ sao anh?

– Dạ chưa, hãy còn sớm. Tôi mới ở phòng cấp cứu về.

– Có nhiều thương binh không anh?

– Nhiều, ngày hôm nay nhập viện 195 người. Họ nằm đầy ở dưới đất. Rác rưởi nhiều quá anh ạ. Mấy khiêng cáng viên trốn đâu mất, không chịu làm việc, khiêng chuyển bệnh xuống trại để có chỗ tiếp nhận bệnh mới. Ngoài đó xác chết với người bị thương nằm lẫn lộn, thấy khiếp quá. Có lẽ mình phải tổ chức làm vệ sinh cho sạch mới được.

Bác sĩ Phúc thở dài:

– Tụi nó mệt mỏi và mất tinh thần rồi. Để sáng mai tôi bảo Trung úy Quý ra lệnh cho tụi nó làm. À thuốc men anh thấy còn đủ không?

– Có thể cầm cự được chừng một tuần nữa thôi. Nước biển dưới kho lớn hết rồi, nhưng kho vượt biên mình còn. Compress mình hết nhưng các trại đã nhận được một số băng cá nhân và bông dùng tạm cũng được.

Bác sĩ Phúc trầm ngâm một chút rồi chợt nói:

– Anh ở dưới đó không có hầm nguy hiểm lắm, anh lên trên này ngủ. Anh mời cả anh Chí nữa. Hầm này còn rộng chỗ mà.

– Vâng tôi xuống phòng một chút rồi lên. Còn anh Chí tôi có nói rồi, nhưng anh ấy bảo ở đâu cũng vậy thôi.

Tôi chào Bác sĩ Phúc rồi đi về phòng. Vào trại ngoại khoa, tôi đi ngang căn phòng bị dù đè sập mấy ngày trước, qua lỗ trống ở nóc nhà, ánh sáng hỏa châu vàng vọt bệnh hoạn soi rõ hai cái giường bẹp dúm cùng gạch ngói ngổn ngang vẫn còn để nguyên chưa có ai buồn dọn dẹp. Hơi người trong các phòng thoát ra nóng hầm hập. Phải khó khăn lắm tôi mới lách chân tới cửa phòng tôi, vì thương binh nằm đầy ở hành lang. Tôi gõ nhẹ cửa. Vợ Châu ra mở cửa. Tôi lẹ làng bước vào, ngồi lên giường. Vợ con Châu đã thu xếp sạch sẽ một góc phòng để làm chỗ ngủ. Không thấy Châu đâu tôi hỏi:

– Anh Châu đâu chị?

Vợ Châu vừa quạt vừa nói:

– Ông ra đầu trại cho mát. Bác sĩ ăn cơm chưa?

– Chưa, nhưng chỉ thấy mệt chứ không thấy đói.

Vợ Châu nhanh nhẩu nói:

– Còn cơm để phần bác sĩ đó. Bác sĩ ăn chớ không đêm đói.

Tôi ra bàn cố ăn một bát để giữ sức. Trong phòng bịt bùng, oi bức quá. Vừa uống xong ngụm nước thì Châu về. Châu nói:

– Chợ Bình Long cháy dữ quá bác sĩ.

Nghe vậy tôi bèn xách máy hình theo Châu đi ra ngoài. Chiếc máy hình Ashahi Pentax tôi mới nhờ em Tuệ tôi ở Sài Gòn mua được một tháng tính mang lên đây để chụp những trường hợp bệnh lý đặc biệt làm tài liệu. Chưa chụp được nhiều thì xảy ra cuộc chiến này.

Tôi đi dọc hành lang ra phía cuối trại ngoại khoa, bước xuống mặt đường. Gió đêm mát lạnh. Nơi đây hơi xa chỗ các xác chết nên không khí dễ thở hơn được một chút. Tôi nhìn xuống khu chợ mới. Nơi đó sáng rực. Tất cả đều chìm trong biển lửa. Ánh sáng của đám cháy làm lu mờ những đốm hỏa châu ở phía xa. Từng cột khói phản chiếu ánh lửa trở thành trắng đục, bốc thẳng lên trời, tan biến trong không gian đen thẳm ở trên. Thỉnh thoảng ngọn lửa lại bùng lên cao, che lấp cái khung sườn sắt của chợ Bình Long. Khắp phía bắc thành phố chỗ nào cũng có đám cháy cả. Tôi đã thấy ánh lửa nhen nhúm từ hồi chiều ở ngay chính giữa chợ, bây giờ mới bộc phát dữ dội.

Càng lâu ngọn lửa càng lớn. Tôi có cảm tưởng cả thị xã An Lộc đều bị chìm trong biển lửa. Trông cảnh tượng đó thật bi hùng, dễ gây xúc động. Tôi muốn ghi lại hình ảnh này để làm tài liệu.

Tôi vội mở máy ảnh chụp cầu may trong đêm tối. Tôi mở hết ống kính, để tốc độ một giây. Tôi chụp liền hai cái. Tôi không tin tưởng lắm là bức hình sẽ rõ. Tôi lại vặn sang nấc B để điều khiển đóng mở ống kính bằng tay cho chắc ăn và chụp thêm hai tấm nữa. (Không ngờ mặc dù phim đã quá hạn, lại để trong túi áo giáp hơn hai tháng trời mới gửi đi rửa mà những tấm hình đó nét rất rõ và đẹp.)

Chụp xong tôi còn đứng nán lại ngắm nhìn cảnh cháy hùng vĩ có một không hai này cùng với mấy chục người dân ty nạn. Người nào người nấy đều đứng ngẩn người chăm chú nhìn như bị thu hút bởi thần lửa dưới chân đồi.

Ánh lửa rực rỡ, man rợ xa cả nửa cây số vẫn còn soi sáng một vùng rộng lớn trong đêm không trăng, soi rõ những nét mặt thẫn thờ của những người dân ty nạn. Họ đang nghĩ tới những của cải không kịp mang đi, những ngôi nhà thân yêu đang làm mồi cho ngọn lửa. Những công trình mà suốt cuộc đời hẩm hiu của họ đã phải làm việc vất vả tối ngày mới tạo ra được.

Tôi ngó quanh không thấy anh Châu đâu, bèn đi kiếm anh. Tôi thấy anh đang ngồi ở bực thềm hành lang hút thuốc lá, bình thản coi như không có gì xảy ra.

Tôi hỏi anh:

– Anh có bà con hay ai quen ở chợ không?

– Không bác sĩ.

– Vậy cũng đỡ, tôi nghĩ chắc có người đốt chợ quá. Nếu không làm gì cháy dữ như vậy. Không biết đến bao giờ mới yên bình trở lại. Mệt mỏi quá rồi. Thôi mình về phòng đi anh Châu.

Châu đứng dậy đi theo tôi. Tôi nói tiếp:

– Đêm nay tôi lên phòng ông Phúc ngủ. Anh cứ nằm giường tôi cho khỏe.

Châu nhìn tôi không nói gì cả. Tôi vào phòng kiếm cây đèn pin, đem theo mũ sắt, áo giáp đi lên văn phòng ty Y Tế.

Tôi cúi đầu lách qua cửa hầm. Tiếng Bác sĩ Phúc hỏi vọng ra:

– Anh Quý đó hả?

– Vâng.

– Ừ. Anh lên ngủ với tôi cho vui. Đây anh nằm tấm nệm này.

Thấy trong hầm chỉ có độc nhất một tấm nệm, tôi vội nói:

– Anh nằm nệm đi, tôi trải tạm vải nằm sàn gạch cũng được.

Bác sĩ Phúc gạt đi:

– Tôi có tấm chiếu nylon đây rồi. Nằm nệm nóng tôi không chịu được.

Tôi không quen khách sáo, cung kính bất như tuân lệnh. Tôi vui vẻ nằm lên tấm nệm duỗi dài chân cho đỡ mỏi. Hai chúng tôi nằm song song với nhau dọc theo chiều dài của căn hầm. Cu Sơn cháu Bác sĩ Phúc nằm phía dưới theo chiều ngang của hầm. Tôi để nón sắt ở góc hầm ngay trên đầu, áo giáp được gấp lại để làm gối. Thoáng thấy chiếc radio lớn của Bác sĩ Phúc để ở bên cạnh, tôi vội hỏi:

– May quá, anh cũng còn giữ được chiếc radio này. Có tin tức gì không anh?

– Có, tôi có nghe đài BBC. Họ nói nghe nản quá.

– Họ nói sao anh?

– Họ bảo chỉ có phép lạ mới cứu được An Lộc!

Tôi thở dài:

– Thế là chúng mình tiêu tùng à? Vô lý. Tôi nghe nói Lữ Đoàn 1 Nhảy Dù đã lên tới Tân Khai từ mấy ngày nay rồi. Từ đây tới đó cỡ gần chục cây số chứ mấy mà sao vẫn chưa bắt tay nhau được nhỉ?

– Khó lắm, công đồn đả viện là nghề của tụi Việt Cộng. Tụi nó quyết ăn thua đủ nên đã đem 3 sư đoàn đánh Bình Long. Thế nào nó chả chia quân ngăn chận viện quân mình. Dù lên chậm, chắc cũng vì thế.

Từ khi nghe tin Lữ Đoàn 1 Dù lên tiếp viện, không chỉ riêng tôi mà mọi người trong bệnh viện và tất cả mọi người trong thành phố An Lộc này đều hy vọng. Ai cũng yên chí khi quân Dù lên tới nơi chỉ trong vài ngày là An Lộc sẽ được giải tỏa và trận chiến sẽ chấm dứt. Mọi người đều đặt hết tin tưởng vào binh chủng bách chiến bách thắng này. Nhưng chúng tôi đã trông đợi mấy ngày nay mà không thấy gì xảy ra cả. Tất cả chỉ là tin đồn. Nay đồn Dù lên tới Tân Khai, mai đồn Dù lên tới ấp Chà Là. Chúng tôi mong ngóng quân Dù như đứa trẻ mong mẹ về chợ. Vì đó là niềm hy vọng cuối cùng của những người bị vây hãm tại đây.

Tôi chợt nói với Bác sĩ Phúc:

– Tôi không ngán pháo kích. Tôi chỉ sợ bị bỏ bom lầm và nhất là bị bỏ rơi.

Tôi nói ra điều này làm cả hai cùng đâm lo. Trong trường hợp phải rút lui chiến thuật, đó là một bí mật quân sự, chúng tôi lại không có một phương tiện liên lạc nào với các bộ chỉ huy quân sự ở đây. Ai báo tin cho chúng tôi biết? Một khi các nhân vật quan trọng đi rồi, Việt Cộng tràn vào, B52 dội bom xuống là cuộc đời chúng tôi chấm dứt. Ý nghĩ này ám ảnh tôi hoài, và đó cũng là mối lo lắng thường xuyên của tôi. Tuy nhiên để tự an ủi tôi nghĩ rằng sự việc sẽ chẳng đến nỗi tệ như vậy. Chung quanh tôi còn biết bao nhiêu là người. Nếu có chuyện gì thay đổi thì chắc tôi sẽ được báo tin không đến nỗi trễ tầu.

Bác sĩ Phúc chợt lên tiếng:

– Đài Sài Gòn cho hay là Đại tá Tỉnh Trưởng cùng Đại tá tư lệnh phó sư đoàn 5 đích thân dùng M72 bắn cháy mỗi người một xe tăng T54 của VC.

– Quanh bộ tư lệnh sư đoàn mình có thấy chiếc xe tăng nào đâu. Chắc họ nói thế cho lính lên tinh thần đấy mà. Bao giờ có dịp tôi hỏi Đại tá Nhựt xem sao.

Anh Phúc với tay bật nút radio tìm đài Việt Cộng. Một giọng nói the thé đanh đá chua như dấm cất lên.

– Quân đội nhân dân chúng ta đang làm chủ tình hình tại thành phố An Lộc. Cờ của chúng ta đang bay phất phới trên nóc dinh tên tỉnh trưởng ngụy. Thành phố An Lộc đã hoàn toàn được giải phóng.

Anh Phúc vội tắt. Chúng tôi không muốn nghe nữa. Họ nói hoàn toàn không đúng sự thật. Chúng tôi còn đây. Dưới khu chợ mới còn đầy lính mình. Hàng chục xe tăng bị hạ ngay trước mặt chúng tôi mà họ dám dở giọng điệu tuyên truyền giả dối. Ai mà tin được.

Tôi quay trở lại vấn đề thực tế trong bệnh viện. Hiện số thương binh quá nhiều. Mà trận chiến thì có thể sẽ còn kéo dài chưa biết tới lúc nào mới chấm dứt. Nếu không tản thương kịp số thương binh hiện tại thì sẽ không còn chỗ để chứa những người sắp tới. Và như vậy số tử vong sẽ cao. Sẽ có nhiều người chết oan uổng vì tản thương chậm trễ.

Đã mấy ngày nay không có một chuyến tản thương nào. Mọi người đều nóng ruột, nhất là tôi, trong lòng thực không yên. Công trình tôi săn sóc các thương binh ngay những giây phút đầu chỉ có thể có hiệu quả khi những thương binh này được tiếp tục săn sóc hậu giải phẫu. Nghĩa là phải có đủ điều kiện thay băng mỗi ngày, thuốc trụ sinh đầy đủ, ăn uống đúng cách, nếu không các vết thương sẽ làm độc, sẽ lâu lành, tạo thành những kết quả xấu.

Tản thương chậm trễ sẽ có những hậu quả không hay, nghĩa là sẽ phải mất đi những tay súng đáng lẽ không phải mất. Phải bỏ ra 20, 30 năm mới gây dựng, đào tạo nên một con người, mà nay chỉ vì thiếu phương tiện mà phải hy sinh một cách vô lý như vậy thì thực đáng tiếc quá.

Tôi nói với anh Phúc là ngày mai chúng tôi sẽ bàn với anh Vũ Thế Hùng tiểu đoàn trưởng tiểu đoàn 5 Quân Y xin gặp Đại tá Lê Văn Hưng, Tư Lệnh Sư Đoàn 5 để trình bày sự việc và đốc thúc việc tản thương càng sớm càng tốt.

Chúng tôi nói chuyện được một lúc, ai nấy đều mệt mỏi, nằm im ngủ. Nhưng trong hầm nóng bức, tôi trằn trọc mãi, cố dỗ giấc ngủ mà không được, thỉnh thoảng lại còn bị muỗi đốt. Tôi chà cẳng chân trên mặt đệm cho bớt ngứa. Ngoảnh sang bên cạnh, tôi thấy Bác sĩ Phúc đã ngủ từ bao giờ. Anh nằm bình thản thở đều đều. Tôi thấy phục anh quá. Anh nằm trong hầm suốt ngày như không, sức chịu đựng của anh thật đáng kể.

Mùi hôi thối của mấy cái xác nằm bên ngoài đưa vào làm tôi khó thở quá. Hầm này xây trong nhà, mà bên ngoài lại đóng kín mít các cửa, rất là bí hơi. Tôi cố nằm được một lúc, sau cùng chịu không nổi không khí tù hãm đó, thật như ai bịt lấy mũi mình, tôi vùng trở dậy đi ra ngoài hầm.

Chúng tôi không dám để ngỏ cửa vì sợ đêm khuya đặc công VC lẻn vào ám sát thành ra dù có bí hơi cũng phải đóng cửa cho an toàn.

Đặc công Việt Cộng đã thực sự có mặt tại bệnh viện. Trung úy quản lý bệnh viện tiểu khu Phạm Ngọc Quý suýt nữa bị tên đặc công bắn trúng. Ngay ngày hôm qua lúc chạng vạng tối Trung úy Quý hớt hải tới báo cáo với tôi là ông ta bị bắn rách áo giáp ngay ngang sườn, may quá không trúng vào người.

Khi kể chuyện ông ta mặt mũi vẫn còn xanh rờn thất sắc. Tôi hỏi đầu đuôi câu chuyện, Trung úy Quý kể:

– Tôi thấy bệnh viện chật ních những người, sợ có Việt Cộng trà trộn vào nên ra lệnh cho mấy nhân viên dưới quyền chia nhau đi các trại các phòng để âm thầm xem xét có gì khả nghi không. Riêng tôi đi vòng bên ngoài các trại. Lúc tới sau trại sản khoa tôi thấy một bóng người đang ngồi sau cái cột hý hoáy ghi chép. Tôi hơi nghi, rón rén lại gần thì thấy nó đang ghi mấy chữ số với một cái bút gắn vào một cái đèn pin nhỏ. Tôi hỏi: Anh ghi cái gì vậy. Tên này giật mình, vừa trông thấy tôi là nó bắn liền, bằng một cái súng đặc biệt như một cây bút. Bắn ra được có một phát đạn. Rồi nó vùng chạy. Khi tôi rút ra được khẩu colt ra thì nó đã lẫn vào đám đông mất tiêu. Trời đã tối nên khó mà tìm được nó. Tôi nghi nó ghi tọa độ để báo cho pháo binh địch bắn mình.

– Đúng nó là tiền sát viên của địch rồi. Cũng may là ông không bị trúng đạn. Lần sau nếu đi tuần nên đi có hai người để có thể hỗ trợ cho nhau. Ngày mai chúng ta nên kiểm tra toàn bộ những người trong bệnh viện. Lính đào ngũ thì giao cho an ninh tỉnh còn dân thì khuyên họ đi chỗ khác không cho ở trong bệnh viện nữa để tránh đặc công địch lẻn vào.

Sau vụ bắn hụt Trung úy Quý, chúng tôi đã kiểm soát chặt chẽ mọi người trong bệnh viện như đã dự tính. Trong số những người lính rút lui từ Lộc Ninh về có cả con trai bà Khánh, bà y công của bệnh viện mà cả gia đình bị pháo trúng, giờ chỉ còn sót lại người con trai này. Cậu này tôi có biết vì đã tới bệnh viện thăm mẹ mấy lần. Cậu ta nhìn tôi như cầu cứu, ngụ ý không muốn để giải lên an ninh tỉnh. Tôi không muốn can thiệp vì biết rằng cậu này là Địa Phương Quân, nên có giải lên ty An Ninh tỉnh cũng không sao. Sau khi điều tra xong, tiểu khu lại có thêm một tay súng nữa thì cũng tốt thôi.

Tôi nhìn đồng hồ thấy đã 12 giờ rưỡi khuya. Tôi cẩn thận nhẹ nhàng đẩy cái bàn chặn, mở hé cánh cửa thò đầu nhìn ra ngoài. Không khí ban đêm mát lạnh ùa vào mặt khiến tôi cảm thấy dễ chịu hẳn. Tôi nhìn quanh sân bệnh viện, vắng ngắt không một bóng người. Tất cả đều yên lặng. Ánh sáng hỏa châu vàng vọt như ánh trăng úa, chiếu trên mấy trăm thây ma nằm sắp lớp ở ngoài nhà để xe. Tôi cảm thấy lạnh mình, rợn tóc gáy. Những bóng nhà bóng cây di chuyển từ từ theo ánh hỏa châu. Màn đêm ập xuống khi một trái tắt lịm, rồi lại bừng sáng lên theo sau một tiếng nổ kêu bốp một cái của trái kế tiếp. Ánh sáng lại được ném xuống vùng đất phía dưới, cứ như vậy suốt đêm.

Tôi nhìn lên trời, lẫn trong những vì sao lấp lánh, ánh đèn nhỏ nhấp nháy của một phi cơ soi sáng, đang di chuyển âm thầm như một oan hồn cô độc lạc lõng giữa không gian mênh mông. Tiếng động cơ nghe khi xa khi gần rất là buồn nản. Ở phía xa hơn nữa, tôi nghe thấy tiếng máy bay bắn một loạt súng gì nghe như tiếng đánh trống: Cắc, cắc, cắc, tùng, tùng, tùng. Cắc, cắc, cắc, tùng, tùng, tùng, suốt đêm. Lần đầu tiên tôi mới nghe thấy tiếng súng lạ kỳ này. Những ngày sau đó, cứ đêm đến là tôi lại được nghe thấy tiếng súng trên. Trong bệnh viện không có ai biết là loại súng gì. Mãi sau có người nói cho tôi biết đó là loại súng đại bác đặc biệt bắn đạn phosphore điều khiển bằng radar rất chính xác, bắn trúng xe tăng dễ dàng.

Tôi tính trở về phòng tôi ngủ ở dưới trại ngoại khoa, thoải mái hơn. Nhưng tôi ngại về giờ này sẽ phá giấc ngủ của anh Châu, tôi lại thôi. Đứng được một lúc tôi đành quay trở về hầm cố chịu đựng nóng bức ngột ngạt để nằm ngủ lấy sức. Và tôi chỉ giật mình tỉnh giấc vào lúc 5 giờ sáng vì những trái đạn pháo kích của Việt Cộng bắt đầu rót vào.

Có hầm tốt trú ẩn, tôi không thấy lo lắng gì khi nghe những trái đạn nổ gần hoặc tiếng đạn xé không khí bay ngang qua đầu để nổ ở phía xa. Khác với những đêm nằm một mình trong phòng của tôi, sợ hãi đến lạnh cả mình. Nay tôi lại có Bác sĩ Phúc ở trong hầm, có cả cu Sơn nữa. Tức là có người ở bên cạnh không còn đơn độc một mình, nên tôi cảm thấy yên tâm. Nhưng dù sao để chắc ăn hơn, tôi trở dậy lấy mũ sắp úp lên đầu, mặc áo giáp vào rồi lại tiếp tục nằm co trên đệm. Tôi hồi hộp lắng nghe những tiếng nổ khi xa khi gần cùng những mảnh đất đá văng lên mái tôn nghe rào rào như mưa.

Một tiếng nổ rất gần, dường như ở ngay vòng rào sau bệnh viện, nghĩa là chỉ cách hầm của chúng tôi chừng 10 thước. Nóc hầm rung nhẹ, chứng tỏ hầm này khá vững. Tôi và Bác sĩ Phúc không ngủ được nữa, cả hai chúng tôi đều ngồi dậy dựa vào vách hầm. Ngồi lên sẽ thu nhỏ thân hình lại, khó bị trúng mảnh đạn hơn. Tôi nhẩm đếm những trái nổ rất gần để đoán xem có bao nhiêu trái đã rớt trong khu bệnh viện. Tôi phá tan sự im lặng, nói với Bác sĩ Phúc:

– Nó pháo kỳ này kỹ quá, dễ chừng có 10 trái đã rơi vào bệnh viện. Không biết nhân viên mình có may mắn thoát khỏi kỳ pháo này không?

Bác sĩ Phúc gật đầu:

– Tôi cũng đang theo dõi như anh. Những trái lọt vào bệnh viện chắc là lạc hướng, tôi nghĩ tụi nó nhắm vào bộ tư lệnh sư đoàn hơn là vào bệnh viện. Tôi cũng lo cho nhân viên mình. Nhưng thôi phó mặc cho trời. Tôi thấy họ làm từng hầm nhỏ dọc theo tường sau trại nhi khoa. Trừ phi pháo rơi trúng, còn không thì chắc cũng không sao.

Tôi coi đồng hồ. Mới 15 phút, mà tôi thấy dài như cả giờ. Cường độ pháo bây giờ hơi giảm xuống không còn hung hãn như lúc mới khởi đầu. Tôi nhìn anh Phúc nói:

– Không biết có tiền pháo hậu xung không đây?

Bác sĩ Phúc trầm ngâm trả lời:

– Có thì lát nữa mình sẽ biết liền. Nếu không nghe thấy nhiều tiếng súng nhỏ thì mình yên chí và có thể ngủ tiếp. Chuyện gì rồi sẽ tính sau.

Nói xong anh từ từ ngả lưng xuống. Tôi cũng theo anh cố ngủ để lấy sức làm việc vào buổi sáng mà chắc chắn sẽ rất bận.

Rồi thì trận pháo kích đêm nay cũng tới hồi chấm dứt. Tôi và Bác sĩ Phúc nằm ngủ mê mệt vì thức khuya. Tôi chỉ bừng mắt dậy khi nghe thấy nhiều tiếng gọi tên tôi từ ngoài cửa vọng vào, có vẻ rất lo lắng:

— Bác sĩ Quý có ở trong này không?

Tôi dụi mắt tỉnh hẳn, nhìn vào đồng hồ thấy đã 7 giờ sáng. Tôi vội khoác áo giáp, đội nón sắt bước ra cửa.

Tôi thấy ba bốn người y tá đang đứng trước cửa phòng ty Y Tế, trong đó có binh nhất Mệnh. Mọi người vừa trông thấy tôi đều lộ vẻ mừng rỡ:

— A, Bác sĩ Quý đây rồi. Tụi em tìm bác sĩ mãi. Phòng bác sĩ bị pháo trúng một trái, tanh bành ra hết. Tụi em tưởng bác sĩ tiêu rồi. Tụi em vào phòng xem thấy tấm nệm giường bị cháy đen lật tung xuống dưới sàn nhà, lại tưởng là bác sĩ. Run quá. Coi lại thì không phải. Nhìn quanh phòng cũng không thấy dấu vết bác sĩ đâu, nên túa ra đi tìm. Nay thấy bác sĩ tụi em mừng quá.

Tôi cũng mừng nữa. Một sự may mắn hay một thế lực thần bí cao siêu nào đó đã run rủi đưa tôi đi chỗ khác tránh được trái pháo đó nếu không thì đã tiêu diêu miền cực lạc rồi. Nhưng tôi vẫn còn một thắc mắc muốn biết ngay nên vừa theo mấy anh quân y tá xuống phòng tôi vừa hỏi:

— Ngoài ra các anh không thấy những gì khác sao?

— Dạ không, chỉ có đồ đạc của bác sĩ thôi chẳng có gì khác.

Ý tôi muốn hỏi về gia đình anh Châu, mà tôi nghĩ là họ đã ở trong phòng tôi đêm qua. Không biết họ đã đi đâu. Tôi đoán là anh Châu, vì một linh tính nào đó, thấy phòng tôi không được an toàn bảo đảm lắm khi bị pháo nên sau khi thấy tôi lên phòng Bác sĩ Phúc ngủ anh đã đem vợ con trở về lại nhà ở dưới gốc cây đa. Dù sao ở đó cũng an toàn hơn vì có hầm đàng hoàng.

Tôi bước vào trong phòng tôi. Cửa phòng đã bị bật tung ra do trái 61 ly rơi vào xuyên qua nóc nhà, trần nhà, qua bức tường chắn ngoài hành lang trúng đầu giường nơi tôi thường nằm. Ngước nhìn lỗ pháo chui xuyên qua mấy bức tường chặn thông lên tới khoảng trời xanh phía trên, tôi nghĩ rằng người nào đó đã nói với tôi pháo 61 ly chạm nóc là nổ liền, không đúng sự thật. Dù sao chăng nữa tôi cũng thầm cám ơn Trời Phật đã che chở cho tôi thoát chết trong đêm qua.

Tôi đi kiểm soát lại đồ đạc xem cái nào còn dùng được cái nào hư thì vứt đi. Đôi giầy nhà binh Mỹ mới toanh của tôi bây giờ đã bị một mảnh đạn cắt ngang miếng da đằng trước dài tới 5, 6cm. Tuy vậy cũng còn tạm dùng được vì để nó không bị hư. Chiếc đàn guitar của tôi để trong tủ sách bị sức ép của trái phá hơi bị bong phía đáy một chút nhưng cũng không sao. Cái máy chụp hình cũng may mắn không hề hấn gì. Đó là những thứ mà tôi ngại bị pháo hư nhất. Còn sách vở, thức ăn và mấy chai nước cũng không sao cả. Thành ra chỉ có mỗi tấm nệm là bị cháy thôi. Tổng kết ra, tôi còn may mắn lắm không bị thiệt hại gì nhiều. Tôi gom mấy thứ đó lại rồi nhờ mấy anh quân y mang lên giùm để ở văn phòng ty Y Tế. Tôi đi qua phòng kế bên, nơi người nam tù binh Việt Cộng vẫn bị còng vào giường còn nằm ở đó. Điều lạ lùng là mấy người ở cùng phòng này, sát bên với phòng tôi mà không ai bị hề hấn gì cả. Tôi đến bên giường anh ta hỏi:

– Anh có cần gì không?

Anh ta nhìn tôi năn nỉ:

– Xin bác sĩ kiếm cho tôi một cái cưa sắt để tôi cưa đứt cái còng này.

– Bây giờ thì làm gì có cưa sắt. Ý tôi muốn nói là anh có cần thức ăn hay nước uống để tôi cho người đi kiếm giùm anh.

Anh ta nói:

– Những thứ đó mấy người cùng phòng đã giúp tôi rồi. Tôi chỉ cần một cái cưa sắt thôi.

Tôi không có cưa sắt mà nếu có tôi cũng không thể nào đưa cho anh ta được. Biết đâu khi đã được tự do rồi anh ta sẽ trở thành một đặc công, lúc đó chắc anh ta cũng không tha tôi đâu. Tôi nghĩ trong bụng, cứ để anh ta nằm yên đây, đợi một vài ngày nữa tình hình tạm yên rồi tôi sẽ liên lạc với An Ninh tỉnh để họ giải anh ta đi chỗ khác, tốt hơn. Còn nếu đồng chí anh có pháo trúng anh thì chắc không phải lỗi tại tôi.

Tôi đi trở ra hành lang trại. Vì mải lo phòng tôi bị pháo nên khi vào trại tôi không để ý. Bây giờ đứng ở hành lang giữa trại tôi mới thấy ngạc nhiên là hồi hôm ở đây đông nghịt những người nằm ngồi không có chỗ lọt chân mà sao nay hành lang thưa người quá. Chỉ còn chừng chục người nằm thôi. Tôi chợt nhớ tới Đại úy Nghĩa bị thương ở cổ họng mới được Bác sĩ Chí đặt ống khí quản hôm qua, đặt nằm đối diện với phòng tôi mà sao giờ đây cũng không thấy đâu cả. Tôi đưa mắt kiếm chung quanh, thấy anh cận vệ của Đại úy Nghĩa mà hôm qua tôi căn dặn phải cố gắng săn sóc cho ông thầy của anh ta đang ngồi buồn hiu ở gần cửa một phòng bệnh. Tôi vội chạy lại hỏi:

    - Đại úy đâu?

    - Ông chết rồi!

    - Vô lý vết thương ông đâu có nặng mà có thể chết được.

    - Ông bị người ta chạy đạp nhằm, chết tối hôm qua, lúc Việt Cộng pháo kích vào bệnh viện, người ta ùn ùn chạy vào hành lang. Đêm tối không có đèn, họ dẫm bừa lên ông nên ông tắc thở luôn.

    - Thế lúc đó anh ở đâu?

    - Dạ thưa bác sĩ em nằm ngay bên ông. Em cũng bị đạp nhằm luôn. Nhanh lắm không tài nào can thiệp kịp. Lại thêm pháo nổ liên hồi, đêm tối đen thui chẳng ai còn phân biệt được gì nữa. Sáng ra em thấy ông đã chết từ bao giờ. Cái ống thông khí quản bị đạp quẹo về một bên. Ông đã bị đạp nhằm ngay cổ không thở được. Em đã khênh xác ông để ở ngoài nhà xe rồi.

    Tôi buồn quá, chết lãng nhách. Tôi thầm tiếc trong lòng. Một sĩ quan trẻ tuổi tài ba dễ mến như Nghĩa mà lại có cái kết cục đáng buồn như vậy. Nếu bị đạn chết ngay tại trận còn có thể hiểu được. Chết bị người của mình đạp nhằm vào thì nản quá. Tôi hơi hối tiếc, nếu tôi thu xếp để Nghĩa vào một phòng nào đó thì tai nạn có lẽ sẽ không xảy ra. Thực ra tôi đã nghĩ tới việc này. Tôi đã tính cho anh tù binh Việt Cộng đi chỗ khác để dành giường cho Nghĩa nằm. Nhưng không thể liên lạc được với An Ninh tỉnh mở còng ra được, nên đành bỏ qua. Còn việc dời những thương binh khác để lấy giường cho một sĩ quan tôi thấy không được công bằng lắm. Tôi chỉ nghĩ là nằm tạm một hai ngày rồi sẽ có giường trống hoặc có chuyến tản thương thì sẽ ưu tiên cho Nghĩa đi trước. Thật tôi không thể nào lường trước được sự việc đã có thể xảy ra như thế. Tôi đã nghĩ tới việc cho Nghĩa vào nằm phòng tôi nhưng không may cho anh là vợ chồng anh Châu lại đến. Nhưng nếu nằm ở phòng tôi thì chắc cũng không sống nổi. Tôi đổ cho số mạng để được yên tâm không suy nghĩ nữa.

Với tâm tư nặng trĩu trong lòng, thương tiếc một người bạn vừa mới ra đi, tôi uể oải bước về văn phòng ty Y Tế. Bác sĩ Phúc đã đợi tôi ở ngoài cửa phòng. Chúng tôi bước vào trong cho an toàn, căn phòng mờ mờ sáng vì các cửa sổ vẫn bị đóng kín mít. Anh nói:

– Chúng ta sửa soạn sang gặp Đại tá tư lệnh sư đoàn để xin ưu tiên tản thương gấp. Tôi đã liên lạc với anh Vũ Thế Hùng y sĩ trưởng tiểu đoàn 5 quân y để xin được gặp Đại tá tư lệnh và được anh xác nhận là đúng 10 giờ sáng nay tại bộ chỉ huy sư đoàn Đại tá Hưng sẽ tiếp chúng ta.

– Như vậy thì hay quá. Hy vọng là thương binh sẽ được bốc đi càng sớm càng tốt. Chứ để đây chỉ chết dần mòn mà thôi. Chẳng có hầm hố chẳng có gì an toàn cho họ cả. Nhưng phái đoàn gồm có những ai hả anh?

Bác sĩ Phúc chậm rãi trả lời:

– Thì có tụi mình, anh, anh Chí và tôi, còn bên tiểu đoàn 5 quân y thì có các anh Hùng, anh Tích và anh Nam Hùng.

Tôi lên phòng Bác sĩ Chí báo tin để anh sửa soạn cùng đi sang bên bộ tư lệnh. Anh Bác sĩ Tích và Bác sĩ Nam Hùng cũng đã sửa soạn xong. Chúng tôi đều lội bộ đi ra phía cổng bệnh viện.

Mặt đường rải rác những hố pháo kích, đặc biệt là càng gần bộ tư lệnh sư đoàn càng thấy nhiều. Chúng tôi không ai bảo ai đều rảo bước thật nhanh vì biết đây là vùng nguy hiểm, đạn pháo kích có thể bay tới bất cứ lúc nào.

Con đường bên ngoài bộ tư lệnh, tôi thấy một chùm hỏa tiễn chống chiến xa 4 cái được bố trí ở giữa đường, nhắm thẳng xuống cái dốc từ phía chợ đi lên. Chúng tôi vượt qua tiền đồn gác ngoài được canh giữ bởi hai người lính hai bên cổng. Họ nhận biết anh Tích và anh Nam Hùng vì cùng là dân sư đoàn 5 cả, nên cho chúng tôi đi qua không cần phải hỏi han gì. Chúng tôi đi rất lẹ, đi tuốt vào bên trong, vì nơi này rất dễ bị ăn pháo. Vào hẳn bên trong rồi, đứng dưới những tấm PSP bằng sắt trên được phủ mấy lớp bao cát, chung quanh tường cũng có nhiều lớp bao cát rất dày, tôi mới hơi yên tâm.

Nơi tôi đang đứng có lẽ là nơi để hội họp vì tôi thấy có một bàn và mấy ghế ngồi. Chúng tôi ngồi chừng 5 phút thì Bác sĩ Hùng đi ra, chào hỏi mọi người xong anh vội vào trong để báo cho Đại tá tư lệnh sư đoàn biết. Tôi chưa bao giờ được gặp Đại tá Lê Văn Hưng cả. Tôi không thể hình dung được dáng người ông ra sao. Chúng tôi chỉ biết ngồi chờ đợi. Có lẽ chúng tôi chờ cũng hơi lâu. Vì tôi cảm thấy hơi sốt ruột. Trong trí óc của tôi là lúc nào cũng phải đúng giờ. Tôi không chấp nhận giờ cao su. Nhất là trong giới nhà binh. Và nhất là ngồi ngay nơi bị pháo nhiều nhất ở mặt trận này. Tôi thấy không an tâm chút nào cả. Tôi tự hỏi tại sao ông tư lệnh này lại để tụi tôi chờ lâu vậy. Ông có bận gì không? Ông thức hay còn ngủ, hay đang tắm rửa, hay đang ăn sáng. Cả chục câu hỏi cứ quanh quẩn trong đầu tôi. Vì tôi muốn họp cho mau xong để rời khỏi chỗ này càng sớm càng tốt.

Chúng tôi ngồi đợi cỡ chừng 20 phút, mà tôi cảm thấy lâu tới cả giờ. Rồi Đại tá tư lệnh sư đoàn cũng xuất hiện. Từ cửa ngách sau phòng họp ông bước tới, theo sau là y sĩ đại úy tiểu đoàn trưởng tiểu đoàn 5 quân y, Bác sĩ Vũ Thế Hùng, người bạn cùng lớp với tôi. Tôi còn đang miên man suy nghĩ thì thấy anh Bác sĩ Nam Hùng và Bác sĩ Tích đã đứng bật dậy nghiêm chỉnh chào đúng cung cách nhà binh. Tôi cũng đứng bật dậy cùng Bác sĩ Phúc dơ tay chào. Đại tá tư lệnh sư đoàn dáng người gầy cao cỡ tôi, mặc một chiếc áo lót màu cháo lòng, quần dài nhà binh, nhầu nát, dáng người mệt mỏi, da mặt hơi xanh, chắc vì đã lâu không có dịp ra nắng. Ông đưa mắt nhìn một lượt tụi tôi xong, gương mặt vô cảm giác, không nói một lời nào. Từ từ ông tư lệnh sư đoàn quay người đi vào nhà sau.

Chúng tôi ngơ ngác nhìn nhau. Chẳng hiểu chúng tôi đã phạm vào lỗi lầm gì mà không được tiếp chuyện với ông tư lệnh. Chúng tôi chưa kịp mở miệng nói ra được một câu nào, chưa trình bầy được một ý kiến gì thì vị chỉ huy mặt trận này đã lui vào trong.

Lát sau anh Vũ Thế Hùng đi ra nói:

— Thôi như vậy là xong rồi các anh cứ đi về đi. Mọi việc tôi đã trình bày lên Đại tá rồi. Nếu có chuyến tản thương tôi sẽ cho các anh biết sau.

Tôi nghĩ thầm, vậy thì cũng tốt thôi. Chúng tôi lại lủi thủi đi về. Mỗi người một ý nghĩ. Đến bệnh viện ai về chỗ người nấy tiếp tục làm công việc như đã phân công. Tôi đang tính chia tay cùng các anh Nam Hùng và anh Tích thì anh Tích kéo nhẹ tay tôi nói:

– Này, anh Quý, tôi cho anh xem cái này hay lắm.

Tôi mỉm cười, tò mò đi theo anh Tích về chỗ phòng cấp cứu mới lập tạm thời ở trại nội khoa, nay lại biến ra nơi trú ngụ của anh Tích, anh Nam Hùng, cùng để chứa các bông băng và y cụ. Một số các anh em quân y sư đoàn 5 khác được dành cho một phòng ở đầu trại nhi khoa.

Anh Nam Hùng kéo tôi đi vào trong, chỉ cho tôi xem một trái 105 ly rơi xuống từ trên mái nhà xuyên qua mấy lần mái, trần, tường, chui từ nền nhà bên ngoài, qua bức tường giữa phòng và hành lang trại trồi lên khỏi mặt đất nhô cái mũi nhọn vàng bằng đồng rồi kẹt ở đó không nổ.

Tôi nói với các anh:

– Thật là phước đức, may mắn quá, nếu không thì mọi người trong phòng này không ai sống sót.

Anh Tích gật đầu:

– Đúng là con người có số. Hai vợ chồng tôi nằm ngay chỗ đó, viên đạn này chui lên ngay giữa chúng tôi.

Tôi đứng ngắm nhìn viên đạn đại bác không nổ sau khi đã rơi xuyên qua bao nhiêu chướng ngại vật, giờ nằm hiền lành như con mèo con ngay dưới chân tường phòng các anh bác sĩ sư đoàn 5. Tôi chỉ còn biết nói đi nói lại là các anh ấy chắc là phước đức cả mấy đời để lại mới được như vậy.

Đó là một trong những chuyện hy hữu tại chiến trường An Lộc này.

Nói chuyện được vài phút với hai anh Tích và Nam Hùng, tôi xin phép từ giã để đi về hầm anh Phúc.

Phòng tôi giờ đây đã tan nát rồi, như vậy là bắt đầu từ đây tôi sẽ ở thường trực cùng với Bác sĩ Phúc. Có hầm tốt tôi cũng yên trí đỡ thấp thỏm sợ hãi. Tôi vào hầm, ngồi xuống, bỏ mũ sắt và áo giáp ra cho bớt nóng rồi bàn chuyện với Bác sĩ Phúc:

– Anh thấy mình có hy vọng được tản thương hôm nay không?

– Chắc có thể được. Không còn cách nào khác. Họ không thể để thương binh sống vất vưởng thế này được. Chỉ cần tư lệnh chiến trường ra lệnh là mọi việc sẽ được dàn xếp ổn thỏa ngay.

Tôi gật đầu đáp:

– Tôi cũng mong như vậy. Chỉ cần ba chuyến Chinook là xong ngay. Mình lúc nào cũng phải sẵn sàng anh ạ. Kinh nghiệm của tôi là trực thăng sẽ không bao giờ đợi mình đâu. Hiện giờ mình lại thiếu xe hồng thập tự. Trước đây còn hai cái. Đêm qua nó pháo hư một nay mình chỉ còn một thôi. Đâu có đủ để cho thương binh hết được. Có lẽ mình phải báo cho bên sư đoàn và bên tiểu khu để họ huy động trưng dụng hết các xe còn chạy được để tản thương nếu không sẽ hỏng việc mất.

– Anh nói đúng, để tôi kêu Trung úy Quý lo vụ báo tin này cho các nơi liên hệ biết. Về phần mình anh nói Thiếu úy Thu sửa soạn xe hồng cùng cắt đặt các khiêng cáng viên từng tổ một sẵn sàng đợi lệnh.

Chỉ một giờ sau mọi sự đã được sửa soạn đâu vào đấy. Chúng tôi thấp thỏm đợi chờ bên sư đoàn bật đèn xanh. Nhưng suốt buổi sáng hôm đó chẳng có gì xảy ra. Chúng tôi vẫn kiên nhẫn đợi chờ, nhưng trong thâm tâm không tin tưởng lắm là sẽ có tản thương hôm nay. Ba giờ chiều chúng tôi được tin sửa soạn 4 giờ sẽ có tản thương. Ai nấy đều mừng rỡ. Bỗng những tiếng bom nổ ầm ầm liên hồi từ đằng xa. Tôi hiểu ngay B52 đang trải thảm để sửa soạn cho trực thăng tản thương. Ngay lúc đó chúng tôi được lệnh cho thương binh lên xe chuyển ra bãi đáp. Ba chiếc xe hồng của sư đoàn và hai xe chở hàng dân sự không hiểu họ tìm được ở đâu mấy phút sau đã tới bệnh viện.

Vì đã có kinh nghiệm tản thương của mấy ngày qua, hơn nữa kỳ này ai cũng được chuyển đi hết nên công việc bốc thương binh đi không có gì trở ngại. Nhưng cũng phải mất gần một giờ mọi việc mới xong xuôi và đoàn xe bắt đầu chuyển bánh ra bãi đáp. B52 vẫn tiếp tục trải thảm không ngừng.

Chúng tôi hồi hộp chờ đợi. Quả nhiên chừng 10 phút sau tiếng trực thăng Chinook ầm ầm bay qua bệnh viện, tất cả ba chiếc. Chúng tôi nhìn nhau sung sướng. Kỳ này chắc chắn sẽ tản thương được. Thương binh đỡ khổ và chúng tôi cũng rảnh tay để đón nhận những người mới. Tôi đi xuống trại ngoại khoa kiểm soát lại xem còn phòng nào dùng được nữa không.

Trại bây giờ hoang vắng điêu tàn. Tổng số 16 phòng chỉ còn nguyên vẹn có 4 phòng thôi. Ngay cả phòng mổ tiểu giải phẫu cũng bị hư hại tuy không nặng lắm nhưng cũng không dùng được. Những phòng khác hoặc bị trúng pháo hoặc bị trốc nóc không ở được. Trong trại cũng vẫn còn chừng hơn chục người dân ở, họ không bị thương hay bệnh hoạn gì cả. Nhưng chạy vào bệnh viện để tỵ nạn. Chắc họ nghĩ rằng không ai đang tâm pháo vào nơi không chiến đấu. Nhưng họ đã lầm. Chiến tranh đâu có từ một cái gì. Ngay sát phòng cũ của tôi là phòng anh thương binh Việt Cộng nằm có hai người dân tôi đã biết mặt vẫn còn nằm đó. Nhờ vậy mà anh thương binh Việt Cộng này mới có người kiếm giùm thức ăn nước uống sống qua ngày.

Tôi đi lên trại nhi khoa thấy ở nơi này khá hơn, số phòng dùng được khoảng một nửa. Đến giữa trại nơi phòng cô Bích ở. Tôi gõ cửa:

– Cô Bích ơi, cô có đó không?

Cô Bích mở cửa thò đầu ra. Tôi nói:

– Tôi tới thăm cô đây, tôi vào được không?

Vẫn giọng tinh nghịch như những ngày nào cô nói:

– Mời quan đốc vô.

Tôi bước vào phòng, nhìn quanh. Căn phòng đã biến dạng một cách không thể ngờ nổi. Một chiếc giường sắt kê sát tường cạnh cửa vào, giữa phòng là một cái hầm đủ để cho hai người ngồi hoặc một người nằm khi có pháo kích. Chung quanh và phía trên được phủ sơ sài một lớp bao cát. Chiếc bàn con kê gần cửa sổ trông xuống sân bệnh viện để ngổn ngang những chai nước, thức ăn, mì gói, gạo sấy, đồ hộp. Tôi ngồi xuống bên mép giường nói:

– Cô ở đây có vẻ tiện nghi nhỉ? Ai đào hầm cho cô đấy?

– Tôi chứ ai, nói đùa bác sĩ chứ, tôi nhờ mấy anh quân y đào giùm, tôi chỉ phụ làm bao cát thôi.

Tôi gật gù nói:

– Tay nào đào được nền nhà này cũng khá đấy. Tôi đã thử ở phòng tôi rồi. Dùng cuốc chim dơ thẳng cánh quật xuống ba cái mà nền gạch vẫn trơ trơ. Tay mình bị dội lại đau tê rần rần, tôi đành chịu thua không đào hầm nữa mà chỉ chui xuống gầm giường khi pháo thôi.

– Nghe nói phòng bác sĩ bị trúng một trái tối qua sao bác sĩ không hề hấn gì vậy?

– Tôi chưa tới số, ông Phúc mời tôi lên hầm ông ấy ở. Thấy hầm rộng tốt, tôi nhận lời liền. Thực ra nếu ông không mời tôi cũng hỏi, vì mấy lúc sau này tôi cảm thấy không an tâm chút nào nếu cứ ở phòng tôi. Có lẽ linh tính xui khiến như vậy nên mới sống sót được. Cô ở phòng này tương đối an toàn đấy. Trừ phi nó pháo trúng hầm còn không thì ngay cả nó nổ ở phòng bên cạnh cô cũng chả việc gì đâu. Thôi, thăm dân cho biết sự tình, tôi thấy cô tương đối an toàn tôi cũng mừng cho cô, tôi đi đây.

– Cám ơn bác sĩ.

Tôi nghĩ rằng trong những nhân viên phụ mổ, cô Bích là người có kinh nghiệm nhất, làm việc rất ăn ý với tôi. Nhưng cô là nhân viên dân sự, nếu cô không muốn làm việc, tôi chẳng có thể nào ra lệnh cho cô được. Nhất là trong tình trạng như hiện nay. Trong tương lai chắc chắn sẽ phải cần tới cô thì công việc mới chạy được, một khi bệnh viện được di chuyển tới một nơi khác, có an ninh hơn và có đủ phương tiện hơn. Do đó tôi mới dung tới tâm lý chiến tới thăm cô để khi cần có thể cô sẽ giúp tôi một tay. Nếu không có cô thì những quân y tá vẫn có thể làm được nhưng hơi chậm một chút. Trong điều kiện như hiện nay tôi cần có một đội giải phẫu làm việc sao cho ăn khớp với nhau, và như vậy mới nhanh được. Tôi về tới văn phòng ty Y Tế. Vừa trông thấy tôi, Bác sĩ Phúc nói:

– À, anh Quý đây rồi, có con bé nào nó mang cơm cho anh còn đợi ở kia.

Tôi nhìn theo anh Phúc chỉ, mới thấy Phương, đứa con gái của vợ anh Châu mới có 7 tuổi đang đứng ở góc phòng, tay còn cầm chiếc gà mên đựng đồ ăn. Thấy nó tôi biết vợ chồng con cái gia đình anh Châu đều an toàn sau cuộc pháo kích vừa qua. Tôi mừng thầm trong lòng. Anh Châu thật chu đáo. Lo cho tôi từng miếng ăn trong thời buổi như thế này thì nhất anh rồi. Tôi tiến tới xoa đầu bé Phương rồi hỏi:

– Cháu đợi lâu chưa?

Bé Phương nhanh nhẩu trả lời:

– Cháu cũng mới tới thôi. Má cháu nấu cơm xong, biết bác sĩ ở bên này không ai nấu cơm cho bác sĩ nên sai cháu mang cơm sang.

– Cám ơn cháu, cháu giỏi quá, cháu mang như vậy có nặng không?

– Dạ không.

– Cháu đi như vậy không sợ pháo kích sao?

– Cháu không sợ. Pháo thì cháu nằm xuống thôi. Mẹ cháu đã dặn rồi.

Tôi thấy bé Phương lanh lợi mà cũng can đảm thực. Mấy đứa nhỏ khác chắc không dám ra ngoài đường một mình đâu. Nhưng tôi thấy hơi bất nhẫn một chút. Con đường từ nhà chúng tôi, chỗ anh Châu đang ở, tới bệnh viện tuy không xa nhưng rất nguy hiểm vì phải đi ngang qua bộ tư lệnh tiền phương của sư đoàn 5, mục tiêu chính cần triệt hạ, nên bị pháo kích đều đều. Nếu bé Phương là con của tôi, tôi sẽ không cho đi như vậy. Tôi sẽ ân hận biết bao nếu chỉ vì mang cơm cho tôi mà bé Phương bị xảy ra chuyện gì không hay.

Tôi nói với bé Phương:

– Cháu về nói với ba má cháu, bác sĩ cám ơn ba má cháu đã cho cháu mang cơm đến cho bác. Nhưng làm như vậy nguy hiểm cho cháu lắm. Cháu nói với anh Châu là không cần mang cơm cho bác nữa. Ở đây bác có thể tự kiếm thức ăn được rồi. Lần này là lần chót nghe không. Cháu đừng mang cơm tới nữa. Nguy hiểm lắm.

Tôi dặn đi dặn lại bé Phương để cho nó thực sự hiểu ý tôi rồi mới mở thức ăn ra. Tôi mời Bác sĩ Phúc, nhưng anh bảo tôi cứ tự nhiên anh đã ăn rồi do thằng Sơn cháu anh làm. Bé Phương nói:

– Má cháu dặn, đợi bác sĩ ăn xong, đem gà mên về cho má cháu rửa để lần sau có đồ mang nữa.

– Được rồi, cháu đợi bác một chút. Nhưng cháu nhớ đừng có mang cơm tới nữa vì dọc đường dễ bị pháo kích lắm. Cháu nhớ không?

– Cháu nhớ. Phương gật đầu chứng tỏ nó hiểu ý tôi.

Tôi ngồi xuống mở nắp gà mên ra. Một mùi thơm của cơm vừa mới chín, vẫn còn ấm nóng bay lên mũi tôi. Rồi phần gà mên phía dưới đựng gà rang mặn, cuối cùng là một ít canh nấu với mấy củ khoai tây, chắc với nước luộc gà. Chỉ nhìn thấy cũng đủ ngon rồi. Phần vì đang đói, phần vì phải ăn cho nhanh để bé Phương khỏi phải chờ lâu nên tôi ăn vội vàng cho xong bữa rồi đưa gà mên cho bé Phương mang về nhà. Nhìn con bé nhỏ nhắn da đen vì phơi nắng nhiều, thoăn thoắt đi một cách hồn nhiên, chẳng có vẻ gì sợ hãi cả, tôi cũng thấy phục nó.

Trong ánh mắt của nó tôi thấy một niềm hãnh diện vì đã làm được một việc như người lớn, và cho người lớn. Tôi thầm cầu xin mọi sự an lành cho nó. Chiều nay có vẻ yên tĩnh. Tôi không nghe thấy tiếng pháo nào cả. Nên tôi chắc nó về đến nhà an toàn. Như vậy tôi cũng đỡ áy náy trong lòng.

Tuy đã dặn đi dặn lại bé Phương không nên mang cơm cho tôi nữa, vậy mà nó cũng mang thêm cho tôi hai ngày rồi mới thôi. Tôi đoán gia đình anh Châu đã dọn đi nơi khác, có thể đã đi về phía tây bắc thành phố giữa Quản Lợi và An Lộc, nơi tôi nghe nói còn tương đối an toàn không bị pháo kích. Đa số những người dân ở thành phố này đều chạy về phía đó tạm cư.

Dù sao tôi cũng mừng là gia đình anh Châu đã rời khỏi vùng nguy hiểm vì chỗ chúng tôi ở sát ngay những căn cứ quân sự. Tôi thấy thoát được người nào là mừng cho người đó. Còn tôi cũng như bao nhiêu quân nhân khác, vì nhiệm vụ phải ở lại thì sống chết đều phó cho số mạng mà thôi. Đến đâu hay đến đấy. Dù biết nguy hiểm, tôi cũng như những quân y tá trong bệnh viện đã không hèn nhát bỏ trốn đi tìm chỗ an toàn. Thật ra trong suốt trận đánh này không bao giờ những ý tưởng đào ngũ, bỏ trốn trước địch quân, nổi lên trong lòng tôi cả.

CƠN MƯA ĐẦU MÙA

Từ ngày tản thương được toàn bộ số thương binh, bệnh viện trở nên yên tĩnh. Mấy ngày qua cũng không thấy pháo kích nhiều, nên số thương vong gần như không có. Chúng tôi vì vậy cũng được nhàn nhã đôi chút.

Đã gần một tháng nay không có nước nên chúng tôi chẳng ai tắm rửa gì cả. Nước uống thì không hiểu mọi người kiếm được ở đâu ra. Tôi có hỏi mấy anh em quân y, họ nói là đi kiếm ở mấy nhà dân chung quanh. Nhà nào cũng có một hồ chứa nước riêng hoặc có giếng nước. Nói chung thì nước uống vẫn kiếm được mặc dù khan hiếm. Riêng tôi vì dùng dè sẻn nên hai bình phisohex cũ đựng nước uống đã tiêu một bình vẫn còn một bình, có thể cầm cự được thêm vài ngày nữa trước khi phải đi kiếm hoặc xin những người khác.

Mỗi sáng tôi chỉ mất một nắp bi đông nước, tức là khoảng một muỗng canh nước để rửa mặt. Nên tôi chẳng tốn nước bao nhiêu. Lấy một miếng gạc nhỏ nhúng chút nước rồi quét lên mặt cũng thấy khoan khoái rồi. Chiều hôm qua mây đen kéo kín cả một góc trời. Tôi cứ nghĩ là đêm sẽ mưa nhưng chờ tới sáng nay vẫn chưa thấy gì.

Tôi chắc chắn sẽ mưa ngày nay vì mây đen càng ngày càng nhiều. Tôi và mọi người trong bệnh viện đều đổ xô đi tìm đồ để sửa soạn hứng nước mưa. Những thùng đều được gom lại để dọc theo mái hiên. Những tấm tôn bị pháo đánh bay xuống sân được gom lại uốn thành những máng dã chiến để hứng nước mưa từ mái xuống.

Chúng tôi sửa soạn xong thì trời bắt đầu chuyển. Mới đầu là những cơn gió nhè nhẹ mang hơi lạnh không biết từ đâu tới rồi trời hình như tối sầm lại, sấm chớp liên hồi và một cơn mưa dữ dội đổ xuống. Một cơn mưa mang nguồn sống, nguồn nước cần thiết cho chúng tôi. Không ai bảo ai, mọi người đều lợi dụng cơn mưa như thác lũ đó để tắm rửa tối đa, gột bỏ những cáu bẩn, mồ hôi mấy tuần nay cũng như giặt những quần áo hôi hám trên người.

Tôi cẩn thận hơn, mang quần áo sạch và các đồ dùng cần thiết xuống trại ngoại khoa. Tôi chọn một phòng bị tróc mái vì pháo kích, vào trong đó khởi sự tắm. Tắm ở đây an toàn hơn tắm ngoài trời. Lỡ có pháo kích thì có các vách tường chung quanh bảo vệ khỏi lo bị miếng văng trúng.

Nước mưa từ lỗ hổng trên mái nhà đổ xuống đủ để cho tôi tắm thoải mái giống như ở trong phòng tắm có bông sen nước. Tôi nhắm mắt lại lấy xà bông gội đầu rồi kỳ cọ khắp mình. Sạch sẽ xong xuôi mở mắt ra tôi mới ngạc nhiên nhìn thấy nước mưa đen ngòm như mực tàu loãng. Chỉ sau vài giây tôi chợt hiểu ngay là khói của những đám cháy trong trận chiến này đã nhuộm thành màu nước như vậy. Cũng chẳng sao, tôi đã được tắm thoải mái sạch sẽ rồi dù nước có đen hay không cũng từ trên trời rơi xuống không bị ô nhiễm bởi bùn đất, phân người, xác chết là được.

Trận mưa cứu tinh này quả thật đã rửa sạch bên ngoài bệnh viện. Chúng tôi hứng được rất nhiều nước. Ít nhất trong vòng một tuần, chúng tôi có đủ nước thỏa thuê. Tôi để ý thấy mặc dù bệnh viện không có hồ chứa nước nhưng trên trần hành lang xây bằng xi măng chắc chắn còn chứa được một số nước đáng kể. Quả nhiên mấy ngày sau khi đã cạn nước, tôi nói với cháu Sơn, cháu của Bác sĩ Phúc, leo lên trên nóc cái cầu xây nối liền phòng cấp cứu với trại nội khoa xem có nước không. Sơn ngồi ở trên nóc báo cáo xuống:

– Cháu thấy nhiều nước lắm, mình có thể dùng tới hai tuần không hết.

Tôi và Bác sĩ Phúc vui mừng bảo Sơn xuống để khi nào cần thì sẽ leo lên mức nước dẫn để dùng. Dù cho nước có bốc hơi bay đi thì cũng phải mất mấy ngày nữa. Hy vọng sẽ có thêm vài trận mưa nữa tới tiếp sức thì vấn đề nước non cũng tạm giải quyết xong.

Việc gì cũng có mặt trái, mặt phải, phần tích cực và phần tiêu cực. Cơn mưa đã mang đến niềm vui cho mọi người vì có nước uống, vì được tắm giặt sạch sẽ, cuốn trôi những rác rưởi làm cho sân bệnh viện được sạch thì cũng cơn mưa này làm cho chúng tôi ngất ngư vì hậu quả tiêu cực của nó mà ngay ngày hôm sau là chúng tôi đã phải chịu khổ rồi.

Những đống rác chung quanh bệnh viện gặp nước mưa trở thành nơi sản xuất ruồi bọ cùng những mùi hôi hám rất khó chịu. Tôi đề nghị toàn bệnh viện làm vệ sinh thu dọn rác rưới về phía đầu cuối của bệnh viện. Có ý kiến nên đào hố sâu để chôn vùi. Ý kiến khác là đốt đi đỡ tốn sức lao động. Dĩ nhiên là cách giản dị nhất đã được mọi người vui vẻ chấp thuận.

Đống rác đã được mồi bằng xăng rồi đốt. Chúng tôi xoa tay khoan khoái đứng nhìn ngọn lửa lan dần, mặc dầu đa số rác còn ướt, nhưng từ từ lửa nóng đã thắng, làm khô dần rồi đốt cháy ngay cả những thứ gì trước đây đã sũng nước. Chúng tôi đang dự định giải tán ai về chỗ nấy thì được lệnh của bộ chỉ huy sư đoàn đòi hỏi báo cáo việc gì đã xảy ra ở bệnh viện mà khói lên nhiều như vậy.

Sự việc được báo cáo lên sư đoàn. Ít phút sau chúng tôi được lệnh là phải dập tắt ngay đám cháy sợ địch quân điều chỉnh tọa độ pháo ngay vào bộ tư lệnh gần đó. Đến giờ thì vô phương dập tắt đám cháy này. Vì làm sao chúng tôi có nước để bơm vào đó. Vả lại đống rác cũng cháy gần hết. Không thể lan ra chung quanh được. Cho nên chúng tôi miệng nói là tuân lệnh sẽ thi hành ngay nhưng trên thực tế cứ để nguyên như cũ, lại còn mong sao cho nó cháy mau cho chóng xong. Quả nhiên chỉ 20 phút sau thì đám cháy cũng tự nó lụi tàn.

Tôi thấy một số người thật vô lý, cả chục ngày nay địch đã pháo vào bộ tư lệnh rồi. Chúng đã biết rõ tọa độ rồi đâu có phải đợi đến bây giờ mới cần điều chỉnh tọa độ để pháo vào đó nữa.

Dù sao thì mọi sự đã được thu xếp khéo gọn, bệnh viện đã được dọn dẹp sạch sẽ hơn trước. Chẳng lẽ một cơ sở y tế mà lại bê bối về vấn đề vệ sinh. Ngay cả trong trường hợp thiếu thốn, khó khăn như bây giờ thì cũng khó mà biện minh được.

Tuy nhiên với tình trạng hiện tại bệnh viện đã bị vô hiệu hóa gần như hoàn toàn. Nghĩa là các cuộc mổ lớn không thể nào thực hiện được. Phòng mổ chính và phòng mổ phụ đã bị hư hại nặng. Mặc dù thuốc men, y cụ chúng tôi vẫn còn nhưng không điện, không nước, nhân viên dân sự đã di tản hết, nên chúng tôi chỉ còn có thể rửa sạch các vết thương, làm tiểu giải phẫu rồi băng bó, chờ chuyển thương thôi.

Trận chiến hình như bớt căng thẳng. Tôi nói với Bác sĩ Chí:

– "Mặt trận miền tây vẫn yên tĩnh".

Mượn nhan đề của một cuốn tiểu thuyết của Erich Maria Remarque, để chỉ tình trạng của mặt trận An Lộc trong giờ phút này.

Không biết địch quân đang tính toán gì đây. Tôi chắc chắn là sau khi bị B52 trải thảm bên địch đã bị thiệt hại khá nặng. Nay là lúc họ đang bổ sung quân, tiếp nhận thêm đạn dược để sẽ tung ra đợt tấn công kế tiếp.

Nhìn xuống khu chợ mới đã bị cháy rụi, những căn nhà lầu xây bằng vật liệu nặng, phía bên tay trái của tôi đứng từ bệnh viện nhìn xuống, trong đó có nhà của Bác sĩ Chí, tôi thấy vẫn còn nguyên, có thể ở được mặc dù bị sứt mẻ vì những mảnh đạn pháo kích. Phía bên hông phải của khu chợ cũ, đa số các căn nhà đều bị pháo sập. Trong đó có một căn đã bị một xe tăng, vì bị bao vây bắn quá đã chui đại vào ngay cửa chính để rồi sau đó bị bắn hạ. Hiện giờ xác xe vẫn còn nằm tại chỗ. Quá nữa về phía tay phải của tôi về phía chợ cũ, nơi có phòng mạch của tôi thì đã bị san thành bình địa. Tôi chỉ nhận ra được chỗ của phòng mạch tôi nhờ có một cây cổ thụ cao, đã bị cháy đen, đứng đơn độc trên những xác nhà xẹp lép tới nền.

Từ bệnh viện tôi chỉ có thể nhìn xa được đến thế mà thôi. Lác đác tôi thấy những binh sĩ của mình di chuyển một cách bình thản trong khu chợ mới lẫn chợ cũ. Tôi nghĩ rằng những khu vực đó đã được quân đội ta kiểm soát và có thể nói là tương đối an toàn.

Tôi lợi dụng giờ phút rảnh rang này, nói với Bác sĩ Chí:

— Tao thấy ở khu chợ mới và chợ cũ có vẻ an toàn. Mày có muốn xuống dưới đó xem nhà của mày giờ ra sao không?

Bác sĩ Chí đồng ý liền:

— Phải đó, đi phiêu lưu một chút cho đỡ bó cẳng. Ở mãi trong bệnh viện này dám khùng mất.

NHỮNG NÉT BUỒN

Chúng tôi ra khỏi cổng bệnh viện, từ từ theo con dốc để đi xuống khu chợ mới. Ngay dưới chân đồi bệnh viện, trước khi tới công viên Tao Phùng, ở góc tay trái là nhà của anh Đức, em vợ đại tá tỉnh trưởng, đã bị bỏ bom lầm nên nhà hoàn toàn bị sập. Nhà này chỉ cách bệnh viện chừng 150 thước thôi.

Trước khi đi tôi không quên mang theo cái máy hình để nếu có gì thì chụp làm kỷ niệm. Tôi thấy một chiến xa địch bị bắn cháy nằm ngay giữa ngã tư nối liền chợ cũ với chợ mới. Tôi cẩn thận tiến lại gần chụp lấy hai tấm hình xong chúng tôi rẽ xuống khu chợ mới. Tôi gặp Thiếu tá Cang chỉ huy đơn vị pháo binh đóng ngay công viên Tao Phùng. Tôi liền tạt vào thăm. Tôi với anh Cang là chỗ quen biết. Tôi biết anh từ khi còn là đại úy pháo binh đi hành quân chung với bộ chỉ huy trung đoàn 43 đóng tại đồi Kiệm Tân ở Dốc Mơ Gia Kiệm yểm trợ cho công binh Mỹ làm quốc lộ 20.

Gặp nhau chúng tôi đều mừng rỡ vì thấy mình vẫn còn khỏe mạnh. Thiếu tá Cang vẫn vui vẻ chịu chơi như ngày nào. Anh xem mọi nguy hiểm như trò đùa, chẳng có gì đáng quan tâm cả. Anh mời chúng tôi ngồi. Nhưng Bác sĩ Chí chừng như nóng lòng về căn nhà của mình nên xin phép đi tới đó trước, chỉ cách nhà này có chừng ba căn thôi.

Tôi ngồi xuống chiếc divan. Anh Cang giới thiệu tôi với người chủ nhà. Cũng chẳng phải ai xa lạ. Vì là dân trong tỉnh nên anh ta đã biết tôi. Tuy tôi không nhớ đã gặp anh ta ở đâu. Anh Cang mở đầu:

— Trông thấy bác sĩ còn mạnh khỏe là tụi tôi mừng lắm. Tôi nghe mấy thằng đàn em về nói là bác sĩ bận lắm phải không? Tôi gật đầu đáp:

— Đúng, mấy tuần trước thì có. Nhưng nay tương đối được rảnh rang nên mới có dịp đến thăm ông đây. Tôi nói thêm. Hiện nay bệnh viện gần như bị tê liệt hoàn toàn. Tôi không còn mổ xẻ được gì nữa. Ngay tiểu giải phẫu cũng không đủ phương tiện làm. Chỉ có thể làm first aid thôi. Cũng may tình hình đã bớt căng, nếu không thì kẹt lắm.

Anh Cang tiếp lời tôi:

— Tụi này cũng vậy. Mấy khẩu pháo của tôi cũng banh càng rồi, chỉ còn lại hai khẩu 105 còn xài được. Thôi, đến đâu hay đến đó. Tụi nó cũng vậy thôi. Chắc là ê càng hơn mình nhiều, nếu không với 3 sư đoàn vây quanh, chúng nó đâu có để mình dễ thở như bây giờ.

Trong khi chúng tôi nói chuyện, tôi thấy anh chủ nhà, chắc cũng là công chức của tỉnh, có vẻ như xốn xang, có điều gì trong lòng như muốn hỏi tôi. Tôi thấy anh ta cứ đưa mắt như ra dấu cho anh Cang hoài. Anh Thiếu tá Cang nói:

— À, bác sĩ. Tụi này có một việc muốn nhờ bác sĩ coi giùm và cho biết ý kiến. Nói xong anh chỉ cho tôi cháu gái nhỏ chừng 7 tuổi đang nằm dài theo chiếc divan sát vách tường. Anh tiếp. Đây là bé Thủy con anh chủ nhà, chẳng may bị một mảnh đạn ở xương sống, liệt cả hai chân từ tuần trước. Bác sĩ xem có thể mổ cứu được cháu khỏi bị liệt không.

Tôi đưa mắt nhìn cháu gái nhỏ. Tôi đã để ý thấy từ nãy giờ, cô bé nằm không cục cựa gì hết. Cháu gái cũng đưa mắt nhìn tôi mỉm một nụ cười thật tươi, có vẻ như chào đón, có vẻ như gây cảm tình để tôi đem khả năng y khoa ra cứu cho cháu. Gương mặt cháu trắng xanh, nét mặt thanh tú, trông có vẻ thông minh. Tôi thấy tội nghiệp cháu quá. Một cô bé xinh đẹp như vậy mà không may bị thương đứt tủy sống bị liệt cả hai chân. Sau khi khám cho cháu xong, tôi nói với anh chủ nhà:

— Vết thương ngoài da của cháu đã lành rồi, hiện tại không có dấu vết gì chứng tỏ vết thương bị làm độc cả. Đó là một dấu hiệu tốt. Chắc chắn mảnh đạn đã cứa đứt tủy sống của cháu. Hai chân đã bị liệt như anh đã thấy. Hiện giờ không ai có thể làm gì được. Chờ đến khi giải tỏa rồi đưa cháu về Sài Gòn vào bệnh viện Chợ Rẫy có những bác sĩ chuyên khoa về thần kinh để họ khám xem họ quyết định ra sao. Nhưng chắc chắn là khó khăn lắm.

— Chúng tôi cũng hiểu như vậy, thôi thì để bề trên định đoạt cho cháu. Cám ơn bác sĩ.

Tôi từ giã hai người, không quên vỗ nhè nhẹ tay lên vai cháu gái, chúc cháu được nhiều may mắn. Với những buồn phiền chất nặng trong lòng, tôi bước qua nhà Bác sĩ Chí. Tôi không thể quên được ánh mắt của cô bé, đã sáng lên khi biết tôi là bác sĩ. Chắc cô bé hy vọng rằng tôi sẽ chữa trị để cô có thể đi đứng được như thường. Tôi thấy đau trong lòng. Phải mất bao nhiêu công sức, bao nhiêu thời gian mới tạo nên được một con người như thế. Chỉ trong khoảnh khắc chiến tranh đã biến một mầm non tươi trẻ thành một sinh vật sống dở chết dở. Mặc dù qua ánh mắt ấy tôi chưa thấy một nét buồn nào cả, có thể cô bé còn quá nhỏ để buồn khi biết mình đã trở thành phế nhân.

Chỉ có người lớn là đau thôi. Tôi đã thấy những giọt nước mắt lăn dài trên má của mẹ đứa bé đứng bên nghe tụi tôi nói chuyện.

Tôi bước vào nhà Bác sĩ Chí. Không nói thì ai cũng biết, căn nhà tan hoang, bừa bộn đồ đạc ngổn ngang. Một dòng chữ đỏ viết trên tường, đập vào mắt tôi ngay khi tôi bước chân vào phòng khách cũng là phòng chờ đợi:

"Bao năm móc đít thiên hạ nay còn đâu!"

Tôi gặp Chí từ phòng trong đi ra, mặt mũi xám lại vì buồn vì tức.

Tôi biết Chí không buồn lắm vì căn nhà mới xây của mình bị hư hại. Chẳng qua cũng là tai nạn chung của cả dân trong tỉnh. Không có gì đáng phàn nàn. Nhưng dòng chữ viết trên tường quả thực là một sự nhục mạ đối với Chí. Có thể chỉ là một sự đùa bỡn, nhưng là một sự đùa bỡn vô ý thức.

Tôi thông cảm nỗi đau buồn của người bạn cùng lớp. Tôi tới nắm lấy cánh tay Chí nói:

– Đừng để ý tới những chuyện lẻ tẻ đó. Đi với tao thăm một vòng khu chợ mới xem mấy người quen còn sống sót không?

Chí gật đầu, lặng lặng theo tôi bước ra khỏi căn nhà với dòng chữ đáng buồn ấy. Qua hai căn nhà nữa chúng tôi được sự tiếp đón nồng hậu của những người quen biết với Chí ở khu chợ mới.

Tôi nghĩ thầm có lẽ họ tiếc căn nhà của họ nên liều mình ở lại không chịu đi. Cũng có thể họ cũng chẳng biết chạy đi đâu. Tôi gặp bà chủ nhà cho tôi thuê phòng mạch mấy tuần trước. Bà ta mời hai chúng tôi vào trong nhà uống nước trà. Đã lâu lắm rồi chúng tôi chưa được uống những chén trà ngon như thế. Tôi để ý ở đây nước non rất đầy đủ. Một bể chứa nước đầy tràn trông mát mắt lắm. Đặc biệt là những tường ngăn của những căn nhà này đã được đục phá ra để mọi người có thể di chuyển bên trong an toàn hơn là phải đi vòng bên ngoài. Nhà nào cũng có binh sĩ ứng chiến và đều có hầm hố khá tốt, do đó những nhà này đã trở thành những công sự chiến đấu rất kiên cố.

Đa số những nhà xây bằng vật liệu nặng, hai ba tầng lầu nên hầm hố ở tầng dưới lại càng an toàn hơn. Nếu không may bị trúng hỏa tiễn vẫn có cơ hội sống sót. Còn những loại bích kích pháo 61 ly thì chẳng ăn nhằm gì. Tôi hỏi bà chủ nhà:

– Sao nhà bà có đầy đủ nước thế?

Bà chủ nhà vui vẻ trả lời:

– Đó là nước giếng nhà tôi. Nhà chúng tôi ở dưới chân đồi nên giếng đào lúc nào cũng đầy nước. Tôi lại có máy phát điện riêng chạy xăng nên bơm nước từ giếng lên hồ chứa dễ dàng. Tụi tôi chẳng bao giờ phải lo thiếu nước cả.

– À, thì ra thế. Chẳng bù cho tụi tôi ở trong bệnh viện khổ sở vì thiếu nước. May hôm qua trời mưa, nếu không thì đã gần tháng tụi tôi không có nước tắm giặt.

– Bác sĩ khỏi lo, lúc nào muốn tắm cứ việc xuống đây. Tha hồ tắm giặt.

Tôi cám ơn bà chủ đã có nhã ý ấy, nhìn Bác sĩ Chí nói:

– Có lý quá Chí ạ. Mình chỉ cần cuốc bộ một chút xuống đây là mát mẻ sạch sẽ ngay.

Chí vui vẻ mỉm cười gật đầu. Tôi nhận thấy cơn buồn phiền của Chí đã tiêu tan được phần nào với sự tiếp đón nồng hậu của những người hàng xóm, đầy tình người.

Bà chủ tiếp lời:

– Hay là, tiện đây hai bác sĩ tắm luôn cho khỏe.

Tôi vội trả lời ngay:

– Thưa cám ơn bà, tụi này mới tắm mưa hôm qua vẫn còn sạch chán. Xin để khi khác sẽ xuống nhờ bà. Tiện đây xin bà một bi đông nước trà mang về uống dần.

– Được rồi, cái đó thì dễ quá. Bác sĩ đưa bi đông đây để tôi đổ nước vào cho.

Tôi vội rút bình bi đông ra khỏi bao đưa cho bà chủ nhà rót nước từ trong ấm ra. Xong xuôi bà còn mời tụi tôi ở lại ăn cơm nhưng chúng tôi rời bệnh viện đã lâu sợ ở đó có người cần tôi, nên vội cám ơn bà chủ nhà tốt bụng cùng Bác sĩ Chí trở về bệnh viện.

Sau khi rời khỏi khu chợ mới hoang tàn nhưng vẫn còn sức sống đó, Chí và tôi lại cuốc bộ trở về bệnh viện. Chúng tôi đều im lặng, không ai nói với ai một lời nào. Mọi người đều mang nặng một nỗi suy tư riêng. Liếc nhanh nhìn Chí, tôi thấy hình như tâm tư Chí vẫn còn ray rứt vì dòng chữ quái ác kia. Tôi không muốn đề cập tới vấn đề đó nữa. Những lời an ủi chỉ là để khơi dậy niềm đau mà thôi. Tôi cứ để cho Chí được tự nhiên, hy vọng thời gian sẽ làm nhạt nhòa những hình ảnh không vui đó.

Thực ra ngay bản thân tôi cũng có những dằn vặt riêng. Đó là sự bất lực của một y sĩ đứng trước một người bệnh, nhất là một đứa trẻ rất dễ thương.

Tôi không thể nào quên được nụ cười của cô bé khi tôi sửa soạn khám bệnh cho cô. Một nụ cười vừa hy vọng, vừa an phận vừa như để lấy lòng người thầy thuốc để mong được chữa khỏi bệnh. Thật là buồn tủi khi bao nhiêu hy vọng đã trở thành hư không khi chính người thầy thuốc cũng phải bó tay, không giúp gì được. Tôi nghĩ, nếu thay vì nụ cười đó mà là những khóc lóc kêu la, chắc tôi không đến nỗi bị ám ảnh dằn vặt nhiều như thế.

Tôi lẩn thẩn tự hỏi, nếu có đủ phương tiện và săn sóc cấp cứu ngay vết thương đó thì cô bé có thể bị liệt không? Hai trường hợp có thể xảy ra. Nếu mảnh đạn cắt đứt ngang tủy sống thì vô phương, không thể làm gì khác được. Nếu chỉ chạm nhẹ, hay tủy sống chỉ bị thương một phần nào đó thôi thì với săn sóc đúng cách, mổ ngay lấy mảnh đạn ra để giới hạn vết thương không làm hư hại thêm nữa thì có thể cứu vãn được một phần nào. Lúc mới bị thương, thân hình không được giữ im, sự di động cột sống càng làm cho mảnh đạn cắt sâu toàn bộ tủy nên cô bé mới bị liệt hai chân. Dù sao thì hy vọng có thể đi được rất là mong manh.

Từ khi ra trường, nhập ngũ, nghĩa là chính thức gia nhập cuộc chiến này, tôi đã được chứng kiến rất nhiều cảnh đau thương do chiến tranh gây nên. Thượng Đế đâu có tạo ra chiến tranh. Chính loài người đã gây nên cảnh tàn sát chém giết lẫn nhau. Những từ ngữ Độc Lập, Tự Do, Hạnh Phúc chỉ là những sáo ngữ, những cái cớ để một nhóm người thực thi cái thú tính của mình mà thôi.

Có thể nói thế hệ chúng tôi là một thế hệ không may mắn, đã sanh ra trong chiến tranh, trưởng thành trong chiến tranh, và nay chính thức gia nhập chiến tranh. Trong suốt cuộc đời của những người thuộc thế hệ chúng tôi, không bao giờ là không nghe thấy tiếng súng.

Thời thơ ấu cực khổ vì tản cư từ Hà Nội về miền quê, chân đi đất dưới trời mưa tầm tã, trơn té ngã, quần áo lấm lem, trên đầu tiếng rít của đạn trái phá làm cho mọi người run sợ, rồi khi tới bờ sông, bao nhiêu người tranh nhau lên thuyền qua sông. Thuyền chở khẩm may mà không bị đắm. Nghĩ đến bây giờ mà vẫn còn rùng mình. Bác gái của tôi mặt đầm để nước mắt, ngước mặt nhìn trời than:

– Trời ơi là trời, sao trời làm chúng con khổ thế này!

Thấy những nước khác, dân họ sống thanh bình, chẳng bao giờ có một tiếng súng. Những ngày quốc khánh dân chúng nhảy múa vui chơi ngay cả trên đường phố, tôi thấy thế mà thèm, mơ ước sao cho nước mình được một ngày hòa bình, để mọi người được vui sống bên nhau, gia đình đoàn tụ, cha con chồng vợ, anh em không phải xa nhau.

Khi mới nhập ngũ, lần đầu tiên va chạm với thực tế tôi đã thấy thế nào là bị bó buộc, là mất tự do của đời sống nhà binh. Trước đây sống ở nhà năm này qua năm khác, muốn đi đâu, ở đâu tùy ý rất thoải mái tự do, nhưng khi vào quân đội, lần đầu tiên cầm tấm giấy 24 giờ phép. Tôi thấy vô lý quá. 24 giờ thì làm được những gì, ngắn ngủi quá. Nhưng rồi cũng quen đi, được 24 giờ là mừng rồi, thoáng về thăm mẹ thăm em, tuy chẳng có gì, nhưng được trông thấy nhau an lành khỏe mạnh là vui rồi.

TÁI LẬP PHÒNG MỔ DÃ CHIẾN

Chúng tôi vừa đi vừa suy nghĩ chẳng mấy chốc đã tới chân đồi bệnh viện. Bắt đầu từ đây là đường lên dốc. Vì lâu ngày chúng tôi không có đi bộ nhiều, chỉ quanh quẩn ở mấy góc phòng nên các bắp thịt trở thành yếu đuối. Lên tới đầu dốc chúng tôi đã mỏi gối chồn chân và cũng hụt hơi luôn. Vừa mới ló mặt vào qua cổng bệnh viện đã thấy binh nhất Thiện reo lên:

– A, Bác sĩ Quý đây rồi, tụi em đi tìm bác sĩ mãi không thấy. Có ông thiếu tá ở bên bộ chỉ huy tiểu khu đang kiếm bác sĩ đó.

Tôi nghĩ thầm chắc là Thiếu tá Diệm chứ không phải ai khác. Tôi vừa rẽ vào cuối trại nội khoa đã thấy chiếc xe Jeep của ông Diệm đậu ở trước cửa văn phòng ty Y Tế. Ông Diệm đang đứng nói chuyện với Bác sĩ Phúc. Thấy tôi ông ngoắc lại:

– Đợi ông mãi, ông đi đâu vậy?

– Chào ông. Tôi xuống khu chợ mới xem xét tình hình một chút.

Thiếu tá Diệm nhăn mặt:

– Sao ông liều vậy, không sợ Việt Cộng nó bắn sẻ sao?

– Tôi cũng có đề phòng chứ, nhưng thấy lính đi lền khên dưới đó, nên chắc an ninh nên tôi mới dám mạo hiểm xuống chứ.

– Tôi mới nói chuyện với Bác sĩ Phúc xong. Đại tá Nhựt hỏi bệnh viện có còn khả năng tiếp nhận thương binh hoặc mổ xẻ gì được không?

Tôi đưa tay chỉ phòng mổ và các trại bị pháo sập mái rồi nói:

– Ông thấy đấy, bệnh viện không có điện nước, hai phòng mổ đều bị hư hại nặng. Chúng tôi bị bó tay không làm gì được cả.

Bác sĩ Phúc tiếp lời:

– Tụi tôi còn được một ít y cụ bông băng thuốc men, nên chỉ có thể băng bó vết thương thôi, không thể mổ lớn được.

– Nếu vậy thì không ổn rồi. Nếu có những trường hợp nặng cần mổ gấp, thì làm sao. Chả nhẽ lại để cho thương binh chết dần chết mòn vì không thể tản thương, làm sao giữ được tinh thần binh sĩ. Đại tá Nhựt cho tôi biết là nếu bệnh viện không còn hoạt động được thì Bác sĩ Quý sẽ tổ chức một phòng mổ dã chiến ở ngay tại bộ chỉ huy tiểu khu.

Tôi ngắt lời Thiếu tá Diệm:

– Ý kiến đó hay lắm. Tôi sẽ thành lập ngay một toán giải phẫu cấp cứu. Bảo đảm với ông chỉ trong hai ngày thôi là chúng tôi có thể bắt tay vào việc tiếp tục mổ xẻ được. Nhưng có chỗ để chúng tôi làm việc không đã?

Thiếu tá Diệm cười tin tưởng:

– Ông khỏi lo. Tôi đã nói với ông Nhựt dành cho bệnh viện tiểu khu nguyên một dãy hầm, có đầy đủ tiện nghi để làm việc. Có điện đàng hoàng. Hầm ngầm ở dưới đất an toàn lắm. Ông cứ yên chí làm việc chẳng sợ pháo đâu.

Nghe vậy tôi rất lấy làm phấn khởi. Đã trót mang danh y sĩ mà cứ phải bó tay chẳng làm gì được để cứu những đồng đội của mình tôi cảm thấy rất khó chịu, rất tội lỗi. Tôi không còn mong muốn gì hơn. Tôi quay sang Bác sĩ Phúc bàn:

– Toán cấp cứu giải phẫu tôi đã có sẵn rồi. Chỉ cần ra lệnh là có thể di chuyển ngay được. Tôi và các nhân viên sẽ qua bên đó trước, thu xếp mọi việc xong sẽ báo tin để anh qua tiếp tay với tôi. Quay sang ông Diệm tôi hỏi:

– Bao giờ tôi có thể dọn sang đó được?

– Càng sớm càng tốt, ngay bây giờ nếu ông muốn.

– Vậy thì ông làm ơn chờ tôi một chút. Tôi sẽ cắt đặt nhân viên mang theo một số dụng cụ cần thiết để mổ, dùng một xe hồng thập tự chở đồ còn tôi quá giang theo xe ông.

Tôi để ông Thiếu tá Diệm nói chuyện với Bác sĩ Phúc, tôi đi kiếm thượng sĩ Lỹ, ra lệnh cho ông ta đi kêu toán giải phẫu cấp cứu của tôi tới. Lát sau mọi người đều có mặt đầy đủ ở trong phòng hậu giải phẫu. Tôi nhìn ra thấy có hai chuyên viên tê mê là trung sĩ Xòm, binh nhất Thiện, một chuyên viên phòng thí nghiệm, trung sĩ Tăng, để có người phân loại máu trong trường hợp cần truyền máu cho thương binh. Tôi kêu cô Bích, chuyên viên phụ tá mổ cao tay nghề nhất, để giúp tôi. Thượng sĩ Lỹ chuyên viên dụng cụ lo bao quát điều hành mọi việc.

Như vậy kể cả tôi tất cả là 6 người. Tôi ra lệnh cho mọi người ai lo việc nấy đi thu thập tất cả các dụng cụ phòng mổ, thuốc, bông băng chất lên xe hồng thập tự. Tôi không quên mang theo máy gây mê, và một bàn khám bệnh bằng thép không rỉ để làm bàn mổ vì bàn mổ quá nặng không thể di chuyển được, nhất là lại phải mang xuống hầm, rất khó khăn.

Sắp xếp xong tôi về hầm Bác sĩ Phúc đem theo những vật dụng cần thiết của tôi rồi từ giã Bác sĩ Phúc, chúng tôi lên đường sang bộ chỉ huy tiểu khu. Phải mất hai chuyến xe nữa chúng tôi mới đem được khá đầy đủ những dụng cụ cần thiết qua hẳn chỗ mới. Nghĩa là phải tới ngày hôm sau mọi sự mới được coi như xong.

Cảm tưởng đầu tiên của tôi khi chiếc xe Jeep của ông Diệm chở tôi vượt qua vọng gác bộ chỉ huy tiểu khu để tiến vào bên trong trại là một cảm giác ngỡ ngàng, một bất ngờ, khi tôi nhìn cái căn cứ B15 của biệt kích Mỹ, nay biến thành bộ chỉ huy tiểu khu. Những dẫy nhà tiền chế san sát của một trại binh rộng lớn qui mô, mà mấy tháng trước đây tôi có dịp vào thăm cùng với Bác sĩ Risch, nay hoàn toàn biến dạng. Trước mắt tôi chỉ còn một vòng rào kẽm gai bị cháy đen. Gần như mọi kiến trúc trên mặt đất đều bị đốn sụm. Chỉ còn lại một tháp gác cũng cháy đen, đứng xiêu vẹo ở một góc sân, và những mái tôn thấp sát mặt đất của những dãy hầm ngầm nằm song song với nhau.

Xế trước mặt tiền trại, ngay vòng rào kẽm gai là hai xe tăng bị bắn cháy đen thui, đằng sau bộ chỉ huy cũng có một xe tăng bị bắn nằm hơi nghiêng dơ ngọn pháo hỏng lên trời. Phía xa hơn nữa ở gần bìa rừng cao su là ba chiếc xe tăng nằm ngổn ngang cùng một xác trực thăng ở gần đó.

Thì ra trận chiến ở mặt này khá ác liệt, không như mặt trận phía bắc gần bệnh viện.

Ông Diệm đậu xe trước cửa một miệng hầm rộng chừng hai thước có bực thang xây bằng xi măng đi thẳng xuống sâu chừng ba thước. Thiếu tá Diệm nói:

— Đây, hầm của ông đây. Hầm này dài chừng 25 thước, dành riêng cho bệnh viện tiểu khu. Toàn quyền ông sử dụng. Ông cho nhân viên khênh đồ xuống đi. Để tôi dẫn ông xuống coi chỗ ở mới của ông, chắc chắn ông sẽ hài lòng. Có ông ở gần đây chúng mình còn chạy qua chạy lại với nhau được. Ông ở bên bệnh viện chẳng có hầm hố gì cả tôi lo quá.

Tôi hiểu ý ông Diệm muốn nói gì, nếu lỡ có phải di tản chiến thuật vì địch quân đánh dữ quá, ông cũng có thể kịp thời báo tin cho tôi biết, không nỡ bỏ rơi tôi. Tôi nói:

— Cám ơn ông lắm, hầm này kiên cố quá, không biết pháo trúng có sao không?

Ông Diệm chỉ cho tôi chỗ nóc hầm bị pháo, mái tôn thủng một lỗ nhưng hầm chẳng hề hấn gì:

— Ông thấy không, như gãi ghẻ thôi.

Hầm này có hai lối đi xuống rất rộng, khiêng băng ca người bị thương lên xuống rất dễ dàng. Hầm có ngăn ra từng phòng: tất cả có 6 phòng, mỗi phòng rộng chừng 3 thước dài 4 thước, có một hành lang rộng chừng thước 2 thông suốt dẫn tới hai cửa hầm. Trong hầm tôi thấy đã có những thương binh nằm dài dọc theo hành lang. Quần áo họ lấm be bết đất cát. Tất cả chừng hơn một chục người đa số là bị thương ở chân tay, một vài người ở đầu chắc cũng nhẹ thôi. Trong hầm hơi người cũng khá nặng nhưng còn dễ thở hơn sống với mấy trăm xác chết ở bên bệnh viện cũ. Điều quan trọng là có hầm an toàn để làm việc. Sau này chúng tôi sẽ làm vệ sinh rồi di tản thương binh đi thì hầm lại sạch sẽ thơm tho ngay.

Ông Diệm nói:

– Tôi đề nghị phòng đầu tiên để làm phòng mổ. Phòng thứ nhì sẽ là của ông ở, đồng thời cũng để những dụng cụ y khoa, phòng thứ ba thứ tư dành cho thương binh, phòng cuối cho y tá.

Tôi gật đầu nói:

– Tôi đồng ý với ông, như vậy rất tiện. Nếu có nhiều thương binh thì tôi sẽ cho nằm ở dọc hành lang. Ngoài ra ông còn chỗ nào chứa thêm được không?

– Nếu cần cũng có thể được. Nhưng ông yên chí đi, chỉ những thương binh nặng mới được mang vào cho ông mổ, còn những trường hợp nhẹ có các bác sĩ của đơn vị họ lo rồi nên cũng không nhiều lắm đâu. Thôi ông đi với tôi lên chào ông Nhựt để biết là ông đã tới đây.

Tôi theo ông Thiếu tá Diệm đi về phía hầm bộ chỉ huy tiểu khu. Hầm này hình vuông rộng hơn hầm chỗ tôi và kiên cố hơn nhiều.

Tôi gặp Đại tá Nhựt ngay tại nơi phòng họp chính giữa hầm. Chỗ ông ở là một phòng nhỏ gần đấy được che bằng một vách ngăn. Ông vui vẻ hỏi thăm sức khỏe các anh em bên bệnh viện tiểu khu. Tôi báo cáo sơ qua tình hình và tổn thất của nhân viên bệnh viện, chết mất 6, bị thương 36 nhưng không nặng lắm. Tôi cũng nói qua về việc phối hợp làm việc với anh em tiểu đoàn 5 quân y. Đồng thời cũng báo cáo đã thành lập toán giải phẫu cấp cứu và phòng mổ dã chiến tại căn hầm đã được chỉ định.

Đại tá Nhựt ngồi chăm chú nghe xong ông nói:

— Sau khi bác sĩ ổn định xong phòng mổ rồi, nếu có rảnh bác sĩ làm một chuyến xuống làng phía sau trại mình xem dân chúng có cần giúp đỡ săn sóc gì không. Tôi được báo cáo là dân tản cư về đó đông lắm. Nếu không phòng ngừa trước thì sẽ xảy ra bệnh dịch đấy.

Tôi gật đầu đồng ý tiếp lời Đại tá Nhựt:

— Chúng tôi đã nghĩ tới vấn đề này, và ngay từ ngày đầu khi dân tụ về đã có cho chích ngừa dịch tả rồi. Nếu có thể xin đại tá gởi một công điện về bộ chỉ huy tiếp vận Vùng Ba yêu cầu họ gửi lên chừng 10 ngàn liều thuốc chủng ngừa dịch tả nữa, chúng tôi sẽ xuống làng chích cho dân. Tôi nhấn mạnh thêm. Có tiếng nói của đại tá thì mọi sự sẽ nhanh hơn.

— Cái đó dễ mà, bác sĩ khỏi lo, để tôi bảo họ gửi lên cho bác sĩ. Bác sĩ cần gì cứ cho tôi biết.

Vừa lúc đó một sĩ quan Dù đi vào dáng cao lớn cỡ ông tỉnh trưởng. Đại tá Nhựt chỉ tôi giới thiệu:

— Đây là Bác sĩ Quý, bác sĩ giải phẫu của bệnh viện tiểu khu của moa. Rồi ông quay sang tôi nói tiếp, đây là Đại tá Lưỡng chỉ huy trưởng lữ đoàn 1 Dù lên đây cứu mình.

Tôi đưa tay lên chào với một lòng biết ơn vị Đại tá Dù đã đem quân lên cứu tụi tôi. Ông chuyển điếu xì gà sang tay trái rồi đưa tay ra bắt tay tôi, miệng hơi mỉm cười. Tôi nói:

— Tôi mong quân Dù lên đây từng ngày để giải cứu tụi tôi. Cám ơn đại tá đã tới và hân hạnh được biết đại tá.

Đại tá Nhựt nói:

— Bác sĩ Quý là bác sĩ của moa từ hồi còn ở trung đoàn 43, sư đoàn 18 bộ binh. Sau khi học xong khóa giải phẫu binh đoàn thấy moa ở đây Bác sĩ Quý lại lên đây làm việc với moa. Rồi Đại tá Nhựt cười cười nói với tôi, này bác sĩ muốn lấy vợ thì hãy lo o bế Đại tá Lưỡng đi, ông ấy có cô con gái đẹp như Thẩm Thúy Hằng ấy. Xong ông quay đầu về phía Đại tá Lưỡng nói tiếp, Bác sĩ Quý này tuổi trẻ tài cao vẫn còn độc thân, đang kén vợ đấy. Lê Lai của tôi đấy. Nói rồi ông cười khà khà có vẻ khoái chí lắm.

Đại tá Nhựt thực vui tính, giữa lúc dầu sôi lửa bỏng mà ông vẫn tỉnh bơ nói chuyện tếu được. Tôi biết Đại tá Nhựt nói chơi cho vui, để không khí đỡ tẻ nhạt khi hai người không quen biết được giới thiệu với nhau. Tôi vẫn thầm phục ông xếp lớn của tôi có biệt tài giao thiệp với bất cứ hạng người nào, từ người sang đến kẻ hèn, cỡ nào ông cũng tỏ ra thích nghi với mọi trường hợp. Tuy vậy tôi vẫn thấy hơi ngượng khi bị đưa vào chuyện mai mối vợ con. Giữa lúc tôi đang bối rối thì may quá, anh Đức, em vợ Đại tá Nhựt nghe tiếng tôi vội chạy ra thăm hỏi. Thành ra tôi thoát nạn. Tôi xin phép hai vị đại tá ra khuất một góc phòng có kê cái giường của Đức để nói chuyện.

Tôi biết Đức từ khi còn ở trung đoàn 43, chúng tôi hay nhậu nhẹt với nhau, cùng với ban văn nghệ của trung đoàn có cả nhạc sĩ Đỗ Đình Phương một tài danh về đàn Guitar classic. Thực ra Đức là đầu tầu, lôi kéo mọi người vào cuộc nhậu. Chúng tôi đa số là những người trẻ xa nhà. Đêm tối rảnh rỗi được ngồi lại với nhau nhậu nhẹt cũng đỡ buồn. Lại thêm nhạc sĩ Đỗ Đình Phương, những lúc cao hứng lấy guitar biểu diễn vài tuyệt chiêu thì cũng thấm lắm. Tôi có hỏi Phương về cách học thấy rất công phu. Ngoài năng khiếu ra, còn phải tập luyện 8 tới 10 tiếng một ngày.

Đức là cây nhậu nhà nghề. Nghĩa là không cần mồi, chỉ một ít muối tiêu xả ớt là cũng đủ chơi suốt đêm. Còn tôi nhậu là phải có mồi. Hạng bét cũng phải có xoài tượng, khô mực, tôm khô, củ kiệu, nếu có vịt quay, gà quay hoặc lòng heo là nhất. Trong nhóm, chuyên viên phá mồi là tôi. Đức có thể uống cả két bia như không. Tôi chỉ giới hạn tối đa là 6 lon Budweiser hoặc 6 chai 33 thôi. Nhậu xong rồi đi ngủ tuy vậy cũng phải tới 2, 3 giờ sáng là thường.

Đức mang cho tôi một ly nhỏ nước đá lạnh, nói:

– Mời bác sĩ uống nước. Bác sĩ thấy không, đánh giặc mà vẫn có nước đá uống như thường.

Quả thật tôi hơi ngạc nhiên sao bây giờ mà còn có nước đá uống. Tôi uống một hơi sạch bay ly nước. Đã lâu tôi chỉ uống nước trà nguội bây giờ được uống một ly nước đá lạnh, tôi thấy thật tuyệt vời. Chưa bao giờ trong đời tôi lại được uống một ly nước ngon như thế. Nó ngọt ngào thấm dần tới từng thớ thịt của tôi. Một cảm giác khoan khoái, tươi mát nhẹ nhàng thoải mái theo từng dòng nước lạnh vào trong bao tử tôi. Thực giống như ruộng khô gặp mưa rào. Nếu nước Cam Lồ của Phật Bà Quan Âm có ngọt ngào như trong sách tả thì cũng chỉ đến thế là cùng.

Tôi thực không nói ngoa, chỉ một ly nước đá lạnh cũng đủ cho tôi cái cảm giác khoan khoái như vậy.

Cảm giác của con người, vui sướng, khổ sở đúng là tương đối thôi. Miếng ăn có ngon cách mấy nếu được ăn uống phủ phê mãi rồi cũng hóa nhàm chán. Còn khi đói khát thì chỉ một món ăn thức uống tầm thường cũng trở thành hơn cả cao lương mỹ vị.

Trình diện Đại tá tỉnh trưởng xong, tôi xin phép rút lui để lo sắp xếp đồ đạc. Trước khi tôi rời hầm chỉ huy anh bạn Đức có đưa cho tôi ăn thử một miếng bào ngư nhỏ bằng đầu đũa nhưng tôi lắc đầu từ chối không ăn.

Về tới hầm của tôi, là thấy khoan khoái rồi. Các nhân viên đã khênh hết đồ xuống để tại phòng thứ nhất. Tôi bước vào phòng thứ nhì là phòng tôi sẽ ở. Trong phòng tôi thấy đã có sẵn hai cái giường gỗ ép kiểu divan kê dọc hai bên vách ngăn, giữa là một lối đi nhỏ chừng 30 phân. Chắc của binh lính Mỹ để lại. Như vậy cũng tiện.

Toán giải phẫu cấp cứu của tôi đã phải làm việc suốt ngày hôm đó khuân vác di chuyển các y cụ cần thiết tới chiều mới xong, tổng cộng phải cần tới ba chuyến xe hồng thập tự mới tạm di chuyển đủ số y cụ tôi cần dùng.

Đồ đạc tạm thời để ở mấy phòng trong chưa có thương binh. Chúng tôi dự trù sẽ để dành ngày hôm sau để lắp ráp máy thuốc mê, máy hút, đèn mổ, rồi dỡ đồ đạc, phân chia từng khu từng món để dễ tìm. Dĩ nhiên chúng tôi không có máy hấp khử trùng. Các dụng cụ y khoa sẽ được rửa sạch bằng xà bông "Surgical soap" rồi đổ alcool vào đốt cháy là xong. Khử trùng dã chiến như vậy, tôi thấy tuy không đúng qui cách nhưng chúng tôi không có phương tiện làm hơn được nữa.

Khoảng 5 giờ chiều ngày hôm sau, trong khi chúng tôi đang cố gắng sắp xếp đồ đạc thì có người mang mảnh giấy viết tin từ Bác sĩ Tích hỏi xem chúng tôi đã sẵn sàng để mổ chưa. Một y tá thuộc tiểu đoàn 5 quân y bị thương ở bụng ngày hôm qua tưởng là sơ sài thôi nhưng nay thấy bụng cứng rồi, muốn xin chuyển qua cho tôi mổ. Tôi chỉ cho người đưa tin thấy tình trạng bề bộn của chúng tôi chưa sửa soạn xong, không thể nào mổ được. Tôi nhờ anh ta về nhắn lại với Bác sĩ Tích rằng cách hay nhất là xin trực thăng tản thương. Với tình trạng thiếu thốn, chưa dự bị như hiện nay mà mổ một vết thương bụng đã có biến chứng viêm phúc mạc rồi thì thường thường số tử vong rất cao. Sư đoàn có nhiều uy quyền và phương tiện xin tản thương dễ dàng hơn bệnh viện tiểu khu nhiều.

Suốt ngày hôm sau chúng tôi ra sức thu dọn sắp xếp các dụng cụ thật nhanh vậy mà tới 3 giờ chiều mới tạm xong. Tôi dự trù ngày mai nếu có bệnh tôi có thể khai trương phòng mổ dã chiến này được. Lợi dụng thời giờ rảnh rỗi tôi kêu các y tá tới để kiểm điểm mình cần những gì đúc kết làm thành một phiếu xin tiếp tế để nhờ bộ chỉ huy tiểu khu gửi về Liên Đoàn 73 quân y gửi gấp lên, dĩ nhiên là bằng cách thả dù.

Vì bệnh viện đã chính thức dọn sang bộ chỉ huy tiểu khu tuy rằng đã bị thu gọn lại, nên có lệnh là tất cả các y cụ thuốc men thả xuống ai nhận được đều phải đưa về bệnh viện hết. Tuy nhiên chỉ trừ máu là được trao lại 100% còn các thuốc men y cụ bông băng thì chỉ đến tay chúng tôi được 30% là cùng. Bởi vì các đơn vị ở ngoài cũng cần phải có tiếp tế mới săn sóc sơ khởi cho thương binh được. Điều đó cũng tốt thôi. Tôi không có điều gì phàn nàn cả. Máu thì phải dùng ngay vì không có tủ lạnh chứa. Tất cả đều là máu loại O cả nên nếu kỹ thì bảo trung sĩ Tặng phòng thí nghiệm phân loại máu còn nếu cần gấp thì tôi cứ việc truyền cho thương binh không sao cả.

Đến 6 giờ chiều thì mọi sự xong xuôi hết, mọi người ai về chỗ nấy lo ăn uống nghỉ ngơi. Tôi lấy bao cơm sấy đổ nước lạnh vào rồi chờ cho cơm khô ngấm nước mềm rồi mới ăn được, cũng phải đợi tới gần một tiếng. Nếu có nước nóng thì nhanh hơn. Nhìn qua khe thông hơi gần nóc hầm ngang với mặt đất ở phía trên, tôi thấy bên ngoài đã bắt đầu hết ánh nắng mặt trời.

Hoàng hôn đã hết và đêm tối sẽ dần tới. Máy phát điện của bộ chỉ huy đã chạy. Trong phòng tối mờ mờ nhờ có chút ánh sáng hắt vào từ kẽ thông hơi phía gần nóc hầm. Có một ngọn đèn điện ở giữa phòng với cái bóng đèn đặc biệt của Mỹ để lại có xoáy trôn ốc không như bóng đèn thông thường của Việt Nam có hai cái chấu để dễ gắn vào chốt điện, tôi lười biếng ngồi dựa lưng vào vách tường nhìn qua kẽ hở cửa sổ thông hơi chưa chịu bật đèn lên, tay cầm cái muỗng nhỏ mức từng muỗng cơm sấy lên ăn từ từ với thịt chà bông. Thỉnh thoảng lại uống một nắp bi đông nước trà cho nó dễ nuốt.

Tôi không đói lắm, chỉ hơi mệt thôi. Nhưng dù sao đến bữa cũng phải ăn nếu không sẽ bị mệt dễ xỉu lắm. Rốt cuộc tôi cũng chỉ ăn được một nửa bịch cơm sấy đã thấy no rồi. Tôi gói lại, cất bịch cơm còn dư lên một cái kệ trên tường để dành ngày mai ăn sáng. Tôi đang nằm trên giường nghỉ ngơi thì có tiếng gõ cửa, rồi giọng cô Bích hỏi:

— Bác sĩ có ở đây không, sao không có đèn đuốc gì cả vậy.

— Cô Bích đó hả? Mời cô vào, phiền cô bật đèn giùm tôi. Công tắc ở ngay bên cửa ấy.

Cô Bích đưa tay tìm chỗ bật điện, dường như không quen, cô tìm một hồi vẫn chưa thấy. Tôi vội lấy cây đèn pin chiếu vào chỗ công tắc điện. Cô bèn bật lên, một ánh điện yếu đuối vàng vọt tỏa ra khắp phòng. Tôi ngồi dậy tựa lưng vào túi quần áo ở đầu giường. Cô Bích ngồi xuống một chiếc ghế mây chắc của lính Mỹ bỏ lại, cũng khá tốt. Cô hỏi tôi:

— Bác sĩ ăn cơm chưa?

— Tôi mới ăn xong, còn cô thì sao?

— Tôi cũng ăn xong rồi, cơm nóng đàng hoàng, ăn với xúc xích nướng, ngon lắm. Nói xong cô cười một cách khoái trá vì thấy tôi cứ thộn mặt ra ngạc nhiên. Tôi nói:

— Vậy là cô chơi trội hơn tôi rồi. Trong khi tôi phải ăn cơm gạo sấy với nước lạnh thì cô lại được ăn cơm tươi. Cô làm cách nào mà hay vậy?

Thấy tôi thán phục, cô Bích thích chí cười khanh khách, chưa chịu nói ngay.

Tôi chợt nghĩ ra, vội hỏi chặn họng trước:

— Cô nấu bằng lon gô chứ gì? Đúng không? Cô Bích vẫn ỡm ờ đáp:

— Đúng một nửa thôi. Tôi nghiêm giọng nói:

– Này, cô cẩn thận đấy, không được nấu ở dưới hầm này đâu, lỡ cháy thì chết cả đám đấy, vả lại ông tỉnh trưởng mà biết được thì cũng rắc rối lắm cô biết không? Cô Bích vẫn đủng đỉnh cười cười đáp:

– Thưa quan đốc nhà cháu biết rồi. Cô vừa nói vừa kéo dài cái miệng ra cho có vẻ khôi hài, lại như có vẻ trêu tức tôi, vì tôi không biết cái mà cô biết. Một lúc sau cô mới chịu tiết lộ.

– Đúng là nấu bằng lon gô, nhưng không phải trong hầm này mà ở nhà bếp tiểu khu. Muốn ăn phải lăn vào bếp. Sau khi họp xong, tôi lên trên hầm thấy chỗ nào có khói là tới, ngoại giao với họ là có quyền ghé lon gô vào nấu, chỉ 20 phút là xong, có cơm tươi ăn ngon lành. Cô Bích vừa dứt lời tôi vội khen cô:

– Hay lắm, cô cũng khá lắm chứ chẳng phải chơi đâu. Tôi chuyển sang đề tài khác, tiếp tục hỏi cô:

– Dọn sang đây cô thấy làm sao?

– Tôi thấy an toàn hơn ở bên bệnh viện nhiều. Cám ơn bác sĩ đã cho tôi đi theo. Tôi mỉm cười nửa đùa nửa thật:

– Cô cám ơn tôi là đúng. Cô nên nhớ mạng tôi lớn lắm, ai theo tôi sẽ được an toàn. Cô nhớ không, bao nhiêu lần tôi chết hụt sao, cứ bỏ chỗ nào là chỗ đó bị ăn pháo ngay.

Tôi liếc nhìn cô, tôi thấy cô hơi bĩu môi một chút vì lời nói tự cao tự đại của tôi, nhưng chỉ một thoáng rất nhanh nét mặt cô đã trở lại bình thường. Có lẽ vì cô Bích thấy tôi nói cũng đúng phần nào. Nhất là hiện tại trước mặt, tuy rồi sau này chưa biết ra sao, nếu tôi không kéo cô đi theo làm sao cô được ở trong một cái hầm kiên cố như thế này. Hơn ở bên bệnh viện rất nhiều. Vừa an toàn pháo, vừa an toàn đủ mọi thứ. Bởi vậy cô cám ơn tôi là đúng. Cô ngồi trầm ngâm, một lúc sau cô ngửng đầu lên hỏi tôi:

– Tôi muốn về Sài Gòn. Ở đây bom đạn tôi sợ quá. Bác sĩ có cách nào cho tôi về không?

– Dễ lắm, cô cứ ở đây chờ. Vì cô là nhân viên dân sự, cô muốn rời khỏi đây lúc nào cũng được, không ai ngăn cấm cô. Khi nào có chuyến tản thương, cô sẽ theo săn sóc thương binh lên máy bay là sẽ thoát khỏi địa ngục này ngay. Mặc dù cô thuộc toán giải phẫu của tôi, và tôi cần cô nhưng nếu cô đi được thì cứ đi, anh Sáu và ông Lý có thể thay cô được. Vậy cứ kiên nhẫn chờ. Tôi lại nửa đùa nửa thật nói tiếp. Nay cô có thuộc bài hát nào, cứ việc hát cho tôi nghe đi để tôi dễ ngủ.

Lại thêm một sự ngạc nhiên nữa là nghe tôi nói vậy, cô liền hát ngay chẳng chút khách sáo ngượng ngùng gì cả. Cô hát liên tiếp gần một chục bài, dĩ nhiên là hát nho nhỏ trong miệng đủ để cho chúng tôi nghe thôi. Giọng hát của cô không có gì hay lắm, hát chỉ để làm đỡ căng thẳng tinh thần thôi. Và cũng chẳng cần biểu diễn cho ai cả, kiểu hát hay không bằng hay hát như Phạm Duy đang hô hào cho phong trào du ca đang thịnh hành lúc bấy giờ.

Tôi cũng thuộc lõm bõm năm bảy bài nên hát theo cô. Tôi không có tài ca hát. Trời sanh ra giọng của tôi không được mạnh, lên cao không được mà xuống thấp cũng không xong. Vậy mà hồi còn nhỏ lúc 12 tuổi trước khi di cư vào Nam năm 54, trong một đoàn thiếu nhi thi hát tôi lại được nhất, thế mới lạ.

Mới đầu tôi cũng hát theo, sau tôi mệt mỏi, giấc ngủ từ từ tới. Thấy tôi im tiếng. Cô đoán tôi đã ngủ rồi liền rón rén đi về phòng cô, không quên tắt đèn để tôi ngủ khỏi chói mắt.

TẤN CÔNG ĐỢT HAI

Thế là tôi đã dọn sang bộ chỉ huy tiểu khu được một tuần. Trong tuần rồi tôi đã bận rộn vừa phải. Mỗi ngày trung bình mổ được ba tới bốn trường hợp, mà chỉ có hai cái mổ lớn là bị thương ở bụng. Hai ngày đầu tôi làm việc rất thoải mái vì ít thương binh. Nhưng mấy ngày sau, các đơn vị bạn được tin là bệnh viện tiểu khu đã hoạt động trở lại nên cứ có người bị thương là họ chuyển bệnh tới. Nhiều khi tôi làm việc không được nghỉ trưa. Tôi nhờ cô Bích đi xuống nhà bếp ngoại giao xin nước sôi để cho mọi người đổ vào bịch gạo sấy tranh thủ mấy phút giữa hai ca mổ để ăn cho lại sức.

Anh Sáu Xòm vì có người vợ mang thai gần đến ngày sanh nên vợ anh được đặc biệt theo anh vào ở chung với căn phòng của cô Bích. Đã từ lâu tôi không có những áo choàng mổ nên khi mổ chỉ mặc áo thường ba lỗ của phòng mổ với một tấm nylon quấn quanh người để phòng máu dây ra quần áo. Chúng tôi trông giống những tay đồ tể trong những tiệm bán thịt heo ngoài chợ.

Tuy làm việc mệt nhọc trong tình trạng thiếu thốn (chúng tôi đã quá quen với điều kiện làm việc như thế này rồi), tôi vẫn thấy là đã rất may mắn được dọn vào nơi đây, thứ nhất là đã có một chỗ an toàn để làm việc, thứ hai là đã có cơ hội để tiếp tục dùng khả năng của mình để có thể cứu sống người khác hay ít ra cũng giúp được phần nào những chiến hữu của mình không may bị thương trong trận chiến này.

Chiều 15 tháng 6, sau một ngày làm việc mệt nhọc, toán giải phẫu chúng tôi thu dọn phòng mổ xong, ai về phòng nấy nghỉ ngơi cùng ăn uống cho lại sức, tôi cũng lui vào phòng dở bịch cơm sấy còn lại từ sáng ra ăn vội mấy miếng xúc xích hộp của quân tiếp vụ. Tôi ngồi trên cái ghế mây chân gác lên giường để cho đỡ mỏi vì đứng suốt ngày. Bây giờ ở ngoài hành lang hầm cứu thương đã đầy những thương binh của các đơn vị nằm. Đa số là những vết thương chân tay nhẹ thôi. Những trường hợp nặng mổ xong được nằm ở trong hai phòng kế bên phòng tôi. Tất cả có bốn người. Tôi hy vọng ngày mai có chuyến tản thương cho đỡ kẹt vì hết chỗ rồi.

Theo thói quen làm việc đã học được khi còn ở quân trường Võ Bị Đà Lạt trong phần viết kế hoạch hành quân, phải dự trù những bước kế tiếp, tiên đoán những sự việc có thể xảy ra để điều hợp các đơn vị tiếp ứng hỗ trợ cho nhau, tôi ngồi suy nghĩ cách phân tán thương binh để lấy chỗ cho những người mới tới. Việc này thật không đơn giản. Trả các thương binh về các đơn vị của họ là giải pháp dễ nhưng lại khó thực hiện. Không có phương tiện, các xe cộ gần như hư hỏng hết vì bị pháo kích. Vả lại các thương binh cũng chẳng biết đơn vị họ đóng ở đâu mà tìm. Nếu có chuyến tản thương thì làm sao gom thương binh cho kịp để đến bãi đáp.

Tôi nghĩ chỉ còn một cách duy nhất là phân tán mỏng các thương binh qua các hầm khác, để lỡ ngày mai có chuyến tản thương thì điều động cũng dễ. Sau khi quyết định như vậy, tôi dự trù sáng ngày mai giao cho thượng sỹ Lỹ lo công việc này, tôi yên chí ngả lưng xuống giường chờ giấc ngủ tới.

Không biết tôi đã ngủ được bao lâu thì chợt tỉnh giấc vì những tiếng đạn pháo kích nổ thật gần. Những tiếng nổ càng ngày càng nhiều, phải nói như mưa. Tôi cố nhướng mắt nhìn đồng hồ có mặt dạ quang, thấy 2 giờ sáng. Việc gì tới đã tới, đúng như mọi người đã tiên đoán và chờ đợi, cuộc tấn công đợt hai vào thị xã An Lộc đã mở màn.

Khác với những lần pháo kích trước, lần này tôi tỉnh bơ, không có những cái sợ hãi lạnh xương sống như hồi còn ở bệnh viện. Với cái hầm kiên cố như hầm này tôi yên chí lắm, nhưng để đề phòng mọi bất trắc, tôi vẫn trở dậy đi giày vào đàng hoàng, mặc áo giáp, mũ sắt, đèn pin, bi đông nước, tất cả mọi thứ cần dùng đều trong tầm tay của tôi cả. Tôi để cái ba lô có đầy đủ quần áo lương khô ngay đầu giường. Sau khi đã sắp xếp xong, tôi lại nằm xuống như cũ nghe ngóng tình hình.

Điều tôi sợ bây giờ không phải là Việt Cộng. Mà là B52. Tôi chỉ sợ trong đêm tối nếu nó trải thảm lầm, chỉ lệch đi một tí xíu thôi là cuộc đời của chúng tôi kể như giã từ vũ khí vĩnh viễn. Dù hầm này có kiên cố cách mấy cũng chẳng ăn thua gì với một trái bom. Từ đầu trận chiến tới giờ đã có hai lần máy bay thả bom lầm. Đó là do máy bay thường thôi nên tổn thất chỉ có giới hạn, nếu bị B52 thì thê thảm lắm.

Tuy pháo như mưa nhưng kỳ lạ thay số đạn rơi vào vòng đai bộ chỉ huy tiểu khu thật không đáng kể. Đúng như tôi dự đoán, gần một giờ sau mặt đất rung chuyển liên hồi vì B52 đã bắt đầu trải thảm. Tôi thấy hơi yên chí một chút vì tiếng bom nổ xa hơn tôi tưởng. Như vậy chúng tôi sẽ được an toàn hơn, khỏi sợ bị trải thảm lầm. Những tiếng súng nhỏ cũng xa ở ngoài bìa rừng. Toàn bộ khu trại của chúng tôi yên lặng như vẫn ngủ say chẳng có một tiếng súng nhỏ nào.

Tôi vẫn nằm thao thức suy nghĩ. Ráng dùng mọi hiểu biết của tôi phối hợp cùng những tin tức nhận được để suy đoán cũng như lượng định tình hình thắng bại giữa ta và địch. Tôi thấy từ khi viện quân Dù đã bắt tay được với bộ chỉ huy ở đây, vòng đai đã được nới rộng nên chúng tôi được an toàn hơn đợt tấn công kỳ trước. Vả lại bên địch quân sau lần tấn công đợt nhất đã thấm đòn vì bị thiệt hại nặng. Dù có nhanh chóng tu bổ tăng viện cũng không thể nào bằng tình trạng lúc ban đầu. Tôi đoán chắc chắn chúng sẽ yếu hơn cả về phẩm lẫn lượng.

Sau lần thất bại đầu tiên nặng nề như vậy, tinh thần binh sĩ của địch làm sao cao được. Các đơn vị chiến xa của địch đã bị tiêu diệt gần hết không thể bổ sung toàn bộ được. Dù cho quân số có thể xấp xỉ với lần đầu chăng nữa cũng chỉ vá víu mà thôi.

Về phía bên ta, binh sĩ đã có kinh nghiệm qua lần tấn công đợt đầu của địch, nên tinh thần cao, không hốt hoảng sợ hãi như lần đầu, lại thêm có những đơn vị thiện chiến tăng cường như lữ đoàn Dù, liên đoàn Biệt Kích

Dù, liên đoàn Biệt Động Quân, và nhất là lại có B52 trợ lực, sẵn sàng trải thảm khi có tin địch tập trung quân ở địa điểm nào. Cân nhắc kỹ càng cái thế ta và địch, tôi vững lòng tin mình sẽ lại thắng lần nữa.

Tôi thấy an tâm và may mắn đã rời bỏ bệnh viện đúng lúc. Nếu không cũng mệt lắm với cường độ pháo kích lần này. Tôi lo cho các bạn tôi còn ở lại bệnh viện. Chẳng hiểu họ có được bình an không. Với độ pháo như vậy chắc chắn sẽ có thương vong. Chỉ cầu xin sao cho thật nhẹ, thật ít. Bác sĩ Phúc có hầm tốt rồi, tôi cũng đỡ lo, chỉ sợ cho Bác sĩ Chí, Bác sĩ Nam Hùng, Bác sĩ Tích và các nhân viên vì ở khu nội khoa chẳng có hầm hố gì cả. Các quân y tá của bệnh viện tiểu khu mỗi người đã có một hố cá nhân nên cũng đỡ lo. Xui lắm pháo rơi trúng chỗ phải đành chịu thôi.

Tôi ngủ thiếp đi lúc nào không biết. Khi chợt tỉnh dậy, nhìn đồng hồ thấy 6 giờ. Tiếng nổ của đạn pháo kích đã không còn nữa, thỉnh thoảng mới có một vài tiếng súng nổ ở xa. Tôi đoán rằng cuộc tấn công đợt hai của địch đã bị bẻ gãy. Bên ta đã giữ vững phòng tuyến đẩy lui địch. Tôi nghĩ sáng ra thế nào tôi cũng có nhiều việc làm. Tôi không thấy buồn ngủ nữa. Nghe có tiếng động bên phòng đầu, tôi liền nhổm dậy đi ra khỏi phòng xem có gì lạ không. Thấy trung sĩ Xòm đang dọn dẹp đồ trong phòng mổ. Tôi hỏi:

– Sao anh dậy sớm vậy. Không ngủ được à?

Anh Sáu Xòm ngó ra thấy tôi vội chào rồi nói:

– Dạ, ngủ được chút ít, hôm nay chắc sẽ có nhiều bệnh lắm, vì hôm qua pháo kích nên em sửa soạn khử trùng sẵn mấy bộ đồ mổ.

– Vậy thì tốt lắm. À mình còn Cat gut 1.0 hay silk 1.0 không? Tôi cần mấy thứ đó để đóng bụng mới chắc, mấy thứ nhỏ hơn sợ bị đứt, bung ra.

Trung sĩ Xòm ngần ngừ một tí rồi nói:

– Em sợ hết mất rồi, hôm qua còn một sợi chót bác sĩ đã dùng rồi.

– Như vậy thì kẹt nhỉ.

Tôi đứng trầm ngâm suy nghĩ. Tìm cách nào để có được những sợi chỉ thật chắc như vậy để đóng bụng bây giờ. Nếu đánh điện về xin Liên Đoàn nhanh lắm cũng phải hai ngày. Nhưng biết có thể đến được tay mình hay không. Vì mọi thứ tiếp tế hiện giờ bằng dù hết. Nhỡ lạc sang bên phía địch hay lạc sang đơn vị khác khó có thể thu hồi lại được.

Bỗng nhiên trong óc tôi chợt lóe lên một tia chớp, tôi nhớ hôm qua sang bên hầm chỉ huy tôi thấy một túm dây nylon dùng để cột miệng bao cát đen nhánh rất đẹp, lại cùng cỡ với chỉ silk 1.0. Tôi nghĩ có thể dùng sợi dây này may tạm dưới da để đóng bụng được, vì nó rất dai và chắc, nhất là rất dễ kiếm vì ở đây bao cát mới chỗ nào mà chẳng có.

Muốn khử trùng thì dễ quá, chẳng cần phải mất công gì cả. Cứ đem ngâm rửa sạch bằng xà bông bột quân tiếp vụ sẽ chẳng có con vi trùng nào có thể sống được. Nếu có làm độc cũng ở bên ngoài bụng, dưới lớp da thôi, sẽ dễ dàng cắt bỏ thay thế bằng những dây khác một khi thương binh đã được di chuyển về những bệnh viện ở Sài Gòn hoặc Bình Dương có đẩy đủ phương tiện hơn.

Ở đây cần phải cứu sống mạng người trước rồi mọi sự khác sẽ được tính sau. Nghĩ là làm liền. Tôi nói với anh

Xòm đi kiếm cho tôi chừng ba túm dây nylon cột bao cát mang về cho tôi ngâm rửa trong xà bông chừng 20 phút sau đó cất vào một cái lọ để khi cần sẽ dùng.

Một lát sau tất cả các nhân viên toán mổ đã tề tựu đông đủ, mọi người ai nấy đều biết bổn phận mình phải làm gì. Tự động lo phần việc của mình vì chắc chắn chẳng bao lâu nữa sẽ có thương binh tới.

Tám giờ sáng mọi việc đều xong xuôi. Chúng tôi đang tính ngồi nghỉ mệt một chút thì có tiếng xe thắng trên mặt hầm. Chúng tôi đưa mắt nhìn nhau thầm hiểu là khách hàng đã tới.

Anh Sáu Xòm nhanh nhẹn đứng bật lên trước tiến ra phía cửa hầm, theo sau là thượng sĩ Lỹ, Thiện, cô Bích. Tôi vẫn ngồi tại chỗ. Chợt tôi nghe tiếng anh Xòm nói:

– Chào bác sĩ. Rồi tiếng Bác sĩ Phúc hỏi:

– Bác sĩ Quý đâu anh Sáu?

– Thưa, Bác sĩ Quý đang ở dưới hầm này.

Tôi vừa ra khỏi phòng tiến tới cầu thang hầm dẫn lên mặt đất thì gặp Bác sĩ Phúc đang chạy xuống. Tôi chưa kịp lên tiếng hỏi thăm anh anh đã hấp tấp nói:

– Anh Quý coi giùm tôi thằng cháu Sơn, nó bị thương tối qua ở ngực phải. Nó rên suốt đêm làm tôi không ngủ được, lại kêu đau nữa.

Tôi nhận thấy Bác sĩ Phúc nét mặt hốc hác, đúng là đêm qua anh đã không chợp mắt tí nào, chắc vừa sợ, vừa phải lo cho thằng cháu Sơn bị thương của anh. Mới xa anh một tuần mà trông thấy anh có vẻ già đi hơn trước nhiều. Tôi vội theo anh lên khỏi miệng hầm tiến tới chỗ xe hồng thập tự. Lúc này cu Sơn, một đứa con trai trắng trẻo, nhanh nhẹn mới có 16 tuổi, ngày thường vui vẻ là thế mà nay mặt mũi xanh rờn, mệt mỏi nằm trên băng ca đưa mắt nhìn tôi miệng mấp máy nói:

— Bác sĩ Quý làm ơn cứu cháu, khó thở quá.

— Đừng sợ, để khênh xuống dưới phòng mổ rồi bác chữa cho.

Sau khi đặt cu Sơn nhẹ nhàng ngồi trên bàn mổ dã chiến như đã nói ở trên, chỉ là một bàn khám bệnh thường bằng sắt không rỉ. Tôi khám nhanh ngực của Sơn. Một vết thương nhỏ ở cạnh sườn phải dài hai phân đã được băng bằng băng keo dán chặt. Tôi nhận thấy phía ngực phải hô hấp kém hơn bên trái. Đặt ống nghe tôi không thấy có tiếng thở. Tôi đưa mắt nhìn anh Phúc nói:

— Cu Sơn bị hemothorax rồi anh ạ. Tôi phải đặt ống thông phổi để rút máu ra nó mới dễ thở được. Bác sĩ Phúc gật đầu nói:

— Tôi cũng nghĩ như vậy. Thôi trăm sự nhờ anh lo cho cháu. Anh có cần tôi giúp gì không?

— Không sao đâu, tôi làm một mình cũng được. Anh sang phòng bên nghỉ cho khỏe.

Tôi hối anh Sáu mang bộ đồ thông phổi ra. Chúng tôi không có đầy đủ dụng cụ như dây ống nhựa để dẫn máu xuống bình. Nên tôi dùng một bịch nylon bao gạo sấy đổ nước vào rồi cột vào một đầu của ống thông phổi. Tôi chích thuốc novocaine xong rồi rạch da, dùng một kẹp kelly cong tách các cơ giữa sườn, sau đó dùng kẹp ống thông phổi ấn mạnh qua thành ngực vào sâu bên trong xoang phổi. Máu bầm tuôn ra xối xả theo ống thông phổi chảy vào bao nylon gạo sấy. Cu Sơn nhăn mặt kêu đau, nhưng tôi làm nhanh lắm nên chưa hết tiếng kêu đã xong rồi. Tôi kêu thượng sĩ Lỹ sửa soạn tiếp một bình đựng máu dã chiến khác. Rồi tôi lấy ống nghe kiểm tra lại phổi thì thấy có tiếng thở phế bào tuy nhẹ nhưng rõ ràng là phổi bên phải đã có thể làm việc trở lại được không còn bị máu ở xoang phổi ép lại như trước nữa.

Tôi hỏi cu Sơn:

– Sơn thấy dễ thở hơn trước không? Sơn trán còn rịn mồ hôi vì đau và sợ trả lời:

– Dạ đỡ khá nhiều.

Tôi bảo anh Sáu cho Sơn nằm xuống, lấy một bịch bông băng kê sau lưng cho đỡ mỏi và để cho máu bầm trong phổi chảy dễ dàng hơn. Tôi dặn anh Sáu cách thay bọc nước nếu đầy, rồi trở về phòng. Bác sĩ Phúc đang ngồi đó chờ. Tôi vội nói:

– Xong rồi, cu Sơn sẽ không sao đâu. Có lẽ mảnh đạn chưa qua phía bên trái, chưa chạm tim và những mạch máu lớn. Nên tôi chắc chỉ vài ngày là nó sẽ khá thôi.

– Cám ơn anh, thấy nó bị thương tôi bối rối quá. Cũng may mà nó không có việc gì, nếu không tôi biết ăn nói làm sao với bố mẹ nó.

Tôi an ủi anh:

– Anh biết đấy, mình đâu có muốn như vậy. Chuyện xảy ra ngoài tầm tay của mình. À, anh có mang hết đồ đạc đi theo không? Anh ở lại đây luôn với tôi, có sẵn giường này, anh em mình ở phòng này tiện lắm. Có lẽ anh bảo xe hồng thập tự về đưa anh Chí và các nhân viên ai muốn sang đây thì sang, an toàn hơn ở bệnh viện mình nhiều.

– Tôi cũng có ý ấy. Anh Phúc gật đầu đồng ý trả lời tôi, anh tiếp:

– Để tôi bảo tụi nó cho anh Chí biết rồi dọn cả sang đây, chúng mình có ba người, đi đâu cũng nên có nhau.

Nói đến đây, thượng sĩ Lỹ vào cho biết có nhiều thương binh đã được chuyển tới. Tôi ra lệnh đem hết xuống hầm để dọc theo hành lang và các phòng rồi đi khám xét một lượt chọn những người nào nên làm trước người nào nhẹ làm sau. Chỉ có một người nặng, bị thương ở bụng, còn bốn người kia bị thương nhẹ ở tay chân thôi.

Thượng sĩ Lỹ nói:

– Đây là Đại úy Nghi của pháo binh Dù.

Tôi thấy ông ta tuy bị thương nhưng tinh thần vẫn còn tỉnh táo, không có triệu chứng kích xúc. Theo kinh nghiệm của tôi thì tuy bị thương vào bụng nhưng chắc không mất máu nhiều và chắc không bị lủng ruột già. Những người có vết thương thường bị nhiễm trùng rất sớm, do viêm phúc mạc cấp tính bởi những vi trùng yếm khí và những vi trùng ghê gớm khác trong phân nên trông sắc mặt không được tươi tỉnh.

Trong trường hợp của Đại úy Nghi pháo binh Dù tôi thấy nhận xét của tôi khá đúng. Sau khi mổ bụng ra tôi chỉ thấy một vết thương ruột non và một vết thương ở bàng quang. Không có vết thương ruột già. Xoang bụng tương đối sạch. Tôi đã may các vết thương đó lại bằng Cat gut. Cuộc giải phẫu kết thúc rất nhanh, mặc dù chúng tôi thiếu chỉ 1.0 để đóng bụng. Tuy nhiên tôi đã dự trù trước, nên đã có sẵn những sợi chỉ nylon của bao cát

288 NGUYỄN VĂN QUÝ

dùng rất tốt, rất dai. Thành ra Đại úy Nghi là người đã được tôi dùng chỉ bao cát may lần đầu tiên tại chiến trường An Lộc. (Tôi đã theo dõi trường hợp này, và thấy không bị nhiễm trùng như tôi đã lo ngại. Vết thương của Đại úy Nghi đã lành đúng như dự định.)

Tôi đã dùng dây nylon cột bao cát như vậy cho ba trường hợp nữa trước khi tôi nhận được tiếp tế các chỉ may. Chính Y sĩ Thiếu tá David Risch đã đích thân mang lên cùng với một phái đoàn y sĩ Mỹ thuộc Quân Đoàn 3 ở Biên Hòa.

Gặp nhau chúng tôi mừng lắm. Tôi nói với Bác sĩ Risch:

– Ông lên đây bằng trực thăng phải không? Tại sao ông lại lên đây làm gì, nguy hiểm lắm. Chỗ này là chiến trường. Không thể làm gì được nhiều như trước nữa. Tôi đề nghị ông nên ở lại Biên Hòa, giúp tôi bằng cách tiếp tế đầy đủ y cụ cần thiết cho tôi và cho nhiều phương tiện để tản thương càng nhanh càng tốt.

Bác sĩ Risch gật đầu nói:

– Tôi biết chứ, nhưng tôi nghĩ tôi có thể giúp bạn một tay, vì tôi biết rằng bạn rất bận rộn. Vả lại ở Biên Hòa, tại Quân Đoàn 3 các cố vấn Mỹ nghĩ rằng không ai có thể làm được những cuộc mổ lớn ở đây, ngay tại mặt trận này. Tôi đã nói với họ là có Bác sĩ Quý ở bệnh viện Tiểu Khu khá lắm và tôi tin rằng ông ta có thể làm được những điều đó. Họ vẫn không tin vì tin tức báo về là bệnh viện Tiểu Khu đã bị pháo sập rồi. Họ cá với tôi là nếu quả thực là ở mặt trận này quân y vẫn còn có khả năng mổ lớn và vẫn làm việc được như thường thì họ sẽ thua cuộc, phải chịu một bữa ăn.

Tôi thích thú vụ đánh cá này, vì chắc chắn ông bạn to khỏe của tôi sẽ thắng, tôi cười nói:

– Như vậy là ông thắng 100 phần trăm rồi. Tuy bệnh viện Tiểu Khu không còn sử dụng được nữa nhưng tôi đã dọn sang bên hầm này và vẫn tiếp tục mổ như thường. Vừa nói tôi vừa dẫn Bác sĩ Risch đi thăm những người tôi mới mổ sáng nay. Bác sĩ Risch tỏ ra cảm phục tôi quá, nói:

– Tôi biết ngay mà, thế nào về Biên Hòa tôi cũng được một bữa ăn ngon lành. Để tôi kêu mấy người ấy tới đây giới thiệu cho bạn, cho họ thấy tận mắt, không phải tôi nói ngoa. Nói xong Bác sĩ Risch đi về phía hầm chỉ huy nơi các cố vấn Mỹ đang họp, trong đó có cả mấy bác sĩ cố vấn của Quân Đoàn 3 nữa.

Khi Bác sĩ Risch vừa đi khỏi thì thượng sĩ Lỹ vào cho tôi biết có một người bị thương ở bụng vừa mới chuyển tới. Tôi ra lệnh khênh vô để trên bàn mổ khám nghiệm. Quả thật anh ta bị một mảnh đạn xuyên vào bụng ở ngang rẻ sườn bên phải. Bụng đã hơi cứng, nhưng mặt mũi vẫn còn tỉnh táo.

Tôi ra lệnh toán giải phẫu sửa soạn mọi thứ để mổ ngay. Vừa khi ấy Bác sĩ Risch dẫn phái đoàn cố vấn quân y Quân Đoàn 3 tới. Họ gồm có 3 người. Tôi nói với họ tôi có một người bị thương bụng đang sửa soạn mổ. Một người trong phái đoàn, có lẽ là một bác sĩ giải phẫu, đề nghị với tôi cho ông ta phụ mổ. Tôi gật đầu bằng lòng. Nhưng trước khi đó tôi giải thích cho họ là chúng tôi làm việc trong điều kiện hết sức thiếu thốn, không được khử

trùng một cách đúng qui tắc. Mổ dưới hầm này không có
máy lạnh, không có áo choàng mổ, không có khăn mổ
đàng hoàng như họ nghĩ đâu.

Ông bác sĩ đó gật đầu thông cảm. Tôi và ông ta rửa
sạch tay bằng xà bông quân tiếp vụ. Ông ta cởi trần mặc
áo thun lót, tôi mặc áo mổ lót ba lỗ ngắn tay đi găng tay.
Chúng tôi đợi hiệu của anh Sáu Xòm cho biết bệnh nhân
đã ngủ say mổ được.

Tôi ung dung cầm dao mổ, đi một đường ngoạn mục
quen thuộc rất nhanh rất chính xác, mổ bụng ra thấy có
máu bầm trào ra. Như vậy định bệnh đúng là có vết
thương bụng. Tôi khởi sự tìm chỗ máu chảy, thấy từ gan
ra. Gan bị một vết thương chừng ba phân ở thùy bên
phải gần bờ dưới khuất sau xương sườn. Tôi hút sạch
máu, lấy Cat gut chromic 2.0 ra cố gắng may lại vết
thương gan. Nhưng vì vết thương ăn sâu sau thành ngực
nên rất khó mà may vì vướng. Ông bác sĩ phụ mổ cho tôi
phải dùng tay kéo bờ sườn lên một chút và tôi đã may
xong hai mũi.

Ông bác sĩ phụ mổ tôi hỏi:

– Trong trường hợp không có tôi ngày hôm nay thì
anh làm sao?

– Tôi vẫn may lại được vết thương nhưng có điều mất
thì giờ hơn một chút thôi.

Sau khi may xong tôi thấy máu ngừng chảy. Tôi sửa
soạn khám xét tất cả các cơ quan khác trong bụng thấy
không còn vết thương nào nữa. Tôi thấy bệnh nhân này
may mắn thật. Những trường hợp này nếu không mổ
cũng có thể sống được. Vì vết thương gan tương đối nhỏ

và máu chảy cũng không nhiều lắm. Nó sẽ tự động ngưng lại nhất là nếu bệnh nhân nằm nghiêng về bên phải.

Cuộc giải phẫu kết thúc chưa đầy một giờ. Tình trạng bệnh nhân rất khả quan sau khi đóng bụng như anh Sáu báo cáo lại. Chúng tôi trút bỏ găng tay. Bác sĩ Risch đứng xem mổ bên cạnh tới bắt tay tôi nói:

– I am very proud of you! You did a great job. Tôi mỉm cười, nghiêng đầu chùi mồ hôi từ trên trán xuống, nói:

– Thank you.

Hai ông bác sĩ khác trong phái đoàn nhìn tôi có vẻ cảm phục lắm, làm tôi hơi ngượng vì mổ ca này quá dễ chẳng xứng đáng gì được ngưỡng mộ cả.

Bệnh nhân được tiếp tục truyền nước biển có pha thuốc trụ sinh rồi được đưa sang phòng bên săn sóc hậu giải phẫu. Phái đoàn cố vấn Mỹ lại trở về hầm chỉ huy họp hành báo cáo gì đó.

Chừng một giờ sau Bác sĩ Risch trở lại hầm tôi, cho biết là có chuyến tản thương, hỏi tôi có cần chuyển thương binh không. Tôi nói tôi có 7 thương binh kể cả người mới mổ cần phải tản thương ngay. Bác sĩ Risch nói:

– Để tôi lo việc tản thương cho. Nghe nói kỳ này có Chinook tới nên sẽ chuyển đi được nhiều lắm.

Tôi dặn ông ta:

– Bạn đi ra chỗ bãi đáp nên cẩn thận, Việt Cộng hay pháo vô đó lắm. Không nên ở đó lâu.

Bác sĩ Risch nói:

– Cám ơn đã dặn dò. Tôi sẽ đề phòng.

Tôi cho mấy y tá theo xe hồng thập tự chuyển hết thương binh trong hầm ra bãi đáp. Một giờ sau có tiếng Chinook bay qua bộ chỉ huy tiểu khu. Tôi nóng lòng chờ đợi chỉ sợ nó pháo lúc chưa tản thương kịp. Phải gần một giờ sau các nhân viên của tôi trở về báo cáo đã tản thương xong.

Họ nói ông bác sĩ Mỹ đó tận tâm quá, ngoài bãi không phải chỉ có binh sĩ mà còn thường dân bị thương cũng được chuyển ra đó tản thương. Bác sĩ Risch đã đích thân khênh băng ca chuyển lên máy bay cho lẹ.

Tài xế Mệnh nói:

– Em thấy ông ấy ôm một bà già bị thương đưa lên máy bay, bà này máu mủ tùm lum hôi hám không chịu được thế mà ông ấy chẳng ngại gì, làm việc nhanh gọn lắm, cũng nhờ vậy mà tản thương kỳ này được dễ dàng nhanh chóng.

Khi máy bay đi rồi Bác sĩ Risch trở về hầm chỉ huy gặp những người Mỹ trong phái đoàn đi với ông ta. Trong dịp này Bác sĩ Risch đã được Đại tá Nhựt Tỉnh Trưởng Bình Long gắn một huy chương đồng tuyên dương công trạng đã can đảm trở lại An Lộc tiếp tế cho chúng tôi cùng giúp chúng tôi tản thương.

Sau khi tiếp nhận huy chương xong Bác sĩ Risch cùng phái đoàn ở lại dùng cơm trưa rồi lên máy bay trực thăng về Biên Hòa.

Sau khi tản thương được hết các thương binh, tôi thấy nhẹ hẳn người. Trong khi các y tá của toán giải phẫu thu dọn hầm cứu thương cho đỡ rác rưới, tôi ngồi nghỉ mệt ở trong phòng thì có tiếng Thiếu tá Diệm gọi tôi bên ngoài:

– Bác sĩ Quý có đây không?

Tôi giật nhổm mình đoán chắc có điều gì không hay, hoặc lại có thương binh về. Tôi vội lên tiếng:

– Ông Diệm đó hả, tôi đang ở trong phòng đây.

Thiếu tá Diệm hiện ra ở cửa phòng dục tôi:

– Có điện thoại từ Sài Gòn kêu ông kìa, ông sang bên hầm chỉ huy nhanh lên.

Tôi vừa bật dậy vừa hỏi, vẫn chưa hết ngạc nhiên:

– Điện ththoạ gọi tôi?

– Bà xã tôi với cô Tuệ em ông gọi hỏi thăm xem tụi mình có được bình an không, thường thường ở đây cứ 3 giờ chiều Đại tá ưu tiên cho một đường dây điện thoại liên lạc với Sài Gòn để cho nhân viên báo tin về cho gia đình.

– À thì ra thế. Tôi lại cứ tưởng những tin gì ghê gớm không hay. Nếu vậy thì quá tốt rồi.

Tôi theo chân ông Diệm sang bên hầm chỉ huy đứng đợi đến lượt tôi. Chừng mười phút sau tổng đài viên ra hiệu cho tôi. Tôi tiến đến cầm lấy ống nghe nói:

– Allo, Bác sĩ Quý đây. Bên đầu dây bên kia tiếng quen thuộc của em Tuệ tôi nghe rất rõ:

– Anh Quý đó hả, anh có mạnh khỏe không, ở đó có nguy hiểm không?

– Anh vẫn mạnh khỏe, ở trong hầm nên không nguy hiểm mấy. Ở nhà má có mạnh không?

– Má vẫn mạnh, chúng em chỉ lo cho anh thôi.

– Không sao đâu, anh vẫn mạnh khỏe bình an như thường. Thôi nhé để cho người khác nói chuyện.

Tôi dứt lời đưa ống nghe lại cho tổng đài. Lùi lại phía sau nhường chỗ ông trưởng ty Công Chánh. Thiếu tá Diệm nắm lấy tay tôi kéo lại một chỗ khuất rồi hỏi:

— Này sao ông nói ít vậy. Ông phải biết là cực khổ lắm mới tiếp xúc được với nhau. Vợ tôi nói là đi với cô Tuệ từ 11 giờ sáng tới giờ, đói dài người ra mãi mới tới lượt mình. Công trình lắm chứ không phải chơi đâu.

— Ông có vợ con nó khác. Tôi chỉ cần nhắn về cho mẹ tôi biết tôi vẫn mạnh khỏe bình an là đủ rồi. Còn để dành thì giờ cho người khác nữa chứ.

Dù sao tôi cũng vui mừng vì đã báo tin được cho gia đình biết tôi vẫn còn sống, mạnh khỏe. Tôi chắc ở nhà mẹ tôi lo lắng lắm, nay được tin tức này rồi bà cũng bớt lo âu.

Về tới hầm tôi thấy Bác sĩ Phúc đang nằm buồn thiu trên giường. Tôi chắc là anh bị triệu chứng NV thôi chứ chẳng có gì lạ cả. Triệu chứng NV là triệu chứng nhớ vợ. Anh mới cưới vợ chưa đầy một năm. Tôi đã đi dự đám cưới của anh. "Nửa năm hương lửa đang nồng" thì làm sao mà chẳng nhớ nhung cho được. Tôi bèn mách nước cho anh:

— Bên hầm chỉ huy cứ 3 giờ chiều họ có đường dây nói chuyện với Sài Gòn, anh sang đấy nhờ người nhắn về nhà bảo chị lên ty Bưu Điện Chợ Lớn xin ghi tên nói chuyện với anh. Ưu tiên cho mình đấy. Vì bây giờ cả nước và có thể cả thế giới đang theo dõi trận đánh này. Nói chuyện với bà xã anh sẽ thấy yêu đời liền.

– Vậy hả. Bác sĩ Phúc vui mừng nhỏm dậy, anh nói tiếp: Để tôi qua đó nhờ họ nhắn giùm, may mắn thì ngày mai tôi có thể tiếp xúc được với vợ tôi. Tôi nói:

– Anh đi ngay còn kịp đấy. Chúc anh may mắn.

NGƯỜI Ở LẠI BỆNH VIỆN

Khoảng 5 giờ chiều, Bác sĩ Phúc từ hầm chỉ huy trở về, trông anh có vẻ vui. Tôi nghĩ chắc chắn anh đã nhắn được tin về nhà. Tôi hỏi:

— Có gì vui không anh? Bác sĩ Phúc mỉm cười đáp:

— May quá, vào phút chót, tôi đã nhắn được tổng đài gọi về cho nhà tôi. Có lẽ ngày mai bà xã tôi sẽ lên bưu điện Chợ Lớn gọi cho tôi.

— Như vậy đêm nay anh lại mất ngủ nữa rồi? Tôi hóm hỉnh đùa anh.

— Chắc không đâu, vì đêm qua đã mất ngủ rồi, mệt lắm, đêm nay phải ngủ bù thôi. Hôm nay có khá nhiều chuyện vui, đặc biệt là cu Sơn đã được anh thông phổi và tẩn thương ngay. Số thằng đó tuy xui mà rốt cuộc lại hóa hên. Hai nữa chúng mình lại thông tin được cho người nhà. Nhưng phải nói rời bỏ được bệnh viện, sang được bên này là điều đáng mừng nhất.

Tôi gật đầu, hoàn toàn đồng ý với anh:

— Từ khi sang bên này tôi mới thấy là mình mới có hy vọng sống. Ở bên bệnh viện nhất là khi còn ở phòng tôi dưới trại ngoại khoa, đầu óc tôi căng thẳng, lo sợ quá, không biết chết lúc nào. Thực đúng là sống trong địa ngục, cả nghĩa đen lẫn với nghĩa bóng. Chẳng gì mình cũng đã sống cùng với mấy trăm xác chết sình thối suốt mấy tuần liền. Ăn uống lại thiếu thốn. Tôi lại bị bó tay, muốn làm việc mà đành chịu không thể làm được, nản hết sức. Khi tôi lên ở cùng hầm với anh thấy cũng hơi yên tâm phần nào, vì ở hầm an toàn hơn ở phòng tôi nhiều, lại có người bên cạnh nên dù sao cũng bớt cô đơn, đỡ sợ hơn trước. Anh Phúc vội ngắt lời tôi với giọng trầm hẳn xuống:

— Nói đến cô đơn, để tôi kể anh nghe, khi anh đi rồi tôi xuống tinh thần kinh khủng. Như anh đã nói, trong cơn nguy hiểm chúng mình ở chung một hầm tôi thấy yên chí lắm. Khi anh dọn sang đây tôi thấy như hụt hẫng, tuy có thằng cháu Sơn nhưng nó là con nít đâu có chia sẻ được những cảm nghĩ với tôi như anh được. Trong thâm tâm tôi chỉ sợ hai điều là bị bỏ rơi và đặc công lẻn vào tấn công. Bởi vậy khi anh đi rồi tôi cho đóng kín cửa lại, rút vào trong hầm nằm cho chắc ăn. Tuy có nóng, ngộp một chút còn hơn cứ nơm nớp lo sợ tụi nó lẻn vào thịt mình. Tôi ngắt lời anh nói:

— Tôi quả thực phục sức chịu đựng của anh. Ở hoài trong hầm như vầy tôi thấy ngộp chịu không nổi. Anh Phúc lắc đầu nói:

— Tôi cũng đâu có hơn gì anh. Nhưng thực ra chẳng còn cách nào khác. À anh để tôi nói tiếp. Sau khi rút vô trong hầm rồi, chừng một giờ sau, tôi bỗng nghe thấy tiếng bước chân lạ lắm, không giống như những bước chân thường. Nó đi lộc cộc, khấp khểnh chậm chạp từng bước một từ phía phòng mổ đi về phía văn phòng ty Y Tế. Nó dừng lại trước cửa.

Tôi ở trong hầm lắng tai theo dõi sợ muốn nín thở luôn. Ngay khi đó có tiếng gõ cửa gấp rút rồi có tiếng đàn bà gọi: Bác sĩ Phúc có ở trong này không? Tiếng của người nào lạ hoắc. Tôi ngẫm nghĩ: Mà sao nó lại biết tên mình. Xin lỗi anh tôi sợ đến thiếu điều són đái ra quần. Tôi làm thinh không trả lời. Tiếng chân khập khiễng, lọc cọc lại đi về phía phòng hậu giải phẫu, ngừng lại một hồi lâu lại tiếp tục quay trở lại dừng trước cửa, gõ cửa nữa. Lại vẫn giọng nói đàn bà vang lên, lần này có vẻ khẩn trương hơn, hổn hển đứt quãng:

— Bác sĩ Phúc ơi em là T.T. đây, xin bác sĩ cứu em với, em đang chuyển bụng, sắp sanh rồi.

Nghe tới đây tôi mới hoàn hồn, nhận ra tiếng của cô T.T. thư ký tòa hành chánh tỉnh. Cô bị cụt một chân, đi nạng gỗ lại có thai sắp tới ngày sanh, nên ở trong hầm mới nghe thấy tiếng bước chân lạ lùng kỳ dị như vậy, làm cho tôi bị một phen sợ điếng hồn.

Tôi bảo cu Sơn ra mở cửa. Cô T.T. trông thấy tôi vội nói:

— Bác sĩ ơi em sắp sanh rồi bác sĩ đỡ đẻ giùm em. Cô T.T. ngày thường trông đẹp đẽ khả ái là thế mà nay trông xanh xao, tiều tụy quá vì đang đau đẻ. Tôi chỉ thấy một mình cô với cái bụng mang thai lớn vượt ngực, tay chống nạng, đeo một túi vải trên vai cùng với một người con gái có lẽ là người em của cô ta. Tôi vội dìu cô ta lên phòng mổ tính đỡ đẻ ở đó nhưng lên tới nơi thì phòng mổ tanh bành hết trơn, bẩn thỉu không thể chịu được, dưới sàn là những vũng máu đen xì, bàn mổ thì ruồi bu đầy trên những vết máu.

Đã từ lâu bệnh viện không có nước để chùi rửa làm vệ sinh nên chỗ nào chỗ nấy đều dơ bẩn lắm. Tôi thấy không thể đỡ đẻ ở đây được lại dìu cô về văn phòng y tế. Ở đó có cái bàn làm việc của tôi để ở giữa phòng. Tôi nghĩ có thể để cô nằm trên đó tạm thời đỡ đẻ cũng được. Tôi liền loay hoay giúp cô leo lên bàn. Vì cô ta có một chân nên rất khó khăn vất vả lắm mới đặt cô ta nằm đàng hoàng lên bàn được.

Tôi giúp cô ta kéo quần xuống, gấp cái chân còn lại trong tư thế sẵn sàng để rặn đẻ thì đầu ối vỡ ra nước bắn tung tóe lên người tôi, văng cả lên mặt, ướt hết cả quần áo. Tôi chỉ biết cắn răng mà chịu thôi chứ biết làm sao bây giờ. Đâu có nước mà rửa ráy đâu. Anh thấy mùi nước đầu ối nó khan khản thế nào ấy. Vậy mà tôi phải lãnh đủ. Tôi ráng đỡ đẻ cho cô ta, cũng may cô này sanh khá dễ.

Sau khi cắt nhau xong tôi đặt đứa bé vào lòng cô ta, sai cu Sơn đi kêu mấy tay y tá kiếm giùm một cái băng ca khênh cô ra phòng cấp cứu để ở đó nằm tạm rồi tôi lo thay đồ. Tôi lấy mấy miếng bông gòn nhúng alcool chùi rửa những chỗ bị nước đầu ối bắn vào. Rồi mới chui vào hầm nằm thở dốc vì quá mệt.

Tôi chợt hỏi một câu hơi lạc đề một chút:

– Thế đứa nhỏ là con trai hay con gái?

– Tôi cũng quên chẳng để ý nó là trai hay gái. Mình cố gắng giải quyết công việc cho nhanh, gọn, thấy nó vừa lọt lòng mẹ ra khóc được là mừng rồi. Chắc là sống rồi.

Óc khôi hài của tôi chợt nghĩ tới một việc khiến tôi phải cố gắng nín cười, sợ Bác sĩ Phúc nổi giận vì đã cười dỡn trên sự đau khổ của anh. Tôi đang nghĩ, người đầu tiên trên thế giới được tắm bằng nước đầu ối bà đẻ chắc chắn phải là Bác sĩ Phúc. Tôi vội đánh trống lảng hỏi tiếp câu chuyện của anh đang kể:

— Thế rồi sau ra sao anh?

— Sau khi nằm nghỉ được một lúc, hơi lại sức, tôi vội ra xem coi cô ta và đứa bé có khỏe không thì không thấy đâu cả. Tôi hỏi mấy người y tá gần đấy thì nghe nói có một người đàn ông đi xe gắn máy tới chở cả hai mẹ con đi rồi. Từ đó tôi không được tin tức gì của họ cả.

Tôi nhìn anh Phúc thấy tội nghiệp cho anh đã phải trải qua một kinh nghiệm không được sạch sẽ lắm. Tôi đã không chọn sản phụ khoa chỉ vì sợ cái mùi nước ối và cái mùi nhau bà đẻ tanh tanh khan khản khó chịu. Tôi lấy làm may mắn là những sự việc như vậy đã không xảy ra cho tôi.

Tôi vội hỏi:

— Thế đêm qua nó pháo dữ như vậy bệnh viện có bị gì không?

— Cũng bị chừng hơn chục quả, may mắn là không bị hỏa tiễn. Nhưng trại ngoại khoa của anh bị nặng nhất, trại nội khoa với nhi khoa hình như chỉ bị một hai trái. Có lẽ kỳ này nó điều chỉnh được nên pháo vào bộ tư lệnh sư đoàn với bên trường trung học nhiều hơn cả. Đặc biệt lần này ty Công Chánh ở ngay sau bệnh viện, cách hầm của tôi có một con đường nhỏ chừng mười thước chứ mấy, pháo nổ liên hồi ở hướng đó làm tôi thấy sợ hãi khủng khiếp lắm. Cứ như là nó nổ sát hầm mình. Rung rinh cả nắp hầm. Cánh cửa phòng y tế ban đêm gài chắc như thế, lại chèn thêm một cái bàn chắn ngang nữa mà cũng bị bật tung ra.

Thằng cu Sơn bò ra kê lại cái bàn, chèn lại cửa vừa xui bị ngay một trái nổ trước sân, mảnh xuyên qua cánh cửa bị thương ở ngực. Trong đêm tối nó kêu lên: Cháu bị thương rồi bác ơi. Làm tôi xanh mặt tưởng nó tiêu rồi.

Nó lết vô phòng thở hổn hển, máu ra đẫm cái áo thun. Tôi vội lấy cái băng cá nhân, băng lại cho nó chỉ sợ mảnh đạn văng xuyên qua bên tim hoặc đụng phải động mạch chủ là hết thuốc chữa. Anh thử tưởng tượng ngoài kia pháo kích nổ như mưa, trong hầm chỉ có mình tôi với thằng cháu bị thương rên hừ hừ kêu đau, kêu cứu, tôi thực sự kinh hoảng gần như phát điên lên.

Tôi muốn trách thằng cu Sơn sao không hỏi tôi lại chạy ra đóng cửa làm gì trong lúc nó đang pháo tới tấp như thế, nhưng ai biết đâu mà ngờ. Nó làm cũng phải, lại còn can đảm nữa nên tôi chỉ còn nước ngồi chờ cho tới sáng xin xe cứu thương mang nó sang đây để anh đặt ống thông phổi cho nó đồng thời xem nó còn bị thêm những gì khác không. Tôi thấy nó sống được qua đêm thì cũng đoán rằng vết thương ngực này không đến nỗi tệ lắm. Vẫn còn nhiều hy vọng.

Tôi cứ phải canh chừng bắt mạch nó hoài. Thấy mạch nó vẫn mạnh, không quá nhanh, hơi thở đều hòa tuy có hơi nhanh một chút, tôi cũng hơi vững dạ. Nhưng thật là một đêm lo sợ kinh hoàng nhất của đời tôi. Tới khi nó ngớt pháo rồi tôi mới hơi yên tâm được một chút. Nhưng những tiếng súng nhỏ lẫn lộn AK với M16 ở đằng phía ty Công Chánh lại càng làm tôi run nữa vì nghĩ rằng tiền pháo hậu xung đã bắt đầu. Tuy nhiên chắc có lẽ địch quân không tiến nổi với sức kháng cự của quân mình. Tới gần sáng tụi nó rút đi, tiếng súng phía đó mới im lặng. Khi trời sáng bảnh mắt ra thấy có tiếng của lính mình gọi nhau tôi mới biết là mình còn sống.

Tôi ngồi yên lặng nghe anh Phúc kể lại cái đêm khủng khiếp hôm qua mà thấy mình thật sự quá may mắn không phải chịu những cảnh căng thẳng ghê gớm đó. Tôi bèn hỏi anh:

– Thế bên y tá của mình có ai bị thương không?

– Có mấy đứa bị thương nhẹ vào đầu vào mình nhưng chỉ sớt ở bên ngoài vẫn đi lại như thường. Tôi nghe nói cô Cúc bị thương ở đầu khá nặng mê man có cho sang đây mà sao không thấy đâu nhỉ?

– Cô Cúc Đồng ấy à?

– Phải đó, nghe nói đã cho di tản sang bên này để anh coi chữa trị xem có cứu được không.

– Tôi thấy là vô phương, bị thương bể xương sọ mà bị mê rồi là hết thuốc chữa. Ở mà sao không thấy tản thương cô ấy sang này? Để sáng mai tôi hỏi cô Bích chắc cô ấy biết. Anh thử tính sơ qua từ đầu trận đánh đến giờ bệnh viện tiểu khu mình tổn thương bao nhiêu người.

Bác sĩ Phúc ngồi ngẫm nghĩ một hồi rồi nói:

– Về bên dân sự thì có ba người nếu kể cả cô Cúc này nữa. Cô kia là cô Nhan ở y tế công cộng. Tội nghiệp cô này bị chết hai lần. Bên quân y thì có bốn người. Số người bị thương cả thấy là 36 người. Đa số là nhẹ thôi không có ai bị nặng cả. Quân số của mình là 70 người, như vậy cho tới hôm nay bị thương hơn 50% quân số. Tuy nói vậy nhưng trừ những người chết ra những người bị thương vẫn đi lại được như thường. Thành ra quân số bất khiển dụng của mình trên thực tế rất nhẹ. Tôi cho thế là may mắn lắm rồi.

Tôi gật đầu đồng ý với anh:

– Tôi cũng nhận thấy thế. Mình hoàn toàn không phòng bị gì cả. Hầm hố rất sơ sài, địch pháo cả mười ngàn trái vào những ngày nó tấn công, cả những ngày thường nữa suốt tháng trời, như vậy thực là may mắn.

Tôi nhìn anh nói đùa một câu:

– Chắc tại anh tên là Phúc nên các nhân viên được hưởng lây.

Bác sĩ Phúc cười buồn:

– Nếu thực sự là thế thì đã không có ai bị tử thương cả.

Tôi chợt nhớ ra điều gì vội hỏi:

– Thế còn anh Chí, có sang bên này chưa?

– Anh Chí đi sau tôi có lẽ giờ này cũng ở bên này rồi, hình như ở hầm kế cùng với mấy nhân viên khác. Một số muốn ở lại bệnh viện không đi. Thật ra bên bộ chỉ huy tiểu khu có cho biết chỉ có thể còn chỗ cho một số người thôi. Một phần đã di chuyển xuống làng, trong đó có trung sĩ Tiếng, xuống đó lập một trạm cứu thương ở chùa để giúp những đồng bào bị thương, băng bó làm sạch những vết thương nhẹ.

– Vậy hả, như vậy là ở bệnh viện chỉ còn các anh em thuộc tiểu đoàn 5 quân y và một số ít lính của mình thôi. À còn cô Bông anh có thấy ở đâu không?

— Cô ấy vẫn ở lại bệnh viện, ngay phòng của cô Bích cũ.

Nghe được những tin tức như vậy tôi cũng tạm thời yên lòng đối với các nhân viên của bệnh viện. Đợi chừng vài ngày nữa, nếu tình hình cho phép, tôi sẽ làm một chuyến xuống làng xem tình trạng dân ty nạn ra sao. Bây giờ thì vẫn còn sớm quá không biết ở dưới đó có an ninh không và nhất là mới sau đợt tấn công lần thứ nhì, tôi sợ còn nhiều thương binh đem đến nếu tôi không có mặt ở đây thì thật là phiền.

Chúng tôi ngồi nói chuyện với nhau, hết chuyện nọ tới chuyện kia lan man hoài không dứt. Thực ra tuy làm việc với nhau cả năm trời nhưng chúng tôi chẳng có thì giờ ngồi nói chuyện với nhau thảnh thơi như thế này. Nói đúng ra dùng chữ thảnh thơi thì không được chính xác lắm, vì trong lòng hai chúng tôi vẫn còn nhiều vướng mắc, vẫn còn nhiều kinh sợ lo âu vì đã bị vây khốn trong trận này quá lâu. Nhưng tương đối so với mấy ngày trước thì quả có nhẹ nhàng trong lòng một chút.

Những ngày thường, chúng tôi đâu có cơ hội hoặc thì giờ để tâm sự với nhau, nói về đời riêng tư của mình cho nhau nghe. Do đó mà tôi lấy làm lạ khi anh Phúc cho biết đã có một thời anh làm hội trưởng Hội Khổng Học. Một điều tôi không thể ngờ được. Tôi đã nghe tới Hội Khổng Học hồi còn ở Sài Gòn. Tôi cứ nghĩ là ông hội trưởng chắc phải là một ông già cỡ như ông Khổng Tử tôi thấy ở trong những bức hình, có ngờ đâu lại là một ông bác sĩ trẻ tuổi như anh Phúc. Và còn lạ hơn nữa là trong thời buổi văn minh tân tiến này lại có một người trẻ tuổi để ý tới một hệ thống triết lý cổ thời như đạo Khổng.

Tôi có đọc qua cuốn Nho Giáo do cụ Trần Trọng Kim viết, nào là phần hình nhi thượng nào là phần hình nhi hạ. Tôi đọc để biết thôi chứ không đam mê nên không đào sâu lắm. Tuy nhiên để tiếp chuyện với ông cựu hội trưởng Hội Khổng Học tôi cũng ráng vận dụng sức hiểu biết của mình về Khổng Giáo, trao đổi với nhau cũng khá tốt, không đến nỗi làm ông nhàm chán.

Trong ánh mắt của anh Phúc tôi cảm thấy là anh cũng hơi ngạc nhiên vì một tay đàn em cũng có sở thích và chú ý tới những việc mà anh không ngờ tới. Tôi cũng thích học chữ nho, đọc thơ Đường. Tôi đã đọc Đường Thi của cụ Ngô Tất Tố, của cụ Trần Trọng Kim, và của ông Trần Trọng San. Tôi thích cuốn thơ Đường của ông Trần Trọng San hơn vì ông viết tiểu sử của các thi sĩ như Lý Bạch, Đỗ Phủ, Bạch Cư Dị, khá chi tiết, giúp tôi hiểu thân thế sự nghiệp của các thi sĩ đời Đường chứ không chỉ dịch thơ và chú thích như những cuốn sách khác.

Chúng tôi nằm ngược chiều trên hai cái giường để nói chuyện cho nó thoải mái. Nhận thấy ánh trăng chiếu qua khe hở dùng làm chỗ thông hơi cho căn hầm, tôi nhớ tới bài Tĩnh Dạ Tư của Lý Bạch nên đọc: Sàng tiền minh nguyệt quang. Anh Phúc ứng khẩu tiếp ngay: Nghi thị địa thượng sương. Tôi tiếp: Cử đầu vọng minh nguyệt. Anh đọc câu chót: Đê đầu tư cố hương. Xong chúng tôi đều mỉm cười thoải mái như tình cờ có được một khám phá mới, hay nói cho nó có vẻ quan trọng, văn hoa thêm là gặp được tri kỷ, ít ra là về cái điểm thơ Đường. Bài thơ này diễn tả đúng tâm sự của chúng tôi lúc bấy giờ.

Tính tôi hay thích đọc sách, đọc truyện, không phân biệt thể loại gì, có cái gì đọc cái nấy. Nhưng tôi lại là người ít nói. Chỉ khi nào gặp người hợp ý thì mới mở miệng mà thôi. Tôi thích nghe hơn là nói. Tôi có một quan niệm là ở bất cứ người nào họ cũng có một số sở trường của người ấy và đáng để cho tôi học hỏi. Tôi nhớ câu chữ nho: Tam nhân đồng hành tất hữu ngã sư. Tôi công nhận là rất đúng. Nếu chịu khó tìm hiểu và trao đổi thì bất cứ một người nào tôi cũng có thể kiếm ra một điểm hay của họ mà tôi cần phải học.

Dù chỉ là một người rất tầm thường chẳng hạn như anh Châu chột của tôi, anh nói: Nếu bác sĩ muốn có món nhậu bất thình lình, chỉ trong vài phút là tôi sẽ có ngay cho bác sĩ, chẳng phải chờ đợi lâu. Tôi hỏi anh làm thế nào mà nhanh thế. Anh Châu đáp: Có khó gì đâu, tôi lấy con gà chặt phăng hai cái đùi rôti cho bác sĩ ăn, trong khi đó tôi đun nước sôi làm lông gà rồi làm các món khác. Khi bác sĩ nhậu xong hai cái đùi gà là mọi thứ đều sẵn sàng cả. Tôi thấy anh Châu cũng có lý. Dĩ nhiên là chẳng bao giờ tôi lại muốn chặt cụt chân con gà trong lúc nó còn sống nhăn, thực quả tàn ác với súc vật, nhưng cái ý tưởng cái gì làm trước cái gì làm sau, phối hợp chặt chẽ với nhau như thế để hoàn thành công việc, có thể rút ra từ câu chuyện đùi gà của anh Châu.

Từ ngày tôi tới làm việc ở bệnh viện tiểu khu Bình Long, đối với Bác sĩ Chí vì là bạn cùng lớp, cùng nhóm đi thực tập chung nên khi gặp lại chúng tôi đã thân nhau ngay, nói chuyện mày tao rất tự nhiên. Còn đối với Bác sĩ Phúc vừa là cấp trên, vừa là lớp đàn anh, lại không quen biết trước nên tôi cũng có phần e dè, giới hạn. Tôi nhận xét giữa Bác sĩ Phúc và Bác sĩ Chí hình như có một điều gì hơi kỵ nhau. Bên ngoài thì nói cười vui vẻ nhưng bên trong thì dường như có một cái gì vướng mắc không thoải mái. Tôi cảm thấy như vậy, không biết có đúng không. Trước khi có tôi, không hiểu giữa hai người đã có chuyện xích mích gì không.

Tôi có thể nói những mối bất hòa đa số là do thiếu hiểu biết nhau. Không có dịp trao đổi ý kiến với nhau nên dễ bị hiểu lầm. Mọi người đều có một vỏ bọc riêng. Xét đoán người qua vỏ bọc ấy thường là không đúng. Cá tính người sẽ bộc lộ ra khi vỏ bọc ấy bị phá bỏ. Mà cách thông thường nhất để nhìn xuyên qua được cái vỏ bên ngoài ấy là nói chuyện với nhau vào những lúc thích hợp nhất.

Sau những giây phút nói chuyện với anh tôi thấy anh là người dễ mến. Anh xuất thân trong một gia đình cách mạng, thân phụ anh là đảng viên Việt Nam Quốc Dân Đảng. Vì anh mới lấy vợ được có mấy tháng, tôi tò mò hỏi anh:

– Anh có thể cho tôi một vài kinh nghiệm về đời sống gia đình khác với đời sống độc thân như thế nào. Có gì thích thú không?

Anh mỉm cười hỏi đùa tôi:

– Sao, bộ muốn lấy vợ sao mà hỏi vậy?

Tôi lắc đầu đáp:

– Không, chắc số tôi còn lâu mới lấy vợ được, hỏi anh vì tò mò thôi.

Anh không đùa nữa, nét mặt có vẻ nghiêm trang hơn. Anh nói:

- Tôi nói thật với anh, đời sống gia đình rất vui. Tôi may mắn lấy được người vợ tôi ưng ý lắm. Anh biết không tuy mới làm đám cưới với nhau không lâu mà mỗi khi tôi về thăm bên vợ tôi, gia đình bên đó đối xử với tôi thân thương như là người ruột thịt trong nhà từ lâu lắm rồi kìa. Mọi người nói cười vui vẻ tự nhiên thoải mái không có một chút hậu ý nào. Sống rất hồn nhiên sung sướng. Không giống như bên gia đình tôi chẳng ai nói với ai một tiếng nào, không khí gia đình rất lặng lẽ. Đôi khi tôi hơi lấy làm tiếc là gặp nhà tôi hơi muộn, nếu gặp sớm hơn thì tôi đã đỡ mất mấy năm buồn tẻ trong đời.

- Tôi nghe nói gia đình bên vợ anh có bà con với Trung tướng Tôn Thất Đính phải không?

- Đúng, nhưng mạnh ai nấy sống chứ có nhờ vả gì đâu.

Chúng tôi nói chuyện lan man hết chuyện nọ ra chuyện kia. Tôi cho anh biết cái ý của tôi khi mới lên đây là nếu có dịp sẽ gây nên một phong trào học theo kiểu Journal Club của Mỹ. Anh gật đầu nói:

- Tôi cũng thích cách đó lắm. Nhưng mình bận việc quá nên không thực hiện được. Trước kia tôi có quen một anh bác sĩ Đại Hàn. Anh này ham học ghê lắm. Các text book y khoa đều đọc từ đầu đến cuối, không bỏ một trang nào, mà không phải đọc một lần mà anh biết ông ta đọc mấy lần không, tám lần cuốn Harrison's. Vì đọc như vậy cái gì anh ta cũng biết. Có một lần anh ta hỏi tôi: Anh có biết Osgood Schlatter Disease là gì không? Dĩ nhiên là tôi không biết, anh ta nói đó là một bệnh đau đầu gối ở mấy đứa thiếu niên gây ra bởi dây gân xương bánh chè kéo gần đứt mấu xương ống trụ. Khám thì thấy một khối nhỏ ở mấu xương trụ dưới đầu gối một chút, rất đau khi đụng tới. Chính nhờ lời khuyên của anh bạn đó mà tôi đọc sách rất kỹ từ đầu đến cuối.

– Nếu học như vậy thì công phu thật. Tôi chỉ đọc những chương nào cần thiết thôi. Thú thật với anh là chưa bao giờ tôi có đủ kiên nhẫn đọc một cuốn sách giáo khoa hết từ đầu đến cuối được.

Nói chuyện với anh tôi cũng học được những điều bổ ích. Tôi học được tính kiên nhẫn trì chí khi đọc sách. Phải đặt mục tiêu là phải đọc cuốn sách trong bao lâu thì xong. Ít ra bây giờ nếu ai có hỏi Osgood Schlatter Disease là gì, thì tôi cũng trả lời được.

Chúng tôi nói chuyện đến đây, bỗng thấy cô Bích xồng xộc đi vào phòng chẳng nói chẳng rằng lục lọi như tìm kiếm một cái gì. Tôi vội hỏi:

– Cô Bích làm gì thế?

Cô Bích không trả lời cứ tiếp tục ngó quanh ngó quẩn tìm kiếm. Bác sĩ Phúc cười cười nói:

– Cô này điên rồi chắc. Cô kiếm cái gì nói ra để tụi tôi kiếm giùm cho.

Lúc này cô Bích mới dừng lại quay nhìn chúng tôi, cặp mắt đỏ hoe vì khóc, cô nói, giọng có vẻ xúc động, lại hơi có vẻ trách móc:

– Cô Cúc Đồng chết rồi! Đang ở bên hầm bên kia, có Bác sĩ Chí săn sóc cho cô ta. Tôi đi tìm mấy cái quần áo mổ để liệm cho cô, vì chẳng có vải nào khác.

Tôi liền đứng dậy kiếm ở trong bọc một chiếc quần mổ màu xanh xám đưa cho cô, rồi nói:

– Vậy mà cô chẳng nói gì, cứ đi xục xạo thì làm sao mà thấy được. Đây cô cầm cái quần mổ này để thay cho cô ấy vậy. Cô Bích nói tiếp:

– Các anh quân y liệm xong sẽ khênh lên để tạm ở nóc hầm. Ngày mai sẽ đưa đi chôn. Tôi lo cho đứa em gái của cô Cúc mới 13 tuổi mà giờ đây chỉ có một mình. Người anh thì bị thương tản về Bình Dương rồi. Bố mẹ ở Lộc Ninh không biết sống chết ra sao.

Tin cô Cúc mất làm cho chúng tôi thấm buồn. Những phút nói chuyện vui vẻ thoải mái vừa qua đã tan biến mất. Tôi cầm đèn pin đưa cô Bích ra cửa hầm lên mặt đất. Tôi không đi theo nhưng đứng ngay cửa hầm rọi đèn pin giúp cô đi khỏi vấp té. Vì hai hầm cách nhau có mươi thước nên chỉ vài giây là cô đã tới cửa hầm kế bên rồi lần theo bực thang mà xuống.

Tôi đứng tại cửa hầm của tôi, nhìn mọi hướng. Đêm tối đã lâu. Chung quanh không có một ánh đèn nào. Mặt trăng trong phút chốc đã bị một đám mây đen che khuất làm cho cảnh vật lại càng tối đen hơn. Nhìn về hướng nam, hướng Sài Gòn, tôi thấy vùng trời phía đó bừng sáng, khác hẳn ba phía còn lại. Đột nhiên tôi nhớ Sài Gòn quá. Tôi biết rằng mẹ và các em tôi cũng đang nhớ và lo lắng cho tôi đang bị giam hãm ở địa ngục này.

Tôi trở xuống hầm. Bác sĩ Phúc vẫn còn chưa ngủ. Tôi nói:

— Anh lên xem, nhìn về phía Sài Gòn vùng trời phía đó sáng như rạng đông, trông thấy ấm áp vô cùng. Nhớ nhà quá. Bác sĩ Phúc an ủi tôi:

— Chẳng bao lâu nữa mình cũng được về thôi. Tôi nghĩ qua hai đợt tấn công thất bại như vậy, địch quân sẽ không còn lực lượng nào uy hiếp mình nữa đâu. Bao nhiêu quân đều bị nướng hết bởi B52 rồi.

Lúc bấy giờ cục diện chiến tranh Việt Nam có vẻ đang đi tới một khúc quanh quan trọng vì đàn anh Mỹ đang muốn rút, đề nghị Việt Nam hóa chiến tranh, rồi hội nghị hòa bình Paris vân vân. Tôi nghĩ tới ông Tổng Thống Kennedy đã đương đầu quyết liệt, cứng rắn với Thủ Tướng Nga khi đó là ông Kruschev người đã ra lệnh đặt dàn hỏa tiễn ở Cuba tính khống chế đe dọa Mỹ. Nhờ sự quyết tâm của Tổng Thống Kennedy nên Kruschev đã phải nhượng bộ, ra lệnh tháo gỡ ngay những dàn hỏa tiễn đó. Tôi nói:

— Giá còn Tổng Thống Kennedy thì tình hình Việt Nam bây giờ chắc khác trước, có lợi cho mình hơn. Anh Phúc cười không tin, quả quyết nói:

— Anh lầm rồi, Tổng Thống nào cũng vậy mà thôi, cũng hành động vì quyền lợi của nước Mỹ, của dân Mỹ, chứ nước mình đối với họ có nhằm nhò gì.

Tôi không trả lời vì không muốn tranh luận về chính trị, cũng như về tôn giáo, hai đề tài tôi muốn tránh vì rất dễ mất hòa khí, không đi đến đâu cả. Đó là những đề tài mơ hồ không có số liệu chính xác chứng minh, không có đủ những dữ kiện thuyết phục được người đối thoại. Nếu ai cũng cứ muốn giữ lập trường của mình thì sẽ đi đến cãi nhau mất, mệt lắm.

Tôi chỉ đồng ý với anh một phần. Đương nhiên là Tổng Thống Mỹ phải hành động có lợi cho nước của họ. Tuy cùng mục đích ấy nhưng ý tôi muốn nói là cũng phải tùy người hành xử chính sách của ông ta. Một Tổng Thống diều hâu sẽ có những đường đi khác hơn một Tổng Thống bồ câu. Đường đi ấy có thể cong, có thể thẳng hay có thể uốn khúc, nhưng mục đích cuối cùng vẫn là quyền lợi của nước Mỹ. Chính nhờ nương vào những dị biệt cá nhân đó, nếu Việt Nam có được một tay lãnh tụ khá thì cũng có thể làm lợi cho nước mình.

Chúng tôi nói chuyện một hồi lâu cũng khá mệt nên tôi đứng dậy tắt đèn đi ngủ. Không biết chúng tôi ngủ được bao lâu đột nhiên bị đánh thức dậy bởi một tiếng nổ khủng khiếp rất gần làm rung rinh cả căn hầm. Đồng thời tôi cũng nghe một tiếng máy bay vụt qua. Với những kinh nghiệm đã có, tôi nghĩ thầm chắc lại bỏ bom lầm rồi. Không thể nào là pháo kích được vì tiếng nổ dữ dội lắm, dù cho hỏa tiễn cũng không nổ lớn và mạnh như thế. Trong bóng đêm tôi nghe tiếng anh Phúc hỏi:

– Tụi nó lại pháo kích sao anh?

– Tôi nghĩ máy bay bỏ bom lầm quá. Để đợi chút xem, nếu pháo kích thì sẽ có những tiếng nổ thêm.

Chúng tôi nằm chờ hơi lâu chẳng nghe thấy tiếng nổ nào khác nên lại ngủ tiếp cho tới sáng.

Sáng hôm sau, vừa ra khỏi phòng, tôi gặp ngay thượng sĩ Lỹ, ông nói:

– Đêm qua máy bay bỏ bom lầm ngay trại mình trúng một tháp canh của Địa Phương Quân làm bảy người ở đó biến mất không còn một vết tích nào cả.

Tôi lè lưỡi nhìn thượng sĩ Lỹ nói:

– Số mình vẫn còn là may. Tháp canh đó cách mình chừng 50 thước chứ mấy. Nhích lại một chút là trúng hầm mình rồi. Tôi nghi quá, giữa đêm một máy bay lại đi bỏ có một quả bom rồi dọt mất. Không biết có một âm mưu nào nhằm ám sát bộ chỉ huy hay là chỉ nhầm thôi. Nhưng dù sao mình vẫn còn sống là tốt rồi.

Đã có vụ trực thăng phóng hỏa tiễn bắn nhầm bộ chỉ huy biệt khu thủ đô ở Chợ Lớn đang giữ trọng trách phản công lại Việt Cộng trong vụ tổng tấn công của địch hồi Tết Mậu Thân năm 68. Dư luận đồn đại là có chủ ý thanh toán nhau, nhằm triệt hạ những vây cánh của tướng Kỳ vì đa số những sĩ quan tử nạn là những người thân cận của tướng Kỳ. Tôi tự nhiên đem lòng nghi ngờ tất cả mọi sự bắn lầm khác nếu nó xảy ra một cách vô lý. Nói vậy cho vui thôi, vì trong vụ bỏ bom lầm ở đây tôi không thấy có một lý do, một phe nhóm nào có âm mưu triệt hạ bộ chỉ huy tiểu khu và lữ đoàn Dù cả.

Sau những cố gắng tấn công bất thành lần thứ hai vào thị xã An Lộc, địch quân có vẻ như đã kiệt quệ. Những chuyến trải thảm của B52 khá trúng đích đã vô hiệu hóa một số lớn quân chủ lực của địch. Nghe nói công trường 9 của địch, quân số chỉ còn lại hơn một tiểu đoàn. Khai thác tù binh bắt được trong trận đánh cho thấy có sự trục trặc trong chiến thuật đánh hợp đồng giữa bộ binh và xe tăng. Một phần vì bộ binh, khi tập trung quân để tấn công An Lộc đã bị B52 làm tê liệt nên chiến xa đành phải đơn độc tiến vào thị xã không có bộ đội yểm trợ, nên đã làm mồi ngon cho quân ta và đã bị diệt gọn một cách dễ dàng.

Tuy bị thất bại nặng nề, địch quân vẫn còn bao vây chung quanh An Lộc và quốc lộ 13 chưa được giải tỏa. Địch quân tiếp tục pháo lai rai vào An Lộc, gây nên một số thương vong cho quân ta. Cường độ pháo kích so với trước chỉ bằng một phần tư thôi. Địch quân thường nhằm vào những bãi đáp trực thăng gây trở ngại trong việc tản thương.

Tuy nhiên cho tới nay chưa có một trực thăng tản thương nào bị trúng đạn cả và chưa có một người nào chết vì tản thương. Cũng vì thế mà công tác tản thương rất là căng thẳng, rất nguy hiểm. Các y tá lãnh nhiệm vụ này quả là những anh hùng vô danh đáng được tuyên dương công trạng.

Những phi công tản thương, tôi không biết là Mỹ hay Việt, phải công nhận là những sĩ quan can đảm, lại tài ba nữa. Họ đã đánh lừa được địch quân. Thay vì bình thường bay theo hướng từ Sài Gòn lên rồi là là xuống bãi đáp, địch quân sẽ biết ngay và không tránh khỏi bị pháo. Các phi công đổi hướng, đánh một vòng bay ngược lại từ hướng Lộc Ninh xuống một cách bất ngờ nên địch quân không đoán được chỗ nào trực thăng sẽ đáp xuống. Cho nên nhiều khi tản thương xong xuôi, máy bay đã cất cánh rồi địch mới pháo vuốt đuôi.

Chiến thuật mới đó đã giúp chúng tôi tản thương tương đối khá an toàn. Do đó chúng tôi không bị ối đọng thương binh như hồi trước nữa.

MAY RỦI TRONG CUỘC CHIẾN

Một buổi trưa Bác sĩ Phúc và tôi đang ngồi nghỉ trong phòng. Tôi lợi dụng thời gian rảnh rỗi tiếp tục viết nhật ký. Tôi chợt nghe nhiều bước chân người từ cầu thang xuống hầm. Đoán là có thương binh chuyển tới, tôi liền đứng dậy nhét xấp giấy xuống dưới bọc quần áo bước ra khỏi phòng. Vừa gặp ngay một người Mỹ mặc đồ phi hành rất trẻ tuổi chừng 24, 25 gì đó bên góc trán bên trái bị bầm và trầy một chút xíu không có vẻ gì nặng lắm. Anh ta vẫn tỉnh táo đi đứng nhẹ nhàng như thường. Theo sau là mấy sĩ quan bên bộ chỉ huy tiểu khu. Tôi nhận ra Trung úy Lành phòng 1 tiểu khu. Ông nói:

– Đây là trung úy phi công Mỹ, lái máy bay thám thính mới bị bắn rơi sáng nay. May quá anh ta nhảy dù và được cứu mang về đây. Đại tá bảo tôi mang anh ta sang đây cho bác sĩ khám xem có cần phải chữa trị gì không.

– Ồ vậy hả. Trông ông ta như vậy chắc không có gì nặng đâu. Nhưng để tôi khám toàn bộ xem sao đã. Tôi quay sang vị trung úy phi công Mỹ nói: Welcome to An Loc. How do you feel? Anh ta mỉm cười nói:

— I feel great! I still alive. Tôi liền hỏi sự thể xảy ra làm sao. Anh ta nói:

— Tôi đang bay qua thành phố này tìm kiếm những vị trí của địch quân thì thấy một hỏa tiễn bắn lên. Tôi than thầm trong miệng: Chúa ơi con bị bắn rồi. Tôi vội bẻ tay lái bay quặt lại thành hình chữ U nhưng không kịp nữa, hỏa tiễn đã bắn trúng máy bay tôi. Nhưng may cho tôi là phản xạ của tôi khá nhanh, quẹo cua kịp thời nên nó chỉ trúng cái đuôi của máy bay thôi. Tôi còn đủ thì giờ mở nóc máy bay nhảy ra ngoài bung dù ra kịp. Tôi chỉ sợ dù rơi xuống vùng V.C là đi đứt. Nhưng may cho tôi nó lại rơi xuống địa khu của lính bên ta nên được cứu sống mang về đây. Tôi ngắt lời anh ta:

— Ông thật là may mắn. Ông thấy có bị đau ở đâu không, ngoài vết thương nơi trán ông.

— Khi tôi rơi xuống bị té chúi đầu xuống đất nên trán hơi bị trầy một chút, ngoài ra tôi không thấy bị đau ở đâu cả. Tôi thoát chết nên sung sướng lắm. Tôi chẳng có gì ngoài một bao thuốc lá hút dở dang trong túi, tôi liền đem tặng lại mấy người lính đã cứu tôi gọi là chút đền ơn vậy thôi. Sau đó họ báo cáo cho cấp trên của họ và dẫn tôi về đây.

Đối với những người ở thành thị thừa mứa thuốc hút, thì một bao thuốc, hay ngay cả một bịch thuốc lá cũng chẳng có gì là quí cả. Nhưng đối với những người lính tác chiến trong rừng, thiếu đồ tiếp tế, và nhất là đối với những dân nghiền thuốc lá thì một điếu là quí lắm. Đặc biệt là điếu thuốc cám ơn cứu tử thì nhất rồi, không còn gì ngon hơn, đậm đà hơn, đã hơn.

Tôi không hút thuốc lá. Nhưng tôi hiểu được những cái thú của người hút thuốc. Đi hành quân trong đêm rừng lạnh lẽo, được một điếu phì phèo thú vị biết chừng nào, nhất là sau khi đã đói thuốc mấy ngày rồi. Trong thời gian tôi ở đơn vị tác chiến mỗi lần đi hành quân, mọi người đều được phát mỗi ngày một khẩu phần ration C của Mỹ, trong đó có một bao thuốc lá nhỏ khi thì Lucky, khi thì Malboro, khi thì Palmal. Tôi để dành những điếu thuốc này, đợi đến khi mấy người nghiền hết thuốc, thảy cho họ để họ thấy cuộc đời lên hương một chút. Tôi cảm thấy sung sướng cái sướng của họ, rất nhỏ, rất đơn giản, rất ngắn. Nhưng cần gì, mỗi ngày một niềm vui là thích rồi.

Tôi khám qua toàn bộ thấy quả nhiên không có gì nặng ngoài vết trầy ở trán. Nhưng để an toàn tôi vẫn chích cho anh ta một mũi SAT để ngừa phong đòn gánh. Sau đó anh trở về bộ chỉ huy để chờ một chuyến tản thương bốc anh về lại đơn vị.

Xong việc, tôi trở về phòng ngồi kể chuyện lại cho Bác sĩ Phúc nghe, vừa xong thì anh Sáu Xòm bước vào phòng rủ chúng tôi xuống nhà dân ở dưới làng cách bộ chỉ huy chừng một cây số để mua thêm mấy đồ cần dùng và thức ăn tươi cho vợ anh sắp sanh trong nay mai. Lối đi từ phía sau trại. Tôi hỏi anh:

— Dưới đó có an ninh không mà anh tính đi?

— Thưa bác sĩ an ninh lắm. Mấy người lính ở trong bộ chỉ huy này vẫn xuống đấy hàng ngày. Dưới đó đầy lính của mình mà chưa bao giờ bị pháo cả. Dân của mình ty nạn ở đó đông lắm.

Tôi quay sang Bác sĩ Phúc hỏi ý:

– Anh Phúc này, nếu vậy, mình thử làm một chuyến xuống đó xem sao. Đại tá Nhựt cũng lưu ý tôi về vấn đề y tế công cộng ở khu đó. Bây giờ mình rảnh, nên đi xem xét tình hình. Có gì mình sẽ nhờ ông tỉnh trưởng xin thuốc chủng ngừa cho dân sẽ nhanh hơn là mình xin.

– Vậy thì mình nên đi lắm. Nhưng lỡ có người bị thương tới thì sao?

– Anh đừng lo, tôi sẽ nói thượng sĩ Lỹ và cô Bích ở nhà coi chừng, nếu có gì qua mời Bác sĩ Chí tới trông hộ một chút. Mình đi nhiều lắm hai tiếng đồng hồ là cùng.

– Bác sĩ đi nhớ mang theo quần áo để thay. Mình sẽ tắm ở dưới đó. Anh Xòm dặn tôi, anh nói tiếp: Mấy người ở tiểu khu đều xuống dưới đó tắm cả, và ở đây mình không có nước. Em nghe nói dưới đó có nhà của một trung sĩ Địa Phương quân, thuộc bộ chỉ huy ở đây có một giếng đầy nước tha hồ cho mình tắm giặt thoải mái.

– Như vậy thì tốt quá. Đã gần mười ngày nay tôi chưa được tắm từ khi cơn mưa đầu mùa tới giờ. Thôi chúng mình đi là vừa.

Trước khi đi tôi có tạt qua hầm Bác sĩ Chí dặn coi giùm vài tiếng để chúng tôi đi thăm dưới làng. Bác sĩ Chí cười:

– Bây giờ mày mới biết xuống đó sao. Hôm qua tao đã đi rồi. Xuống đó tắm giặt sướng lắm. Mày nên ghé qua chùa ở đó có trạm cứu thương trung sĩ Tiếng vẫn làm ở đó băng rửa các vết thương cho dân.

– Được rồi, kỳ này mày chơi trội hơn tao. Khá lắm. Thôi ở đó trông nhà giùm tao. Tao với đốc tờ Phúc đi một tí rồi về ngay. Có gì thượng sĩ Lỹ sẽ gọi mày. Cám ơn trước.

Ba người chúng tôi liền rời bộ chỉ huy đi ra phía cổng sau. Trại được bao quanh bởi một bức tường đất. Bên ngoài là những hàng rào kẽm gai chằng chịt rộng tới 20 thước. Qua một trạm gác, chúng tôi đi theo một con đường mòn dẫn xuống tới khu làng ở dưới đồi. Ở một khúc quanh tôi thấy gần một đám cây nhỏ rậm rạp, một ngôi mộ mới được phủ bằng một mảnh dù lỗ nên trông như một con rùa thật lớn. Tôi lấy làm lạ dừng lại ghé qua đọc dòng chữ viết nguệch ngoạc trên tấm bia bằng gỗ pháo binh. Chữ viết đã bị trận mưa đầu mùa làm mờ đi nên đọc không rõ lắm, tôi chỉ đọc được: Bác sĩ Quốc. Anh Xóm nói:

– Đây là mồ của Bác sĩ Quốc thuộc trung đoàn 52.

Tôi nghe nói anh Quốc chết được gần một tháng nay, không biết chôn ở đâu. Không ngờ lại gặp mộ anh ở chỗ này. Lần chót tôi gặp anh Quốc tại bệnh viện tiểu khu vào những ngày đầu cuộc chiến, khi anh chuyển thương binh đến cho tôi săn sóc.

Hình ảnh một ông bác sĩ đeo kính trắng, dáng người thư sinh, hiền lành có vẻ hơi gầy một chút. Trông anh mệt mỏi, ít nói cười. Tôi biết anh đã thoát chết nhiều lần khi trung đoàn rút lui từ Lộc Ninh về qua cây cầu tử thần Cần Lê bị Việt Cộng phục kích nã đại liên vào đám binh sĩ đang qua cầu, không có một chỗ ẩn núp nào.

Tôi biết anh ra sau tôi mấy khóa, anh ở trung đoàn 52 cũng khá lâu. Đáng lẽ anh phải được đổi về những đơn vị tĩnh tại rồi. Không hiểu sao anh vẫn còn ở trung đoàn. Vì theo thông lệ, các bác sĩ khi mới ra trường đều được cử xuống các đơn vị tác chiến trước rồi từ từ các đàn em ra sau sẽ đến thay thế để các lớp đàn anh về dần các đơn vị lớn hơn. Hình như Bác sĩ Quốc không hợp với ông trung đoàn trưởng sao đó. Tôi chỉ nghe tin đồn mà thôi.

Các binh sĩ ở trung đoàn đều thương mến Bác sĩ Quốc, người hiền lành, tận tâm đối với các anh em binh sĩ và gia đình họ. Những thương binh thuộc trung đoàn 52 khi được tin Bác sĩ Quốc chết đã kể lại với tôi như thế.

Về trường hợp Bác sĩ Quốc bị tử thương thì tôi được nghe nói là đang trên đường đi về bộ chỉ huy trung đoàn, anh Quốc thấy một người lính bị thương kêu cứu bèn dừng lại săn sóc người lính này không may một trái pháo rơi trúng chỗ anh đang ngồi. Bác sĩ Quốc đã bị chết ngay tại chỗ. Nay tình cờ tôi lại được trông thấy phần mộ của anh.

Nghĩ tới anh tôi lại thương lấy thân phận của tôi. Anh Quốc đã làm xong nhiệm vụ. Xứng đáng với truyền thống quân y quên mình cứu người. Bị vây hãm trong trận địa này không biết sống chết lúc nào. Đã có lúc tôi nghĩ thà chết còn hơn bị thương. Vì bị thương sống lây lất khổ lắm. Cũng may cho tôi giờ phút này tôi đã thoát hiểm bao nhiêu lần, bao lần chết hụt, chỉ nhờ một may mắn hoặc một run rủi nào đó đã đưa tôi ra khỏi nơi nguy hiểm trong đường tơ kẽ tóc.

Không có sẵn nhang đèn nên khi đi qua phần mộ của anh Quốc, tôi đã cầu chúc cho hương hồn anh chóng được siêu sinh tịnh độ và cũng không quên thầm khấn anh sống khôn thác thiêng phù hộ cho tôi được mọi sự an lành trong những ngày sắp tới.

Với tổng số 16 bác sĩ tham dự trận đánh này, anh là người độc nhất đã ở lại An Lộc. Các vị khác thì chỉ có Bác sĩ Trương Văn Châu ở tiểu đoàn Dù là bị thương nhẹ ở mắt nhưng không sao cả.

Chỉ vài phút sau chúng tôi đã đặt chân tới Phú Đức, một làng tương đối an toàn mà dân ty nạn đã kéo về đây rất đông. Trận mưa vừa qua tuy đã hơn một tuần rồi vẫn để lại những vũng nước bùn hai bên bờ đường, chứng tỏ vùng này rất nhiều nước nên đất ở đây không thể rút nước đi dễ dàng. Điều này cũng dễ hiểu vì khu này ở dưới chân đồi nên nước ngầm từ trên cao đều đổ dồn về đây cả.

Điều nhận xét đầu tiên khi đặt chân vào đây là đông người quá. Đi ngang qua một căn nhà tôi chợt nghe thấy một tiếng đàn bà gọi tên chúng tôi:

– Bác sĩ Quý. Bác sĩ Phúc.

Tôi ngoảnh cổ lại nhìn sang bên trái. Tôi thấy cô Đào đang ngồi trên một cái võng căng trên một cái giường, tay ôm đứa con. Cạnh đấy là cô bé Hồng em cô Đào chừng 13 tuổi, đang nhìn tôi nhăn răng ra cười. Tôi vẫy tay chào cô, hỏi:

– Cô và cháu bé mạnh không?

– Dạ cũng đỡ, chỉ thiếu sữa cho cháu thôi. Bệnh viện còn làm việc không bác sĩ?

– Chúng tôi không còn ở bệnh viện nữa, đã dọn sang bên bộ chỉ huy tiểu khu rồi. Cũng gần đây thôi nên mới đi bộ xuống đây được. Bác sĩ Phúc đứng bên tôi tiếp lời:

– Để chờ một ít bữa nữa cho an toàn hơn, rồi cô cũng nên kiếm cách về Sài Gòn đi, ở đây thiếu thốn không tốt cho cháu bé. Cô liên lạc với mấy nhân viên hành chánh tỉnh ở quanh đây để nếu có phương tiện họ cho cô biết. Thường thường tản thương bằng trực thăng Chinook rất rộng họ hay cho dân chúng quá giang về Lai Khê, rồi từ đó cô kiếm xe về Sài Gòn.

– Cám ơn hai bác sĩ.

– Thôi chào cô, tụi tôi đi đây.

Chúng tôi đi về phía chùa. Hai cây phượng vĩ bên cổng chùa nở hoa đỏ rực rỡ trên cành. Nếu là những người khác thì họ sẽ trách móc là thiên nhiên sao quá vô tình. Ngay trong sân chùa nằm la liệt những người dân tỵ nạn hẩm hiu, khốn khổ thì phía trên hoa phượng vĩ vẫn khoe sắc tươi đẹp của mình. Hình như chỉ có mình tôi để ý tới những chùm hoa tươi thắm rực rỡ của hai cây phượng vĩ. Mọi người chẳng ai buồn ngó lên trên những ngọn cây đó. Tuy là có một hình ảnh tương phản giữa sự khốn khổ của dân tỵ nạn và vẻ tươi đẹp của hoa, ít ra trong cái địa ngục này cũng còn có một cái gì tươi mát, một tia hy vọng để cho đời bớt khổ.

Thấy hoa tôi mới chợt nhớ bây giờ là mùa hè. Nếu không có trận chiến này chúng tôi lại có dịp thưởng thức những trái cây đặc sản của Bình Long không thua gì những nơi danh tiếng khác như Bình Dương, Lái Thiêu, Long Khánh, với những trái mít, chôm chôm tróc và đặc biệt là sầu riêng mà có lần vì ngon miệng tôi đã một mình ăn tới gần mười ký liền, khiến cho ngay cả mồ hôi tôi cũng có mùi sầu riêng nữa.

Những trái cây tôi ăn được đặc biệt chọn lọc bởi những tay lành nghề, đó là ba má của cô Duyên, một nữ hộ sinh phụ tá cho cô Đào. Nhà ba má cô ở Lộc Ninh, gần một vườn sầu riêng và mít. Cô thấy tôi mê sầu riêng với mít nên nhờ ba má cô chọn những trái ngon nhất cho tôi.

Tôi đã có lần mang những trái cây đó về Sài Gòn làm quà cho mẹ tôi. Cả nhà thưởng thức những trái cây đó đều phải công nhận là tuyệt vời. Chúng tôi là dân Bắc Kỳ di cư, nhưng lại mê sầu riêng ngay từ lần thử đầu tiên khi còn ở trại tiếp cư ở Phú Thọ. Nhưng đi mua vì không biết chọn, nên khi được khi không, lắm lúc tức anh ách khi gặp một trái bị sượng mà bên ngoài thì có vẻ là được lắm, hứa hẹn lắm, đến khi mở ra thì hỡi ôi làm cho tụi tôi buồn năm phút.

Bước vào trong chùa, chúng tôi không phải kiếm lâu. Chúng tôi đã thấy trung sĩ Tiếng đang thay băng cho một người bị thương ở cánh tay. Tiếng ngước nhìn lên thấy chúng tôi mỉm cười cúi đầu chào. Bác sĩ Phúc vui vẻ hỏi Tiếng:

— Anh xuống đây làm từ hồi nào vậy, có ai tới giúp anh không?

— Dạ cũng được một tuần. Sau vụ tản thương đưa được hết thương binh đi rồi. Em thấy ở lại bệnh viện cũng chẳng giúp được gì thêm vì phòng ốc bị hư hại nhiều quá nên em cùng với hai người bạn, tụi nó có nhà ở đây, rủ em xuống đây an toàn hơn. Em thấy đồng bào tỵ nạn nhiều người bị thương mà không được săn sóc đúng cách nên làm độc nhiều lắm. Sẵn có mớ thuốc cùng với bông băng mang theo phòng thân, em liền lấy ra giúp họ. Người này đồn người kia nên phòng này dần dà biến thành trạm cứu thương.

Tôi thấy bề ngoài Tiếng có vẻ mặt lính chiến gồ ghề, dữ dằn lắm. Nay nhờ có trận chiến này mới thấy Tiếng quả là người có tâm địa tốt. Tôi bình sinh lúc nào cũng quí trọng những người có một tấm lòng vì người khác. Tôi thấy dù tôi có đưa ra cả ngàn lời khen Tiếng bây giờ thì cũng bằng thừa. Những người có lòng thì những cái xảo xã giao đó họ cũng không để ý tới nhiều. Bởi vậy tôi chỉ nói ngắn gọn sau khi thân mật vỗ vai Tiếng:

– Tiếng thật là người có lòng. Tôi cảm phục lắm.

Tiếng hơi ngượng vì lời khen tặng của tôi. Gương mặt anh hơi đỏ bừng một chút. Nhưng trong ánh mắt tôi cũng có thấy những nét vui sướng, hài lòng khi sự dấn thân của mình được người khác biết đến. Nhất là người ấy lại là cấp trên trực tiếp của mình.

Bác sĩ Phúc chợt nhớ ra một điều vội hỏi Tiếng:

– Anh ở đây lâu có thể đoán được là có bao nhiêu người không? Để tôi xin thuốc chủng ngừa dịch tả cho đồng bào.

Tiếng ngần ngừ đáp:

– Cái đó em không được biết. Thấy đông lắm, nhưng không thể ước lượng được. Bác sĩ cứ xin đại chừng 5000 liều. Nếu thiếu thì xin thêm.

– Mình không sợ thiếu mà chỉ sợ dư vì ở đây mình không có tủ lạnh. Để quá 24 giờ là thuốc chủng sẽ hư, không công hiệu nữa.

Tôi đề nghị:

– Nếu vậy mình chỉ nên xin chừng ba ngàn liều thôi. Mỗi ngày mình chích chừng một ngàn người, ba ngày là xong. Nếu chích được nhiều thì càng hay. Thuốc còn dư thì dùng phương pháp dã chiến để trong bọc nylon ngâm trong nước mát dưới giếng sẽ để được lâu hơn. Nếu chúng ta huy động được chừng 10 y tá hay nhiều hơn nữa để chích thuốc cho dân thì sẽ hoàn tất công việc rất nhanh và thuốc sẽ không bị hư.

Bác sĩ Phúc nói:

– Tạm thời cứ theo như vậy mà làm. Anh Tiếng có thể có được chừng ấy y tá không?

– Nhiều hơn thì khó, còn chừng 10 người thì có thể huy động được.

– Để tôi về liên lạc với bộ Y Tế xin thuốc dịch tả cùng bông băng kim chích. Nếu không có gì trở ngại, tôi nghĩ mình sẽ có thuốc trong vòng một tuần nữa. Thôi chào anh Tiếng. Tụi này đi kiếm chỗ tắm giặt rồi về, sợ có thương binh chờ.

Anh Xòm dẫn chúng tôi tới một căn nhà quen có giếng nước ở sau nhà. Chúng tôi đứng ngay ở bờ giếng múc nước tắm giặt đã đời rồi cùng nhau thơ thới ra về. Chỉ có mỗi một việc tắm giặt đó thôi mà chúng tôi đã thấy vui sướng tràn trề. Hạnh phúc chẳng phải tìm ở đâu xa và cũng chẳng phải khó khăn rắc rối gì cả. Có nhiều người được sướng mà không biết sướng, đứng núi này trông núi nọ, cứ tìm bắt hoài mà không thấy. Tôi vừa đi vừa triết lý vụn như vậy trong đầu.

Tôi còn nhớ hồi mới ra trường anh bạn thân cùng lớp với tôi là Khánh, chọn được một đơn vị thiết giáp. Mỗi lần đi hành quân, tôi phải lội bộ đi đứng vất vả khổ cực, xuyên rừng, lội suối, còn anh bạn của tôi thì ra khỏi trại là đã ở trên xe rồi, chẳng bao giờ biết lội bộ là gì, lúc nào cũng có đầy đủ mọi thứ, như ở nhà vậy. Đi hành quân mà có cả trái cây tươi, nước đá lạnh, sách vở đầy đủ, thế mà lúc nào cũng than thở chẳng thấy gì là sung sướng cả. Thành ra phải vui cái mà mình đang có, mới được thảnh thơi không vướng mắc không khổ sở. Khi bị đụng trận, ông thiết đoàn trưởng ra lệnh cho bác sĩ lên coi người lính bị thương, thì anh bạn tôi lại cho là ông ta chơi mình, muốn hành mình.

Trong khi tôi cũng ở trong một tình cảnh như vậy, như trong một trận ở phía bắc Gia Kiệm, khi tiểu đoàn 2/43 bị đụng nặng với một bộ phận của công trường 9 của Việt Cộng trong đó một cố vấn Mỹ của tiểu đoàn đã bị tử trận, không thể lấy xác được. Ông Nhựt hồi đó là trung đoàn trưởng trung đoàn 43 đã ra lệnh cho tôi mang hai y tá xuống ngay tại mặt trận để giúp đỡ săn sóc các anh em thương binh. Tôi vẫn vui vẻ mang hai y tá lên xe hồng thập tự đi liền, mặc dù tôi biết sự có mặt của tôi ở ngay tại mặt trận sẽ chẳng giúp đỡ gì hơn được cho thương binh cả. Từ ngoài lộ, xe hồng thập tự băng qua một trảng rộng cỏ tranh rồi tiến vào phía rừng, nơi đó đang có tiếng súng nổ ròn rã chứng tỏ đang có giao tranh ác liệt giữa hai bên.

Tới bìa rừng xe hồng thập tự ngưng lại. Tôi cùng hai y tá xuống xe mang theo một băng ca và hai túi cứu thương. Tài xế xe hồng là hạ sĩ Xê hỏi tôi:

– Em đậu xe ở đây đợi bác sĩ được không?

– Không cần, cứ mang xe về đi, đợi ở đây nguy hiểm lắm.

Xê ngần ngừ chưa muốn về. Tôi biết Xê lo cho tôi. Hắn sợ chút nữa xong việc ai đưa tôi về. Tôi lại lo cho Xê, vì chỗ này sát ngay tuyến đầu. Khi chúng tôi tiến vào rừng tấn công địch sẽ chỉ còn mình Xê ở lại với chiếc xe cứu thương. Nhỡ một vài tên địch chạy lạc ra ngoài Xê sẽ bị nguy hiểm. Để giữ an toàn cho Xê, tôi thấy tốt hơn hết là cho Xê trở lại bộ chỉ huy trung đoàn. Tôi đỡ phải áy náy lo lắng, để dồn tinh thần vào công việc nguy hiểm trước mắt.

Lúc đó tiểu đoàn 1/43 do Thiếu tá Hiếu chỉ huy đang ở bìa rừng. Tiểu đoàn này đã bị thiệt hại khá nặng nên lui ra để tiểu đoàn 2/43 nhập trận. Thấy tôi Thiếu tá Hiếu ngạc nhiên hỏi:

– Ủa bác sĩ xuống đây làm gì? Nguy hiểm lắm.

– Ông trung đoàn trưởng ra lệnh cho tôi xuống đây để săn sóc thương binh. Thiếu tá Hiếu nhăn mặt:

– Tầm phào. Tụi nó còn đang đánh nhau tưng bừng trong đó làm gì có thương binh mang ra đây đâu. Phải xong trận đánh rồi mới thu nhặt thương binh gom lại rồi tản thương ngay chứ bác sĩ đâu có cần phải xuống tận mặt trận làm gì. Đây là cấp tiểu đoàn đã có trợ y lo được rồi.

Nói đến đây chợt có điện thoại reo qua máy truyền tin. Thiếu tá Hiếu đưa tay cầm ống liên hợp do một trung sĩ truyền tin đưa cho ông. Ông nói chuyện xong rồi quay sang tôi:

– Ở trên ra lệnh tiểu đoàn của tôi phải bằng mọi giá mang cho được xác cố vấn Mỹ về. Chúng tôi phải vô rừng đây. Bác sĩ có muốn đi theo không hay ở lại chỗ này đợi tụi tôi? Tôi trả lời không cần nghĩ ngợi:

– Tôi sẽ đi theo thiếu tá.

– Được rồi. Bây giờ là đụng trận thật sự đấy, bác sĩ nên cẩn thận.

Tôi đã suy nghĩ rồi, tuy bổn phận tôi không phải đi theo tiểu đoàn vào trong trận. Nhưng đứng ở ngoài bìa rừng, chỉ có ba thầy trò trơ trọi thì rất nguy hiểm. Lỡ Việt Cộng bung ra ngoài rừng thì thua là cái chắc.

Tôi ra lệnh cho binh nhất Bá, cận vệ của tôi cùng với trung sĩ Minh y tá của tôi vác băng ca theo tôi nhập bọn với trung đội quân y tiểu đoàn 1/43 theo đoàn quân đi vào trận tuyến.

Mới rời khỏi bìa rừng khoảng chừng 200 thước đã đụng trận rồi. Súng lớn súng nhỏ bắn như mưa. Chúng tôi không đi nữa mà phải bò. Tôi đi cùng một toán lính khoảng 20 người. Tay nào tay nấy lấm lét nhìn nhau. Trong toán đó tôi là sĩ quan cao cấp nhất. Trung úy nhưng lại là trung úy quân y, không phải dân tác chiến. Nhưng tại mặt trận cứ cấp bậc cao là chỉ huy. Lính đã được huấn luyện như vậy. Mọi con mắt đổ dồn vào tôi. Nếu tôi tiến là họ tiến, nếu tôi chạy là họ chạy ngay. Với đám tàn quân này, họ mất tinh thần rồi đâu còn nhuệ khí để đánh đấm gì.

Chúng tôi bò tới một hố bom rộng lắm. Không ai bảo ai, mọi người đều lăn mình xuống hố bom cho an toàn. Khi ở trong hố bom rồi, tôi nhìn chung quanh mới thấy cả mấy chục người dồn cục trong đó. Chỉ một trái pháo rơi trúng là đời chúng tôi tàn đời trong ngõ hẹp. Tôi lo quá. Vì Việt Cộng hay chơi cái trò này lắm, là nó đã căn kỹ pháo những nơi nó nghĩ rằng mình sẽ ẩn núp khi đụng trận, rồi cứ thế mà pháo gây thiệt hại cho mình rất nhiều như trong trận Đồng Xoài năm nào.

Mấy tay lính gan dạ bò lên miệng hố bom tính từ từ tiến dần vào phía trong. Chợt họ thấy xác cố vấn Mỹ nằm ngay trước miệng hầm của Việt Cộng, đầu đã bị chặt đứt lìa khỏi thân rồi. Muốn tiến lên lấy xác mà không tài nào được vì súng ở bên trong bắn ra rát quá. Chúng tôi không nhúc nhích cục cựa gì được. Mà cứ tụ lại cả ở hố bom cả mấy chục người như vậy thì nguy quá. Tụi nó mà xông ra quăng lựu đạn xuống thì chết hết.

Tôi đang tính kế thì ba người mặc phù hiệu của tiểu đoàn 2/43 từ trong rừng chạy vọt ra, thoáng thấy một trong ba người đó là Trung úy Nguyễn Trí Phúc, sĩ quan truyền tin của tiểu đoàn 2/43, một trong những người bạn thân của tôi, thuộc khóa 21 Võ Bị Đà Lạt. Tôi vội kêu lên:

– Phúc, có việc gì không? Trung úy Phúc nhìn xuống trông thấy tôi vội nói:

– Rút ra ngoài đi. Tụi nó đang đánh gọng kìm đó.

Nghe nói vậy không ai bảo ai chúng tôi rời hố bom rút thật nhanh ra ngoài bìa rừng. Đi vào thì lâu, nhưng rút ra thì không đầy 15 phút chúng tôi đã ra tới bìa rừng an toàn. Tôi với Bá, Minh nhân viên của tôi, ba thầy trò sau những giây phút căng thẳng đều rã rời mệt mỏi. Tôi rút bi đông tu một ngụm nước rồi nằm ngả người trên một gò mối.

Đang nằm nghỉ chợt tôi nghe có tiếng máy nổ đều đều rồi tiếng xích sắt nghiến trên đường cỏ dại. Tôi vội đứng bật dậy thì ra một chiếc xe tăng M48 của thiết đoàn 5 đã tới đứng cách tôi có nửa thước. May mắc cái gò mối nó đi chậm lại. Nếu tôi mệt quá ngủ quên thì sẽ bị nó cán xẹp lép như con tép chứ chẳng phải chơi đâu. Vì cỏ tranh cao ngang cổ nên tài xế đâu có trông thấy những người nằm trong cỏ.

Tôi bèn kiếm một chỗ khác cạnh một gốc cây dựa lưng ngồi cho an toàn. Nhìn vào phía rừng, tôi thấy thương binh bắt đầu được dìu ra hoặc cõng ra, trong khi bên trong rừng súng nổ liên hồi. Trận đánh có vẻ dữ dội lắm. Nhưng không phải giữa quân ta và Việt Cộng mà là giữa chúng với nhau. Trên trời lại thêm mấy phi tuần trực thăng Cobra bắn xuống như mưa. Tôi ngồi nghe Trung úy Phúc kể chuyện mà thấy khoan khoái trong lòng.

Thì ra sau khi gây tổn thương khá nặng cho tiểu đoàn 1/43, lính Việt Cộng bèn lấy quần áo của các binh sĩ của ta bị tử thương bỏ lại mặc vào giả làm lính tiểu đoàn 1 rồi chia thành hai đường tính vây bọc tiểu đoàn 2/43 và tàn quân của tiểu đoàn 1/43, đánh theo thế gọng kìm, quyết tiêu diệt toàn bộ quân ta. Nào ngờ trời bất dung gian, và cũng may cho bên phe ta, trong đó có tôi, đã rút ra kịp thời nên khi hai gọng kìm của chúng đụng nhau, chúng lại tưởng là quân của tiểu đoàn 1/43 vì chúng đã giả dạng như vậy. Chúng bắn nhau tưng bừng hoa lá lại thêm trực thăng bên trên bắn xuống, vì vậy thiệt hại của chúng chắc chắn rất cao.

Chúng bắn nhau phải tới nửa tiếng rồi chúng mới nhận ra nhau. Tôi đoán vậy vì sau đấy tiếng súng đột nhiên ngưng bặt. Trả lại sự yên lặng cho khu rừng lúc này đã đen thẫm vì mặt trời đã lặn từ lâu. Trời tuy vậy vẫn còn sáng mờ mờ. Tôi đoán chắc chỉ chừng nửa tiếng nữa là đêm tối sẽ xuống rất mau.

Chúng tôi săn sóc nhanh chóng những thương binh, cả thẩy chỉ có 14 người, đa số là nhẹ không có người nào bị tử thương cả. Chẳng bù cho trận đánh hôm trước, thiệt hại quá nặng cho cả hai tiểu đoàn. Nhưng hôm nay vì tụi địch tham thì thâm tự chúng giết lẫn nhau. Như vậy so ra thì hai bên thiệt hại chắc cũng ngang nhau.

Trung úy Phúc kể rằng, khi tiểu đoàn 1/43 tiến sâu vào rừng thì gặp ngay Việt Cộng mặc đồ của quân ta, nên mọi người bị lọt vào ổ tụi nó. Chúng đánh sáp lá cà ôm vật Thiếu tá Tân tiểu đoàn trưởng tiểu đoàn 2/43 may nhờ có Trung úy Phúc dùng súng Colt vẩy hạ tên đó mới cứu được Thiếu tá Tân chạy thoát ra ngoài. Bộ chỉ huy tiểu đoàn 2/43 bị hỗn loạn mạnh ai nấy chạy, may mắn đều thoát được cả.

Chúng tôi ngồi nói chuyện được một lúc thì xe hồng thập tự tới đón tôi về. Tôi hỏi hạ sĩ Xê:

– Sao biết tôi đã ra đẩy mà mang xe tới đón? Xê cười tươi, khi thấy tôi và hai người bạn không hề hấn gì, nói:

– Dạ, ở tiểu đoàn báo về, Trung úy Kháng ra lệnh cho tụi em mang xe đi đón bác sĩ. Ở nhà chúng em lo lắm, không biết bác sĩ đi có việc gì không. Hồi chiều Trung úy Kháng thấy em lái xe về, không có bác sĩ ông ấy la tụi em bảo sao không ở đó chờ bác sĩ về. Em nói tại bác sĩ ra lệnh cho em mang xe về còn bác sĩ thì đi theo tiểu đoàn

2/43 nhập trận rồi. Ông ấy cứ lắc đầu thở ra hoài. Em biết ông ấy lo cho bác sĩ lắm.

Khi tôi về tới bộ chỉ huy trung đoàn trời đã tối hẳn rồi. Người tôi gặp đầu tiên là Trung úy Kháng, ông cười nói:

— Này quan đốc, ông liều quá. Tụi tôi ở nhà tưởng ông đi đứt rồi.

Tôi cười mệt mỏi đáp:

— Tôi đâu có liều đâu, lệnh trên bảo đi là đi, mình ở trong quân đội mà ông không nhớ sao!

— Tụi nó nói ông đi theo tiểu đoàn 2/43 nhập trận trước. Mấy phút sau truyền tin tiểu đoàn 2/43 báo cáo về là bộ chỉ huy tiểu đoàn bị đụng nặng, đánh sáp lá cà, tiểu đoàn trưởng Tân "hao dầu" suýt nữa bị bắt sống. Toàn bộ chỉ huy tiểu đoàn 2/43 bị banh càng hết. Tôi ở nhà nghĩ bụng phen này đốc Quý chắc gặp nạn quá. Tôi tin là ông đi theo tiểu đoàn 2/43 như tụi nó mới đầu báo cáo, vì ông thân với Trung úy Phúc. Tôi cứ hét trong máy truyền tin là có Bác sĩ Quý ở bộ chỉ huy tiểu đoàn không thì tụi nó lại cứ nói là không. Tôi nghĩ là ông bị Việt Cộng nó cõng đi rồi. Cả ban tham mưu trung đoàn đều lo cho ông. Sau tụi nó báo về rằng ông đi theo tiểu đoàn 1/43. Tôi gọi cho ông Thiếu tá Hiếu hỏi thì ông xác nhận là có thấy Bác sĩ Quý đi cùng với trợ y của tiểu đoàn vào trận nhưng sau đó thì không biết ông ở đâu cả. Tụi này lại càng tin ông bị VC nó vồ rồi. Mãi sau được tin ông an toàn ra khỏi trận rồi mọi người mới thở phào như trút được một gánh nặng. Thôi ông đi tắm rửa rồi còn ăn cơm, nghỉ ngơi.

Tôi đứng dậy định trở về khu quân y thì Trung tá Nhựt bước tới, cười cười nói:

– Sao cụ liều thế, dám đi vô trận như vậy, chắc cụ muốn kiếm huy chương hả?

– Dạ, đâu có, không phải tôi muốn huy chương, tôi chỉ làm theo lệnh thôi.

Vừa đi vừa suy nghĩ lẩm cẩm như vậy, chẳng mấy chốc tôi đã về tới trại. Gặp thượng sĩ Lỹ tôi hỏi:

– Ở nhà có chuyện gì lạ không ông?

– Dạ thưa không.

– Vậy thì may quá. Ông đã xuống đó tắm rửa bao giờ chưa? Tốt lắm. Để ngày mai có rảnh ông xuống đó một chuyến cho biết. Có thể vài ngày nữa mình nhận được thuốc chủng ngừa dịch tả rồi mọi người đều xuống đó chích ngừa cho dân.

Vừa vào đến phòng, phơi đồ xong là Bác sĩ Phúc bắt tay vào việc liền, thảo công văn xin thuốc chủng ngừa dịch tả. Rồi anh sang bên hầm chỉ huy nhờ gửi công điện về Sài Gòn.

Tôi đang ngồi nghỉ ngơi thì ông Thiếu tá Diệm tới. Tôi mời ông ngồi nhưng ông từ chối bảo có việc phải đi ngay chỉ ghé sang có tí việc cho tôi biết. Thấy giọng ông có vẻ nghiêm chỉnh tôi tưởng có sự gì quan trọng vội hỏi ông:

– Có chuyện gì thế ông?

– Có chuyện nhỏ thôi, nhưng cũng phải nói cho ông biết, nhân viên của tôi báo cáo thấy cô Bích quần áo lúc nào cũng ủi thẳng tắp. Như vậy không được đâu. Máy phát điện ở đây là để dùng vào những việc quân sự trọng đại chứ không có đủ điện ủi đồ. Đến nước này mà còn ăn mặc bảnh bao làm gì.

Tôi không tin cô Bích đã dùng bàn ủi điện để ủi đồ. Vì ai cũng biết điện ở đây rất yếu, vả lại ủi đồ làm gì khi không biết được ngày mai sống chết ra sao. Tôi nghĩ quần áo của cô thẳng nếp vì cô đã ủi bằng một phương pháp dã chiến tôi đã có lần dùng. Tức là để quần áo ngay ngắn lên một miếng gỗ thẳng rồi để xuống dưới nệm, mình nằm qua đêm, sáng mai dậy sẽ có một bộ đồ thẳng nếp như ủi vậy. Vì ông Diệm không biết cách ủi dã chiến này nên nghi cô Bích đã dùng bàn ủi điện. Tôi đã không giải thích cho ông Diệm hiểu. Tôi chỉ nói:

– Được, cảm ơn ông đã cho tôi biết điều này. Tôi sẽ cho cô Bích biết bộ chỉ huy cấm không được dùng điện để ủi đồ.

Sở dĩ tôi không giải thích vì tôi không biết thực sự có phải như lời ông Thiếu tá Diệm nói không. Dù sao cô Bích cũng là nhân viên của bệnh viện, lại trực tiếp làm dưới quyền của tôi. Nếu tôi giải thích thì lại sợ ông hiểu lầm là tôi biện hộ cho cô ấy. Tôi không nên nói gì trước khi có đầy đủ những bằng cớ trong tay. Tôi sẽ hỏi cô Bích cho rõ ràng mọi chuyện rồi sẽ báo cho ông Diệm biết sau cũng chưa muộn. Nếu đúng như tôi nghĩ cô Bích đã không dùng điện để ủi đồ thì sau này chỉ một lời giải thích cũng đủ. Còn quả như cô ấy đã dùng điện ủi đồ thì chỉ cần cho cô biết lệnh của tiểu khu là xong.

Ông Diệm đi rồi, tôi cho gọi cô Bích đến, tôi hỏi:

– Sao dạo này cô diện vậy, bộ chỉ huy tiểu khu mới cho người tới nói với tôi là cô đã dùng điện ủi đồ nên quần áo mới phẳng phiu như vậy. Thực sự ra sao cô cho tôi biết.

Cô không trả lời tôi ngay, mà lại hỏi lại tôi, tính cô là như vậy:

– Thế bác sĩ có tin là tôi dùng điện ủi đồ không?

Tôi lắc đầu đáp:

– Không. Nhưng tôi muốn hỏi cô cho rõ ràng để tôi giải thích với người ta.

Cô Bích hơi mỉm cười vì thấy tôi có vẻ về phe cô, cô lại hỏi tôi:

– Vậy thì tại sao quần áo của tôi vẫn phẳng như thế?

Tôi thấy cô này lại muốn thử tài tôi đây. Tôi nghĩ thầm, tôi là sư phụ của cô chứ có phải tay mơ đâu mà đòi thử tài. Tôi không trả lời trực tiếp câu hỏi của cô mà chỉ nói:

– Thôi cô ạ, dù sao cô so với tôi cũng chỉ thuộc lớp hậu sinh khả ố thôi. Tôi đã qua cái kinh nghiệm này rồi. Tôi dùng điện trong cơ thể tôi này, đúng không?

Cô Bích cười tỏ ý khâm phục, nói:

– Đúng, xin bái phục. Nhờ bác sĩ nói lại và giải thích cho họ biết giùm tôi.

– Đó là bổn phận của tôi. Tôi đã nghĩ như vậy, nhưng phải chờ mọi sự bình bạch mới nói cho họ biết kẻo họ lại tưởng kiểu phủ bênh phủ, huyện bênh huyện. Thôi chuyện này là chuyện nhỏ. Nhưng cô cũng nên biết là nhất cử nhất động của cô đều được theo dõi. Vậy cô nên để ý đừng làm gì lệch đường. Chúng tôi sắp có chuyện nhờ cô rồi đó. Xuống làng chích ngừa dịch tả cho dân.

– Bao giờ đi bác sĩ?

– Chưa đi ngay đâu. Bác sĩ Phúc còn đi xin thuốc. Bao giờ có thuốc rồi tôi sẽ cho cô biết. Chúng tôi cần một số đông y tá để giải quyết công tác này càng nhanh càng tốt vì mình không có tủ lạnh. Thuốc không để lâu được.

– Tôi sẵn sàng đi, nhân tiện được dịp xuống làng xem có gặp người quen nào không.

– Tôi có gặp cô Đào ở dưới đó. Tôi có nghe Đại tá tỉnh trưởng dự trù cho di tản dân về Bình Dương. Sẽ có những chuyến trực thăng Chinook tới bốc hết những ai muốn tản cư rời khỏi nơi này. Có thể lúc đó cô sẽ đi với cô Đào. Được không?

– Tôi chỉ mong có thế thôi. Cám ơn bác sĩ.

Đến đây cô liền từ giã tôi đi về phòng. Cô vừa rời khỏi thì Bác sĩ Chí dẫn một người ngoại quốc tới. Bác sĩ Chí liền giới thiệu:

– Đây là ông phóng viên chiến trường báo Time mới đến đây ngày hôm nay. Tao gặp ông ấy ở hầm chỉ huy. Ông ấy muốn phỏng vấn tụi mình để có thêm tài liệu viết bài. Tao thấy ở đây mày nắm vững tình hình về bệnh viện, về thương binh, nên dẫn ông ấy tới đây nói chuyện với mày. Thực ra ông ấy đến đây lần này là lần thứ hai. Lần trước cách đây chừng một tháng vào ngày Việt Cộng tấn công đợt nhất, ông bị thương ở cánh tay, tao có băng bó cho ông ấy rồi tản thương về Sài Gòn nay khỏi rồi ông lại tới đây nữa.

Tôi dơ tay ra bắt người phóng viên can trường này. Trông ông có vẻ nhỏ con so với một người Tây Phương, dáng điệu không có vẻ gì là gồ ghề phóng viên chiến trường cả. Lưng ông ta đeo hai cái máy ảnh Nikon. Tôi hỏi:

— Ông làm cho báo Time chắc ông là người Mỹ?

— Không tôi là người Canada. Tôi muốn biết tình trạng và khả năng y tế ở đây. Tôi biết những thương binh được đưa vào đây săn sóc. Còn dân chúng thì sao? Vì Bác sĩ Chí cho tôi biết bệnh viện tiểu khu đã dọn cả về đây rồi.

Để cho ông ta có một khái niệm về tình trạng y tế ở đây. Tôi đã tóm tắt mọi sự ngay từ những ngày đầu rồi tôi nói tiếp:

— Hiện tại phòng mổ này tuy là dã chiến nhưng chúng tôi cũng có thể mổ lớn được, mặc dù vất vả lắm vì thiếu thốn đủ mọi thứ. Có một trạm cứu thương ở dưới làng, còn những người dân bị thương nặng vẫn được phép chuyển vào đây cho tôi săn sóc. Chúng tôi đang dự định một chương trình chích ngừa dịch tả trong một vài ngày nữa khi nào chúng tôi nhận được thuốc từ Sài Gòn.

— Thế về y cụ có đủ không?

— Tạm đủ, tuy nhiên trước mắt tôi phải lấy chỉ từ những sợi dây nylon cột bao cát để may những vết thương dưới da khi đóng bụng. Sợi nylon này rất dai, bền và nhất là dễ khử trùng. Chúng tôi khử trùng bằng xà bông bột quân tiếp vụ. Nói đến đây Bác sĩ Chí lôi từ trong túi ra một túm chỉ nylon của bao cát đưa cho anh ký giả coi.

— Thế không bị nhiễm trùng làm độc sao?

— Tôi chưa thấy trường hợp dùng chỉ nylon nào bị làm độc. Có người bị thương, mổ xong không có chuyến tản thương bị kẹt ở đây tới hai tuần vết thương lành luôn, lại tiếp tục chiến đấu. Lý do không bị làm độc vì đa số các vết thương đã được săn sóc ngay, thường là khoảng một giờ. Không như ở những bệnh viện xa nơi chiến trường, khi nhận được thương binh là đã trễ mất ba, bốn giờ, có khi đến sáu, bảy giờ nên vi trùng có đủ thời gian sinh sản làm độc.

Tôi mới nhận ra một điều, không có trong sách vở là chẳng cần phải những thứ thuốc sát trùng đắt tiền rắc rối làm gì. Phương tiện khử trùng hay nhất theo như kinh nghiệm của tôi tại chiến trường này là nước xà bông hay nước Javel pha loãng. Tôi dùng những dung dịch này để rửa vết thương thì thấy sau ba bốn ngày mở ra vết thương vẫn còn đỏ tươi không một chút mủ, không có mùi gì cả. Vì vậy rất dễ mau lành.

Ông ký giả này nghe tôi nói vậy có vẻ thích thú lắm. Ông luôn mồm khen tụi tôi số một. Và hứa hẹn rằng tên của tụi tôi sẽ được đăng trên báo Time. Tôi vội ngắt lời ông ta và nói đùa:

– Như vậy tụi tôi sẽ nổi tiếng trên thế giới sao?

– Đúng thế, các ông xứng đáng được như vậy.

Trước đây mấy tháng, trong những lần cùng Thiếu tá David Risch đi vào các làng các xóm kiếm bệnh về mổ, tôi đã có lần nói nửa đùa nửa thật với ông ta rằng:

– Mình hợp tác với nhau, cố làm sao kiếm được một phương thức, hay mổ được một bệnh gì độc đáo để được nổi tiếng khắp thế giới.

Bác sĩ Risch gật gù nói:

– Được lắm. Ý kiến đó hay lắm. Chúng ta chắc sẽ có ngày đó.

Bây giờ nghe ông phóng viên chiến trường này nói thế tôi cũng thấy vui vui nếu được nêu tên trên báo Time.

Vừa nói đến đây chúng tôi nghe một tiếng nổ ở ngay sân bộ chỉ huy. Anh ký giả Canada vội xin lỗi chạy lên cửa hầm đứng chụp hình những chỗ pháo mới nổ tung tóe đất cát. Tôi thấy anh này gan cùng mình, tỉnh bơ như không. Anh ta lại còn có vẻ khoái trá nữa chứ. Có lẽ vì anh đã chụp được những hình ảnh sống động ngay tại mặt trận. Địch vẫn tiếp tục pháo kích vào bộ chỉ huy, toàn bằng súng cối thôi nên thật tình chẳng gây được một tổn hại nào đáng kể. Tôi đứng bên cạnh anh ta nhìn xem những chỗ bị pháo trúng nháng lửa lên chỉ cách chúng tôi chừng 30 thước. Sau khi ngớt pháo anh ta từ giã tụi tôi, hả hê đi về hầm bộ chỉ huy. Ít ra anh cũng có những hình ảnh pháo kích 100% đã do chính anh chụp được.

CÔ BÉ MANG TÊN AN BÌNH

Mấy ngày sau, thuốc chủng ngừa dịch tả đã tới. Chúng tôi đã tổ chức chích thuốc cho đồng bào ở chùa. Đúng như tôi dự đoán mọi người đã hưởng ứng đợt chích thuốc này rất nồng nhiệt. Trong vòng ba ngày chúng tôi đã chích hết tất cả số thuốc đã xin. Chúng tôi đã huy động được tới 8 y tá làm việc suốt ngày toàn là những người tình nguyện. Đa số những y tá dân sự đều tản cư khỏi An Lộc từ lâu rồi. Tôi nghe nói hình như họ đều về tỉnh Bình Dương và tiếp tục làm việc tại những trạm tiếp cư đã được Bộ Y Tế phối hợp với Hội Hồng Thập Tự để tiếp đón các đồng bào tị nạn của tỉnh Bình Long.

Sau khi hoàn tất, anh Phúc báo lên ông tỉnh trưởng biết. Ông rất hài lòng. Tính ra chúng tôi đã chích ngừa được hơn bốn ngàn người trong một thời gian kỷ lục. Như vậy hiểm họa dịch tả thực sự đã không còn đe dọa dân chúng khu đó nữa. Nhưng để chắc ăn hai tuần sau anh Phúc lại xin thêm thuốc để chích đợt hai cho những người đã chích đợt nhất và những người chưa chích. Vì dịch tả phải chích hai mũi mới công hiệu.

Pháo kích bây giờ cũng chỉ lai rai không còn hung hăng như trước nữa. Địch quân thường chỉ nhắm vào bãi đáp trực thăng. Chúng tôi vì vậy cũng được an nhàn một chút.

Một buổi sáng, vào khoảng 11 giờ, tôi với anh Phúc đang ngồi trong phòng. Anh Phúc đang hát nho nhỏ bài Thu Ca của Phạm Mạnh Cương. Tôi thì mải mê viết nhật ký cho quên thì giờ. Anh Phúc chợt hỏi:

– Anh viết gì nhiều vậy?

– Tôi muốn ghi lại những điều trông thấy và những cảm nghĩ của tôi trong biến cố này. Anh muốn coi không?

Không đợi anh trả lời, tôi nghĩ rằng anh cũng tò mò muốn biết tôi viết gì, có khi viết về anh chăng, nên tôi đưa một xấp đã viết xong cho anh xem. Anh đọc chừng vài tờ rồi trả lại tôi, nói:

– Anh có trí nhớ dai và chi tiết đấy nhỉ, mà cũng chịu khó viết quá.

– Tại việc mới xảy ra mà anh. Tôi không có tài viết văn, thấy gì viết nấy không thêm bớt, như văn nói chuyện vậy.

– Như vậy mới trung thực. Anh có tính xuất bản không?

– Chắc là không. Mục đích tôi ghi lại những cảm nghĩ của tôi để mẹ và các em tôi đọc, hạn chế trong gia đình thôi. Sau này nếu tôi có con thì cũng là cái hay nếu nó biết được vào thời bố nó còn trẻ đã phải chịu những nguy hiểm gì, đã trải qua những kinh nghiệm gì trong thời gian đó.

Anh Phúc vội ngắt lời tôi nói:

– Anh sẽ không ngờ được đâu. Bây giờ anh cứ viết đi để ghi lại những cảm nghĩ trung thực của anh ngay trong trận đánh này. Sau này chỉ cần tiểu thuyết hóa, hoặc sửa lại vài chữ cho nó có vẻ văn hoa một chút có thể sẽ có nhiều người thích. Biết đâu có khi lại được quay thành phim, thì Bác sĩ Quý lại giàu to.

Nói xong anh cười lớn vì câu nói đùa của anh. Tôi cũng mỉm cười, nhưng không tin là kết cục lại tốt đẹp như thế. Mục đích của tôi rất khiêm nhường là viết để cho người nhà đọc thôi, không dám để người ngoài đọc. Chỉ sợ văn chương chữ nghĩa của mình không ra gì. Thiên hạ đọc rồi chê thì ngượng lắm.

Tôi đã đọc những tác phẩm của những đại văn hào thế giới, thì thấy ngoài thiên tài của họ, khi họ viết họ đã viết một cách rất nghiêm túc, chẳng hạn như cuốn Chiến Tranh Và Hòa Bình của Leon Tolstoil, ông đã phải bỏ ra nhiều năm để tìm hiểu, thu thập mọi dữ kiện, đã đích thân đến những bãi chiến trường hồi xưa để nghiên cứu địa hình địa vật rồi mới viết chứ không phóng bút viết liều. Ít ra nếu muốn xuất bản thì tác phẩm của tôi cũng phải được thông qua bởi một nhà văn, hay những bạn bè có óc thẩm định văn chương.

Anh Phúc vừa dứt cười thì có tiếng gõ cửa mặc dù cửa mở. Tôi nhìn ra thấy Đại tá Nhựt đang tươi cười bước vào. Theo sau lố nhố chừng năm sáu người nữa đứng chật cả hành lang.

Đại tá Nhựt nói:

– Trung tướng Nguyễn Văn Minh tư lệnh phó Quân Khu ba tới thăm ủy lạo các anh em. Rồi ông quay sang Trung tướng Minh, chỉ Bác sĩ Phúc và tôi nói tiếp: Đây là

Bác sĩ Phúc, y sĩ trưởng bệnh viện tiểu khu, còn đây là Bác sĩ Quý bác sĩ giải phẫu của bệnh viện.

Chúng tôi đứng dậy giơ tay chào đúng theo cung cách nhà binh. Trung tướng Minh hơi mỉm cười, dơ tay bắt tay tôi, nhưng không nói một tiếng nào. Đó là một điều lạ. Trong một tích tắc thoáng qua đầu tôi tự hỏi, đi ủy lạo chiến sĩ mà chẳng nói gì sao. Tuy nhiên tôi vội bỏ những ý nghĩ trong đầu. Tôi nói:

– Cám ơn Trung tướng đã đến thăm. Thưa phòng mổ ở bên cạnh xin mời Trung tướng qua coi.

Cả Đại tá Nhựt lẫn ông Trung tướng đều nhìn tôi một cách hơi lạ lùng. Tôi cảm thấy có một điều gì không ổn. Trước khi tôi nghe thấy Đại tá Nhựt gõ cửa, tôi dường như có nghe thấy tiếng mở cửa ở phòng mổ rồi lại đóng lại ngay. Tôi đoán là các vị quan khách đã thấy cái gì khác lạ trong phòng đó.

Tôi nhớ chắc chắn là từ hôm qua tới giờ chưa có một vụ mổ nào. Phòng mổ đã được dọn dẹp sạch sẽ để chờ những trường hợp mổ sắp tới. Tôi vội đi ra ngoài mở cửa phòng mổ ra thì hỡi ôi tôi chỉ muốn độn thổ xuống đất. Căn phòng mà tôi cứ yên chí là đã dọn dẹp sạch sẽ ngăn nắp và không có ai thì ngay trước mắt mọi người là một cái võng mắc xéo qua phòng trên cái bàn mổ dã chiến, vợ anh Sáu Xòm mà cái bụng chửa sắp đến ngày sanh to vượt ngực đang ngồi trên võng nhìn ra cửa tỉnh bơ.

Tôi bàng hoàng cả người vừa ngượng với cấp trên, vừa giận cái cô vợ anh Xòm, phòng của mình ở dưới kia, mắc mớ gì hôm nay lại mang võng lên trên phòng mổ nằm chẳng xin phép gì cả. Mà làm từ hồi nào tôi chẳng biết. Vậy có chết người không. Tôi muốn chửi thề. Tôi muốn

văng tục. Tôi muốn đá đít cho cô ta văng xuống võng cho
đỡ tức. Nhưng tôi chỉ có thể nhanh tay khép lại cánh cửa
và nói:

– Xin lỗi Trung tướng.

Thế rồi phái đoàn lại tiếp tục di chuyển, rời khỏi căn
hầm, như chẳng có gì xảy ra.

Tôi trở lại phòng mổ hỏi cô vợ anh Xòm, giọng bực
bội:

– Tại sao lại mắc võng nằm ở phòng mổ?

– Dạ, tại phòng em bí hơi quá nằm nóng bức chịu
không được.

Tôi chỉ biết lắc đầu thở ra đóng cửa phòng mổ đi về
phòng mình, ngồi xuống giường mà lòng vẫn còn ngượng
ngùng xấu hổ vì sự kiện đã qua. Tình ngay lý gian.
Phòng mổ phải là phòng sạch sẽ mà lại để một người đàn
bà mắc võng giữa phòng nằm chễm chệ. Nếu không phải
là người rất thân của bác sĩ thì ai dám làm chuyện đó.
Nếu bác sĩ không cho phép thì ai dám làm như vậy. Một
cô gái mà lại có chửa nữa, thì chắc tác giả phải là bác sĩ
chứ còn ai vào đây nữa. Đây là căn cứ quân sự không có
đàn bà. Vậy là bác sĩ lợi dụng quyền hạn của mình dấu
đàn bà mang vào căn cứ quân sự làm chuyện bậy bạ rồi.
Khi nhìn thấy sự kiện trên thì ai cũng phải có những ý
nghĩ như vậy.

Càng ngồi suy nghĩ tôi càng bực mình. Dĩ nhiên là
mình không làm gì sai trái thì đâu có sợ, nhưng giận là
không có cơ hội để giải thích. Biết bao nhiêu điều tốt tôi
làm từ đầu cuộc chiến tới giờ, bao nhiêu vất vả hy sinh,
bao nhiêu cực khổ, bao nhiêu lời đồn đại tốt đẹp về bệnh
viện tiểu khu, chỉ một việc xảy ra không ngờ tới mà nó

xóa đi tất cả. Tức ơi là tức. Chỉ đau trong lòng mà không thể giãi bày được.

Tôi hít vào một hơi dài rồi thở ra thật mạnh. Bao nhiêu bực bội trong lòng đều theo luồng hơi thở đó mà tan trong không khí. Tôi đã nghiệm được phương thức này để tập tính tự chủ, quên đi những phiền toái của cuộc sống, đặc biệt là những điều không xứng ý toại lòng, những việc ngoài tầm tay của mình, những việc đã xảy ra rồi, không thể thay đổi trở lại được. Bởi vậy chỉ trong một cái lắc đầu là tôi đã quên đi những diễn biến khó chịu vừa qua.

Tôi định đi qua hầm của Bác sĩ Chí nói chuyện chơi, bất chợt anh Châu xuất hiện ở ngay cửa hầm. Trông thấy anh tôi mừng rỡ vì như vậy chứng tỏ rằng anh đã không hề hấn gì trong những cuộc pháo kích vừa qua. Khi thấy tôi con mắt còn lại của anh cũng lấp lánh lộ vẻ vui mừng. Tôi hỏi anh:

— Gặp anh tôi mừng lắm. Gia đình anh bình an cả chứ? Nhưng sao anh biết tôi ở đây mà kiếm?

— Gia đình tôi vẫn như thường. Tôi tới bệnh viện tiểu khu hỏi thăm bác sĩ, họ bảo bác sĩ đã dọn sang đây rồi, nên tôi tới đây thôi.

— Bây giờ anh ở đâu?

— Tụi tôi dọn xuống làng từ lâu rồi sau cái hôm tôi rời bệnh viện. Ở dưới làng không bị pháo, vì không có căn cứ quân sự.

— Anh đã gặp ông Diệm chưa?

– Chưa, tôi chỉ tới tìm bác sĩ thôi. Tôi có đem bánh xèo tới để bác sĩ ăn, hãy còn nóng, bác sĩ ăn đi kẻo nguội.

– Bà xã anh làm phải không? Anh hay thật. Chạy loạn mà còn có bánh xèo ăn là nhất rồi.

– Bánh xèo dã chiến thôi bác sĩ à. Đâu có tôm tươi đâu. Bà ấy thay thế bằng tôm khô. Ăn cho đỡ ghiền thôi chứ chắc không ngon bằng bánh xèo thứ thiệt đâu.

– Giờ phút này mà còn có thứ này ăn là hạnh phúc quá rồi. Mấy ngày nay tôi chỉ có cơm gạo sấy mà thôi.

Anh Châu rút ra trong bọc một cái bếp điện nhỏ, hỏi tôi:

– Bác sĩ có muốn mua cái bếp này không? Tôi mỉm cười lắc đầu:

– Tôi mua thứ này bây giờ làm gì. Tôi sắp đổi về Sài Gòn rồi.

Mặt anh Châu thất vọng hẳn đi. Anh dậm chân nói:

– Tôi lại cứ kết là bác sĩ mua cái bếp này chứ. Nếu vậy thì chắc tôi còn phải nợ bác sĩ một thời gian nữa.

Trước khi xảy ra trận chiến này, anh Châu cần tiền không biết để làm gì, anh nói mà tôi cũng quên đi mất. Tôi cho anh Châu mượn mười một ngàn. Anh đã trả bốn ngàn, còn nợ tôi bảy ngàn. Trong óc tôi nghĩ rằng anh đã nhặt được cái bếp này ở đâu đó, thấy còn mới, tính gán cho tôi để trừ vào số nợ anh còn thiếu. Bây giờ tôi mới hiểu, anh lặn lội tìm tôi khắp nơi là muốn trả nợ tôi.

Đến giờ phút này tôi đâu còn nghĩ tới món nợ ấy nữa. Anh Châu như vậy là rất sòng phẳng, anh không nhân cơ hội làm bộ quên đi món nợ, vẫn cố ý tìm cách trả tôi, như vậy là người tốt. Chỉ nguyên việc này thôi cũng làm cho tôi không muốn nghĩ tới việc đòi nợ anh. Hơn nữa, với lòng tận tâm săn sóc của anh đối với tôi trong những ngày tháng qua cũng đã khiến tôi không nỡ lòng nào đòi nợ anh trong lúc khó khăn như thế này.

Tôi cũng chợt nhớ ra hôm nay là ngày lãnh lương ở tiểu khu. Có lẽ anh vào đây để lãnh lương. Cũng là một công hai việc. Tôi vội nói để anh yên lòng:

— Về số tiền anh còn nợ tôi. Anh đừng lo. Anh không cần trả lại, cứ giữ lấy mà tiêu dùng. Chẳng bao lâu tôi sẽ rời khỏi nơi đây, có lẽ cũng ít khi có dịp gặp lại anh. Tôi với ông Diệm được anh săn sóc chu đáo lắm. Trong thâm tâm tôi rất cám ơn anh.

Tôi đưa tay ra bắt tay anh Châu thật chặt, một bàn tay lao động da chai cứng không như bàn tay thư sinh mềm mại của tôi. Rồi nói tiếp: Tôi lúc nào cũng giữ một kỷ niệm đẹp về anh.

Tôi thấy những sớ thịt trên mắt anh Châu giựt giựt. Anh đưa con mắt độc nhãn của anh nhìn tôi không nói gì. Nhưng tôi nghĩ chắc anh cũng cảm động lắm. Sau cùng anh nói:

— Thôi tôi đi đây, bác sĩ ở lại mạnh giỏi.

Tôi không nói gì nữa chỉ gật đầu, đưa tay vỗ vai từ giã anh. Đó là lần cuối cùng tôi được gặp anh Châu vì sau khi tôi đổi về Sài Gòn rồi tôi không được biết anh đã đi về đâu. Qua ông Diệm thì hình như anh vẫn ở Bình Long không rời đi đâu cả.

Khi anh Châu đi rồi, tôi liền mở bịch bánh xèo ra thấy có sáu cái. Bà xã anh Châu chắc phải là tay đổ bánh xèo lành nghề lắm vì sáu cái bánh đó to hơi quá khổ một tí nhưng không rách, cuộn lại rất khéo, da bánh vàng ươm thơm phức. Mới nhìn thấy đã thèm rỏ dãi ra rồi.

Nhất là bị nhịn ăn, nhịn uống cả gần hai tháng trời thì với cái mùi hành mỡ này làm sao mà tôi không háo hức cho được.

Tôi liền mời anh Phúc cùng dùng thử cho vui. Dĩ nhiên so với cơm sấy thì món này là nhất rồi. Tuy không có tôm tươi, nhưng có giá, có trứng, có đậu xanh và nhất là nước chấm khá ngon đã làm cho những chiếc bánh xèo đó trở thành tuyệt diệu. Hai chúng tôi đã đánh nhanh đánh mạnh nên chỉ một thoáng sau là sáu chiếc bánh xèo đã nằm yên trong bao tử. Hôm ấy chúng tôi không cần ăn cơm chiều nữa. Từng ấy bánh xèo cũng đủ no bụng rồi.

Tuy chẳng có tin gì đặc biệt mà chúng tôi lại cảm thấy vui vui trong dạ. Tôi suy nghĩ có lẽ là nhờ những cái bánh xèo chăng? Không lẽ vật chất lại ảnh hưởng đến tinh thần mạnh mẽ như vậy? Gần hai tháng thiếu dinh dưỡng, cái bao tử có vẻ như reo vui khi lại được tiếp xúc với những chất béo bở quen thuộc mà lâu không được gặp. Khi bao tử vui thì óc cũng vui và hai chúng tôi đều vui cả.

Không có việc gì làm, chúng tôi dự bị đi ngủ sớm tuy chỉ mới có 7 giờ rưỡi tối thôi. Chẳng bao lâu giấc ngủ đến với chúng tôi dễ dàng. Tôi đã ngủ một mạch cho tới sáng. Chưa bao giờ tôi được ngủ ngon như thế kể từ ngày có trận chiến này. Tôi không hiểu vì không phải làm việc quá sức, vì có hầm chắc chắn an toàn, hay vì đã có một chút ăn tươi cho một cơ thể thiếu thốn dinh dưỡng cả tháng trời đã đưa tới một giấc ngủ thoải mái như thế. Nhìn sang bên giường anh Phúc, tôi thấy anh vẫn còn say giấc nồng. Thì ra không chỉ riêng tôi mà cả anh Phúc cũng có một giấc ngủ ngon lành trong đêm qua.

Tôi đứng dậy mặc quần áo đi ra ngoài theo cầu thang đi lên khỏi miệng hầm. Tôi đang đứng thở hít không khí trong lành buổi ban mai thì thấy Thiếu tá Diệm đi tới. Ông nói:

– Tôi định đi kiếm bác sĩ mời sang bên tôi uống ly cà phê chơi.

– Xin tuân lệnh ông ngay. Ông lúc này khỏe không?

– Cũng sống được, chưa đến nỗi nào.

Tôi theo ông Diệm xuống hầm ông. Vào căn phòng của ông trưởng ban tư tiểu khu, thấy đầy đủ tiện nghi chẳng khác gì ở nhà cả. Đặc biệt là có cái cà phê phin đang được chú Út đổ nước sôi vào. Mùi cà phê thơm nồng như xoáy vào lỗ mũi tôi. Tôi không ghiền cà phê, nhưng thích ngửi mùi cà phê. Lâu lâu tiếp ông Diệm một ly nhỏ như hồi còn thanh bình thì cũng thú vị.

Đi ăn tiệc mà ngồi cạnh ông Diệm thì cũng được lắm vì ông này hơi khó tính. Ông đặc biệt sợ ăn chim bồ câu quay. Mỗi lần trong tỉnh thết tiệc ông hay kéo tôi ngồi cùng để giúp ông tiêu thụ món này nhất là cái đầu. Ông nói, mỗi lần trông thấy cái đầu chim bồ câu quay trên đĩa của ông là chỉ muốn ói, không dám nhìn nữa. Trong khi tôi lại khoái ăn cái đầu dòn tan và béo ngậy của loài chim hiền lành này.

Tôi hỏi ông:

– Trong các món ăn, ông thích ăn món nào nhất?

Ông Diệm trả lời không cần suy nghĩ:

– Tép rang xúc bánh tráng. Tôi tức cười ghé tai ông nói:

– Nếu vậy, đợi tới khi ông lên làm tỉnh trưởng thì họa may mới có món khoái khẩu đó cho ông. Thiếu tá Diệm mỉm cười nói:

– Có thể lắm. Khi nào tôi lên làm tỉnh trưởng tôi sẽ đãi ông món đó.

Tôi nghĩ thầm trong bụng: Thấy mẹ, tưởng ông đãi tôi món gì chứ món đó thì tôi buồn 5 phút. Nếu quả thực như vậy thì tôi sẽ đãi lại ông món đầu chim bồ câu quay có cái cổ dài ngoằng đưa những cặp mắt lim dim nhìn ông. Tôi không dám nói ra điều này vì chỉ sợ ông sẽ ói trên bàn tiệc thì phiền.

Ông Diệm mời tôi ngồi xuống chiếc ghế độc nhất trong phòng còn ông ngồi trên giường. Ông nhắc cái phin cà phê để lên trên nắp của nó rồi chia đôi ly cà phê ra cho tôi một nửa ông một nửa. Ông hỏi tôi:

– Bác sĩ uống cà phê sữa hay đen? Tôi trả lời:

– Tôi uống cà phê sữa.

– Sữa quân tiếp vụ đây, ông cứ tự nhiên. Ông Diệm đưa cho tôi một hộp sữa đặc đã khui sẵn. Ông tiếp: Tôi chỉ khoái một ly cà phê đen buổi sáng. Có uống vào rồi mới tỉnh táo đi làm được.

– Ông biết đấy, tôi ít uống cà phê lắm. Chắc là đêm nay sẽ không ngủ được.

– Không sao đâu, bây giờ cũng ít người bị thương rồi, đêm không ngủ thì ngày ngủ bù lo gì. Trung úy Lành đã tới gặp bác sĩ chưa?

– Mấy ngày trước có tới gặp tôi vì ông ta bị một mảnh đạn trên đầu muốn tôi lấy ra. Và muốn tôi cho ông ấy một cái giấy chứng thương. Tôi nói nó ở ngoài da đầu không có vô trong não đâu mà sợ. Nếu không có gì trở ngại thì cứ để nguyên như vậy. Không cần lấy ra ngay lúc này. Chắc ông này muốn xin một chiến thương bội tinh đây.

Ông Diệm ngắt lời tôi:

— Không phải chuyện đó đâu. Tôi nghe nói Đại tá ra lệnh cho phòng Một tiểu khu lập danh sách mọi người để đề nghị huy chương và thăng cấp.

— À, ông ta có hỏi tôi lên Đại úy lâu chưa, trong trận này có bị thương gì không? Vậy thôi.

Ông Diệm nói tiếp:

— Tình hình bây giờ tương đối đã lắng dịu. Tuy mình chưa hoàn toàn kiểm soát được quốc lộ 13 và Lộc Ninh nhưng tụi nó cũng không làm gì được mình. Mọi hoạt động của các ty sở trong tỉnh sẽ cố gắng làm việc như trước. Như ông đã biết binh lính đã tiếp tục được trả lương hàng tháng, người nào muốn đi phép sẽ được cấp phép cho đi về thăm nhà. Hiện nay chính phủ đã thiết lập một trại tạm cư cho dân Bình Long ty nạn tại tỉnh Bình Dương. Đa số những nhân viên dân sự được làm việc tạm tại Bình Dương, để chờ đợi xin đi làm các nơi khác tùy ý muốn. Để xem, một vài tuần nữa nếu không có gì trở ngại tôi cũng xin phép về thăm nhà một tuần. Rồi mình cũng kiếm chỗ dọt lẹ khỏi nơi này.

— Đúng vậy. Tôi tiếp lời ông Diệm: Tôi ở đây đã hơn một năm rồi cũng đúng lúc đi là vừa. Số tử vi của tôi Thân cư Thiên Di nên cứ phải thay đổi chỗ ở luôn.

Mặt ông Diệm bỗng đăm chiêu, ông nói:

— Ông nghĩ thế nào về tương lai của Miền Nam mình?

Tôi nhíu mày suy nghĩ rồi trả lời:

- Tôi thấy lo quá. Bây giờ chưa thấy gì rõ ràng lắm. Nhưng tôi có cảm tưởng nếu Mỹ rút thì mình cũng thua thôi ông ạ. Miền Nam mình cứ hết cách mạng rồi lại chỉnh lý. Tham nhũng từ trên xuống dưới. Người dân không còn tin tưởng ở giai cấp lãnh đạo nữa, làm sao mình nói dân nghe được. Phải có một chính phủ mạnh được hậu thuẫn của toàn dân mới có cơ may thắng được. Miền Nam mình phải có một tay lãnh đạo cỡ Pak Chung Hi của Đại Hàn. Tự túc tự cường không nhờ vả, ỷ lại vào viện trợ của nước ngoài, thì khi nó buông mình ra mình mới tự bảo vệ để sống còn được.

Ông Diệm gật đầu đồng ý. Rồi tiếp:

- Như ông biết đấy nếu trận này không có Mỹ can thiệp thì chúng mình đi đoong rồi. Ngay lúc khởi đầu trận đánh, có những lúc áp lực địch quá mạnh làm cho bên ta thấy bối rối. Có những lúc tôi tưởng mình đã phải nghĩ tới rút lui chiến thuật rồi chứ chẳng phải chơi đâu.

- Có thể lắm. Thua dài dài từ Lộc Ninh về tới tận đây, tan tác cả một trung đoàn, cả một thiết đoàn, thì phải biết là áp lực của địch mạnh nhường nào.

- Vậy ông có biết làm sao mình còn cầm cự được và lật ngược lại thế cờ không?

- B52.

- Đúng! Rốt cuộc chỉ là nhờ đàn anh Mỹ thôi. Nếu Mỹ không yểm trợ cho mình, ông thử nghĩ coi, tôi với ông còn ngồi đây uống cà phê được không. Trong tương lai Mỹ sẽ bỏ rơi mình, Việt Nam hóa chiến tranh, đó là hình thức nó rút. Trong khi tụi Việt Cộng vẫn được Nga, Tàu yểm trợ. Lúc đó mình sẽ bị nó ăn gỏi. Anh em mình đã phải bỏ miền Bắc chạy vào Nam. Rồi đây sẽ không biết chạy đi đâu nữa.

Tôi không nói gì. Trong lòng thầm nghĩ ông bạn già này hơi bi quan một chút. Nếu có thật như thế cũng phải vài ba năm nữa. Việc trước mắt bây giờ là làm sao an toàn ra khỏi địa ngục này đã, rồi hạ hồi phân giải. Việc mất cả một nước là việc lớn. Dù ông bạn có đúng thì cũng chẳng thay đổi gì được. Dù có biết trước, quả thật tôi cũng chẳng biết trốn đi đâu. Đâu có nước nào dung dưỡng mình làm gì. Nhất là mang danh kẻ bại trận. Thôi việc đến đâu hay đến đấy.

Uống xong ly cà phê tôi nhìn đồng hồ đã thấy hơn 9 giờ, mải nói chuyện không ngờ thời gian đi nhanh thế. Tôi liền cáo từ để về hầm mình. Ông Diệm cũng đi lên hầm chỉ huy họp.

Bước lần xuống cầu thang vào hầm, tới phòng tôi, tôi chợt nghe thấy tiếng Bác sĩ Phúc đang dặn anh Sáu Xòm:

— Khi nào nước đầu ối bể thì cho cô ấy sang bên phòng mổ để tôi đỡ đẻ cho. Anh cũng kêu cô Bích giùm tôi sửa soạn sẵn những dụng cụ cần thiết để lúc cần khỏi phải tìm kiếm mất thời giờ.

Tôi bước vào phòng nhìn anh Phúc nói:

— Tôi có miếng nylon để anh quấn quanh người tránh nước đầu ối hoặc máu dây vào người. Tôi chắc tối nay thôi. Con so thì hơi lâu một chút. Nhưng cô ấy đau như vậy đã được hai ba tiếng rồi. Nhanh lắm thì cũng tám, chín giờ tối mới sanh được. Đừng có chậm hơn sẽ làm anh mất ngủ.

Tôi ngại nhất vấn đề đỡ đẻ. Tôi biết nếu theo cái ngành này thì có thể kiếm được khá tiền đấy, nhưng tôi không thể chịu được cái mùi nước ối, mùi nhau bà đẻ và những đau đớn rên la của những bà đang lúc chuyển bụng sanh.

Hồi còn là sinh viên y khoa, khi đi thực tập tại những bảo sanh viện như Từ Dũ, Hùng Vương mỗi sinh viên đều phải đỡ đẻ 20 trường hợp sanh bình thường. Tôi chỉ cố gắng làm cho đủ số thôi chẳng muốn làm hơn thế. Tôi thấy phục những cô đỡ ngày nào cũng phải ở trong phòng sanh hít thở không khí đó ngày này qua ngày khác mà vẫn tỉnh bơ. Tôi nhớ phòng sanh bệnh viện Từ Dũ xây theo hình vòng cung. Mười phòng sanh vây chung quanh một bàn nữ hộ sinh ở chính giữa để người trưởng toán có thể ngồi đó nhìn bao quát được tất cả các phòng, để theo dõi và kiểm soát dễ dàng mọi diễn biến từng bàn sanh một. Rất là tiện lợi. Nhưng tôi nghĩ ở đó âm khí nặng nề lắm. Thử tưởng tượng ngồi trực ngay giữa phòng mà bị mười sản phụ nằm dạng háng ra chiếu tướng thì chẳng thú vị gì cả.

Tối hôm đó quả nhiên vợ anh Sáu Xòm sanh được một đứa con gái. Thật là may mắn, tuy sanh con so nhưng chắc trời thương nên vợ anh Sáu đẻ khá nhanh và dễ, không gặp rắc rối gì cả. Anh Xòm thì lo quấn người lên như gà mắc đẻ. Sau khi đứa bé ra, cắt cuống nhau xong Bác sĩ Phúc đưa cho anh Xòm bế nhưng anh không quen, anh nhờ cô Bích ẵm giùm mang về phòng, còn anh phải lo săn sóc vợ. Đợi khi lấy cái nhau xong, mọi sự ổn định, anh bồng vợ sang cái băng ca cùng thượng sĩ Lỹ khiêng về phòng để nghỉ ngơi. Anh không ngớt lời cám ơn Bác sĩ Phúc.

Thật là trời sanh voi trời sanh cỏ. Đẻ con so mà dễ dàng như đẻ con rạ. Trong điều kiện thiếu thốn mà mẹ tròn con vuông như vậy thì thực là may mắn. Tôi nghĩ có lẽ anh Sáu là người tốt nên trời cũng thương.

Tôi nhớ hồi tôi còn là sinh viên y khoa, đi thực tập tại bệnh viện Chợ Rẫy, vào cái khu trẻ em bị tật bẩm sinh. Tôi thấy đủ mọi thứ bệnh. Đứa thì sanh ra hậu môn bị bít kín, đứa thì sứt môi, đứa thì sáu ngón tay, đứa thì xương sống không phát triển hoàn toàn để lòi ra một bướu màng não, có cái ở đầu, có cái ở lưng. Đủ mọi thứ dị tật, ấy là chưa kể những chứng bệnh rối loạn về nhiễm sắc thể gây nên hội chứng mongolism v.v...

Tôi thấy khi sanh ra được một đứa con lành lặn không tật nguyền thì quả thực là một ơn phước ông bà để lại, cũng như của trời đất ban cho mình. Nếu có quỳ xuống tạ ơn Trời Phật cũng không có gì là quá đáng.

Tôi thấy tục lệ ăn đầy tháng đứa nhỏ cũng hay. Những ngày trong tháng đầu đời của đứa bé thật rất là nguy hiểm, dễ chết lắm. Với những phương tiện y khoa lạc hậu thời xưa, nếu đứa nhỏ sống mạnh khỏe qua được thời gian ngặt nghèo ấy thì làm tiệc cúng tạ ơn Trời Phật cũng là phải.

Sáng hôm sau anh Sáu Xòm tới xin tôi mấy tấm Bed Pad trải giường cho vợ anh nằm. Những tấm này dùng cho những người mới mổ để lót giường cho máu khỏi chảy xuống nệm, nên rất tiện cho những người mới sanh xong. Tôi liền cho anh cả một bịch nguyên, 24 cái, tha hồ vợ anh dùng.

Tôi hỏi thăm anh về đứa bé và vợ anh thì được biết là mọi sự đều bình thường cả. Tôi hỏi anh:

— Anh đã đặt tên con là gì chưa?

— Dạ thưa chưa, bác sĩ có ý kiến gì không? Tụi em muốn đặt cho nó cái tên liên quan đến trận chiến này để kỷ niệm.

— Nếu vậy thì dễ quá, anh có thể ghép hai chữ đầu của Bình Long và An Lộc đặt tên cho nó cũng được. Hoặc là Bình An, hoặc là An Bình.

— Bác sĩ nói có lý lắm, em sẽ chọn cái tên An Bình cho nó. Lê Thị An Bình, nghe cũng được lắm, phải không bác sĩ?

— Đúng rồi. Nó tuy sanh ra tại mặt trận này, mà sanh ra rất dễ dàng, bố mẹ phải chịu mấy chục ngàn trái pháo kích mà vẫn được bình an mang thai nó. Vậy đặt tên nó An Bình là đúng và hợp lắm rồi. Vừa có ý nghĩa lại vừa gợi được kỷ niệm Bình Long An Lộc. Cũng mong cả cuộc đời nó sẽ được an bình như tên của nó. Anh Sáu Xòm vui vẻ nói:

— Cám ơn bác sĩ nhiều.

Suốt mấy tuần sau đó, đứa trẻ phát triển bình thường. Sống trong thiếu thốn nhưng hình như không có ảnh hưởng gì tới đứa nhỏ. Một phần vì nó được nuôi bằng sữa mẹ. Một phần nữa thì tình hình cũng khá yên ổn nên anh Xòm có thể xuống làng thường xuyên mang về những thức ăn tươi cho vợ, nên hai mẹ con đều mạnh khỏe.

Tiền nong bây giờ không thiếu nữa rồi. Vì các ty sở bây giờ đã hoạt động lại, nên các công chức cũng như các quân nhân đều bắt đầu được lãnh lương đều như trước. Công việc của chúng tôi cũng nhàn nhã hơn, thỉnh thoảng mới có một vài người bị thương. Đa số lại nhẹ chứ không nặng như hồi trước. Đó cũng là cái vòng luẩn quẩn của cuộc sống. Có lúc lên thì cũng có lúc xuống. Có lúc bận rộn thì cũng có lúc nhàn hạ. Nhưng với trọng trách trong tay, chúng tôi lúc nào cũng phải "Cư an tư nguy". Lúc nào cũng phải sẵn sàng.

THĂM LẠI CHIẾN TRƯỜNG

Một hôm có phái đoàn của Tổng Tham Mưu tới điều nghiên trận đánh, dẫn đầu là Đại tá Phạm Văn Sơn, nghe nói ông là giám đốc Nha Quân Sử. Ông đến để thu thập tài liệu viết chiến sử cho trận đánh. Các sĩ quan khác thì lo nghiên cứu những kinh nghiệm có thể rút ra được từ những bài học quý báu của trận đánh lịch sử này. Phái đoàn có ghé qua hầm cứu thương của chúng tôi. Đây là lần đầu tiên tôi gặp Đại tá Phạm Văn Sơn, người mà tôi đã nghe danh từ lâu.

Đúng ra tôi đã biết tên ông từ năm tôi 11 tuổi, khi tôi còn học tiểu học ở ngoài Hà Nội trước năm 1954. Khi đó gia đình chúng tôi chưa di cư vào Nam. Tôi còn nhớ một buổi chiều, mẹ tôi đi làm về, đưa cho tôi một cuốn sách thật dày. Mẹ tôi nói:

– Này, cho con đó, con đọc đi, hay lắm.

Tôi rất thích đọc sách. Từ thuở biết đọc đến giờ tôi chưa bao giờ có được một cuốn sách dày như thế. Tôi vội dở ra thì thấy đó là cuốn Việt Nam Tranh Đấu Sử của Phạm Văn Sơn.

Tôi say mê đọc cuốn sách này cả mấy tuần liền. Không những tôi đọc một lần mà tới nhiều lần. Tôi không nhớ là bao nhiêu lần. Tôi biết rành Việt sử là nhờ cuốn sách này. Từ ngày đó cho tới khi tôi học năm chót của chương trình trung học, tôi không cần phải học môn Việt sử nữa vì tôi đã thuộc cả rồi. Có nhiều đoạn, nhất là những đoạn văn trong bài Bình Ngô Đại Cáo của Nguyễn Trãi hay bài Hịch Tướng Sĩ của Trần Hưng Đạo cho tới bây giờ đã mấy chục năm tôi vẫn còn nhớ nằm lòng.

Tôi nói với Đại tá Phạm Văn Sơn:

— Hân hạnh được gặp Đại tá ở đây. Tôi nghe danh Đại tá từ lâu rồi. Chắc Đại tá ngạc nhiên lắm nếu biết rằng tôi biết tên ông từ năm tôi lên 11 tuổi.

Đại tá Sơn ngạc nhiên thật. Tôi thấy ông hơi mỉm cười nhướng mắt lên như dò hỏi, như chờ đợi lời giải thích câu nói của tôi. Tôi không đi thẳng vào vấn đề mà đọc mấy câu đầu trong bài Bình Ngô Đại Cáo cho ông nghe:

— Tượng mảng. Việc nhân nghĩa cốt ở yên dân, quân điếu phạt chỉ vì khử bạo.

Sau đó tôi kể lại trường hợp tôi được mẹ tôi cho tôi cuốn Việt Nam Tranh Đấu Sử và tôi đã say mê đọc cuốn đó như thế nào. Đặc biệt là những trang ông viết về vua Hàm Nghi bỏ triều đình ra hịch Cần Vương chống Pháp hay vua Duy Tân, vị vua tuổi trẻ mới có 18 tuổi mà đã có lòng yêu nước triệt để chống Pháp rồi bị tù đày ra đảo Reunion. Đại tá Sơn nghe xong cười nói:

— Bác sĩ có trí nhớ hay quá. Tôi vội hỏi:

— Thưa Đại tá trong trường hợp nào ông đã viết bộ sử đó? Đại tá Sơn nói:

– Tôi thực sự không phải là nhà sử học. Hồi đó tôi làm công chức cho ban quốc phòng thuộc Phủ Thủ Hiến Bắc Việt. Vì người Pháp theo hiệp định Geneve sẽ phải rút khỏi Việt Nam, chính quyền sẽ về tay mình, nên cấp trên có trao cho tôi nhiệm vụ viết một bản tường trình tóm tắt về lịch sử nước Việt, để làm sáng cái nghĩa quốc gia Việt Nam, làm căn bản cho cuộc chiến đấu của chúng ta. Sau đó mọi người đọc thấy được nên mới phổ biến rộng rãi và cuốn sách đã được nhiều người biết đến. Đó chỉ là một cuốn tóm lược thôi. Sau này tôi có viết lại đầy đủ hơn gọi là cuốn Việt Sử Tân Biên. Không biết bác sĩ có đọc cuốn này chưa?

– Dạ thưa chưa. Tôi có nghe quảng cáo cuốn này hồi năm 1959 nhưng chưa mua xem.

Chúng tôi mải nói chuyện về sử Việt Nam nên những chi tiết về trận đánh này ông đã không có thì giờ hỏi tới. Sau đó ông phải rời Bình Long gấp vì trực thăng đã đến đón. Tuy nhiên những người tháp tùng với Đại tá Sơn đã có đầy đủ những dữ kiện rồi nên ông cũng không cần phải làm gì thêm. Vả lại về phía quân y thì cũng không quan trọng bằng những đơn vị chiến đấu, đặc biệt là về những chiến thuật đã được thực hành để giữ vững An Lộc.

Khi phái đoàn Tổng Tham Mưu đi rồi, Thiếu tá Diệm tới rủ tôi:

– Ông Quý, đi một vòng chơi không? Tôi có xe Jeep đây.

Tôi nghĩ ông Diệm là tay cẩn thận lắm, nếu rủ tôi đi chơi một vòng như vậy chắc là vòng đai an ninh của mình đã khá rộng và an toàn. Tôi gật đầu chịu liền, nhân tiện tôi cũng muốn trở lại bệnh viện thăm một lần chót xem sao vì tôi biết nếu có đổi về Sài Gòn tôi chắc cũng chẳng có cơ hội trở lại đây. Tôi rủ anh Phúc:

— Anh Phúc có muốn theo tụi tôi đi một vòng không? Anh Phúc hưởng ứng liền. Thật ra ở mãi trong hầm cũng chán, bó cẳng lắm. Anh nói:

— Đi chứ. Tôi cũng muốn trở qua bệnh viện xem anh em mình có cần gì không, và tình trạng hiện giờ ra sao.

Thế là sau một tháng trời, tôi lại trở về thăm bệnh viện tiểu khu. Bệnh viện vẫn còn đó nhưng điêu tàn hơn trước. Hàng chữ: Bệnh Viện Tiểu Khu Bình Long trên cổng đã bị mảnh pháo văng trúng nhiều lần, rơi rớt cả năm, sáu chữ.

Một vài chữ còn dính vào khung sắt trên cổng bằng một góc cạnh thôi nên nghiêng ngả trông lại càng thảm hại hơn nữa. Hai trụ cột của cổng bệnh viện thì khỏi phải nói, lỗ chỗ nham nhở vì mảnh đạn bắn văng vào. Nhưng điều quan trọng là nó vẫn đứng vững như tất cả quân dân tỉnh này, không chịu cong mình dưới những làn pháo kích như mưa của địch quân. Chúng tôi im lặng không ai nói với ai một lời nào. Xe vượt qua cổng rồi đậu ngay dưới hàng hiên của trại nội khoa.

Chúng tôi nhảy vội xuống. Tôi đưa mắt nhìn quanh cố ý tìm kiếm những khuôn mặt quen thuộc.

Tôi chỉ thấy nhiều khuôn mặt lạ lẫn lộn với những anh em thuộc tiểu đoàn 5 quân y. Bác sĩ Tích ở trong phòng nghe tiếng máy xe nổ chạy vội ra, thấy tôi bèn ngoắc vào:

– Các anh vào trong này, đứng đây nguy hiểm lắm. Mấy ngày trước tụi Việt Cộng đã chiếm được ty Công Chánh ngay sau phòng mổ đó. Không biết bây giờ chúng đã rút đi chưa. Một tiểu đội Nhảy Dù đã được tăng cường tới đây để chận chúng không cho tụi nó đánh sang bên này. Hai bên cầm cự nhau mấy ngày liền. Không bên nào dứt điểm được bên nào. Tụi nó có những tay đặc công cảm tử bò qua ban đêm nhưng qua đứa nào là chết đứa đó. Bên Dù cũng có ba người bị tử thương. Mồ chôn tại ngay sân bệnh viện đây.

Tôi nhìn anh Tích với anh Nam Hùng thấy cảm thương cho hai anh đã phải trải qua những giây phút hiểm nghèo. Cái chết chỉ cách một đường tơ kẽ tóc. Tôi thở ra nói:

– Có ai ngờ đâu các anh lại ở ngay tuyến đầu, cách địch chỉ có một con đường nhỏ. May mắn các anh không bị hề hấn gì. Thấy các anh bình an như thế này tôi mừng lắm. Có lẽ những giây phút nguy hiểm đã qua rồi. Tụi mình sắp được đổi đi nơi khác rồi. Chỉ cần chịu đựng vài tuần nữa là khỏe thôi.

Anh Phúc cũng tiếp lời tôi hỏi hai anh Tích và Nam Hùng:

– Ở bên tiểu khu đã bắt đầu phát lương cho binh sĩ. Bên sư đoàn đã có lương chưa các anh?

– Có, tụi này mới được lĩnh lương hôm qua. Nhưng anh thấy đó, cầm tiền cho vui vậy thôi chứ đâu có mua sắm được gì. Giờ đây nhân có tiền, lại được thảnh thơi một chút, tệ nạn đánh bạc bắt đầu xuất hiện. Nhiều đứa thua nhẵn túi. Cũng may ở đây tiền chẳng còn giá trị mấy vì có gì để mua đâu. Đợi đến tháng sau lại có nữa, lúc đó thì chắc đã về hậu cứ rồi.

- Tôi thấy anh cũng nên can ngăn họ một chút. Đánh bạc chơi cho vui thôi nếu cứ mê mải rồi đêm đến buồn ngủ không canh gác cẩn thận. Đặc công nó bò vào là chết cả đám. Anh Tích gật đầu nói:

- Tôi cũng bảo họ thế, một số nghe lời còn một số vẫn ham chơi.

Tôi đi ra cuối trại nội khoa nhìn ra sân ngăn cách trại này với phòng mổ và văn phòng hành chánh. Tôi thấy ba ngôi mộ nằm song song với nhau. Mỗi ngôi mộ đều có một mũ sắt Dù treo trên một cái cọc ngay trước mộ. Thấp thoáng trong phòng y tế tôi có thấy những người lính Dù còn bố trí bên trong nhưng không căng thẳng lắm. Tôi đoán là tụi địch bên phía ty Công Chánh đã rút đi rồi. Tôi hỏi một người lính Dù gần đó.

- Chào anh, anh đóng ở đây đã lâu chưa?

- Thưa đại úy được hơn hai tuần rồi. Tôi dơ ngón tay chỉ về phía ty Công Chánh tiếp tục hỏi:

- Tụi Việt Cộng bên kia đường còn đó không?

- Tôi chắc tụi nó đã rút đi rồi. Không thấy động tĩnh gì bên đó cả. Mấy ngày trước có máy bay tới dùng súng radar điều khiển bắn phá dữ dội lắm. Tôi nghĩ tên nào may mắn còn sống sót chắc cũng chém vè hết rồi.

- Vậy thì cũng đỡ lắm. Mình ở đây cũng được an toàn.

Tôi nhìn xuống phía nhà bảo sanh, thấy cũng có lính mình đóng chốt ở đó. Tôi thấy yên dạ. Tôi muốn đi xuống trại ngoại khoa của tôi xem có còn ai không. Tôi cẩn thận đi vòng ra phía trước rồi men theo hành lang đi lần vào lối phòng cũ của tôi. Trại này giờ đây hoàn toàn hoang vắng. Hầu hết các phòng đều bị ăn đạn pháo kích, chẳng có phòng nào còn nguyên vẹn. Tôi ghé qua phòng bên xem người tù binh có sao không thì chỉ thấy một bộ xương khô nằm trên giường, nơi cổ xương tay vẫn còn cái còng số tám khóa chặt vào thành giường. Thế cũng xong một đời người.

Tôi đi nhanh ra cửa lên chỗ đậu xe. Mọi người đã sẵn sàng trên xe cả chỉ còn đợi tôi. Ông Diệm rồ máy chạy ra cửa, vừa khi ấy tôi thấy cô Bông hiện ra ở cửa sổ chỗ phòng cô Bích ở cũ. Cô vẫn mặc cái áo màu xanh lá mạ tươi mát của mấy tháng trước. Tôi chỉ kịp ngoắc tay vẫy vẫy chào cô. Cô cũng vẫy tay chào lại miệng mỉm cười. Tôi thấy cô vẫn mạnh khỏe là tôi yên chí và mừng cho cô. Cho đến giờ phút này mà vẫn còn cười được là tốt rồi. Chúng tôi không kịp trao đổi lời nói nào cả. Xe đã phóng ra khỏi bệnh viện đi theo con dốc xuống công viên Tao Phùng rồi vào khu chợ mới.

Nơi đây cũng vậy, chỉ tháng trước đây khi tôi và Bác sĩ Chí xuống thăm khu này, con đường giữa dẫy nhà lầu và cái khung chợ vẫn còn rộng thênh thang. Nhưng nay đã bị hẹp lại vì một dãy mộ mới, chừng 13 cái nằm song song với nhau trải dài theo dãy nhà lầu đó. Một tấm biển bằng gỗ pháo binh ghép lại. Trên có ghi một câu đối:

An Lộc địa sử ghi chiến tích
Biệt Cách Dù vị quốc vong thân

Tôi nghe nói câu này do một cô giáo làm ra. Cô là người đã được mấy anh Biệt Cách Dù cứu sống khi cô bị thương gãy xương đùi. Cô được mang vào khu nhà lầu đó và được săn sóc bởi những anh Biệt Cách Dù. Chiều

chiều, cô đã ngồi trong căn nhà lầu nhìn ra con đường trước mặt, để cứ thấy từng ngày, cùng với mức độ giao tranh lên cao, những ngôi mộ mới của những anh Biệt Cách Dù, những người ân nhân của cô, tăng lên dần. Trong nỗi xót thương những người lính chiến quả cảm ấy cô đã viết lên câu đối lịch sử này.

Xét về đối tôi thấy hai câu này không hoàn hảo lắm. Nhưng cần gì. Những áng thơ hay thường thoát ra ngoài khuôn sáo tầm thường gò bó của qui luật. Người ta đã không cần để ý tới hình thức nữa mà chỉ chú ý tới ý nghĩa, nội dung thôi. Câu đối trên quả nhiên đã nói lên những hy sinh to lớn của những chiến sĩ can trường Biệt Cách Dù, đồng thời nó cũng ngầm nói lên tấm lòng tri ân của người dân và đặc biệt là của cô giáo đối với những ân nhân của cô. Cái hay là trong hai câu đối đó, chẳng có một chữ nào nói lên lòng tri ân cả, nhưng đọc lên tôi lại cảm nhận ngay những điều đó, thế mới thật tài tình. Mặc dù những chữ trong hai vế thật ra chẳng có gì mới mẻ. Nhưng có lẽ vì đối cảnh sinh tình nên nó có được cái sức lôi cuốn rất mạnh không giống như những câu đối ước lệ khác.

Do câu đối này tôi được biết những ngôi mả mới đó là của các anh em chiến sĩ Biệt Cách Dù đã hy sinh để bảo vệ An Lộc trong cuộc tấn công đợt hai của địch. Như vậy lần tấn công đó cũng ác liệt lắm. Tôi may mắn được ở dưới hầm an toàn nên đã không có cơ hội quan sát. Vì vậy đã không biết được cuộc diện chiến trường lần đó ra sao. Mới sơ sơ nhìn qua những tổn thất của mình thì thấy cuộc tấn công đợt nhì quả thật rất kinh hoàng đẫm máu chứ không phải chỉ pháo kích suông.

Chúng tôi tiếp tục đi ngược lên hướng Lộc Ninh, rẽ trái qua một con đường nhỏ, chúng tôi thấy ngay ba chiếc xe tăng mới tinh bị bắn hạ nằm sắp hàng ngay ngắn trên con đường An Lộc-Lộc Ninh. Tôi ghé tai nói với anh Phúc:

— Anh trông tụi nó sắp hàng đi vào An Lộc như đi diễn binh ấy. Chẳng trách bị xơi tái hết là phải. Tôi chẳng hiểu sao tụi nó đánh đấm gì mà kỳ vậy. Ông Diệm ngắt lời nói:

— Trông bên ngoài thì tưởng đó là cái may mắn của ta. Thực ra cũng là nhờ nhiều yếu tố khác.

— Tôi nghe nói tụi nó xích chân những tài xế xe tăng lại, không biết có đúng thế không?

— Muốn kiểm chứng thì cứ vào trong xe tăng của tụi nó mà coi.

Tôi đồng ý liền, vì quả thực tôi muốn biết sự thực. Hay là bên ta lại tuyên truyền kiểu tâm lý chiến. Tôi nói:

— Phải đấy, để tôi chui vào một xe tăng xem. Nhưng những xe tăng này cao quá, khó có thể nào trèo lên để vào bên trong được. Ông Diệm nói:

— Có cách, bỏ mấy cái xe này đi. Chúng mình lên chỗ chợ cũ. Nơi đó cũng có mấy xe tăng bị máy bay bỏ bom trúng, chúi đầu xuống hố bom nên pháo tháp gần mặt đất hơn, dễ trèo vào lắm.

Thế là chúng tôi lại vòng lên phía chợ cũ. Tôi chợt thấy một xe tăng tương đối còn mới dù đã qua gần một tháng trời phơi mưa nắng. Tôi vội bảo ông Diệm ngừng xe lại. Tôi nhảy xuống xe, tiến về chiếc xe tăng. Vì chiếc xe bị bom thả trúng, chúi mũi xuống hố bom cũng khá sâu. Tôi thấy pháo tháp hơi bật ra về phía bên trái. Tôi và ông Diệm trèo lên nhìn vào bên trong chiếc xe tăng. Tôi thấy một bộ xương người ngay chỗ của tài xế. Chiếc xương sọ gục xuống bên tay lái. Cổ xương chân trái có một sợi dây xích cột vào cần lái xe. Mọi hồ nghi của tôi về việc này trong giây phút đó đã được hoàn toàn giải tỏa.

Trong xe không còn một bộ xương nào khác. Trong cơn nguy hiểm, người tài xế xe tăng đã chết một mình. Đồng đội đã thoát thân, đã bỏ đi. Người tài xế không thể trốn được vì đã bị xích chặt vào xe. Tôi có thể hình dung được nỗi tuyệt vọng, nỗi kinh hoàng của người tài xế trước khi chết ra sao. Xe còn thì người còn, xe mất thì người chết theo. Đó là cái ý nghĩa quyết tử của binh đội lái xe tăng của địch.

Đứng về bên phía ta, ta có thể lên án tính cách vô nhân đạo của địch. Bất cứ một người nào cũng ghê tởm phương pháp sắt máu này.

Nhưng đây là chiến tranh. Chiến tranh tự nó đã vô nhân đạo rồi, huống chi với một chế độ độc tài như chế độ Cộng Sản thì việc xích chân vào xe chẳng có gì phải một chút bận tâm.

Trong thời chiến, thiếu gì những trường hợp quyết tử như ôm bom lao vào xe tăng địch, ôm bộc phá phá hàng rào đồn binh địch, lao đầu vào lỗ châu mai của địch để lấy thân mình bịt kín nòng súng địch cho đồng đội tiến lên. Ngay như phía bên ta, trong trận này chính mắt tôi đã thấy sáu cánh dù nhảy xuống ngay trong vùng đóng quân của địch, đó cũng là những hành động cảm tử một đi không về của những người lính chiến. Nhưng khi thấy những hành động trên chúng ta chỉ thấy cảm phục, thương xót nhưng không ghê tởm như thấy những trường hợp bị xích chân vào xe tăng hay vào mấy khẩu thượng liên. Có lẽ là vì hình ảnh bị xích cho ta cái ấn tượng bị ép buộc phải làm những việc nguy hiểm ngoài ý muốn của người lính, không để cho họ một cơ hội thoát thân dù rất nhỏ.

Cụ Phan Bội Châu đã viết là thánh Cam Địa (Gandhi) rất ghét chế độ Cộng Sản cũng chỉ vì họ chủ trương lấy mục đích biện minh cho phương tiện, tức là có thể dùng bất cứ một mưu kế nào dù cho vô nhân đạo đến đâu cũng được miễn là chúng đạt được mục đích tối hậu.

Tôi đã chui vào hẳn bên trong xe tăng. Không có mùi hôi thối, chứng tỏ cái thây này chết đã lâu, chắc từ đợt tấn công thứ nhất, hơn một tháng rồi. Tôi chỉ ngửi thấy một mùi hôi khăm khẳm giống như mùi ruốc chà bông để lâu ngày bị thiu. Tôi nhìn quanh bên trong xe tăng, thấy khá rộng. Tôi chợt để ý thấy một dãy đạn đại bác 100 ly vỏ bằng đồng sáng loáng mới tinh xếp ngăn nắp bên góc phải của xe. Nếu mang về gõ làm bình bông chắc đẹp lắm. Nghĩ là làm liền. Tôi tháo hai viên đạn ra, không ngờ nó cũng khá nặng vì đường kính 100 ly cao tới gần một thước. Tôi cố mang ra ngoài để lên xe Jeep rồi cùng ông Diệm và Bác sĩ Phúc lái về bộ chỉ huy tiểu khu.

Chúng tôi đi chơi cũng hơi lâu, thấy quang cảnh chỗ nào cũng giống nhau, cũng bị tàn phá thành bình địa hết. Như nhà hàng Tứ Hải, một nhà hàng Tàu xây bằng bê tông cốt sắt hai từng lầu, nấu ăn cũng khá ngon, tôi đã ăn vài lần ở đó, bây giờ xẹp lép giống như một ngôi nhà bằng giấy bị một bàn chân khổng lồ dẫm lên. Tôi đề nghị đã đến lúc nên quay về, mọi người đều tán thành, vì thực ra cũng chẳng còn gì hay để xem nữa.

Khi về đến bộ chỉ huy tiểu khu, ai trông thấy hai viên đạn đại bác 100 ly, chiến lợi phẩm của tôi cũng đều thích cả. Ông thượng sĩ Thiện thuộc ban An Ninh tỉnh đề nghị:

– Bác sĩ nên cho tháo đầu đạn, đổ thuốc bồi đi, lấy cái vỏ đạn cho nhẹ, dễ di chuyển và an toàn không sợ bị nổ bất tử.

– Đúng rồi, để thế này nguy hiểm mà lại quá nặng. Nhưng tháo đầu đạn ra có dễ không?

– Nếu bác sĩ muốn tôi bảo mấy thằng em nó làm cho. Tụi nó nhà nghề mà, làm chừng nửa tiếng là xong à, nhanh lắm. Chứ bác sĩ không quen, làm mất thì giờ lại nguy hiểm nữa. Tôi lắc đầu nói:

– Tôi không dám sờ tới đâu, nhỡ nó nổ một cái thì khốn nạn ngay.

Tôi bèn giao hai viên đạn đại bác đó cho thượng sĩ Thiện. Chỉ gần một giờ sau ông ta mang lại hai cái vỏ đạn đưa cho tôi. Ông dặn tôi:

– Cái chốt ở dưới đáy vẫn còn nguyên đấy. Bác sĩ đặt nó xuống nhè nhẹ đừng vất mạnh đụng vào nó có thể nổ lắm đó. Tuy không hề gì nhưng đề phòng vẫn hơn.

Tôi mừng lắm, cám ơn ông Thiện rồi mang hai vỏ đạn xuống để ở một góc phòng chờ ngày mang về Sài Gòn có dịp sẽ thuê người gò thành hai bình bông chắc đẹp lắm.

ĐI PHÉP ĐỢT ĐẦU

Thấm thoát cô bé An Bình ra đời đã được nửa tháng. Đúng là trời sanh trời dưỡng. Trong hoàn cảnh thiếu thốn đó rất may là không có chuyện gì nghiêm trọng xảy ra. Cả hai mẹ con được anh Sáu Xòm hết lòng săn sóc nên chẳng thiếu thứ gì. Cả hai đều mạnh khỏe. Em bé rất dễ nuôi, chỉ ăn rồi ngủ chẳng quấy khóc làm rộn ai cả.

Lúc này trời mưa thường hơn trước. Hầu như chiều nào cũng có một trận mưa, không lớn lắm nhưng cũng đủ làm nước thoát đi không kịp đọng thành những vũng nhỏ ở những chỗ trũng hay ở các vết lún của bánh xe. Thỉnh thoảng có được một trận mưa lớn. Chúng tôi lợi dụng ngay những cơn mưa ồ ạt ấy để tắm mưa và hứng nước để uống dần. Đỡ phải cuốc bộ xuống dưới làng tắm nhờ nhà người quen, vừa xa xôi, vừa mất thì giờ và lại cũng nguy hiểm nữa.

Dù cho cuộc chiến đã có vẻ bớt phần căng thẳng nhưng tôi vẫn phải đề phòng. Chỉ những khi nào thật cần thiết tôi mới ra khỏi căn hầm. Tôi nghiệm rằng địch quân rất ít khi pháo kích trong những cơn mưa lớn. Có lẽ họ cho rằng pháo như vậy vô ích, ít gây ra thương vong vì mọi người đâu có đi ra ngoài. Do đó tôi mới liều tắm mưa nhưng cũng vẫn để nón sắt và áo giáp trong tầm tay của mình.

Bây giờ tôi không còn sợ bị thiếu nước uống nữa. Cuộc sống có vẻ thoải mái hơn trước rất nhiều. Đi từ một cái khổ nhiều tới một cái khổ ít là đã thấy sướng rồi. Tuy cái cảm giác có một trái đạn đại bác lúc nào cũng treo lủng lẳng trên đầu vẫn còn, nhưng lúc này sợi dây ấy có vẻ hơi lớn hơn trước.

Tôi nghe tin Quân Đoàn Ba đang cố gắng lập một chiến đoàn để giải tỏa quốc lộ 13. Nhưng đã mấy tuần nay mọi sự đều như dậm chân tại chỗ. Địch quân đã cho đóng chốt rải rác ở quãng đường giữa quận Chơn Thành tới ấp Tân Khai, quân mình không thể nào tiến lên được. Vì vậy cho tới bây giờ mọi tiếp tế từ bên ngoài vẫn bằng không vận.

Có lệnh cho đi phép một phần quân số. Tôi vội vã cho anh Xòm biết đồng thời xin anh Phúc cho phép anh Xòm được ưu tiên đi phép trước. Tôi có ý cho anh đi như vậy để anh có dịp đem vợ con về dưới Sa Đéc, quê anh, càng sớm càng tốt để chóng được xum họp với gia đình.

Cho tới nay mọi sự đều như êm đẹp đối với anh. Tôi muốn anh phải được thật toàn hảo nghĩa là anh phải cùng vợ con về tới quê nhà an toàn thì tôi mới hả lòng.

Tôi giúp anh Sáu lo tất cả các giấy tờ cần thiết, từ giấy phép đến giấy khai sanh cho đứa trẻ, rồi tiền lương lãnh trước một tháng, rồi giờ máy bay đến v.v... Tôi đã chạy đi chạy về giữa hầm cứu thương và hầm bộ chỉ huy

tiểu khu dưới cơn mưa chiều hôm ấy đến hơn 8 giờ tối
mọi giấy tờ xong xuôi tôi mới thấy yên chí về phòng nằm
nghỉ. Trong bụng vẫn cầu mong sao cho chuyến bay ngày
mai được suông sẻ thì lúc đó tôi mới yên tâm.

Về chung với anh Sáu chuyến này có cả cô Bích.
Thành ra toán giải phẫu cấp cứu của tôi bắt đầu từ ngày
mai chỉ còn lại tôi, binh nhất Thiện và thượng sĩ Lỹ. Thế
cũng đủ rồi. Tôi chỉ cần chuyên viên tê mê là Thiện thôi,
còn những người khác kiếm người thay thế cũng không
khó mấy.

Sáng hôm sau chúng tôi dậy sớm. Tôi với anh Phúc
đang ngồi ăn sáng với bịch cơm sấy thì anh Sáu Xòm và
vợ ghé qua. Anh Phúc nói:

– Sao, anh Sáu sẵn sàng chưa?

– Thưa bác sĩ xong hết cả rồi. Vợ chồng chúng em
đến chào hai bác sĩ. Chúc hai bác sĩ ở lại mạnh giỏi. Tôi
đứng dậy bắt tay anh Sáu nói:

– Tôi cũng chúc gia đình anh đi đường được may mắn,
về tới nhà an toàn.

Vợ chồng anh Sáu đi ra. Cô Bích bước vào. Tôi hỏi
đùa:

– Cô cũng tới chào tụi tôi đấy hả?

– Dạ. Miệng cô hơi mỉm cười, dáng điệu làm ra vẻ
thản nhiên, nhưng nét mặt có vẻ hơi xúc động. Đó cũng
là phản ứng bình thường trong mọi cuộc chia tay. Cô nói
tiếp: Hai bác sĩ ở lại mạnh giỏi.

– Cô đi đường cẩn thận. Chỉ nửa tiếng thôi ra khỏi vùng này là an toàn rồi. Một giờ sau là cô lại có quyền thảnh thơi dạo phố Sài Gòn, sướng nhé.

Cô gật đầu chào chúng tôi một lần nữa rồi mang cái túi xách tay đi lên miệng hầm theo vợ chồng anh Sáu lên xe hồng thập tự ra bãi đáp.

Lát sau tôi nghe thấy tiếng trực thăng từ đàng xa vọng lại càng ngày càng gần, rồi nửa tiếng sau mọi sự lại yên tĩnh như cũ. Tôi biết trực thăng đã tới bốc mọi người đi rồi. Tôi thấy mừng thầm trong lòng là không nghe thấy tiếng pháo kích nào cả. Như vậy là mọi người đã được an toàn lên máy bay. Chỉ còn sợ quãng đường từ An Lộc tới Chơn Thành thôi. Nhưng chắc cũng không sao.

Tôi nghe nói để tránh hỏa tiễn của địch bắn lên, những máy bay trực thăng đều bay ở tầm rất thấp là là trên ngọn cây. Vì vận tốc rất nhanh nên địch quân không thể nào quay súng cho kịp để nhắm bắn.

Anh Phúc chợt nói:

– Rồi, bây giờ tới lượt tụi mình. Anh tính bao giờ đi phép?

– Bây giờ tình thế cũng lắng dịu rồi. Chúng mình ế khách. Rảnh rang. Cũng nên đi phép về thăm nhà một chuyến.

– Vậy chuyến tới anh có muốn đi không?

Tôi ngẫm nghĩ một lát rồi nói:

– Anh đi trước đi. Một tuần sau anh lên, tôi sẽ đi cũng không muộn. Anh sang hầm chỉ huy nói với ông Nhựt một tiếng rồi làm giấy tờ sẵn sàng khi nào có chuyến bay là về cho lẹ.

– Vậy cũng được.

Mấy ngày sau có chuyến bay. Anh Phúc đã được về phép một tuần. Trong hầm cứu thương giờ chỉ còn có tôi, thượng sĩ Lỳ và binh nhất Thiện. Không có việc gì làm, tôi tha hồ viết nhật ký, vừa để giết thì giờ vừa để ghi lại những cảm nghĩ của tôi lúc bấy giờ.

Bên bộ chỉ huy tiểu khu lại cho người sang hỏi tôi đã lên Đại úy thực thụ lâu chưa, có huy chương nào không. Tôi nói đã lên thực thụ được sáu tháng rồi. Huy chương thì cũng có một hai cái gì đó. Tôi biết trận chiến sắp kết thúc. Đây là lúc đơn vị trưởng lo đề nghị thăng cấp và ban thưởng huy chương cho những người xuất sắc. Những thứ này đối với tôi có cũng được mà không có cũng chẳng sao. Điều đáng mừng nhất là tôi đã được may mắn sống sót không bị một vết thương nào. Ngoài công việc làm do muốn chu toàn bổn phận một cách tự giác, nhìn lại những nỗi khổ của tôi trong trận này so với những người khác thì thật ra chẳng đáng là bao.

Tổng kết ra, tôi đã mổ được 254 trường hợp đại giải phẫu. Chết mất 6 người ngay tại mặt trận, còn số tử vong của những thương binh đã được di chuyển về các bệnh viện khác, tôi không tài nào biết được.

Bác sĩ Vũ Thế Hùng bên tiểu đoàn 5 quân y có đòi tôi báo cáo những trường hợp đã mổ từ đầu trận chiến tới giờ. Tôi không có được những danh sách đó. Vì cuốn sổ nghi thức giải phẫu đã để lại bệnh viện khi tôi di chuyển sang bộ chỉ huy tiểu khu. Vả lại nghi thức giải phẫu chỉ được ghi đàng hoàng trong tuần lễ đầu. Về sau địch pháo dữ quá, mổ làm sao cho nhanh, cho chóng xong, rồi đi kiếm chỗ núp, ai còn nghĩ tới nghi thức giải phẫu làm gì.

Mổ xong, gắn được giấy chuyển thương với đầy đủ tên tuổi số quân, đơn vị trên người thương binh là quá đẹp rồi. Tôi chỉ ghi số ca mổ trong ngày rồi cộng lại thôi chứ không ghi rõ như trong thời bình. Do đó tôi chỉ biết được tổng số, còn muốn đi vào chi tiết thì đành chịu.

Tôi nghĩ đó cũng là một thiếu sót của tôi. Tôi đã không giữ được danh sách các thương binh tôi đã mổ. Nhưng ngay tại mặt trận như vậy, thật tình mà nói, tôi thấy không có hứng làm những chuyện đó. Trong khi cái chết lúc nào cũng lởn vởn bên mình, thì tôi còn cần gì nữa. Đúng ra phải có một thư ký lo về việc này. Đó là cô Trí, nhưng chỉ sau đợt tấn công lần đầu, các nhân viên dân sự đều bỏ bệnh viện đi tản cư cùng với gia đình, nên không có ai giữ sổ sách đó nữa. Tôi có nhắc thượng sĩ Lỹ tiếp tục làm, nhưng chúng tôi đều làm việc mờ người ra. Xong việc lại còn tự mình đi lo cơm nước thì ai còn nghĩ tới phúc trình danh sách làm gì. Nên tôi cũng thông cảm và làm lơ cho thượng sĩ Lỹ.

Tôi đoán Bác sĩ Vũ Thế Hùng có thể hiểu lầm là tôi có danh sách thương binh nhưng cố tình không báo cáo cho anh. Anh cho người sang đòi hai lần, tôi đều nói không có. Tôi chỉ có con số thôi. Vì không có cơ hội trực tiếp nói chuyện với nhau, nên tôi đã không có cách trình bày, giải thích cho anh Hùng hiểu.

Tôi biết với nhiệm vụ là y sĩ trưởng của sư đoàn anh Vũ Thế Hùng phải báo cáo lên thượng cấp tổng số thương binh đã được tiểu đoàn 5 quân y phối hợp với bệnh viện tiểu khu săn sóc. Tôi thấy anh chỉ cần báo cáo những gì anh có trong tay, tức số thương binh được tiểu đoàn 5 quân y đã điều trị, chẳng ai bới ra mọi chi tiết làm gì. Rồi mọi chuyện cũng qua đi.

Một buổi chiều sau khi cơm nước xong, tôi sang bên hầm chỉ huy chơi xem có tin tức gì không. Đại tá Nhựt thấy tôi không mặc áo giáp đội nón sắt như thường lệ khi đi ra ngoài hầm, ông có vẻ không bằng lòng, nói:

– Bác sĩ nên cẩn thận, đi ra ngoài là phải mặc áo giáp, đội nón sắt đàng hoàng, lỡ nó pháo bất tử mình còn có cái che thân. Anh mà bị thương thì ai mổ cho anh?

Tôi biết ông nói đúng, nên chỉ biết trả lời:

– Tại đi vội quá. Lần sau tôi sẽ không quên đâu.

Đại tá Nhựt không muốn tôi ở trong tình trạng khó chịu lâu, ông chuyển qua vấn đề khác hỏi tôi:

– Bác sĩ Phúc đi phép chắc sắp về rồi phải không bác sĩ?

– Dạ. Chỉ hai ngày nữa thôi là đúng một tuần.

– Có thể Tổng Thống Thiệu sẽ lên đây thăm mình đấy. Bác sĩ ráng chờ đi để tôi kiếm cái bảo quốc huân chương cho bác sĩ.

– Cám ơn Đại tá. Tôi đâu có đánh đấm gì đâu mà mong được cái huân chương cao quí ấy. Đại tá Nhựt lắc đầu nói:

– Không phải là cứ giết được địch nhiều mới là có công. Công việc bác sĩ làm tại chiến trường này ai cũng biết. Tụi cố vấn Mỹ ở quân đoàn nó để cao bác sĩ lắm. Nhất là ông Bác sĩ Risch, không tiếc lời khen ngợi bác sĩ. Dù sao binh sĩ nó biết ngay tại mặt trận mà vẫn có bác sĩ mổ cấp cứu được thì họ lên tinh thần lắm chứ. Bác sĩ biết mổ được bao nhiêu ca không?

— Dạ thưa từ đầu trận đánh này tới giờ vào khoảng hơn 250 ca, trong đó có 6 ca tử vong. Đại tá Nhựt tính nhẩm một lúc rồi gật đầu hài lòng nói:

— Như vậy số tử vong tương đối cũng thấp đấy nhỉ? Chưa tới 3 phần trăm.

— Đó cũng là nhờ bị thương xong là được mổ ngay, không phải đợi chờ lâu. Thương binh không bị mất máu nhiều. Kích xúc được điều trị ngay. Vi trùng chưa có đủ thời gian nẩy nở làm độc. Đó là những yếu tố căn bản để làm giảm số tử vong của thương binh.

Nói chuyện một lúc thì tôi cáo từ đi về hầm tôi. Vừa đi vừa ngẫm nghĩ những lời Đại tá Nhựt mới nói với tôi. Tôi đoán là ông biết trong tuần này có chương trình để Tổng Thống lên đây thị sát chiến trường An Lộc cùng ủy lạo các anh em binh sĩ. Nhân cơ hội này chắc chắn Tổng Thống sẽ gắn huy chương ngay tại mặt trận cho những người được đơn vị trưởng đề cử. Cũng có người sẽ được thăng cấp đặc cách tại mặt trận vì những thành quả xuất sắc của họ.

Tôi bước vào hầm, đi về căn phòng của tôi. Bây giờ căn phòng thật lặng lẽ. Mọi khi có anh Phúc, tôi còn có người nói chuyện, nay chỉ có một mình tôi. Tôi thấy lẻ loi quá. Thuở bé tôi là đứa trẻ hay sợ ma lắm và nhất là sợ chuột nữa. Vậy mà mấy tháng nay sống gần với mấy trăm xác chết, tôi chẳng có thấy con ma nào cả. Tuy rằng trông thấy xác chết thì cũng ơn ớn.

Có thể là pháo dữ quá nên các hồn ma cũng sợ, lỉnh đi nơi khác chăng. Tôi còn nhớ mấy tháng trước khi xảy ra trận chiến này, tôi ngủ trong phòng tôi ở bệnh viện tiểu khu, tôi hay bị bóng đè lắm. Cứ nằm xuống liên tiếp mấy đêm liền là bị một bóng đen đè dậy không nổi. Tôi có về kể lại cho ông Diệm nghe. Ông Diệm nói:

– Vậy để tôi cho bác sĩ mượn cái tượng ảnh Chúa đã được cha làm phép để ngay đầu giường bác sĩ nằm chắc sẽ không bị nó quấy rầy nữa đâu.

Tôi nghe lời đem tượng ảnh Chúa treo ngay trên đầu giường. Nhưng vẫn bị bóng đè như thường. Tôi mang mấy củ tỏi để ngay đầu giường cũng chả ăn thua gì. Mỗi lần tôi nằm xấp xuống là bị bóng đè liền. Có lần tôi đang mơ mơ màng màng thì bị bóng đè rồi nó còn lôi tôi ra khỏi giường, vẫn ở trong cái thế nằm, giữ tôi lơ lửng trên không một hồi rồi lại đặt tôi lại vào giường như cũ. Thế có láo không chứ. Tôi cũng chẳng sợ. Tôi không tin mấy là ma nó làm. Có thể là vì ban ngày tôi làm việc mệt nhọc nên đêm đến đặt mình xuống ngủ là bị ảo tưởng chăng. Có điều tôi hơi thắc mắc là ảo tưởng gì mà cứ lập đi lập lại hoài liên tiếp cả tuần lễ.

Khi dọn sang hầm này tôi không còn bị bóng đè nữa. Nhưng hình như tôi lại bị ảo tưởng là trong hầm có chuột. Mặc dù tôi chưa thấy một con chuột nào cả. Nhưng vì tôi sợ chuột nên lúc nào cũng để phòng, bởi vậy nên thỉnh thoảng tôi lại có cảm giác là có cái gì đụng đậy ở dưới chân hay dưới lưng khi đang ngủ.

Hai ngày sau, tôi đang nằm nghe radio theo dõi tin tức thì chợt nghe thấy tiếng hắng giọng quen thuộc của Bác sĩ Phúc. Tôi nhỏm dậy đã thấy anh tay xách hai túi hành lý khá nặng bước vào cửa. Trông thấy anh tôi mừng quá:

— Anh lên thật đúng lúc. Vắng anh có một tuần mà tôi thấy trống rỗng quá. Anh đi đường có gì nguy hiểm không?

— Hơi mệt thôi cũng không có gì nguy hiểm lắm. Phi công bay rất thấp, là sát ngọn cây nên cũng an toàn không sợ bị chúng bắn. Ở đây mấy ngày nay có bị pháo kích không anh?

— Vẫn lai rai, vài trăm quả. Nhưng không có quả nào vô bộ chỉ huy cả. Bà cụ và gia đình anh vẫn mạnh khỏe cả chứ?

Anh Phúc lấy tay gạt mồ hôi trán nói:

— Cám ơn anh, má tôi vẫn mạnh. Gia đình thấy tôi về thì mừng lắm. Người về từ địa ngục mà ly. À bà xã tôi có gửi biếu anh ít mè xửng ăn chơi cho đỡ buồn.

Kẹo mà xửng Huế là thứ tôi thích ăn nhứt, có mè với đậu phọng ăn vừa ngọt vừa bùi lại vừa thơm. Trong lúc đói khổ thiếu thốn như thế này mà lại có của quí đó thì vui biết mấy. Tôi reo lên:

— Ồ vậy thì quí quá. Cám ơn anh chị nhiều lắm. Món này là thứ khoái khẩu nhứt của tôi. Chút nữa ăn cơm xong tráng miệng thứ này với nước trà nóng thì thật tuyệt. Anh về thấy Sài Gòn ra sao?

Anh Phúc lắc đầu thở dài nói:

— Dân chúng vẫn tỉnh bơ như không. Thanh thiếu niên thì vẫn ăn chơi như cũ chẳng có ai biết đến An Lộc là gì cả. Chỉ những người có thân nhân sống ở Bình Long mới có một chút suy nghĩ tới trận đánh này thôi.

— Thế anh có đi chơi đâu không?

Anh Phúc lắc đầu đáp:

— Đâu có thì giờ anh. Về nhà được có hai ngày là tôi lại phải lên liên đoàn 73 quân y họp, rồi lại tới bệnh viện 4 dã chiến họp với các đơn vị trưởng các bệnh viện để rút kinh nghiệm trận đánh này sửa soạn cho những trận sắp tới. Trong cuộc họp đó họ đề cao anh quá. Có anh Bác sĩ Trần Văn Tính tiểu đoàn trưởng tiểu đoàn 7 quân y ở Mỹ Tho, ca ngợi anh hết lời. Đề nghị tuyên dương tinh thần phục vụ can đảm của anh.

Tôi ngạc nhiên, tự hỏi làm sao họ có thể biết được những việc làm của tôi một khi chúng tôi bị bao vây nội bất xuất ngoại bất nhập trong gần ba tháng trời. Tôi hỏi Bác sĩ Phúc:

— Tôi lấy làm lạ, sao họ biết được hở anh. Tôi nói đùa

— Chính tôi, còn không biết nữa là ai khác. Anh Phúc nói:

— Có gì đâu, họ hỏi những thương binh được anh mổ săn sóc và những nhân viên của bệnh viện tản cư xuống Bình Dương là biết hết chứ có khó gì. Dù sao đó cũng là điều tốt cho anh. Công việc mình hết sức làm mà được mọi người biết đến cũng đủ an ủi cho mình rồi. Vả lại anh đừng quên phái đoàn cố vấn Mỹ đến đây thăm mấy tuần trước. Chính những người Mỹ đó đã nói rất tốt về anh nên ông Đại tá Lương Khánh Chí liên đoàn trưởng liên đoàn 73 quân y mới biết và tin cho những người khác biết để như một công tác tuyên truyền khích lệ các đơn vị khác ráng làm được như mình ở đây.

— Anh nói đúng. Ai ở trong trường hợp tôi cũng phải làm như vậy. Nhưng được thiên hạ hoan nghênh thì cũng thú vị lắm. Phải nói thực là như thế. Thôi thì cũng bõ công ăn gạo sấy hơn hai tháng trời.

Anh Phúc chợt vỗ tay lên trán nói:

— Ồ nhắc đến cơm gạo. Tôi có mang lên xôi với con gà quay mua ở chợ cũ để tôi dọn đồ một chút rồi mình ăn kẻo để nó hư thì uổng. Bà xã tôi còn nhét theo cả mấy kí gạo nữa sợ mình ở trên này đói.

— Chị ấy chu đáo quá. Có vợ như vậy thì cũng ấm lòng người chiến sĩ phải không anh? Tôi nói đùa với anh Phúc. Anh mỉm cười gật đầu công nhận mặc dù vẫn than:

— Tôi đã bảo nhà tôi là sắp đổi về Sài Gòn rồi, không phải tiếp tế những thức ăn làm gì, mang đi nặng lắm. Nhưng nhà tôi cứ ấn đại vào bao: Đâu có nặng gì đâu trực thăng nó chở đi. Bà ấy đâu có biết là từ bãi đáp vào đây tôi phải khênh mấy thứ này nặng muốn xỉu luôn.

Thảo nào tôi thấy anh mặt mày thất sắc vì phải mang những đồ đạc nặng nề như vậy. Tôi an ủi anh:

— Tội nghiệp anh phải mang quá nặng. Ở đây vẫn còn đầy dẫy nguy hiểm. Mình phải gọn nhẹ để di chuyển cho nhanh. Lỡ nó pháo bất tử thì sao. Rút kinh nghiệm của anh tôi sẽ không đem gì theo hết. Tôi nghĩ nhiều lắm chừng một tháng nữa mình có quyền vi vút ở Sài Gòn rồi phải không anh?

— Đúng vậy, tôi có hỏi ông Đại tá Lương Khánh Chí: chừng nào chúng tôi có người thay thế? Ông ấy nói chậm lắm là hai tháng, nhanh là một tháng. Ông ta đang chọn người làm y sĩ trưởng thay thế tôi và mấy người nữa hình như đã có sẵn danh sách rồi. Tôi nghe ông ấy nói anh bác sĩ tên Lê Quan Tín sẽ lên thay tôi. Anh có biết anh Tín không?

– Có chứ, tôi với nó thân lắm. Nó sau tôi một lớp. Cùng học lớp giải phẫu cấp cứu với tôi. Tay này được lắm. Được cả về tính tình lẫn tay nghề. Nhưng lên đây cũng phí đi. Với khả năng của Tín tôi thấy để hắn ở mấy bệnh viện lớn tốt hơn. Không hiểu tại sao nó lại thích lên đây.

– Chắc anh chàng thích phiêu lưu. Hoặc bị hào quang của Bác sĩ Quý cám dỗ.

– Hào quang gì anh, tôi chỉ làm bổn phận mà thôi.

– Anh không biết chứ, như tôi đã nói. Ở liên đoàn họ thích anh lắm. Ai cũng đề cao anh. Anh sẽ là người hùng quân y đấy.

– Thôi để người hùng hạ hồi phân giải. Bây giờ anh em mình làm bổn phận công dân tiêu thụ mấy món này đã rồi sau sẽ tính.

Chắc anh Phúc đi về hơi mệt nên tôi thấy anh ăn vài miếng rồi than no không tiếp tục nữa. Còn tôi thì nửa bịch cơm sấy ăn hồi trưa bây giờ vẫn chưa tiêu hết nên chúng tôi ăn có vẻ uể oải không như tôi nghĩ là sẽ làm hết, thu dọn chiến trường trong một thời gian kỷ lục. Đúng là no bụng đói con mắt.

Chúng tôi ngồi uống trà và thưởng thức mấy miếng kẹo mè xửng. Quả thực là thần tiên. Đã lâu lắm tôi không được nếm những thức ăn ngọt. Nên mấy miếng kẹo này đối với tôi lúc đó thật là tuyệt vời. Lại uống với nước trà nóng nữa mà tiếng nhà nghề là hãm thì không còn gì thú vị hơn. Tuy nhiên tôi không dám ăn nhiều vì sợ sẽ bị sôi ruột hoặc đi tiêu chảy đau bụng vì không dùng đường đã lâu rồi.

Chúng tôi thu dọn nhanh giường của mình rồi anh Phúc nói:

– Hôm nay quá mệt, tôi đi ngủ sớm!

Đúng thế, tôi thấy nét mặt anh có vẻ bơ phờ hốc hác. Tôi nghĩ bụng về phép thăm nhà mà lại mệt hơn ở đây thì lạ nhỉ. Tôi uống nước trà, chắc tối nay lại không ngủ được. Không sao, đối với tôi không ngủ được chẳng làm tôi lo lắng. Tôi chỉ cần để óc làm việc một chút thì lại ngủ được ngay. Nhất là hiện nay nhàn nhã, không phải như hồi xưa, phải dậy sớm đi làm. Bây giờ nếu đêm không ngủ được, sáng ra có mệt thì tôi vẫn có quyền ngủ nữa chẳng ai quấy rầy cả.

VỀ PHÉP THĂM NHÀ

NGÀY 6-7-1972

Bây giờ đến lượt tôi được đi phép về thăm nhà.

Tôi nhanh chóng làm mọi giấy tờ cần thiết, sửa soạn trong chớp mắt là xong. Tôi kêu tài xế xe hồng thập tự, nhờ chở giùm tôi ra bãi đáp. Bây giờ hầu như hàng ngày đều có những chuyến máy bay trực thăng đi đi về về liên lạc giữa An Lộc và Lai Khê, hậu cứ của sư đoàn 5. Tôi, nhân dịp này, mang theo phần lớn đồ đạc của tôi gần như dọn nhà, chất lên chiếc xe Jeep hồng thập tự vẫn do tài xế Mệnh lái. Thực ra cũng chẳng có gì nhiều: một thùng sách vở, cây đàn guitar Yamaha, hai vỏ đạn đại bác. Còn cái ba lô tôi đeo lên vai nữa thế là đủ.

Kỳ này hành khách của chiếc trực thăng chỉ có năm người. Mấy người kia cũng đi phép như tôi. Do đó tôi ngồi trên máy bay rất thoải mái. Đứng ở dưới đất nhìn lên trực thăng thấy nó bay có vẻ chậm. Giống như khi ngồi trên trực thăng bay cao ta cũng có cảm giác như vậy. Vì những cảnh ở dưới đường như không thay đổi nhanh bằng máy bay. Khi cất cánh xong phi công cho máy bay bay là là trên đầu ngọn cây, để tránh hỏa tiễn của địch. Tôi thấy tốc độ nó cũng nhanh lắm. Chẳng trách nào địch dù có muốn bắn cũng không trở tay kịp.

Gần một giờ sau tôi đã an toàn tại hậu cứ sư đoàn 5 ở Lai Khê. Tôi gặp ông Thiếu tá Diệm đã được phái lên đây mấy ngày trước cũng đang ở đó để lo việc tiếp vận cho tiểu khu Bình Long. Ông Diệm bảo tôi chờ ông một chút vì đang dở nói chuyện với một ông Trung tá thuộc sư đoàn 5. Sau đó chúng tôi lên một xe Jeep rồi thẳng đường về Sài Gòn. Rời rừng cao su nơi tổng hành dinh của sư đoàn 5 đóng quân, trong khoảnh khắc tôi đã thấy hai bên đường toàn là ruộng lúa xanh tươi ngút ngàn, trông rất vui mắt, rất thanh bình.

Thật trái ngược hẳn với những cảnh hầm hố, xe tăng, bom đạn, ở mặt trận. Chỉ trong một thời gian rất ngắn, tôi đã đi từ địa ngục để trở về khung cảnh bình thường của người đời. Tôi mới nhận ra một điều rất lạ là không khí sao thơm tho ngọt ngào như thế. Lần đầu tiên trong đời tôi mới được cảm nhận thấy vị ngọt của không khí. Suốt gần ba tháng trời sống trong mùi hôi hám của mấy trăm xác chết, của khói súng, của không khí tù hãm trong hầm, ngay cả khi về tới Lai Khê, nhưng ở trong vườn cao su vẫn là khói xăng, mùi quần áo nhà binh. Chỉ khi xe ra tới ngoài đường với hai bên là đồng lúa, tôi mới cảm được vị của không khí, hương của lúa, của đồng nội của thiên nhiên.

Thật là sảng khoái, thật là thiên đàng. Tôi hỏi ông Diệm:

– Ông có thấy không khí ngọt chưa?

Ông Diệm gật đầu cười nói:

– Thấy chứ. Tôi đang tính hỏi ông. Hít thở không khí này tỉnh cả người. Sau trận này ông đã tính xin đổi đi đâu chưa?

– Tôi cũng chưa biết nữa. Nhưng chắc tôi xin về một bệnh viện nào đó gần Sài Gòn, có thể là tổng y viện Cộng Hòa cho gần nhà. Ông biết nhà tôi chỉ mình tôi là con trai. Mấy năm nay xa nhà rồi, bây giờ là dịp để tôi có thể được ở gần gia đình. Còn ông thì sao?

– Để xem đã. Mình đã chịu khổ nhiều rồi. Bây giờ mình có quyền lựa chọn. Tôi đợi xem có chỗ nào ngon, cờ tới tay là phất liền.

Nghe ông Diệm nói, tôi nghĩ thầm: Ông này khôn thiệt! Chợt một ý nghĩ thoáng qua trong đầu, tôi liền hỏi:

– Còn ông Nhựt thì sao?

– Có thể ông ấy sẽ nắm một sư đoàn nào đó để mau lên tướng. Đó là đường đi của các ông ấy.

– Ông có tính đi với ông ấy không?

– Cũng còn tùy. Như tôi đã nói với ông, nếu có chỗ ngon thì đi, không thì mình binh đường khác. Nhưng gì thì gì tôi chỉ ở Vùng 3 này thôi. Không đi đâu hết. Gia đình tôi ở Sài Gòn, các cháu đang đi học đâu vào đấy cả rồi, nay mà dời đi xa thì lại xáo trộn tất cả, tội cho chúng nó.

Tôi chợt nhớ tới một thắc mắc từ lâu vẫn để trong lòng chưa có dịp hỏi ai cả, nay nhân tiện cùng ông Diệm về cùng đường, vui câu chuyện tôi liền hỏi xem ông ta có thể cho tôi biết được thêm gì không để giải tỏa những thắc mắc của tôi.

- Này ông, tôi có vấn đề này muốn hỏi ông thử xem ông có chia sẻ được gì không? Thiếu tá Diệm nhìn tôi nói:
- Ông cứ nói đi, tôi biết được gì sẽ trả lời ông ngay.
- Này nhé, ông thấy trận này khá lớn phải không?
- Đúng! Sao ông?
- Quân mình cũng có tới cả một sư đoàn chứ không ít, phải không? Ông Diệm gật đầu, tôi nói tiếp:
- Tôi nghe radio thì thấy họ so sánh trận này với trận Điện Biên Phủ, nhưng trong thâm tâm tôi thì tôi lại thấy không có vẻ gì là ghê gớm cả. Có lẽ tại vì tôi không ở trên tuyến đầu nên không thấy những cảnh thịt nát xương rơi chăng? Hay là tôi không ở trong bộ chỉ huy nên không có một cái nhìn tổng quát của trận đánh mà chỉ nhìn trên một phạm vi nhỏ hẹp nên không thấy được mức độ to lớn của trận này?
- Đúng vậy, thực ra ông chỉ nhìn được một mặt của trận này thôi. Đúng ra ta phải nhìn trên một bình diện rộng lớn cả toàn tỉnh Bình Long. Những cuộc điều quân bố trí từ Lộc Ninh tới Chơn Thành thì mới thấy được nghiêm trọng của trận này. Ngay ở Lộc Ninh thiết đoàn 1, rồi trung đoàn 48, trung đoàn 52 bị trận địa pháo vây khốn bị phục kích ra sao nhất là ở cầu Cần Lê quân mình thiệt hại ra sao. Còn khi tới An Lộc đa số quân bao vây của địch đã bị B52 loại bỏ rồi thì như ông thấy đấy cũng không có gì gay cấn lắm. Nhưng tại mặt trận đồn điền Quản Lợi mình cũng phải trả một giá khá đắt mới giữ vững được An Lộc đấy. Thực ra còn nhiều chi tiết ghê gớm nữa trong trận đánh này. Quân Dù lên tiếp viện mình đã phải dùng những chiến thuật tốc chiến tốc thắng, phải hy sinh, phải quyết tâm như thế nào mới bắt

tay được với mình. Nếu không thì mình đã bị tụi nó xơi tái rồi còn đâu. Thôi dù sao mình vẫn còn may mắn, còn được sống sót sau trận đánh kinh hoàng này là phúc đức bảy mươi đời nhà mình rồi ông ạ.

— Đúng vậy. Nhưng tôi thấy có một điều gì đó hơi bất công ông nhỉ. Những người đã hy sinh, đã nằm xuống thì chẳng bao lâu sẽ bị lãng quên, còn những người may mắn sống sót thì sẽ được lên chức lên lon, được làm anh hùng. Ông Diệm ngắt lời:

— Đời là vậy ông ạ. Thôi cứ vui những cái mình có là được rồi. Ai có phận nấy nhờ. Chẳng nên thắc mắc làm gì.

Vừa đi vừa nói chuyện, chẳng bao lâu đã tới Sài Gòn. Tài xế rẽ vào ngã ba Hàng Xanh rồi theo sự chỉ dẫn của tôi đi theo đường Chi Lăng qua Lăng Ông, qua nhà thương Nguyễn Văn Học rồi chẳng mấy chốc đã tới khu nhà tôi ở cư xá Chi Lăng ngay ngã tư Võ Di Nguy, Phú Nhuận. Xe dừng trước cổng. Tôi bấm chuông. Mẹ tôi ra mở cổng. Trông thấy tôi, mẹ tôi mừng lắm, nét mặt tươi cười rạng rỡ cả lên. Mẹ tôi trông thấy ông Diệm liền mời:

— Mời ông vào nhà chơi, xơi nước.

Ông Diệm cũng mong về nhà ngay nên thoái thác:

— Xin cụ để cho khi khác. Tôi vội về nhà ngay kẻo các cháu nó mong. Thế nào tôi và nhà tôi cũng đưa các cháu sang đây chào cụ.

Thông cảm với ông Diệm, mẹ tôi không ép:

— Vậy thôi để ông lại nhà cho sớm.

Ông Diệm lên xe bảo tài xế vòng xe lại đi về nhà ông ở cư xá Trương Minh Giảng.

Lúc mẹ tôi vừa mở cổng ra, hai con chó của tôi, con Bi và con Lu đã chạy ra vẫy đuôi đón tôi. Chúng rít lên những tiếng vui mừng tranh nhau quấn quít bên chân tôi. Bi cao hơn, nó thuộc loại giống chó Phú Quốc có cái xoáy trên lưng hình thù như một cái bình bông, lông nó pha đen vàng xám giống như lông mấy con chó béc-giê. Đôi khi tôi gọi nó là thằng Bình. Nó nhảy lên tới ngực tôi hít hít ra điều mừng rỡ. Còn con chó kia thấp và dài trông cục mịch, lông đen, không nhảy cao được chỉ với tới đầu gối tôi thôi. Cách mấy tháng trời không gặp mặt tôi hai con chó vẫn còn nhớ đón chào một cách nhiệt tình như thế.

Mẹ tôi giúp tôi mang mấy đồ đạc của tôi vào nhà. Tôi đặt hai cái vỏ đạn chiến lợi phẩm của tôi ở chỗ nhà để xe. Mẹ tôi cầm giùm cây đàn guitar của tôi vào nhà. Tôi khuân thùng sách và cái túi ba lô để dưới chân cầu thang.

Tôi ngồi xuống cạnh cái bàn con trong nhà bếp. Mẹ tôi lúc này mới nhìn kỹ tôi hơn, bà nói:

– Sao con gầy thế!

– Tại ăn cơm sấy với thịt hộp không. Nhưng con vẫn thấy khỏe không sao cả. Tóc má cũng bạc đi nhiều. Các em đi làm chưa về hả má?

– Ừ. Tụi nó năm giờ chiều mới về tới nhà. Thấy anh về chắc tụi nó mừng lắm. Mẹ tôi vừa nói vừa hỏi tôi: Con có muốn uống nước chanh không?

Tôi lắc đầu đáp:

– Cho con ly nước lạnh thôi. Con đang khát nước.

Mẹ tôi đi ra mở tủ lạnh, chợt bà vui mừng nói:

– May quá còn bình nước cháo lạnh đây. Đang khát mà uống nước này thì đỡ khát ngay.

Vào mùa hè, mẹ tôi thường hay nấu cháo thật loãng, chắt lấy nước pha thêm chút xíu đường vào cho ngon miệng rồi để tủ lạnh làm nước uống trong ngày. Tôi thích món giải khát này lắm. Tôi đỡ lấy ly nước cháo trong tay mẹ tôi. Tôi uống từng ngụm đầy, thấy ngon ngọt vô cùng. Uống tới đâu tôi tỉnh người ra tới đấy. So với ly nước đá lạnh mà anh bạn Đức cho tôi uống dưới hầm chỉ huy thì ly nước này còn ngon, mát hơn nhiều.

Mẹ tôi ngồi nhìn tôi thưởng thức món nước cháo ướp lạnh. Nét mặt bà tươi vui tràn đầy hạnh phúc. Người mẹ nào mà chẳng vui mừng khi thấy con mình trở về từ địa ngục. Tôi uống hết ly nước, mẹ tôi hỏi:

– Con uống thêm ly nữa nhé.

Tôi vội trả lời:

– Thưa con đủ rồi. Ly nước cháo ngon quá. Nhưng không nên uống nhiều. Để từ từ đã, con sợ lâu ngày không uống, dạ dày chưa quen gây đau bụng.

– Thôi, con lên lầu tắm rửa đi, để mẹ sửa soạn làm cơm, nấu nồi xôi cúng ông bà đã phù hộ cho con. Nhân thể cũng mừng con thoát nạn về đây được an toàn.

Trước khi đi lên lầu, tôi ra ngoài phòng khách đi xem một lượt những đồ vật quen thuộc trong nhà. Mọi thứ vẫn còn nguyên như cũ chẳng có gì thay đổi. Tôi lên phòng tôi trên lầu cũng vậy. Tắm rửa xong tôi bắt đầu thấy buồn ngủ. Tôi vào phòng nhặt tờ báo lên coi, chưa được một phút thì mắt đã ríu lại. Những mệt mỏi từ mấy tháng nay bây giờ mới thấm, nhất là sau một thời gian di chuyển hết trực thăng lại đi xe hơi về trên một quãng đường gần 100 cây số, tôi đã thấm mệt và giấc ngủ đến với tôi nhanh chóng.

Tôi ngủ một mạch tới chiều. Tôi chỉ tỉnh dậy khi nghe thấy nhiều tiếng nói lao xao ở dưới nhà. Mở mắt ra. Tôi phải định thần một lúc mới nhận ra là mình đang ở nhà tại Sài Gòn chứ không phải còn ở trong hầm cứu thương ở Bình Long. Tôi nghe tiếng em Minh tôi hỏi:

— Ủa đồ đạc của ai đây má? Anh Quý về hả má?

— Ừ, của anh đó, anh mới về trưa nay. Đang ngủ trên lầu.

Tiếng em Tuệ tôi nói:

— Vậy hả má. Thế là bà má mừng nhé.

Tiếng em Nguyệt tôi xen vào:

— Bộ chị Tuệ không mừng sao?

— Mừng chứ, nhưng bà má mừng nhiều hơn. Con trai cưng của má đã về là bà yên chí rồi. Thế là bây giờ bà má hết rầu rĩ rồi nhé.

Em Tuệ tôi thường hay trêu má tôi nhất.

Rồi tiếng chân chạy nhanh lên cầu thang. Tôi đã tỉnh ngủ hẳn, đứng dậy bước ra khỏi phòng. Tiếng mẹ tôi vọng từ dưới bếp:

— Này, chúng mày để yên cho anh ngủ.

— Không sao đâu má, để cho anh dậy sửa soạn ăn cơm là vừa. Em Tuệ tôi vừa đi vừa nói.

Tôi thấy ba bộ mặt tươi vui như Tết hiện ra đầu cầu thang. Vừa trông thấy tôi em Tuệ tôi cao giọng:

— Anh ấy khỏe như vậy mà ở nhà bà má cứ lo lắng cho anh ấy hoài.

Em Minh tôi từ tốn hơn:

– Trông anh ấy gầy đi nhiều chứ! Nguyệt thì chỉ đứng mỉm cười thôi không nói gì. Trong nhà Nguyệt là người ít nói nhất.

Thế rồi anh em chúng tôi lại rần rần chạy xuống bếp ngồi ngay tại bàn ăn nhỏ cho tiện. Những câu hỏi lại được các em tôi thay phiên nhau đặt ra liên miên bất tận. Má tôi sau cùng phải nói:

– Thôi các con ngừng đi, dọn cơm ra ăn không có anh đói rồi.

Em Tuệ tôi nói:

– Anh biết không ở nhà má lo cho anh ghê lắm. Đêm nào tụi em cũng nghe đài BBC thấy nguy hiểm cho anh quá. Có đêm má nằm mơ thấy anh bị Việt Cộng bắt trói trong rừng cây cao su, quần áo trắng bê bết máu. Sáng ra má kể chuyện làm tụi em đứa nào đứa ấy mặt mũi buồn xo. Sau má bèn lên coi ông thầy bói mù người làng. Má vừa mở miệng ra hỏi ông về anh thì ông Mù biết ngay là anh, liền nói: Người con trai của bà, năm nay hạn nặng lắm nhưng nhờ phúc đức ông bà để lại nên tuy vậy mà cũng không sao.

Má lại hỏi về giấc mơ của má, thì ông Mù vẫn nói rằng không có đổ máu đâu. Tiền hung hậu kiết. Má nghe vậy cũng được yên lòng một tí nhưng ngày đêm vẫn lo.

Tôi vội ngắt lời hỏi:

– Thế ông Mù còn nói gì nữa không?

– Không, má chỉ cần hỏi xem anh có an toàn không mà thôi.

Tôi cười nói tiếp:

– Nếu anh là ông mù thì sẽ đoán rộng ra là cuối năm nay anh sẽ được thăng cấp được huy chương thì mới gọi là đoán mò mà hay. Vì sau những trận chiến lớn như vậy thì ai sống sót được đều có thưởng cả.

– Thôi để em kể tiếp cho anh nghe. Một buổi sáng bà Diệm tới nhà mình nói là có mấy bà bạn cho bà biết nếu muốn liên lạc với Bình Long thì phải vào ty Bưu Điện Chợ Lớn mới có đường dây. Bà ấy rủ em đi chung vì bà ấy không biết đường. Em phải đi dò hỏi biết bao nhiêu thì giờ, hẹn lên hẹn xuống, đợi cả nửa ngày mới tới phiên mình được nói chuyện với anh. Rốt cục ông anh lại ít nói quá. Nói có mấy câu rồi cúp. Chẳng hỏi được gì nhiều. Tức quá đi thôi.

Thấy em Tuệ tôi trách móc tôi cũng thông cảm, chỉ còn nước ngồi cười trừ. Tôi nói:

– Điều quan trọng nhất ở nhà muốn biết là anh có mạnh khỏe bình an không. Còn anh thì muốn biết ở nhà có sao không. Nếu mọi sự đều bình thường cả thì những chuyện lẻ tẻ khác đâu có gì đáng để nói đâu. Vả lại cần phải ngắn gọn để cho người khác khỏi phải chờ lâu.

– Đành rằng thế nhưng cũng phải nói một vài câu cho bõ công em chờ đợi, cứ cụt lủn thì chán chết.

Em Minh tôi xen vào chuyển câu chuyện sang đề tài khác:

– Thế kỳ này anh về được bao lâu?

– Được một tuần. Sau đó chừng một tháng có người thay thế rồi sẽ xin đổi về Sài Gòn luôn.

Mẹ tôi nghe nói vậy mừng lắm. Bà vội hỏi:

– Thế con đã biết được đổi về đâu không?

– Con chưa biết. Nhưng nếu muốn gần nhà chỉ có Tổng Y Viện Cộng Hòa thôi. Nhưng ở đó thì làm việc cũng cực lắm.

– Ừ, gần nhà là được rồi. Vất vả một chút cũng không sao.

Tôi cũng nghĩ vậy, cực đến mấy cũng không thể nào bằng những ngày tháng tôi làm việc trong trận chiến này. Hơn nữa về làm việc tại Tổng Y Viện Cộng Hòa, được coi như là một bệnh viện cấp cao nhất trong quân đội, chắc sẽ có nhiều nhân tài, có nhiều cơ hội để tôi học hỏi thêm, có cực một tí cũng không sao.

Bữa cơm gia đình đoàn tụ tuy giản dị nhưng thật vui. Tôi ăn cơm rất ngon miệng. Xong xuôi chúng tôi ra ngồi ngoài phòng khách tiếp tục nói chuyện. Hết chuyện nhà đến chuyện họ hàng. Tôi hỏi thăm tin tức của anh Cương, con trai bác hai tôi thì được biết anh hiện đóng ở Kontum ngành pháo binh. Mặt đó cũng đang có áp lực nặng của địch. Ngoài ra mọi người khác trong họ đều bình an cả. Trước khi đi lên phòng, tôi không quên lấy ra hai cuốn phim tôi chụp ở Bình Long đưa cho em Tuệ tôi nhờ gửi đi Hawai rửa vì tôi không tin mấy những quán ảnh ở Sài Gòn, sợ chưa rửa được hình màu dương bản. Các em tôi phải đi ngủ sớm để đến mai tiếp tục đi làm.

Ngày hôm sau là ngày tôi đi chào họ hàng. Tôi ra thăm bác hai tôi, cô chú tôi, và ông anh trưởng tộc, anh Quyền, con trai bác cả tôi, người rất vui tính, tất cả mọi người đều thích anh ấy. Chính anh là người đã dạy cho tôi chích thuốc, chích thịt, chích mạch, dùng ngay thân thể anh để làm vật thử cho tôi. Thành ra khi tôi vào học Y Khoa tôi đã có kinh nghiệm chích đủ mọi thứ rồi. Gần chiều tôi trở về nhà vì không muốn mẹ tôi ở nhà một mình sợ bà buồn.

Ăn cơm chiều xong chúng tôi ra phòng khách coi TV. Đến tin chiến sự Bình Long. Những hình ảnh quen thuộc hiện lên. Tôi chợt chú ý khi xướng ngôn viên cho biết Tổng Thống Thiệu đang đi thăm viếng, ủy lạo các anh em chiến sĩ tử thủ ở An Lộc. Hình ảnh Tổng Thống Thiệu đứng giữa các anh chiến sĩ, đàng sau là một xe tăng của địch bị bắn hạ. Nhiều người leo lên cả xe tăng. Tổng Thống Thiệu tươi cười sau khi xuất khẩu đọc một bài diễn văn ngắn ca tụng sự chiến đấu anh dũng của toàn thể quân dân các cấp tại mặt trận Bình Long. Tổng Thống tuyên bố: Tất cả quân nhân tham chiến tại mặt trận Bình Long đều được đặc cách thăng lên một cấp. Vì có công giữ vững được Bình Long qua bao đợt tấn công của địch quân với quân số gấp ba lần, Tổng Thống tặng cho danh hiệu Bình Long Anh Dũng.

Những ngày sau tôi chỉ quanh quẩn ở nhà với mẹ tôi, không muốn đi đâu cả. Tôi biết mẹ tôi đã lo lắng cho tôi quá nhiều. Nay tôi thoát hiểm về thăm nhà, tôi muốn dành nhiều thì giờ với mẹ tôi cho bà được vui. Thực ra tôi cũng chẳng thích đi chơi nếu không có gia đình cùng đi. Tôi có nhiều sách báo truyện ở nhà tôi tha hồ đọc. Tôi chẳng thấy buồn chán gì cả.

Thấm thoát đã hết một tuần phép. Đến ngày tôi trở lại Bình Long ông Diệm cho xe tới đón tôi lên Lai Khê rồi từ đó đi trực thăng trở vào An Lộc. Tôi tới nơi vào khoảng 3 giờ chiều. Xuống máy bay tôi đã thấy có xe hồng thập tự ra đón, thì ra ông Diệm đã liên lạc với bộ chỉ huy sau khi rời Lai Khê, cho biết ngày giờ tôi lên nên mọi sự mới được ăn khớp như vậy.

Bước lần từng bực thang xuống hầm, tôi đi qua phòng mổ tới phòng tôi, vừa bước vào đã thấy anh Phúc nằm ngước mắt lên nhìn trần nhà như đang nghĩ ngợi điều gì. Tôi chắc đàn anh lại nhớ vợ thôi chứ chẳng có việc gì khác. Nghe thấy tiếng động, anh Phúc nhìn ra, thấy tôi anh vội nhổm dậy nói:

– Anh thật hên, ở Sài Gòn anh có nghe tin gì không?

Tôi ngơ ngác hỏi:

– Không, mà chuyện gì vậy anh?

Anh Phúc thở ra nói:

– Mới ngày hôm qua thôi, một phái đoàn cố vấn Mỹ tới thăm, vừa ra khỏi trực thăng di chuyển về bộ chỉ huy tiểu khu thì bị một trái 75 ly của Việt Cộng bắn trúng làm một thông dịch viên và hai sĩ quan Mỹ chết ngay tại chỗ. Một thiếu tá Mỹ bị gãy tay còn ông Thiếu Tướng Tallman bị thương trầm trọng mang vào hầm này cấp cứu. Những người Mỹ này nặng lắm. Mang được vào hầm rất là khó khăn. Vất vả lắm mới khiêng được vào để trên bàn mổ. Nhưng vết thương nặng quá không thể làm gì được. Chỉ băng bó xong, truyền nước biển rồi có ngay trực thăng chở về Long Bình. Thật là náo loạn hết cả lên. Khẩn trương vô cùng. Lúc đó chỉ có mình tôi lo đủ mọi thứ, nếu có anh thì đỡ cho tôi hơn. Anh hên thật, đỡ phải chịu những cảnh giật gân khổ sở như vậy. Khi phái đoàn bị trúng đạn, nằm la liệt ở gần bãi đáp, họ gọi xe hồng thập tự cùng bác sĩ đem đồ tới cấp cứu rồi cho những người bị thương về đây. Chỉ có mình tôi chỉ huy mấy tay y tá mà tới năm, sáu người vừa chết vừa bị thương lại còn sợ chúng pháo nữa vì ở ngay khu trống trải. Địch quân ở trên đồi gió trông xuống rõ mồn một. Thực là khủng khiếp. Tới lúc máy bay trực thăng tản thương tới, bốc hết nạn nhân đi xong tôi mới hoàn hồn, thân thể rã rời, mệt mỏi lạ lùng.

Tôi thấy tôi may mắn thực. Tôi đã không phải chịu cái cảnh kinh hoàng đó. Mà cũng tội nghiệp cho anh Phúc phải ra tay nhận lãnh một số thương binh nhiều hơn là y tá của mình, đồng thời anh lại không phải là bác sĩ giải phẫu cấp cứu, nên điều hợp những việc này thật ngoài tầm tay của anh. Nhất là người bị thương lại là một sĩ quan cao cấp của Mỹ.

Tôi an ủi anh:

– Rồi cũng xong, phải không anh? Định mệnh đã an bài. Khi Tổng Thống Thiệu đến đây sao lại êm, không một trái pháo nào vậy. Tôi thấy cũng lạ. Ông Tổng Thống hên thật. Còn ông Tướng Mỹ này thì lại xui cùng mình. Thế Đại tá Nhựt có sao không anh?

– Mạng ông ấy lớn lắm. Không hiểu sao hôm ấy ông không ra đón. Thường thường có Tướng tới thăm ông Tỉnh Trưởng hay thân hành ra đón lắm. Nếu ông Nhựt mà ra bãi đáp là lãnh thẹo rồi. Đúng là con người có số mạng. À mà anh về kỳ này thấy có tin tức gì mới không?

– Không, tôi về cũng chỉ ở nhà thôi không đi đâu cả. Nên không biết gì hơn anh ở đây. Nhưng dù sao tôi thấy chúng mình cũng sắp sửa được đổi đi chỗ khác rồi.

GIÃ TỪ BÌNH LONG

NGÀY 29 tháng 7 năm 1972

Kể từ ngày đi phép về được ba tuần, một hôm vào cuối tháng 7, tôi được tin Bác sĩ Lê Quan Tín đang trên đường lên Bình Long để thay thế anh Phúc. Ba tuần chờ đợi ấy thực dài. Thà không biết để sự việc tự nó đến lúc nào thì đến, nay biết rồi chúng tôi chờ đợi, đếm từng ngày một rất sốt ruột.

Trời dạo này ở Bình Long hay mưa, gần như ngày nào cũng có một trận, mưa ở đây hơi đặc biệt một chút là mưa nắng cùng một lúc. Chính trong một trận mưa nắng đó mà Bác sĩ Tín, người tụi tôi đang mong đợi đã tới.

Sau khi giúp Bác sĩ Tín để gọn đồ vào một chỗ xong, tôi với anh Phúc sơ lược tình hình hiện tại cho Bác sĩ Tín nghe, cùng kêu tất cả các anh em quân y từ các hầm khác tới giới thiệu với Bác sĩ Tín để cho biết mặt nhau. Phụ tá với Bác sĩ Tín là hai bác sĩ khác mới ra trường cũng đang trên đường lên đây.

Tôi và anh Phúc dẫn Bác sĩ Tín sang hầm chỉ huy để giới thiệu Tín với Đại tá Tỉnh Trưởng. Nhân cơ hội đó tôi nói ngay:

— Thưa Đại tá bây giờ đã có người thay thế. Sau khi bàn giao xong chúng tôi muốn được từ giã Đại tá về liên đoàn 73 quân y trình diện để nhận công tác mới.

Đại tá Nhựt nói:

— Được rồi, bàn giao xong bác sĩ muốn đi lúc nào thì đi. Chừng một hai tháng nữa chắc moa cũng đi chỗ khác. Chỗ này đâu còn gì đâu, để cho ông Thành coi.

— Như vậy nếu ngày mai có trực thăng tới xin phép Đại tá chúng tôi sẽ theo máy bay về Lai Khê luôn.

Đại tá Nhựt gật đầu:

— Được, chúng mình sẽ còn có ngày gặp nhau.

Tôi với anh Phúc, Bác sĩ Tín lần lượt bắt tay Đại tá Nhựt rồi đi về hầm mình.

Sáng hôm sau chúng tôi được tin có hai chuyến trực thăng tới vào khoảng 1 giờ trưa. Tôi với anh Phúc đã sửa soạn xong rất gọn và nhẹ. Tôi chỉ có một túi xách tay, anh Phúc cũng vậy. Chúng tôi từ giã các nhân viên và Bác sĩ Tín rồi lên xe hồng thập tự ra chỗ sân ở bãi đáp cùng với mấy người lính Nhảy Dù đi phép. Khi máy bay vừa đến, bay là là trên mặt đất, không đậu hẳn xuống đất, có lẽ để đề phòng, nếu địch pháo thì sẽ vọt lên lẹ hơn.

Chúng tôi chạy nhanh để nhảy leo lên máy bay. Tôi lên sau cùng vừa phóng người lên chưa nắm được điểm tựa nào thì máy bay đã bốc vọt lên cao làm tôi chới với suýt nữa té lộn xuống, may có người lính ngồi ở gần đưa tay kéo áo tôi kịp lôi vào. Lúc đó tôi mới ngồi lên được trên ghế, cột nịt dây an toàn xong nhìn ra thì thấy anh Phúc đã ngồi bên ghế đối diện, đang mỉm cười nhìn tôi. Tôi nghĩ thầm: Tay này nhanh thật. Không biết dọt lên hồi nào mà đã yên vị như vậy.

Khi máy bay cất cánh lên đầu ngọn cây thì bắt đầu pháo địch nổ. Tôi thấy hai trái rơi cạnh bãi đáp khoảng 100 thước. Bụi đất tung mịt mù toàn cát đỏ. Chỉ trong tích tắc máy bay đã ra khỏi vòng pháo, lướt mình trên những ngọn cây cao su thẳng đường về hướng Lai Khê.

Thế là sau hơn một năm làm việc tại Bình Long, An Lộc, tôi đã rời khỏi tỉnh lỵ này với một số kỷ niệm khó quên.

Về tới Sài Gòn, đọc lại những tờ báo cũ tả trận chiến đó, tôi thấy nó lớn ghê gớm và cũng rất quan trọng. Nếu để địch quân chiếm đóng được tỉnh này thì ảnh hưởng tâm lý với dân chúng toàn miền Nam sẽ rất lớn. Các nhà báo cả trong và ngoài nước đã so sánh trận này với trận Điện Biên Phủ năm 54. Chỉ khác là trận này quân ta đã giữ vững được vị trí, đẩy lui được địch quân.

Năm trước khi tôi tới đây, thành phố đang trên đà phát triển. Tôi thấy nếu không có chiến tranh tỉnh này sẽ là một trong những tỉnh trù phú nhất của Vùng Ba chiến thuật. Khi tôi ra đi thì nơi này đã trở thành bình địa. Những thay đổi đó cùng với cái may mắn được sống sót đã cho tôi nhiều suy nghĩ. Tôi có cảm tưởng như là người vừa được sống lại. Vậy phải sống làm sao cho ra người.

Tôi chợt nhớ tới bài thơ "Bán than" của Đại Tướng Nhân Huệ Vương Trần Khánh Dư khi ông bị cách tuột quan chức vì đã thua quân Mông Cổ một trận. Ông lên rừng đốn củi bán than để làm kế sinh nhai. Tôi thích nhất hai câu:

Ít nhiều miễn được đồng tiền tốt
Hơn thiệt nài chi gốc củi tàn

Tôi, thực ra bây giờ không phải là một gốc củi tàn, nhưng là một con người mới. Có những ngày địch pháo tới 10 ngàn trái vào tỉnh ly trên một diện tích giới hạn như vậy, mà tôi không bị một mảnh đạn nào. Kiểm điểm lại, tôi đã thoát chết ít nhất bốn lần, hai lần tôi tin phải có một phép lạ nào đó đã run rủi cho tôi được thoát nạn. Đó là tôi đã di chuyển lên hầm Bác sĩ Phúc đúng vào đêm phòng tôi bị pháo trúng và một lần khác khi đứng nói chuyện với mấy anh quân y tá ở dưới tàn cây trứng cá tại sân bệnh viện. Tôi muốn sống cho xứng đáng với lòng từ bi của Trời Phật đã ban cho tôi. Làm gì thì làm cũng phải là đồng tiền tốt, phải lương thiện và cưu mang những người khốn khổ, giúp đỡ những người nghèo khó thế cô. Thực hành như vậy trong hoàn cảnh xã hội này thật khó. Nhưng cố gắng chắc cũng được, hoặc ít ra cũng vạch ra cho mình được một con đường đúng để đi, không bị cám dỗ bởi những đồng tiền không tốt.

Khoảng 45 phút sau, tôi đã an toàn xuống máy bay tại hậu cứ sư đoàn 5. Tôi với anh Phúc hỏi thăm đường tới doanh trại tiểu đoàn 5 quân y. Tôi kiếm Bác sĩ Trần Nguyên Tường, tiểu đoàn phó tiểu đoàn 5 quân y, bạn cùng lớp với tôi xin giúp đỡ phương tiện về Sài Gòn. Thời may có một xe hồng thập tự sắp sửa rời Lai Khê chuyển thương binh về Tổng Y Viện Cộng Hòa, tôi với anh Phúc liền quá giang chuyến đó để khỏi phải chờ đợi lâu.

Một giờ sau tôi đã có mặt tại Sài Gòn, bấm chuông nhà. Hôm ấy là ngày thứ bảy, các em tôi đều ở nhà cả. Mọi người đều vui mừng đón tôi. Lần này không có cái ngạc nhiên bất ngờ như lần nghỉ phép kỳ trước. Nhưng thật vui vì mẹ và các em tôi được biết là tôi không phải trở về Bình Long. Tuy tôi chưa biết sẽ nhận công tác ở đâu, nhưng tôi biết chắc chắn là tôi sẽ được ưu tiên chọn chỗ mới.

CHIẾN SĨ XUẤT SẮC 72

Tôi nghỉ ở nhà được một tuần. Sau đó tôi lên trình diện tại bộ chỉ huy liên đoàn 73 quân y ở Biên Hòa. Tôi nghe danh ông liên đoàn trưởng, Đại tá Lương Khánh Chí, lâu rồi, từ hồi tôi còn ở trung đoàn 43, là ông có sở thích chơi súng, và bắn súng rất cừ. Tôi được nghe ông trung đoàn trưởng, Trung tá Nguyễn Bá Mạnh Hùng, kể rằng có lần ông đi cùng Đại tướng Đỗ Cao Trí ra Côn Sơn chơi. Hôm đi săn, một con sóc vừa vọt qua ông chỉ dơ súng lên để nhẹ một cái đã bắn trúng con vật ngay trước những cặp mắt khâm phục của mọi người. Tôi ngây thơ hỏi:

– Thế ông ấy không nhắm sao bắn trúng được.

Trung tá Hùng cười:

– Ông ta không cần nhắm. Ông ta chỉ có một mắt thôi.

Quả thực vậy, nghe nói ông ta bị thương bể mặt, hình như bị mìn, hư mất một mắt. Do đó ông bắn không cần nhắm. Ông ta người nhỏ con, gương mặt méo mó vì mất một phần xương khá lớn trên mặt.

Tôi được Trung tá liên đoàn phó, Bác sĩ Lâm Đại Quang dẫn đến chào ông Đại tá liên đoàn trưởng. Ông thấy tôi đi đôi giày rách vì pháo kích làm thủng một lỗ lớn ở phần trước, tỏ vẻ không bằng lòng. Ông nói:

— Về đây hết đánh nhau rồi, anh nên bỏ đôi giày ấy đi.

Tôi vội nói:

— Thưa Đại tá tôi không có đôi nào khác.

— Vậy thì anh Quang, ra lệnh cho tụi nó trang bị lại toàn bộ cho những quân nhân của mình về từ mặt trận Bình Long đi.

Y sĩ Trung tá Lâm Đại Quang vội nói:

— Dạ được, tôi sẽ làm ngay bây giờ. Rồi ông kêu thủ kho tới ra lệnh cấp phát quân trang quân phục cho tôi.

Thực ra thay vì phải đi xin, tôi đã đi đôi giày rách ấy, dụng ý khổ nhục kế để các xếp lớn thấy tự động cấp đồ cho.

Sau phần trang bị xong, hai ông liên đoàn trưởng và phó kéo tôi vào văn phòng nói chuyện.

Đại tá Lương Khánh Chí mở đầu:

— Liên đoàn tuy ở xa nhưng những việc làm của các anh trên đó chúng tôi đều được báo cáo đầy đủ. Liên đoàn rất vui mừng vì anh đã tận tâm làm việc giúp các thương binh ở mặt trận. Hiện nay với tình thế chiến trường như anh đã thấy. Nhu cầu về cấp cứu quân y rất cao. Liên đoàn đã tổ chức xong một đại đội cấp cứu. Và thấy anh rất xứng đáng để điều khiển đại đội này. Với kinh nghiệm giải phẫu và kinh nghiệm chiến trường sẵn có của anh, tôi nghĩ rằng anh sẽ giúp cho liên đoàn rất nhiều nếu anh nhận lời làm đại đội trưởng đại đội cấp cứu mới thành lập này.

Khi nghe ông liên đoàn trưởng ngỏ lời với tôi như thế, tôi nghĩ rằng ông đang ở trên mây. Ý kiến của ông thực không hợp lý chút nào.

Vì khi mới ra trường tôi đã là đại đội trưởng đại đội 43 quân y rồi. Nay thêm những kinh nghiệm giải phẫu dã chiến, kinh nghiệm chiến trường mà ông lại đề nghị cho tôi một chức vụ như vậy thì tôi không thấy hợp lý. Tuy nhiên để tránh làm phật lòng ông, tôi nói:

– Thưa Đại tá, tôi chỉ muốn làm việc trong một bệnh viện lớn để có cơ hội học hỏi thêm. Nhất là tôi không phải quân y hiện dịch, mà chỉ là y sĩ trưng tập thôi. Đáng lý ra tôi không phải nhập ngũ vì là con trai độc nhất của một góa phụ. Như Đại tá đã thấy, tôi đã tình nguyện phục vụ hết mình. Nay tôi muốn được làm việc tại một đơn vị tĩnh tại ví dụ như Tổng Y Viện Cộng Hòa. Tôi không còn muốn phiêu lưu nữa.

– Tôi thông cảm tình cảnh của anh. Đó là đề nghị của liên đoàn thôi. Anh cứ suy nghĩ đi rồi trả lời tôi sau cũng được. Nhân tiện đây tôi muốn anh Quang lái xe đưa anh Quý đi một vòng coi bệnh viện của liên đoàn mới thành lập thuộc đại đội quân y cấp cứu. Nếu anh nhận lời anh sẽ là chỉ huy trưởng của căn cứ này. Nó ở trong khu Long Bình, một trong những doanh trại của Mỹ bàn giao lại cho quân đội ta. Liên đoàn được chia một số trại dùng để làm bệnh viện như một thứ bệnh viện dã chiến vậy.

Tôi liền theo Y sĩ Trung tá Lâm Đại Quang ra xe Jeep lái về hướng Long Bình nơi căn cứ cũ của Mỹ.

Trong thời gian thụ huấn khóa giải phẫu cấp cứu binh đoàn, tôi đã đi thực tập tại bệnh viện 24th Evac và bệnh viện 93rd Evac của Mỹ tại căn cứ Long Bình, nên không lạ gì những căn nhà tiền chế mái tôn cong vòng bán nguyệt này. Chỉ khác là mấy năm trước, những căn nhà này trông còn vững chắc, còn trang bị đầy đủ, nhà nào cũng có máy lạnh. Nay bàn giao lại cho phe ta với chỉ sau hai năm tôi không ngờ nó lại xuống sắc đến mức độ tàn phai như thế.

Máy lạnh hoàn toàn không còn. Các cửa sổ và cửa ra vào đều phải mở rộng, nếu không những căn nhà tôn chùm hụp ấy sẽ biến thành những lò nướng. Tôi bước vào bên trong chỉ thấy hai hàng giường bệnh ngoài ra chẳng có trang bị gì cả. Tôi thấy đã có một số thương binh nằm đây, toàn bệnh nhẹ, có vẻ như là một nơi an dưỡng hơn là một bệnh viện. Vì khu này không có cây cối nên hôm đó gió thổi luồng vô những căn nhà tiền chế đó một các khá tự do khiến những người thương binh phải lấy áo trùm đầu cho dễ chịu.

Ông liên đoàn phó hỏi tôi:

– Sao, anh Quý thấy sao?

Tuy trong lòng tôi nản lắm, nhưng nhìn ánh mắt của ông tôi thấy là ông không thể nào chấp nhận một câu trả lời phủ định được. Nên tôi tìm cách đánh trống lảng lái qua một khía cạnh khác mà không trả lời trực tiếp vào câu hỏi.

– Thưa, tôi thấy chỗ này rộng lắm, có thể chứa đến 400 thương binh. Khi cần, có thể còn hơn thế nữa.

– Anh nói đúng. Chúng tôi phải tranh đấu ghê lắm mới được quân đoàn chia cho chỗ này. Mọi việc đều sẵn sàng cả. Anh nào về đây thì coi như cỗ đã dọn sẵn chỉ mời ông xơi thôi. Thực ra liên đoàn đang cần một người biết giải phẫu, tận tâm, có kinh nghiệm nắm chỗ này. Nếu anh nhận lời ông liên đoàn trưởng vui lắm. Ông đã nhắm anh từ lâu rồi.

Tôi lại cố tình lái câu chuyện sang vấn đề khác. Tôi hỏi:

— Thế nhiệm vụ chính của đại đội cấp cứu này là gì? Có phải di chuyển không?

— Có chứ. Trong tương lai sẽ có nhiều trận đánh lớn. Nơi nào cần thì đại đội sẽ đến. Nhưng anh đừng lo. Ít khi anh phải đi lắm. Anh ở đây chỉ huy thôi. Dưới quyền anh sẽ có ba y sĩ phụ tá cho anh.

— Thưa anh, theo tôi khi hữu sự đơn vị trưởng phải đi trước, lo tổ chức đơn vị đàng hoàng rồi mới giao cho phụ tá. Còn cứ ở nhà không chỉ huy được đâu.

— Khá lắm. Đồng ý hoàn toàn.

Tôi nói chuyện đưa đẩy một hồi rồi ra xe về lại bộ chỉ huy liên đoàn. May quá ông liên đoàn trưởng đã về rồi vì hết giờ làm việc, nên tôi không phải trả lời những câu hỏi tôi không muốn. Tôi lái xe về Sài Gòn. Vừa đi tôi vừa suy nghĩ, phải làm nhanh không sẽ kẹt. Dù sao trong quân đội khi cấp trên đã ra lệnh dù muốn dù không tôi vẫn phải tuân theo.

Tôi nghĩ cách hay nhất phải đi từ trên cao xuống. Tôi dự định sáng mai sẽ tới Cục Quân Y xin gặp phụ tá lục quân, Y sĩ Trung tá Nguyễn Đức Liên trình bày ý định

của mình là muốn xin về làm việc tại Tổng Y Viện Cộng
Hòa đúng với khả năng chuyên môn về giải phẫu của tôi.

Đúng mười giờ sáng tôi tới Cục Quân Y. Đúng là số
tôi gặp may. Tôi ngồi đợi ở văn phòng phụ tá lục quân
chưa đầy 5 phút Bác sĩ Liên tới. Bác sĩ Liên vui vẻ nói
chuyện rất cởi mở. Tôi biết Bác sĩ Liên từ khi mới vào
năm thứ nhất sinh viên y khoa. Lúc ấy Bác sĩ Liên đang
học năm thứ năm. Nhìn năm ngôi sao đỏ chót thẳng
hàng trên túi áo của anh tôi phục lắm. Trên túi áo tôi chỉ
có một ngôi sao. Còn lâu lắm tôi mới có nhiều sao như
vậy. Đó là người đàn anh đầu tiên tôi tiếp xúc khi tôi
bước chân vào bệnh viện Bình Dân thực tập về ngành
ngoại khoa. Có thể anh không còn nhớ tôi, một đàn em
rất non mới bước chân vào ngưỡng cửa của bệnh viện,
nhưng tôi đã có cảm tình với anh ngay từ ngày đầu, vì
anh đối với tôi rất tử tế, chỉ bảo từng tí một. Do đó tôi đã
không quên anh.

Sau khi tôi trình bày xong Bác sĩ Liên nói:

– Anh xin về Tổng Y Viện Cộng Hòa rất hợp lý.
Chuyện bày vẽ lập ra một đại đội quân y cấp cứu có vẻ
không thực tế lắm. Vì bây giờ mình có những phi vụ trực
thăng tản thương rồi. Nếu có thương binh chỉ cần tản
thương gấp về các bệnh viện. Nơi đây có đầy đủ phương
tiện săn sóc thương binh hơn là tạo một đại đội di động
theo chiến trường. Tôi thấy hoàn toàn không hữu hiệu,
lại còn tốn công tốn của, tốn thêm các đơn vị bộ binh
phải lo bảo vệ cho đại đội. Việt Cộng chỉ bắn vào vài chục
quả thì đại đội ấy cũng bị tê liệt ngay chẳng còn làm gì
được nữa. Lúc đó lại ôm đầu máu mà chạy thôi. Hao tốn

bao nhiêu quân trang quân dụng cùng những dụng cụ thuốc men nữa.

Tôi hơi thắc mắc hỏi:

– Nếu Cục đã thấy sự vô ích của đại đội tại sao lại không ngăn cản liên đoàn?

– Cục không muốn xen vô những quyết định của liên đoàn. Thực ra sau khi Mỹ bỏ căn cứ Long Bình, một căn cứ quá rộng lớn, quân đoàn 3 không đủ người để sử dụng toàn bộ căn cứ đó nên mới chia cho liên đoàn một phần. Chẳng biết làm gì nên anh Chí mới cho tổ chức đại đội đó. Tôi cho rằng chẳng chóng thì chày nó cũng đi vào quên lãng thôi.

Bác sĩ Liên gốc Nhảy Dù, hình như có vẻ thích tôi lắm. Anh nói tiếp:

– Anh Quý cứ ở lại đây. Không đi đâu hết. Tôi sẽ trình lên Thiếu Tướng Cục Trưởng bổ nhiệm anh về Tổng Y Viện Cộng Hòa làm việc. Nhưng trong thời gian chờ đợi, tôi đề nghị anh hãy viết lại mọi việc xảy ra ở Bình Long như một cuốn hồi ký vậy. Tôi sẽ để dành cho anh một văn phòng có bàn giấy đàng hoàng, mỗi ngày anh đến đây ngồi viết giống như đi làm, bao giờ xong hãy sang bên Cộng Hòa làm việc.

Rồi không để tôi trả lời có bằng lòng hay không, anh Liên bốc điện thoại gọi Y sĩ Đại úy Quản Quan Hoa coi về báo chí của Cục Quân Y ở phòng bên tới giới thiệu với tôi và nói ý định của anh về việc để tôi viết hồi ký trận An Lộc.

Anh Hoa mồm mép nói như nước chảy, đúng là nhà báo. Anh tán thành ngay ý kiến của xếp. Còn nói thêm

nếu tôi cần gì anh sẽ hết lòng giúp đỡ. Xong anh Liên nói
với tôi:

– Bây giờ để tôi vào trình Thiếu tướng Vũ Ngọc Hoàn
xem ông có rảnh không, tôi sẽ dắt anh vào chào ông một
tiếng.

Vài phút sau anh Liên hiện ra ở cửa gật đầu làm hiệu
để tôi vào chào Thiếu tướng Cục Trưởng. Tôi bước vào
văn phòng giơ tay nghiêm chỉnh chào theo đúng lễ nghi
quân cách. Thiếu tướng Hoàn, mặt mũi phương phi, lấp
lánh cặp kiếng trắng mỉm cười ra hiệu cho tôi và Bác sĩ
Liên ngồi xuống hai chiếc ghế trước bàn làm việc của
ông. Ông nói:

– Anh Bác sĩ Liên có cho tôi biết ý định của anh
muốn xin về làm việc tại Tổng Y Viện Cộng Hòa. Việc đó
đối với tôi không có gì trở ngại. Rồi ông quay sang Bác sĩ
Liên nói tiếp: Anh cứ bảo tụi nó làm sự vụ lệnh thuyên
chuyển anh Quý về Cộng Hòa khu ngoại khoa. Cục Quân
Y đã được liên đoàn báo cáo rất tốt về anh trong những
ngày anh làm việc tại An Lộc. Chúng tôi rất hãnh diện
về anh. Anh về Cộng Hòa làm việc là đúng lắm rồi.
Không phải đi đâu nữa.

Tôi nghe nói vậy, trong lòng rất mừng. Tôi nói:

– Xin cám ơn Thiếu tướng.

Ông giơ tay ra bắt tay tôi:

– Bây giờ anh về nghỉ ngơi. Sửa soạn tinh thần vào
làm ở Cộng Hòa. Sẽ rất bận rộn.

Tôi đứng dậy cám ơn ông Cục Trưởng một lần nữa rồi
theo Bác sĩ Liên ra cửa. Sau khi khép cửa lại, tôi nói với
Bác sĩ Liên:

– Xin anh miễn cho vụ tới đây viết hồi ký. Thực ra tôi đã viết ngay tại đó rồi. Giờ chỉ cần xem lại sửa vài đoạn văn để đọc cho nó đỡ ngang tai thôi. Khi nào xong tôi sẽ đưa cho anh Hoa xem. Cuốn hồi ký này thực ra tôi viết cho những người trong gia đình đọc để có thể chia sẻ những cảm nghĩ của tôi trong những giây phút thập tử nhất sinh ở An Lộc.

– Không sao, nếu anh không muốn tôi cũng không ép. Vậy anh cứ về nghỉ ngơi, chừng tuần sau khi có sự vụ lệnh anh sẽ tới trình diện tại Tổng Y Viện Cộng Hòa để làm việc.

Anh Bác sĩ Liên nói xong, bắt tay tôi. Tôi từ giã đi về, trong lòng rất vui vì đã tránh khỏi phải đi Biên Hòa nhận công tác tôi không thích và thấy không thực tế, như Bác sĩ Liên cũng đã đồng ý.

Chỉ trong vòng nửa ngày tôi đã giải quyết được một việc rất vừa ý. Nếu biết được việc gì đã xảy ra chắc ông Y sĩ Đại tá Lương Khánh Chí không vui lắm vì thấy tôi đã dám qua mặt ông đi thẳng lên tận thượng đỉnh nói chuyện, không qua hệ thống quân giai.

Khi biết tôi đã chọn Tổng Y Viện Cộng Hòa, Y sĩ Trung tá Trịnh Cao Hải, y sĩ trưởng khu chỉnh trực của bệnh viện đã cười khẩy nói với tôi:

– Sai lầm, cậu chọn đây là sai lầm. Cậu đã chịu cực khổ bao nhiêu ngày rồi tại sao lại không chọn những bệnh viện khác như Trưng Vương, Trần Ngọc Minh cho khỏe mà lại đem đầu vào đây chịu cực nữa. Tôi đã chán ở đây lắm rồi, tôi đang muốn xin ra thì cậu lại xin vào.

Tôi biết đàn anh có lý. Nhưng tôi cũng biết đàn anh đã già rồi đâu còn trẻ như tôi, hăng say như tôi. Tôi cũng có cái lý của tôi khi chọn ở đây.

Tôi thích đàn anh nói thẳng như vậy. Những tay khác không dám nói ra điều đó. Tuy nhiên tôi có cảm tưởng, qua giọng nói, thì hình như đàn anh có vẻ cay cú một cái gì. Tôi được biết đàn anh lên Trung tá lâu lắm rồi mà vẫn dậm chân tại chỗ không chịu rửa lon mới. Đàn anh lại có tài. Hồi còn là sinh viên đàn anh là một trong những sinh viên xuất sắc của trường. Tôi nghĩ bụng nếu đàn anh được trọng vọng một chút, được cất nhắc một chút chắc đàn anh sẽ không có những lời bất mãn đâu. Tôi cũng nghe nói Bác sĩ Hải sắp sửa được giải ngũ đúng như nguyện ước của anh. Có lẽ sau đó anh sẽ hết giọng bất mãn.

Đúng một tuần sau tôi nhận được sự vụ lệnh thuyên chuyển về làm việc tại Tổng Y Viện Cộng Hòa như Y sĩ Thiếu tướng Cục Trưởng đã hứa.

Trong thời gian đó tôi cũng được tin Bác sĩ Phúc, Bác sĩ Chí, hai người bạn cùng tử thủ ở An Lộc với tôi cũng đã từ chối những lời mời mọc của liên đoàn để về làm việc tại Trung Tâm 3 Hồi Lực, sát bên Tổng Y Viện Cộng Hòa. Thì ra hai ông bạn tôi cũng khôn không kém. Lại chọn được một bệnh viện lý tưởng, không bị bận rộn như tôi. Hai vị cứ tà tà làm việc không phải thức đêm trực gác khổ sở như bên Tổng Y Viện.

Khoảng tháng 9, tôi nhận được sự vụ lệnh thăng cấp Thiếu tá đặc cách tại mặt trận từ Bộ Tổng Tham Mưu gửi tới, đúng như lời hứa của Tổng Thống. Tuy trong lòng khoái chí lắm, nhưng tôi không vội đeo lon ngay. Tôi ỉm đi tỉnh như không, vẫn đi làm với cái lon Đại úy màu đen dã chiến như thường.

Người đầu tiên được biết tin mừng này dĩ nhiên là mẹ tôi. Bà mừng lắm. Bà đã cho các em tôi biết ngay khi chúng đi làm về. Em Minh tôi nói:

– Má mở tiệc ăn mừng đi chứ!

– Đương nhiên rồi. Em Tuệ tôi tiếp lời. Má tôi nói:

– Để chủ nhật tuần sau. Má nghe nói có cả anh Cương cũng từ Kontum về nữa. Mình làm mời luôn cả anh ấy tới với hai bác, cô chú cho vui.

– Như vậy là Bình Long anh dũng với Kontum kiêu hùng sẽ gặp nhau. Em Nguyệt tôi vội nói xen vào. Buổi chiều đó cả nhà tôi đều vui vẻ bàn chuyện về bữa tiệc ấy cùng hoạch định những món ăn phải làm.

Được lên thiếu tá tôi cảm thấy thích thú lắm. Vì thuộc ngành quân y, lên lon, hoặc được tưởng thưởng huy chương rất là khó khăn vì quân y đâu có đánh đấm gì đâu. Nên lúc nào cũng bị lép vế hơn bên tác chiến. Năm 71 khi tôi về theo học khóa giải phẫu binh đoàn tại Tổng Y Viện Cộng Hòa, tôi mới là trung úy vậy mà chỉ sau một năm khi trở lại đây tôi đã lên thiếu tá rồi. Vì khi tôi rời Cộng Hòa lên Bình Long nhận nhiệm sở mới tôi cũng nhận được sự vụ lệnh lên đại úy. Những ai không biết thì thấy như là một năm lên hai lon. Dù sao thì tôi cũng là một trong những người lên nhanh trong ngành quân y.

Một buổi chiều sau khi làm việc xong tôi lái xe ra về, nửa đường chợt nhớ là tôi đã quên cuốn sách ở văn phòng. Tôi bèn lộn lại lấy, thì gặp hai anh bạn tử thủ của tôi đi về từ Trung Tâm 3 Hồi Lực. Tôi thấy trên cổ áo hai người sáng choang cái lon mai bạc. Tôi mỉm cười vui vẻ giơ tay lần lượt vẫy chào hai người.

Anh Chí và anh Phúc sung sướng chào trả lại tôi nhưng đồng thời lần lượt hai người đều có phản ứng giống nhau khi nhìn thấy trên cổ áo tôi vẫn ba bông mai đồng đen dã chiến tối tăm, không có gì thay đổi. Hai người, xe trước xe sau đều dơ tay đập đập vào cổ áo ra hiệu, nhướng mắt như hỏi tôi sao không mang lon mới. Tôi chỉ hơi nhún vai nghiêng đầu trả lời hai người bằng dấu hiệu như vậy. Không biết họ nghĩ làm sao. Vì đi ngược chiều nên chỉ trong một hai giây là chúng tôi đã ra khỏi tầm nhìn của nhau rồi. Tôi nghĩ rằng họ đoán là tôi chưa nhận được sự vụ lệnh thăng cấp. Chứ không thể nào ngờ được rằng tôi cố tình ỉm đi xem sao.

Tôi thích thú cái trò chơi trẻ con đó của tôi. Là mình đã nắm chắc cái tin vui trong tay rồi nhưng vẫn tỉnh bơ như chẳng có gì thay đổi cả. Tôi giữ kín cái vui của mình không muốn chia sẻ với ai khác. Cho tới cuối tháng mười, một tuần lễ trước ngày quốc khánh mồng một tháng 11 năm đó. Tôi nhận được một lệnh từ Tổng Tham Mưu qua văn phòng của chỉ huy trưởng Tổng Y Viện ra lệnh cho tôi phải tới trình diện tại Cục Tâm Lý Chiến để sửa soạn tham dự lễ quốc khánh. Vì tôi đã được Liên Đoàn 73 quân y đề nghị làm chiến sĩ xuất sắc toàn quốc về tham dự lễ quốc khánh năm nay 1972.

Tôi nghĩ rằng đến nước này thì đành phải mất tiền mua lon mới rồi. Thế là trước khi tới Cục Tâm Lý Chiến, tôi bèn lái xe lên đường Lê Thánh Tôn vào một tiệm chuyên bán đồ huy chương cùng những thứ quân trang quân dụng mua vội một cặp lon thiếu tá rồi trở về nhà tự đứng trước gương gắn lấy cho mình.

Đợt chào mừng ngày quốc khánh năm nay, tất cả có được 195 người chiến sĩ xuất sắc được đề cử từ các đơn vị chiến đấu gửi về. Trong đó tôi lại là người có lon cao nhất. Thành thử đương nhiên tôi là người đại diện cho toàn chiến sĩ xuất sắc năm nay.

Trong toán này cũng có hai bác sĩ được tuyển chọn, đó là Y sĩ Trung úy Lê Văn Thại thuộc liên đoàn Biệt Động quân và Y sĩ Trung úy Tô Phạm Liệu thuộc sư đoàn Dù. Bác sĩ Liệu là người về từ căn cứ Charlie, nơi Trung tá Nguyễn Đình Bảo tiểu đoàn trưởng đã đền nợ nước khi hầm của ông bị trúng một pháo.

Bác sĩ Liệu đã may mắn thoát chết trong trận này. Bác sĩ Liệu tướng to con rất oai trong bộ đồ Dù cùng cái mũ đỏ mà Liệu đã nói với tôi là gửi mua từ bên Pháp. Bác sĩ Liệu là người có tài ăn nói đâu ra đấy lưu loát, bất cứ chuyện gì trên trời dưới biển đều được trình bày một cách rành mạch như đọc trong sách ra vậy. Liệu vẫn thường tự nhận là mồm ăn mồm, tức là chỉ dùng lời nói cũng đủ thắng đối phương rồi.

Bác sĩ Thại nhỏ con hơn, người Bình Định có đệ tam đẳng Thái Cực Đạo. Đã từng nổi tiếng là đánh một tên Mỹ đen to lớn dềnh dàng ỷ thế ăn hiếp một anh xích lô đạp khiến tên Mỹ này kêu cha kêu mẹ ôm đầu máu chạy có cờ. Hai ông bác sĩ xuất sắc này lại là bạn cùng lớp với nhau nên tâm đầu ý hợp lắm, nói chuyện liên miên không ngừng nghỉ. Vì tôi là lớp đàn anh, lại lớn lon nên hai tay y sĩ anh hùng này hơi nể và chúng tôi trở thành một toán riêng. Nhưng khi Liệu hỏi tôi:

— Anh ở đơn vị nào về đây vậy?

Tôi biết tay này muốn thử bản lãnh của tôi xem ra sao. Có phải là dân ngon lành không. Nghĩa là có phải dân chì ra tuyến đầu không, mà được chọn làm chiến sĩ xuất sắc. Bởi vì một Y sĩ Thiếu tá thì không thể làm đi hành quân ở những đơn vị tác chiến được. Ở những đơn vị này chỉ có những Y sĩ Trung úy mới ra trường mà thôi.

Tôi đoán hai anh bạn trẻ này nghi tôi có cổ cánh, quen biết lớn được đẩy lên thôi chứ không thể nào bì với những người đã xông xáo nơi tuyến đầu như họ được. Tôi muốn trêu hai vị y sĩ xuất sắc này bèn trả lời:

— Tôi ở Tổng Y Viện Cộng Hòa.

Nói xong tôi cười thầm trong bụng. Tôi biết hai người bạn trẻ này sẽ bị hố to với tôi, sẽ hiên ngang đi vào bẫy của tôi. Tôi chỉ muốn đùa cho vui thôi chứ không có ác ý. Vì dù mới quen nhau tôi đã thấy mến hai vị đồng nghiệp trẻ tuổi vui tính và nhiều tài lạ này.

Quả nhiên vừa nghe thấy tôi trả lời như vậy, cả hai cùng nhướng cặp mắt lên nhìn nhau tỏ vẻ vừa kinh ngạc lại vừa hơi có chút khinh thường, như thầm nói với nhau là: Ở hậu cứ an toàn như vậy mà cũng được đề cử làm chiến sĩ xuất sắc. Liệu hỏi tiếp giọng có vẻ hơi mỉa mai:

— Chắc trong năm vừa qua anh mổ nhiều lắm, cứu được nhiều người lắm? Hay là anh đã phát minh ra được những phương thức mổ tân kỳ phải không?

Tôi vẫn chưa chịu buông tha, tôi gật đầu trả lời:

– Đúng vậy. Tôi đã cứu được gần 250 người, đúng ra là 248 người.

Liệu với Thại gật gù nhưng trông nét mặt của hai người, tôi vẫn thấy có những nét không phục lắm. Liệu chợt hỏi:

– Thế anh làm ở Cộng Hòa lâu chưa?

Đến nước này thì tôi thấy không thể nào dấu được nữa. Tôi làm bộ nhún vai trả lời:

– Tôi làm ở đó cũng được gần ba tháng. Thại từ nãy đến giờ im lặng chợt hỏi tôi:

– Thế trước anh ở đơn vị nào?

– Tôi ở bệnh viện tiểu khu Bình Long.

Cả hai đều ồ lên một tiếng, cùng cười thoải mái. Liệu nói:

– Thế là đàn anh chơi tụi này một cú đau lắm đấy nhé. Đàn anh cứ làm bộ ỡm ờ. Tụi này nghi ngay mà. Ở những đơn vị tĩnh tại như Cộng Hòa làm sao được để cử vào chiến sĩ xuất sắc. Đàn anh đùa dai quá. Được lắm. Khâm phục, khâm phục. Đúng rồi bây giờ tôi mới nhớ ra có đọc bài báo *Time* có nhắc tới tên anh. Phải anh là người đã dùng chỉ nylon bao cát để may các vết thương không?

Tôi mỉm cười gật đầu:

– Đúng rồi, chính tôi đó. Lúc đó hết chỉ đành phải tự xoay sở lấy. Nhưng chỉ có hai ba ca thôi. Mấy ngày sau tiếp tế được nên không xài chỉ bao cát nữa vì sợ bị nhiễm trùng.

Sau lần nói chuyện đó ba chúng tôi trở nên thân nhau hơn. Trong suốt tuần lễ chào mừng các chiến sĩ xuất sắc nhân ngày quốc khánh năm đó chúng tôi đều đi chung với nhau.

Vì là người đại diện cho các chiến sĩ xuất sắc đợt đó nên tôi được ban tổ chức tức Cục Tâm Lý Chiến đưa cho mấy bài diễn văn đã làm sẵn. Tôi chỉ đứng đọc mà thôi. Bây giờ tôi mới thấy đàng sau hậu trường chính trị. Một chút thôi. Ý tôi muốn nói là những sắp xếp khi ra trước đám đông. Sĩ quan hướng dẫn cho phái đoàn chiến sĩ xuất sắc này là hai người, một đại úy một trung úy thuộc Tổng Cục Chiến Tranh Chính Trị. Hai người này lo phần ăn ở cho phái đoàn. Chúng tôi được ở tại khách sạn Ambassador đường Công Lý do dòng họ Lê ở Bình Định làm chủ.

Thoạt đầu phái đoàn được vào dinh Độc Lập yết kiến Tổng Thống, dự dạ tiệc ngay tại khuôn viên dinh Độc Lập. Mỗi chiến sĩ xuất sắc được Tổng Thống tặng 10 ngàn đồng và một cái hộp quẹt Zippo có khắc chữ ký của Tổng Thống. Đại Tướng Cao Văn Viên thì tặng mỗi chiến sĩ 5000 đồng.

Các chiến sĩ ai cũng được thưởng huy chương, đồng thời ghi rõ tiểu sử cùng chiến công vào một cuốn sách. Tôi được trao tặng Nhân Dũng Bội Tinh. Tôi chưa bao giờ nghe tới tên cái thứ huy chương này. Không hiểu nó đã có từ đời nào hay là mới được tạo ra. Tôi hỏi hai sĩ quan phụ trách thì họ nói là huy chương này quý lắm, chỉ sau có bảo quốc huân chương thôi. Họ còn nói thêm: Bác sĩ được huy chương này là nhất rồi. Tôi cũng cố tin như vậy cho xong việc.

Trong bữa dạ tiệc tại vườn dinh Tổng thống, tôi được ngồi bàn đặc biệt có Tổng Thống, Đại tướng Cao Văn Viên, Đề đốc Chung Tấn Cang, bà Nguyễn Thị Hai, chủ nhân công ty dược phẩm cùng tên và quí vị Chủ Tịch Thượng Hạ Viện. Cùng với tôi có thêm ba chiến sĩ xuất sắc nữa. Tôi ngồi cạnh Đại Tướng Cao Văn Viên. Ông hỏi tôi:

— Thiếu tá thuộc đơn vị nào?

— Thưa Đại tướng, tôi ở bệnh viện tiểu khu Bình Long, An Lộc.

— À, Thiếu tá là bác sĩ ở An Lộc hả?

Tôi gật đầu đáp:

— Thưa vâng. Tôi tham dự trận này suốt từ đầu tới cuối.

Đại tướng Viên liền quay sang Tổng Thống Thiệu nói:

— Thưa Tổng thống, Thiếu tá đây là bác sĩ tại bệnh viện tiểu khu Bình Long.

Ông Thiệu đang nói chuyện với bà Hai nghe vậy liền quay sang nhìn tôi, mỉm cười rồi nhíu mày như cố nhớ một điều gì. Ông nói:

— Tôi có lên đó, hình như tôi không gặp bác sĩ ở đó.

Tôi thầm nghĩ ông này hay thật. Làm đến Tổng thống chắc cũng phải có một cái tài nào đó. Tôi vội giải thích:

— Khi Tổng thống lên ủy lạo binh sĩ thì trùng với ngày tôi về phép nên không được hân hạnh tiếp kiến Tổng thống.

Câu trả lời của tôi làm Tổng thống Thiệu thích thú. Mọi người trong bàn cùng trầm trồ nhân cơ hội này ca ngợi trí nhớ dai của Tổng thống có một không hai. Ông Thiệu cười hài lòng và có vẻ hãnh diện vì trí nhớ của ông.

Tôi nhận thấy tiếng ông như tiếng chuông. Chắc là một thứ quí tướng nên ông mới lên tới chức vị cao nhất nước như vậy. Trong buổi tiệc ông cũng hay nói chuyện tiếu lâm làm mọi người vui vẻ, đỡ căng thẳng vì ngồi gần mặt trời.

Tôi thấy Đại tướng Viên là gốc Dù nên vuốt ông một câu:

— Thưa Đại tướng, An Lộc giữ vững được một phần cũng nhờ những đơn vị của sư đoàn Dù. Và Biệt Cách Dù.

Đại tướng Viên gật đầu đáp:

— Đó là một trong những đơn vị xuất sắc nhất của quân đội ta.

Tôi tiếp tục hỏi một câu mà vừa ra khỏi miệng tôi thấy là hơi cù lần một chút:

— Thưa Đại tướng thế tại sao mình không cho thành lập thêm vài sư đoàn Dù nữa để áp đảo tụi nó giành thắng lợi cho mình?

Đại tướng Viên nhìn tôi, thấy tôi hoàn toàn ngây thơ cụ về vấn đề nhà binh nên ông, như một người anh cả kiên nhẫn giảng giải cho tôi hiểu vì sao:

— Tại bác sĩ không biết chứ, thành lập một sư đoàn nhiêu khê lắm. Cả một danh sách rất dài để làm. Người thì mình có nhưng tiền thì không. Thành lập một sư đoàn bộ binh không thôi đã tốn rất nhiều rồi. Nói chi tới một sư đoàn Dù lại tốn gấp đôi. Quân đội không đủ tiền làm chuyện đó.

Sau khi yết kiến Tổng thống, chương trình ngày hôm sau phái đoàn phải tới thăm viếng Nghĩa Trang Quân Đội ở Biên Hòa, cũng có Tổng thống cùng các nhân vật trong chính phủ đi tế lễ các hương hồn tử sĩ đã vị quốc vong thân.

Buổi chiều chúng tôi được Tòa Đô Chánh đãi tiệc có ông Đô Trưởng Đại tá Đỗ Kiến Nhiễu chủ tọa. Lại những bài diễn văn đã soạn sẵn cho tôi đọc, lại vỗ tay, lại đủ thứ. Thú thực tôi không khoái lắm. Ngày hôm sau chúng tôi được đi coi triển lãm chiến lợi phẩm tịch thu của Việt Cộng trên khắp các mặt trận đem về trưng bày tại sân vận động Hoa Lư đường Đinh Tiên Hoàng. Tôi thấy trong đó có ba chiếc xe tăng T54 của Việt Cộng còn mới nguyên được trưng bày trên sân cỏ. Tôi biết một trong những chiếc đó đã bị quân ta tịch thu tại An Lộc. Nhiều súng lớn đủ loại, cả những súng phòng không cao nghều nghệu.

Tổng thống Thiệu chủ tọa xong, đi xem một lượt rất nhanh rồi đi về. Tôi ngồi trên những ghế cao phía xa cùng với mấy người khác không hòa mình vào đám đông. Tôi đề phòng nhỡ có đứa nào muốn ám sát Tổng thống mình đi gần lại bị vạ lây. Tôi thấy có một đoàn nữ sinh mặc áo trắng đứng quanh sân chào mừng Tổng Thống và quan khách.

Tôi nhận thấy họ chỉ là nữ sinh giả thôi. Vì trong đó có nghệ sĩ Mộng Tuyền cũng mặc áo dài trắng nữ sinh lẫn lộn với mấy người đẹp khác. Tôi thấy Tổng thống đứng hơi lâu bên Mộng Tuyền, cười nói thoải mái. Tôi có nghe đồn ton ton khoái cô nghệ sĩ này lắm. Mà quả thực cô có duyên và rất đẹp.

Sau khi đi xem hết một vòng, ton ton lên xe về. Tôi mới lững thững đi xuống, chợt thấy Thủ tướng Trần Thiện Khiêm đeo kính trắng đang đi tà tà tới. Tôi định tiến lại chào ông, nhưng thấy hai bên ông đám vệ sĩ gườm gườm nhìn, còn ông Thủ Tướng thì mặt lạnh như tiền coi như không có ai ở chung quanh cả. Tôi vội quay đầu đổi hướng lui nhanh ra phía khác.

Sau buổi sáng đi xem triển lãm chiến lợi phẩm, chiều hôm đó phái đoàn chúng tôi được Quốc Hội đãi tiệc, rồi tiếp tục ngày tới là Thượng Viện, rồi lần lượt các quận trong đô thành Sài Gòn thay phiên nhau mỗi quận một ngày tiếp đãi chúng tôi.

Tôi còn nhớ ngày Quốc Hội đãi tiệc phái đoàn chúng tôi, sau khi tan tiệc ra về, chúng tôi đi thang máy xuống đường cùng với một số dân biểu. Một vị dân biểu trẻ tuổi bước tới tự giới thiệu:

— Tôi là Nguyễn Trọng Nho, rất biết ơn các bạn đã hy sinh rất nhiều để bảo vệ nền Cộng Hòa công chính của chúng ta.

Anh đưa tay bắt tay tôi rất chặt. Chưa bao giờ có người bắt tay tôi một cách chí tình đến thế. Anh như muốn truyền cho tôi tất cả những nhiệt tình yêu nước của anh. Tôi thấy anh có một hấp dẫn lạ lùng với người đối diện. Tôi chỉ nghe danh anh từ những năm trước là vua sinh viên xuống đường chống độc tài gia đình trị. Bây giờ tôi mới được hân hạnh nhìn thấy anh bằng xương bằng thịt thật là thích thú. Tôi thấy buổi tiệc tiếp tân hôm nay ít ra gặp được Dân Biểu Nguyễn Trọng Nho cũng làm cho tôi thấy đỡ nhàm chán một chút.

Chúng tôi không có cơ hội được nói chuyện nhiều, chỉ gặp gỡ trong phút giây thôi. Rồi mỗi người lại đi một ngả. Nhưng chỉ trong giây phút ngắn ngủi đó, tôi cảm thấy vui và có cảm tưởng như đã gặp được một người mình tin tưởng được.

Ngày hôm sau là ngày Thượng Viện đãi tiệc chúng tôi tại một tửu lầu trong Chợ Lớn. Đáng lẽ chúng tôi phải đi cùng với phái đoàn nhưng Bác sĩ Liệu có sẵn xe Jeep ở hậu cứ sư đoàn Dù, đề nghị ba chúng tôi dùng xe đó đi riêng. Vị trung úy Tổng Cục Chiến Tranh Chính Trị có nhiệm vụ hướng dẫn phái đoàn giống như một ông bầu, ngần ngừ có ý không chịu vì ông ta không muốn gây xáo trộn trong chương trình ông đã có trách nhiệm thi hành cho thật đúng. Sau vì cả nể, ông đồng ý cho tụi tôi được dùng xe Jeep đi riêng đến địa điểm tiếp tân. Không ngờ hôm đó kẹt xe. Chúng tôi đến trễ nửa tiếng, vào tới bàn tiệc thì mọi sự đã bắt đầu. Thay vì tôi lên đọc bài văn soạn sẵn cám ơn các vị thượng nghị sĩ thì một chiến sĩ xuất sắc khác đã được ông bầu phái đoàn đưa lên thay.

Vì đến trễ nên chúng tôi quả thực đã làm xáo trộn chương trình đã ấn định từ trước. Ông sĩ quan điều hợp phái đoàn chắc phải một phen lên ruột. Ông nhìn chúng tôi với ánh mắt như trách móc. Chúng tôi chỉ có nước ngồi cười trừ thôi. Sau bữa tiệc, cả ba chúng tôi đến ngỏ lời xin lỗi ông sĩ quan điều khiển chương trình. Dĩ nhiên ông ta cũng bỏ qua.

Nhân dịp tham dự phái đoàn chiến sĩ xuất sắc này tôi đã được biết thêm hai người bạn mới, ngoài hai ông bác sĩ trẻ ở đơn vị Dù và Biệt Động quân. Đó là hạ sĩ Cường của tiểu đoàn 2 Nhảy Dù và Thiếu úy Trí trung đội trưởng trinh sát thuộc sư đoàn 21 bộ binh.

Thiếu úy Trí người Sa Đéc. Một sự tình cờ ban tổ chức đã sắp xếp cho hai chúng tôi ở chung một phòng tại khách sạn Ambassador trong suốt những ngày thủ đô chào mừng phái đoàn chiến sĩ xuất sắc toàn quốc nhân ngày Quốc Khánh. Vì vậy chúng tôi có dịp nói chuyện với nhau sau những bữa tiệc khi về phòng. Sau khi tắm rửa xong, chúng tôi thấy thoải mái sau một ngày tiệc tùng tại các quận đô thành. Tôi gợi chuyện ông bạn cùng phòng.

— Anh được chọn làm chiến sĩ xuất sắc vì trận nào vậy?

— Trận bắc Chơn Thành.

Tôi vội cướp lời anh:

— Trên quốc lộ 13 phải không?

Trí ngạc nhiên hỏi tôi:

— Ủa, sao bác sĩ biết?

— Tôi là bác sĩ bệnh viện tiểu khu An Lộc. Tụi tôi bị vây ở đó cả tháng rồi. Cũng chỉ vì mấy cái chốt tụi nó đóng tại phía bắc Chơn Thành, nên chiến đoàn đặc nhiệm lên không được để giải tỏa cho tụi tôi.

— Đúng rồi vì tụi Việt Cộng nó đóng chốt chặn giữ giữa quốc lộ 13 trên đường vào An Lộc. Sư đoàn chúng tôi lên không được. Hao tốn cũng khá nhiều. Thay hết đơn vị này tới đơn vị khác. Sau cùng tới lượt đơn vị tôi. Tôi cũng chỉ là thư sinh mới ra trường thôi. Thực ra cũng được gần hai năm. Nhưng những thời gian đầu tôi ở bên tiếp vận. Vì thiếu sĩ quan nên tôi bị đổi ra đơn vị này.

Tôi cũng thấy như vậy, ông bạn mới của tôi nhỏ con, không có vẻ gì là dân tác chiến cả. Bề ngoài trông ông bạn trẻ của tôi chỉ hợp với nghề văn phòng. Nên tôi cũng tò mò muốn biết chiến thuật của ông làm sao mà thắng được địch để trở thành chiến sĩ xuất sắc. Tôi hỏi tiếp:

— Rồi sau đó thế nào?

— Nhận được lệnh, tôi lo, chỉ sợ làm không được việc thì tức lắm. Tôi hỏi mấy đơn vị trước xem tụi Việt Cộng đánh đấm ra sao. Họ đều nói, tụi nó có đánh đấm gì đâu. Nó cứ cho đóng chốt rải rác. Chốt nọ bảo vệ chốt kia. Tên nào chết thì có ngay tên khác thay thế. Cho nên quân mình dường như không thể tiến lên được một bước nào. Biết được vậy, tôi nằm suy nghĩ mấy đêm liền, kêu mấy hạ sĩ quan nhiều kinh nghiệm chiến trường tới bàn bạc tìm kế phá tụi nó. Họ đều nói là muốn phá chốt chỉ có mỗi một cách là phải đánh đêm thôi. Không dùng súng mà dùng lựu đạn. Ban ngày chúng tôi quan sát địa thế chiến trường. Những chỗ nào tình nghi có chốt đều được ghi rõ. Ban đêm chúng tôi dùng Starlight scope của Mỹ viện trợ cho dùng để quan sát ban đêm. Rồi chúng tôi cho lính mình bò lên tận nơi thẩy lựu đạn vào chốt. Cứ từ từ như vậy chúng tôi đã tiến lên được cả cây số. Chúng tôi đã nhổ cả mấy chục cái chốt mà thiệt hại của quân mình rất ít. Ông chỉ huy trưởng của tôi rất mừng. Vì vậy tôi mới được tuyên dương và trở thành chiến sĩ xuất sắc.

— Hay lắm. Đúng là muốn nhổ chốt chỉ có cách đó thôi. Nhưng tôi lấy làm lạ, là tại sao không đem B52 trải thảm là dẹp chốt dễ dàng không?

– Tôi thấy không lợi. Dùng B52 chỉ có hiệu quả khi nào địch tập trung quân lại thôi. Còn nó đóng chốt, tổng cộng số quân chỉ chừng một đại đội là cùng thì không bõ, rất tốn kém, lại có khi không trúng nữa vì diện tích mục tiêu quá nhỏ.

– Nếu vậy mình dùng nghi binh. Chắc chắn tụi nó có kiểm thính. Mình làm bộ là sẽ cho B52 trải thảm. Để cho địch bắt được cái tin ấy qua radio. Chúng tưởng thật, rút hết quân về khu an toàn thế là mình có quyền đường hoàng, đi mà không bị một thiệt hại nào cả.

Thiếu úy Trí cười nói:

– Bác sĩ cũng giàu tưởng tượng thật. Kế đó cũng hay lắm. Nhưng làm sao mình biết được là tụi nó bắt được tin B52 trải thảm, làm sao kiểm chứng được là tụi nó sẽ rút quân. Tôi nghĩ chỉ có một cách như tôi đã trình bày, là tung quân cảm tử đánh đặc công như tụi nó, nghĩa là gậy ông lại đập lưng ông thì mới có kết quả.

– Không sai, bằng chứng là anh đã thành công và đang về đây dưới danh nghĩa là chiến sĩ xuất sắc nên tôi mới có cơ hội gặp anh.

Sau lần đó anh lại trở ra đơn vị nhưng lần này anh cho tôi biết là đơn vị của anh sẽ rút về Vùng Bốn, không còn ở Vùng Ba nữa. Từ ngày đó tôi không còn có duyên gặp anh nữa. Cầu mong sao anh được bình an, sống sót qua được cuộc chiến này.

Còn trường hợp của anh hạ sĩ Nhảy Dù tên Cường, tôi được biết khi ngồi chung xe buýt với anh trong chuyến đi các quận đô thành dự tiệc. Cũng cùng một câu hỏi:

– Anh đã dự trận nào mà được trở thành chiến sĩ xuất sắc vậy?

– Thưa anh, em dự trận Quảng Trị.

Cường xưng em với tôi rất tự nhiên. Không giống như một cấp nhỏ đối với cấp trên. Trong cách xưng hô của Cường đối với tôi, tôi cảm thấy có một điều gì đặc biệt. Một sự tin cẩn thật thà như giữa những người trong gia đình, ruột thịt. Chỉ cần một giây phút đầu thôi, là chúng tôi đã cảm thấy thân nhau như từ lâu lắm. Đó là đầu mối của một tình thân lâu dài về sau.

– Kể cho anh nghe chiến công của em đi.

– Chiến công của em dễ dàng lắm. Chính bản thân em chẳng thấy gì đặc biệt cả. Em ngạc nhiên khi thấy mình được đề cử làm chiến sĩ xuất sắc năm nay. Em cứ nghĩ là được cái anh dũng bội tinh gì đó là cùng.

Đúng lắm, đó là tâm trạng chung của hầu hết các chiến sĩ xuất sắc. Khi cố gắng thi hành phận sự, có ai nghĩ là mình sẽ được đền bù này nọ đâu. Chúng tôi chỉ cốt sao chu toàn bổn phận là mừng rồi. Cường còn rất trẻ, chỉ mới 23 tuổi. Trông anh hạ sĩ Nhảy Dù can trường này vẫn còn những nét học sinh mặc dù cũng đã hơn hai tuổi lính và dự khá nhiều trận rồi. Nhưng theo Cường trận Quảng Trị là trận gay go nhất. Tôi khuyến khích Cường kể tiếp:

– Chiến công nào cũng là chiến công cả. Cường kể tiếp đi.

– Hồi ở Quảng Trị tiểu đội của em ở ngay tuyến đầu. Hai ngày rồi tụi em bị dậm chân tại chỗ vì mấy cái chốt đóng ngang sườn đồi. Nó nhìn thấy mình mà mình không thể nhìn thấy nó. Vì tụi nó có lợi thế ở trên cao, lại có hầm núp đàng hoàng. Trong khi quân mình từ dưới đi lên rất là trống trải. Dù hy sinh cách mấy cũng không tài nào lên để phá chốt được. Có kiểm soát được ngọn đồi đó thì mình mới có lợi thế đánh ngang hông để dứt điểm tụi nó được. Ông đại đội trưởng của em rầu rĩ quá. Em thương ông quá vì ông không phải thuộc loại thí quân coi thường sinh mạng binh sĩ. Em suy nghĩ làm sao dẹp được mấy chốt đó thì mới sướng được.

Em bàn với ông thiếu úy trung đội trưởng của em là để em dẫn theo hai tay tình nguyện theo em đi vòng xa mấy cái chốt đó lên cao hơn một chút rồi đi thẳng xuống cái chốt khó nhai nhất ở ngay chính giữa sườn đồi rồi bất ngờ đánh xuống lật ngược cái thế thượng phong của tụi nó làm cái lợi thế của mình. Túng thế quá ông trung đội trưởng của em đành gật đầu ưng thuận cho em đi. Vì biết rằng rất nguy hiểm cho tụi em. Chết dễ như chơi vì mình không biết địch còn bao nhiêu chốt nữa chưa phát hiện được đang chờ đón mình.

Tôi ngắt lời Cường, nói:

– Nguyên cái vụ tình nguyện đi phá chốt nguy hiểm như vậy cũng đáng tuyên dương công trạng lắm rồi. Vậy mà Cường còn khiêm nhượng mãi. Thôi kể tiếp đi, đến hồi gay cấn rồi đó. Cường mỉm cười gật đầu tiếp:

– Em dẫn hai đồng đội tình nguyện đi ra xa khoảng nửa cây số. Rồi thận trọng tụi em bò lên đỉnh đồi. Em chọn chỗ có cỏ tranh mọc cao hơn đầu người, cẩn thận đi từng bước một vì sợ nó gài mìn. Em bò lên được lưng chừng sườn đồi thì có tiếng hỏi: K nào vậy? Em giật thót cả người, nhanh trí khôn em đáp bừa: K 3 đây đồng chí. Đồng thời em đứng thẳng dậy, thấy lố nhố ba thằng lính chính qui Bắc Việt. Chúng nó cũng đã trông thấy em, một thằng kêu lên: Ngụy Dù đồng chí ơi. Nó chưa nói dứt câu em đã lia cả một băng M16 vào cả ba tên. Chúng gục ngay tại chỗ không kịp bắn một phát nào. Em cho một người lên trước thám hiểm xem có còn đứa nào không. Chúng chỉ có ba tên mà thôi. Em cho một anh bạn về báo cho trung đội em biết. Đồng thời chuyển quân qua con đường tụi em đã dọn sạch. Nếu tụi nó biết, tấn công hai đứa tụi em thì em cũng có quân tiếp viện.

Sau khi còn lại hai tụi em, em đặt một trái mìn Claymore trên lối mòn mà em đoán tụi địch sẽ đi qua. Xong xuôi chúng em vô hầm chốt của tụi nó ngồi chờ. Vì chung quanh không có chỗ nào trốn núp được. Chừng 10 phút sau em thấy ba tên đi dọc theo lối mòn nói chuyện với nhau rất tự nhiên như chẳng có gì xảy ra cả. Thì ra nơi tuyến đầu tiếng súng nổ là thường. Chắc tụi nó ỷ y phía này không có quân mình nên không quan tâm mấy. Em bấm quả mìn khi chúng còn cách độ chừng 10 thước. Tiếng nổ của trái mìn vang lên, em thấy ba đứa biến mất chẳng thấy vết tích đâu cả. Chỉ thấy dấu máu đầy chỗ chúng đứng thôi. Hai mươi phút sau thì trung đội của em lên tới nơi. Từ đó chúng em nhổ những chốt còn lại rất dễ dàng. Đó, chiến công của em đó anh ạ. Cũng là may thôi. Nếu địch đừng tưởng lầm tụi em là quân tụi nó, cứ chờ cho tụi em tiến lên lia một tràng AK là em đâu có dịp gặp anh ở đây.

— Đúng rồi Cường ạ. Con người ta có số cả. Nhưng Cường quả thật can đảm lắm và cũng đa mưu túc trí chứ chẳng chơi đâu.

Cường cười hồn nhiên, nhưng chợt giọng em trầm xuống:

– Chiến tranh cả anh ạ, vì mạng sống của mình em phải làm thế. Em thấy nếu mình không hạ nó thì nó chẳng tha mình. Nên em phải ra tay trước. Tuy nhiên em thấy thế nào ấy. Tụi nó còn trẻ lắm, em độ chừng 18, 19 tuổi thôi, bằng tuổi thằng em trai em. Em còn ông bác ở ngoài Bắc. Biết đâu mấy tên địch không may đó lại là bà con của em thì đau lắm.

Tôi vội an ủi Cường, mà thật ra cũng như nói với chính tôi để quên đi cái cảnh nồi da xáo thịt:

– Thôi chuyện đã qua rồi. Miễn là mình còn sống là may rồi. Đừng nghĩ lẩn thẩn nữa.

Rồi tuần lễ chào mừng các chiến sĩ xuất sắc toàn quốc nhân ngày Quốc Khánh năm 72 cũng qua đi. Mọi năm, phái đoàn còn được cho đi xuất ngoại sang bên Đài Loan thăm viếng và trao đổi kinh nghiệm chống Cộng tại nước này một tuần. Nhưng năm nay vì thời sự chiến cuộc có vẻ khẩn trương, lại thêm Mỹ Việt Nam hóa chiến tranh cũng như những diễn biến về hội nghị hòa bình Paris giữa Mỹ với chính phủ Cộng Sản Hà Nội nên cái món du lịch nước ngoài bị hủy bỏ. Số tôi là thế. Có tiếng nhưng chẳng có miếng. Đã là số mạng thì còn gì nữa đâu để buồn.

Thế là sau một tuần phè phỡn, tôi lại được trở về với công việc tại Tổng Y Viện Cộng Hòa. Tôi lại bắt đầu một cuộc đời mới, lại có những kinh nghiệm mới, vui có buồn có. Tôi lại có cơ hội phục vụ các đồng đội của tôi, tuy cùng một môi trường, nhưng với một kỹ thuật cao hơn, hữu hiệu hơn. Đúng như lòng mong muốn của tôi, là tay nghề của mình phải lên cao, lên cao mãi.

Chiến tranh Việt Nam đã đi vào dĩ vãng. Sau 30 năm ít người còn nhớ tới. Để quí vị độc giả có thể hình dung được tầm mức quan trọng của mặt trận An Lộc cũng như chia sẻ được sự khốn khổ của những người dân cũng như các chiến sĩ tử thủ tại mặt trận này, tôi xin trích ra đây một bài báo của tạp chí *Time* viết về trận An Lộc tháng 6 năm 1972 mà tôi đã lược dịch ra sau đây. (Cũng cần phải nói thêm rằng, mặc dù phóng viên chiến trường đã đến tận nơi quan sát, cũng không tránh phải một vài chi tiết sai lầm).

MỘT SỰ CHỊU ĐỰNG KỶ LỤC

An Lộc, quận châu thành của tỉnh Bình Long, cách thủ đô Sài Gòn miền Nam Việt Nam 60 dặm về hướng Bắc. Quân đội Bắc Việt khởi sự tấn công tỉnh này từ ngày 30 tháng 3 năm 72. Với 3 sư đoàn Cộng Sản bao vây, An Lộc đã bị pháo kích hàng ngày với những trận pháo khủng khiếp nhất trong toàn bộ chiến tranh Đông Dương.

Thành phố này cũng đã chịu đựng nhiều cuộc tấn công liên tiếp bằng bộ binh, xe tăng của quân đội Bắc Việt và cả những cuộc không tập không ngừng của phản lực cơ chiến đấu cơ Mỹ cũng như pháo đài bay B52.

Một đạo quân tiếp viện của quân lực Việt Nam Cộng Hòa đã bị cầm chân bởi địch quân dọc theo quốc lộ 13 suốt trong hai tháng qua. Cho tới cuối tuần này vòng vây An Lộc vẫn chưa được giải tỏa. Tuy nhiên viện quân Dù đã bắt tay được với đội quân trong thành phố. Với sự yểm trợ của không lực đồng minh và sức chiến đấu cực kỳ dũng cảm của những chiến sĩ tử thủ Việt Nam Cộng Hòa, An Lộc đã được giữ vững lâu hơn trận Điện Biên Phủ.

Đặc Phái Viên Chiến Trường của tuần báo Time,
Rudolph Rauch và nhiếp ảnh viên Lê Minh đã tìm cách
tới thành phố An Lộc bằng trực thăng tuần qua. Rauch là
một trong hai phóng viên chiến trường Mỹ đã tới An Lộc
ngay từ ngày đầu của trận chiến. Sau đây là bài tường
thuật của anh.

Có lẽ chỉ còn lại sáu tòa nhà còn đứng vững trong
thành phố, nhưng không một mái nhà nào còn nguyên
vẹn. Không điện, không nước. Mọi đường phố đều bị cày
nát bởi những hố pháo kích và ngổn ngang những đống
gạch vụn như mọi bãi chiến trường.

Bất cứ nơi nào khi bạn đặt chân xuống là lại đạp
nhằm lên những mảnh đạn đầy dẫy trên lối đi. Cả thành
phố chưa tới 10 chiếc xe còn sử dụng được. Khi tôi tới chỉ
còn độc nhất một chiếc xe Jeep là có đủ bốn bánh. Những
chiếc còn lại vì bánh xe bị bể hết nên chạy trên những
niềng xe và cảnh quen thuộc thường thấy bảy, tám người
lính Việt ngồi trên những chiếc xe Jeep nghiêng ngả
chạy vì bánh xe không còn nữa.

Mới hai tháng trước, có khoảng 30,000 thường dân ở
An Lộc. Hiện nay chỉ còn lại có 2,000. Không kể khoảng
chừng 1,000 người bị sát hại bởi pháo của Việt Cộng, số
còn lại đã rời khỏi nơi này. Hàng ngàn người tỵ nạn đã
chạy xuống phía Nam theo quốc lộ 13, coi thường đạn
pháo của Việt Cộng. Số còn lại chen chúc nhau tại một
ven làng phía Đông của thành phố, làng Phú Đức. Không
có địa điểm quân sự ở làng này nên ít là mục tiêu của
pháo kích. Tuy nhiên khi cường độ mặt trận đã dịu xuống

ở thành phố vào đầu tháng 6, thì số pháo kích tại làng này lại tăng lên.

Trắng bạch như sứ. Bệnh viện tỉnh ly đã di tản vào mồng 8 tháng 5, sau khi đã bị pháo, có lẽ chẳng may thôi, làm cho 30 thường dân tránh nạn bị tử thương. Kể từ đó những thường dân bị thương đều được săn sóc tại một ngôi chùa ở Phú Đức. Ở đây không có giường nằm và chỉ có vài tấm nệm mà thôi. Đa số những người bị thương nằm trên nền đất bẩn thỉu hay những đống vải rách. Một đứa nhỏ chết vì bệnh phong đòn gánh vì thiếu thuốc chủng ngừa, nằm co xoắn lại như một con rắn được phủ bằng một tấm mền rách nát. Cách đó hai bước một bà già đang nằm hấp hối vì thiếu dinh dưỡng. Bà này đã nằm trong hầm hơn hai tháng, trước ăn cơm sau ăn cháo, khi thực phẩm cạn dần, bà ta phải ăn bất cứ thứ gì có thể ăn được. Bà ta có một sắc mặt trắng bệch như đồ sứ và ruồi đậu phủ đầy mặt bà ta.

Ông tỉnh trưởng, Đại tá Trần Văn Nhựt, đã ra lệnh chia khẩu phần gạo cho từng người. Từng bao gạo đã được truyền qua hàng rào dây kẽm gai cho những người nào còn có sức tới đó lấy được. Một người gầy đét với một chiếc chân cụt nhảy tới, đã lúng túng không biết nắm lấy gạo hay giữ cây nạng. Anh ta ngã bổ nhào xuống còn cố gắng nhét bao gạo vào cạp quần.

Thiệt hại bên phía quân đội còn đáng thương hơn bên phía thường dân. Bệnh viện độc nhất của họ hiện giờ đã biến thành một công sự chiến đấu. Một vài thương binh đã ở đó lâu cả tháng rồi. Người bị thương nhẹ nấu nướng săn sóc cho các đồng đội bị nặng hơn. Những dụng cụ không còn được khử trùng đúng qui tắc nữa, và chỉ may khâu vết thương cũng không còn. Bác sĩ Nguyễn Văn Quý đã giải phẫu 200 trường hợp trong hai tháng đã phải dùng chỉ bao cát để may vết thương.

An Lộc đã đứng vững sau những cuộc tấn công nặng nề hơn tất cả những thành thị nào trong cuộc chiến này. Ngày khủng khiếp nhất là ngày 11 tháng 5 khi khoảng 7,000 trái đại bác, súng cối, hỏa tiễn đã rót xuống một khu vực có thể dễ dàng băng qua được trong 10 phút. Một cố vấn Mỹ đã nói "Đó là ngày mà một người mạnh khỏe muốn uống thuốc làm cho táo bón để khỏi phải đi ra ngoài. Nhu cầu thiên nhiên hình như còn dễ dàng chịu đựng hơn."

Không lực Mỹ và Việt liên tục thả bom suốt trong ba ngày tôi ở tại An Lộc. Đủ mọi loại hỏa lực đã được dùng đến: đại liên, bom CBU, bom thường, và cuối cùng hai giờ trước khi mặt trời lặn một phi tuần B52 đã trải thảm khoảng 900 thước phía Tây Bắc vào một nơi tập trung xe tăng của Cộng quân. Tuy nhiên các khẩu pháo của địch quân vẫn di chuyển và vẫn tiếp tục pháo vào thành phố. Hiện nay tình thế ở An Lộc được coi như là đã yên tĩnh mặc dù hàng ngày vẫn còn khoảng 200 trái pháo vào.

Không quân Việt Nam có nhiệm vụ tản thương đã không muốn tới một quãng đường thuộc quốc lộ 13 này dùng để làm nơi bốc thương binh. Để đánh lạc hướng những xạ thủ Cộng quân tập trung súng vào quãng đường này để ngăn ngừa máy bay tản thương, các phi công trực thăng thường đáp xuống bất cứ chỗ nào trên khúc đường khoảng hai cây số ấy. Trên nguyên tắc, mỗi phi vụ tản thương, nơi hạ cánh phải được chỉ định trước để gom thương binh tới chờ sẵn gần đó. Nhưng chẳng bao giờ chuyện đó xảy ra. Thay vì đó, các trực thăng bay dọc theo quốc lộ rất thấp chỉ cách từ hai đến ba bộ trên mặt đường. Trong khi những người ở trên máy bay nhảy xuống thì chỉ những người bị thương nhẹ mới có thể leo lên máy bay được. Thỉnh thoảng những người nằm trên cáng, mà họ đã phải đợi tới hai giờ dưới sức nóng gần 100 độ, được nâng cao ngang vai của đồng đội chờ để được đẩy lên máy bay. Nhưng lúc đó trực thăng sà xuống chừng 10 giây rồi lại bốc thẳng đi, để lại người bị thương với một lớp bụi đỏ mới của đất Bình Long và như vậy lại phải chờ thêm hai giờ nữa.

Nếu bị phá vỡ, An Lộc sẽ là một chiến thắng vĩ đại cho quân đội miền Bắc. Nhưng nó đã không bị sụp đổ do công của không lực Mỹ và ý chí kiên cường của những quân nhân Việt Nam và những cố vấn Mỹ tử thủ trong thành phố đó. Những người lính đã bắn nhau để giành những đồ tiếp tế thả dù và viện quân thì không có công gì vì đã bị cầm chân tại quốc lộ 13 suốt hai tháng trời bởi một số địch quân ít hơn nhiều.

Điều quan trọng là thành phố này đã đứng vững. "Một cách độc nhất để nói về trận An Lộc là phải nhớ rằng quân lực Việt Nam Cộng Hòa đã có mặt ở đây, còn quân đội Bắc Việt thì không". Một cố vấn Mỹ đã tuyên bố như vậy. "Bất cứ một lời phê bình nào khác đều là bất công cho người Việt Nam."

Tuy nhiên trong một tương lai gần, An Lộc đã chết – chết như hàng trăm bộ đội Bắc Việt đã chết trong vùng Bắc thành phố vì bị trúng bom của máy bay đồng minh mà mùi hôi thối từ những xác chết đó đã khiến cho sự hít thở không khí An Lộc thêm khó khăn khi những luồng gió nhẹ thổi về lúc xế chiều.

Cách hay nhất có thể nói là thành phố này đã chết một cách anh hùng và rằng – trong một năm kể cả việc mất Quảng Trị và Tân Cảnh – đó không phải là một thành quả tầm thường.

30 NĂM NHÌN LẠI

Cuốn nhật ký này đã viết xong vào ngày sinh nhật thứ 30 của tôi. Nhưng đã bị bỏ nằm im lìm suốt 30 năm. Nay do nhiều cơ duyên hợp lại nên tôi quyết định xuất bản để mọi người cùng đọc.

Mới đây, vào ngày 24 tháng 4 năm 2002, tôi được một người không quen biết tới thăm. Một bà chính gốc An Lộc, hiện định cư tại Minnesota, nhân một chuyến về California, nghe người nhà nói tôi đang cho in cuốn nhật ký An Lộc nên không ngại tới thăm tôi tại văn phòng và ngỏ ý muốn được đọc cuốn này. Thế là sách chưa in ra tôi chắc chắn sẽ có một độc giả rồi.

Sau vài phút ngắn ngủi trao đổi những kỷ niệm xưa, tôi cho bà coi mấy tấm hình sẽ in trong tập nhật ký của tôi. Bà rất thích thú và ngạc nhiên sao tôi còn có thể giữ được những tấm hình độc đáo như thế. Bà cho biết là có hai người em mất trong trận đánh này vì trúng đạn pháo kích của địch. Trước khi ra về, bà nói với tôi: Với một trận chiến như vậy mình còn đánh thắng, An Lộc còn đứng vững, để rốt cuộc mình bị thua năm 75 thì đau quá.

440

Tôi cũng có nỗi đau như bà. Quân đội của mình đâu có yếu.

Thời gian 30 năm khá dài cho một đời người nhưng chỉ là một nháy mắt trên chiều dài của lịch sử. Đặc biệt là trong khoảng thời gian đó nhiều biến cố đã xảy ra làm thay đổi tận gốc rễ của cả một dân tộc. Cả triệu người đã phải ra đi tìm tự do, trong số đó có tôi, một trong những người may mắn đã được thoát nạn sống sót trong bước đường vượt biển đầy cam go nguy hiểm. (Chiếc thuyền tôi đi đã bị hải tặc Thái Lan cướp tới 14 lần).

Có một điều tôi rất lấy làm hài lòng khi nhìn lại cuộc đời mình 30 năm sau trận An Lộc. Tôi đã giữ đúng lời tự hứa là ráng ăn ở cho trong sạch, dù vì miếng cơm manh áo thì cũng phải là đồng tiền tốt, không tham lam bán rẻ lương tâm mình để đi lạc đường. Đừng làm gì để tự mình khinh mình là được. Tôi đã trải qua những kinh nghiệm sống chết rồi thì những phù hoa tạm bợ ở đời này còn có nghĩa gì đối với tôi nữa.

Điều làm tôi suy nghĩ kể từ ngày thoát chết sau trận An Lộc là nếu phải làm lại thì mình có thể làm được gì khác hơn để số phận của thương binh được tốt hơn không?

Tôi có cảm tưởng rằng với một trận đánh lớn như vậy, về phần yểm trợ y tế cho chiến trường quả thực có phần thiếu sót. Đáng lẽ ra sau khi phòng mổ bị pháo hư bệnh viện phải được di chuyển ngay tới một chỗ khác an toàn hơn để toán giải phẫu cấp cứu có thể tiếp tục làm việc. Tuy nhiên chậm còn hơn không. Quyết định của Đại tá Tỉnh Trưởng nhường cho bệnh viện một căn hầm để làm việc trong bộ chỉ huy tiểu khu rất là sáng suốt.

Mặc dù tổng số các bác sĩ quân y tham dự trận này là 16 người, một con số mới nhìn vào tưởng là đủ, nhưng trên thực tế cả chiến trường chỉ trông mong vào một bệnh viện tiểu khu thì quá thiếu. Có thể các cấp chỉ huy đã nghĩ rằng, phương tiện tản thương mới là chính. Điều đó chỉ đúng trong một thời gian rất ngắn ở giai đoạn đầu, khi trực thăng còn có thể đáp xuống An Lộc. Tới hồi cao điểm của cuộc chiến, bệnh viện tiểu khu trở thành vai trò chủ yếu vì đường bộ và đường hàng không đều bị cắt cả.

Thay vì phải có ít nhất ba toán giải phẫu dã chiến thay phiên nhau làm việc, trong suốt cuộc chiến chỉ có một toán giải phẫu bao giàn tất cả. Sự phối hợp giữa tiểu đoàn 5 quân y và bệnh viện tiểu khu rất tốt và có kế hoạch đàng hoàng. Nhưng khi thương binh tràn ngập bệnh viện với số người như vậy vẫn không thể đáp ứng nổi nhu cầu.

Bây giờ kiểm điểm về những bạn bè đã cùng tôi đi qua đoạn thời gian ấy nay sau 30 năm ai còn ai mất.

Trước hết về phía quân y những người đã sống cùng tôi trong bệnh viện tiểu khu Bình Long: Bác sĩ Nguyễn Phúc, nguyên y sĩ trưởng bệnh viện, vì một tình cờ nào đó anh vượt biên cùng một thời gian với tôi và chúng tôi gặp nhau tại Sở Xã Hội ở Los Angeles vào đầu năm 1980. Anh cười cười, nói đùa với tôi:

– Lại gặp nhau nữa, chán quá!

Chúng tôi cùng đi học lớp Kaplan luyện thi cho ECFMG và FLEX. Kỳ thi tháng 7 và tháng 12 năm ấy, chúng tôi may mắn đều đậu ngay lần thi đầu tiên. Sau đó chúng tôi lại chia tay nhau, nhưng đều đi lên miền Bắc Mỹ để kiếm bệnh viện học về chuyên khoa. Chúng tôi mất liên lạc từ đó. Cho tới năm 1999 tôi mới biết anh hiện giờ đang làm việc ở Veteran Hospital, tiểu bang Minnesota. Anh cho biết bây giờ chỉ tà tà vui thú điền viên thôi, vì hai đứa con trai anh bây giờ đã lớn. Hai cháu đều học rất giỏi, cháu lớn đang học ở Mayo Clinic chương trình MD, PhD. Chắc nay cũng xong rồi.

Bác sĩ Lê Hữu Chí sau năm 75 cùng ở trong trại cải tạo với tôi ở mật khu Bù Gia Mập, đã ở lại Sài Gòn tiếp tục hành nghề, làm tại bệnh viện Nguyễn Văn Học gần nhà anh. Tôi không được tin tức gì chính xác, nhưng nghe nói anh khá thành công.

Thượng sĩ Lỹ sau lên Chuẩn úy, tôi có gặp một lần ở Sài Gòn trước 75.

Trung sĩ Sáu Xòm lên thượng sĩ đổi về bệnh viện tiểu khu Sa Đéc quê của anh. Binh nhất Thiện và những người trong toán giải phẫu sau này tôi hoàn toàn mất liên lạc không biết hiện giờ họ ở đâu.

Cô Bích, sau khi tôi đổi về làm tại Tổng Y Viện Cộng Hòa, có đến thăm tôi một lần nhưng không gặp. Cô có để lại một chục trứng gà cô mang từ Long An lên để biếu tôi. Có một lần tôi với Bác sĩ Lê Quan Tín ngồi uống bia ở đường Lê Lợi gặp cô đi cùng với người hùng của cô là Trung úy Dù. Chúng tôi chỉ chào hỏi rồi mạnh ai đi đường nấy. Sau năm 75 tôi có nghe cô lại về Bình Long và được phong làm y sĩ làm việc ở bệnh viện Quản Lợi. Tôi không tin điều này vì ai dại gì trở về nơi có nhiều kỷ niệm kinh hoàng đó mà sống.

Thiếu úy Phạm Quang Thu sau năm 75 làm ăn rất khá ở Sài Gòn. Nhưng rốt cuộc cũng sang Mỹ mấy năm trước. Nghe nói làm chủ một tiệm Furniture nào đó ở

Anaheim. Tôi cứ nghĩ là Thu ở gần mình, đến thăm lúc nào cũng được, ai ngờ tôi được tin Thu mới mất đầu tháng 4 năm nay, 2002.

Các Bác sĩ Tích, Nam Hùng đều đã tới Mỹ và hiện giờ đang ở Nam California. Tôi chỉ gặp anh Nam Hùng, còn anh Tích chỉ được nói chuyện điện thoại, chưa có dịp gặp tận mặt.

Ông bạn vong niên của tôi là Trung tá Diệm sang Mỹ từ năm 1975. Ông đi được cả gia đình. Chúng tôi thật có duyên với nhau. Trường hợp ông Diệm tìm ra được tôi rất ly kỳ. Tôi vượt biên năm 79 với cô em gái. Hai anh em tôi tới Mỹ đầu năm 80, chẳng có bà con thân thuộc gì cả. Vào ngày mồng 2 Tết âm lịch năm 80, tôi không nhớ là Tết con gì. Trong lúc chúng tôi đang nằm buồn nhớ nhà, nhớ Sài Gòn thì có tiếng đập cửa khá mạnh. Tôi chạy ra mở thì thấy cả gia đình ông Diệm đứng đầy cửa. Ông bạn tôi không thay đổi gì lắm nhưng những cậu con của ông đều to lớn dềnh dàng không thể nhận ra được. Trước vẻ mặt sững sờ ngạc nhiên của tôi, ông Diệm cười toe nói:

– Ông Quý thấy tôi tài chưa! Nước Mỹ rộng lớn thế này mà tôi tìm được ông trúng phóc, mà chỉ trong có một ngày thôi đấy nhé.

Tôi mỉm cười trả lời ông:

– Dĩ nhiên là tôi phục ông rồi. Sao ông lại biết tôi ở đây mà kiếm?

– Cũng chỉ là tình cờ thôi, hôm qua tôi đến nhà một người quen chúc Tết, gặp mấy người mới từ bên đảo qua. Tôi nghe nói họ là bác sĩ. Tôi vội hỏi: ở bên đảo ông có nghe nói có bác sĩ nào tên là Quý không? Ông bác sĩ đó vội nói: Có, tôi ở chung phòng với một bác sĩ tên Quý cùng đi với một cô em gái tên Tuệ. Tôi liền la lên: đúng rồi đó là bạn tôi đó. Rồi tôi hỏi tới và biết rằng ông đã sang Mỹ được một tháng và được chùa Việt Nam ở Los Angeles bảo trợ. Thế là tôi phôn tới chùa và có địa chỉ của ông, nên hôm nay mới mang cả nhà tới thăm ông đây.

Nhà ông Diệm ở tận San Bernadino. Trước khi về ông hẹn hôm sau sẽ trở lại đón hai anh em tôi tới thăm gia đình ông. Thế là chúng tôi bắt được liên lạc với nhau từ đấy. Sau đó gia đình ông Diệm dọn ra Huntington Beach. Còn tôi thì đi New York tiếp tục con đường Y Khoa. Mỗi lần về Cali tôi lại ghé thăm nhà ông thưởng thức những món nhậu hấp dẫn do bà Diệm nấu, ôn lại chuyện ngày xưa rất là thoải mái. Không ngờ ông bạn tôi lại bị bệnh mất cách nay mấy năm.

Ở gần tôi hiện nay, chỉ còn lại sếp lớn của tôi là Tướng Trần Văn Nhựt, sang Mỹ từ năm 75, vẫn còn mạnh khỏe, vẫn còn hăng say làm việc cộng đồng như thuở nào. Tôi biết ông từ năm 1968 tức là 34 năm. Tôi phục ông có tinh thần lạc quan, sáng suốt và nhiều nghị lực. Ông hơn tôi sáu tuổi. Giờ này tôi chỉ muốn vui thú điền viên thì ông lại bay đi Úc, đi Pháp, đi Canada hay các tiểu bang trong nước Mỹ để nói chuyện với đồng bào, với hoài bão nối vòng tay lớn. Lâu lâu gặp ông, nhâm nhi một ly Cognac thì cũng vui lắm.

Viết xong ngày 30 tháng 4 năm 2002

Việt Nam
(1954 – 1974)

SOUTH VIETNAMESE TROOPS WITH KNOCKED-OUT ENEMY TANK

AN LOC BEING DEVASTATED BY ARTILLERY BARRAGES

THE WAR

A Record of Sheer Endurance

The South Vietnamese city of An Loc, a provincial capital only 60 miles north of Saigon, has been under siege almost since the North Vietnamese offensive began on March 30. Surrounded by three Communist divisions, An Loc has been shelled daily in the heaviest artillery barrage of the entire Indochina war. It has also endured repeated ground assaults by North Vietnamese troops and tanks and incessant air attacks by U.S. fighter-bombers, gunships and B-52s on the city and its outskirts. A South Vietnamese relief column has remained stalled for two months by enemy gunfire along Highway 13 to the south.

The siege of An Loc had not yet been broken at week's end, but airborne troops had managed to reach the city, which—through allied air power and the sheer endurance of its Vietnamese defenders—had held out even longer than Dien Bien Phu. TIME Correspondent Rudolph Rauch and Photographer Le Minh managed to enter the city last week by helicopter. Rauch was one of the first two American correspondents to reach An Loc since the siege began. He sent this report:

THERE are perhaps six buildings left in the town, none with a solid roof. There is no running water or electricity. Every street is cluttered by artillery craters and littered with the debris of a battle that saw a bit of every kind of war. Everywhere you walk you hear the crackle of shifting shell fragments when you put your foot down. There are not more than half a dozen vehicles left that still function, and when I arrived, only one of them, a Jeep, had all four tires. All the others move

last enough, given the condition of the streets, on their wheel rims, and it is a common sight to see seven or eight Vietnamese lurching through the town in a Jeep without tires.

There were 20,000 civilians in An Loc two months ago. Now there are 2,000. Except for an estimated 1,000 who were killed by the Communist shelling, all the others have left. Thousands of refugees have fled down Highway 13, braving enemy mortar fire. Those who remain are huddled under a ridge to the east of the city in a village called Phu Duc. There are no gun positions in Phu Duc, no targets of military significance. Yet since fighting died down in the city itself at the beginning of June, an increasing percentage of the artillery shells poured into the city have been aimed at Phu Duc.

No Penicillin. The provincial hospital was evacuated May 8, after it was mortared, perhaps accidentally, and 30 civilians who had crowded into it for sanctuary were killed. Since then, wounded civilians have been moved for as a pagoda in Phu Duc. There are no beds and few meds; most patients lie on the dirt floor or on bundles of rags. A child died of lockjaw because of a shortage of tetanus serum. Her body lay rotted like a snake under a shroud of rags. Two feet away an old woman is dying of malnutrition. She had stayed in her bunker for well over a month, subsisting from boiled rice to rice soup to her reserves dwindled, then to anything edible. She is the color of fine porcelain, and the flies are all over her face.

The province chief, Colonel Tran Van Nhut, has managed to set up a system of rice collecting. Bags of rice are handed across a wire fence to those who

can come to get them. When a wounded man with a stump of a leg hobbles up, he cannot quite negotiate his crutch and his rice. He collapses in a heap, trying to figure out some way of fastening his ration to his loincloth.

The military casualties are, if possible, even more pitiful than the civilians. Their primary hospital is now a bunker. Some men have been there for as long as a month, with more lightly wounded comrades caring for them over smoky wood fires on the bunker steps. There is no sterilization for instruments, and there is a shortage of catgut. Dr. Nguyen Van Quy, who performed 200 operations in two months, has taken to using thread from sandbags for sutures.

An Loc has withstood a battering given us no other city in this war. The worst day was May 11, when an estimated 7,800 rounds of artillery, mortar and rocket fire hit an area that could easily be walked across in ten minutes. Said one U.S. adviser "Those were days when healthy men were taking sanitary rinse tablets to keep from having to go outside. Nature's calls seemed a lot easier to resist."

American and Vietnamese aircraft kept up a continuous bombardment throughout the three days I was in An Loc. Every sort of aerial weaponry was used: Gatling guns, CBU attacks, conventional bombs and, finally, two hours before sunset on Thursday, a B-52 strike 900 meters to the northwest against a Communist tank concentration. But the guns keep moving, and rounds keep coming in. Right now, the situation in An Loc is considered calm, despite the unnerving inclusion of an average of 200 rounds a day.

The Vietnamese airmen whose job it is to fly out the wounded are remarkably unwilling to come into the stretch of Highway 13 that now serves as a landing strip. To confuse enemy gunners who have the strip zeroed in,

Bài viết về trận đánh An Lộc đăng trên trang 25, tuần báo *Time* số 26 tháng Sáu, 1972.

chopper pilots can land almost any-
where in a stretch of road two kilome-
ters long. In theory the landing zone
for each mission should be selected so
as to allow the wounded to be on hand
near by. But that never happens. In-
stead the Vietnamese choppers come
streaking in low along the highway, and
hover two or three feet above the
ground while any soldiers aboard jump
off, only the less seriously wounded
have a chance to jump on. Time after
time, litter patients who have waited for
hours in a sort of close to 100° are boast-
ed to the shoulders of their buddies. But
then the chopper will zoom down, hov-
er for ten seconds, and take off again.

leaving the wounded with a new layer
of the red Binh Long dirt on their
wounds and another two hours to wait.

Had it fallen, An Loc would have
been an important victory for the North
Vietnamese. Thus it did not fall is a trib-
ute to American airpower and to the
fierce determination of the Vietnamese
defenders and their American advisers.
It is no credit at all to the ARVN column
that remained pinned down for two
months on Highway 13 by vastly small-
er enemy forces—as to the South Viet-
namese units within the city that en-
gaged in open firefights in order to
capture airdropped rations from each
other. The important fact is that the city
held. The only way to approach the
battle of An Loc is to remember that the
ARVN are there and the North Vietnam-
ese aren't," says an American adviser
"To view it any other way is to do an in-
justice to the Vietnamese people.

But for the foreseeable future, An
Loc is dead—as dead as the hundreds
of North Vietnamese who were caught
in the city's northern edge by U.S.
bombing, and whose putrefaction
makes breathing in An Loc so difficult
when the afternoon breeze comes up.
Perhaps the best that can be said is that
the city died bravely, and that—in a year
that included the fall of Quang Tri and
Tan Canh—is no small achievement.

The Refugees: Journey Without End

THE refugees who escaped from An Loc last week were
the latest to join a swelling multitude of refugees who
have fled from every region of South Viet Nam where
North Vietnamese and Viet Cong units have been forced
off against South Vietnamese soldiers and U.S. air power.
Some 500,000 people have been displaced from the north-
ern region occupied by the Communists, and the tide of
refugees is still rising in the Mekong Delta provinces in
the south. Since the North Vietnamese offensive began in
late March, an estimated 1,500,000 civilians have been
driven and burned from their homes and condemned to
live in camps or in the putrid shantytowns
that surround every city in South Viet Nam.

The biggest crush came in Danang, which
swelled to nearly twice its normal population
of 400,000 with refugees from the northern
provinces after the fall of Quang Tri May 1.
Fragments of families fill schools, pagodas,
churches and old U.S. military barracks.
Though the government distributes rice, there
is never enough to eat, and women can be seen
selling penny candy, gum, flashlight batteries,
salt—anything to turn a small profit to fill out
the spartan diet. When the bread trucks come,
covered with flies,
young boys sneak up,
reach in and steal an
extra loaf for their
families.

Life in the gov-
ernment-run refugee
camps located nearer
Saigon is little better.
The An Loi camp, on
a barren plain 30
miles east of the capi-
tal, has more facili-
ties than most be-
cause it is easily
supplied from Saigon
and the government has
tried to make the camp a
showcase in its refugee
program. An Loi also ben-
efits from volunteer doc-
tors, nurses and students
who have pitched in to help.
But for the 13,000 refugees
who live there, it would be
hard to find a more dismal
way-stop on a journey
seemingly without end. The

camp is filled to four times its capacity, when no more peo-
ple could possibly be crammed into the 30 dormitory-style
buildings, the government set up 150 army tents. The coo-
vers return have no plumbing, and the floors are bare earth.
The tents also leak. Now that the monsoon rains have
come, inhabitants have all they can do to keep dry.

Most of the refugees, who by and large are apolitical,
are simply trying to get out of the way of the war. They are
fleeing American air strikes as much as North Vietnamese
shelling, since territory occupied by the North Vietnamese
has been subject to saturation bombing. Families with rel-
atives in the South Vietnamese army are especially fear-
ful; they have been told by the Saigon government that the
Communist troops will take revenge on them.

Though there are 500,000 "officially reg-
istered" refugees in government camps, the
actual number is far higher, since many sim-
ply nestle in with relatives or friends. Sen-
ator Edward Kennedy's Judiciary Subcom-
mittee on Refugees estimated last year that
some 5,000,000 people had been displaced
at one time or another since 1965. Now the
latest wave of refugees has created a host
of new worries for Saigon, which has been
forced to look for more funds at a time when
U.S. aid has been cut back. The regime re-
cently announced a new emergency three-
phase program to care for the refugees. But
by the government's own estimate, it will
be able to provide
only about $2 worth
of food, medical sup-
plies and living quar-
ters for each of the
60,000 poorest refu-
gees added to the lists
since the current of-
fensive began.

In some ways, of
course, those who
have been able to es-
cape the fighting are
the lucky ones. In
long threatened Kontum,
10,000 Montagnard tribes-
men were reported trapped
last week after the Saigon
government ordered evac-
uation stopped. The ethnic
mountain people have long
been victims of racial ha-
tred by the Vietnamese and
official policy has been to
evacuate them. Last of all
all.

Bài viết về trận đánh An Lộc đăng trên trang 26, tuần báo
Time số 26 tháng Sáu, 1972.

↑ Bệnh Viện Tiểu Khu Bình Long với cột bị đạn lỗ chỗ, cờ bị rách nhưng vẫn đứng vững.

← Y sĩ Thiếu Tá Nguyễn Văn Quý.

Cây đa cổ thụ ngay sau nhà.
Căn nhà dưới gốc cây đa trông rất cũ
kỹ nghèo nàn, nhưng đời lính xa nhà
mà có được chỗ ở tươm tất như vậy
thì cũng may mắn lắm rồi.

Trung Tá Nguyễn Kiếm Diệm, sĩ quan Trưởng Phòng Tư Tiểu Khu Bình Long, quen nhau từ Trung Đoàn 43, người đã cho tôi ở chung nhà.

Ba cậu con trai của Trung Tá Diệm, chụp trước hiên nhà. Từ trái sang phải: Lâm, Cường, Việt. 1971.

Cháy tỉnh Bình Long. Lửa bắt đầu nhen nhúm tại khu chợ mới.

Cháy tỉnh Bình Long. Khói bắt đầu bốc cao khi chiều xuống.

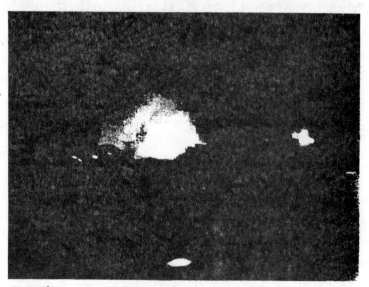

Cháy tỉnh Bình Long. Trung tâm tỉnh Bình Long chìm trong biển lửa.

↑ Tôi đứng trong khu hành lang trại ngoại khoa. Trại bị trúng pháo liên tiếp, banh càng không còn làm ăn gì được nữa.

← Bác sĩ Nguyễn Phúc, y sĩ trưởng Bệnh Viện Tiểu Khu Bình Long, đứng trước đầu trại nội khoa. Các tấm tôn rớt từ mái nhà xuống được biến thành máng nước để hứng nước mưa uống.

Một trái rơi trúng đầu trại nội khoa nam, cách phòng Bác sĩ Chí có hai phòng thôi. Bác sĩ Chí và các bạn không hề hấn gì cả.

Một cánh dù đang rơi xuống
khu bệnh viện. Chứng tỏ
chuyên viên thả dù rất lành
nghề.
Những cánh dù tiếp tế đang rơi
xuống khu bệnh viện.

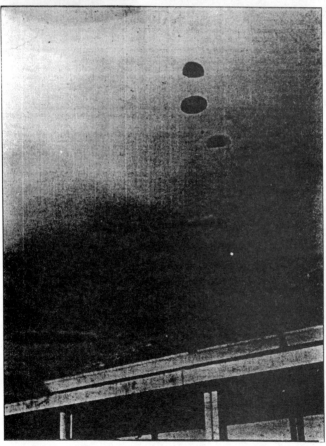

Dù tiếp tế rơi xuống ngay hàng rào bệnh viện, ngang cuối nhà bảo sanh, lính Sư Đoàn 5 đang tới khuân đồ về.

Quân ta đang vui vẻ khuân đồ tiếp tế do dù thả xuống, rơi ngay hàng rào bệnh viện.

↑ Mái nhà trại ngoại khoa. Khi trời mưa, tôi đã đứng một trong những phòng như thế này để tắm mưa, vừa kín đáo lại vừa an toàn không sợ bị pháo bất tử. Nếu rủi bị pháo trúng phòng thì xin chào thua thôi.

← Thoát chết: Một trái pháo rơi trúng phòng tôi, xuyên qua mái ngói, trần nhà và bức tường gạch, nổ ngay đầu giường. Linh tính xui khiến tôi di chuyển tới hầm bác sĩ Nguyễn Phúc đêm đó. Nếu không tôi đã giã từ vũ khí vĩnh viễn rồi.

Dân chúng dùng đủ mọi phương tiện sẵn có để tản cư khỏi An Lộc.

Cu Sơn, cháu Bác sĩ Phúc, leo lên nóc bệnh viện múc nước để chúng tôi dùng.

Một chiếc xe tăng của địch quân đã lọt vào trung tâm thành phố và đã bị bắn cháy trước cửa phòng mạch Bác sĩ Nguyễn Phúc.

Trung sĩ Quân Y Nguyễn Văn Tiếng đang săn sóc cho một thương binh tại một trại trạm cứu thương mới thành lập ở chùa.

Từ trái sang phải: Dược sĩ Nguyễn Văn Tân, Bác sĩ Nguyễn Văn Quý, Bác sĩ Nguyễn Phúc, Bác sĩ David Risch mới trực thăng vận tới thăm chúng tôi tại hầm cứu thương trong bộ chỉ huy tiểu khu.

Toán giải phẫu cấp cứu Bệnh Viện Tiểu Khu Bình Long. Đứng:
Bác sĩ Nguyễn Văn Quý, Bác sĩ Lê Hữu Chí, Bác sĩ Nguyễn
Phúc. Ngồi: Thượng sĩ Lỹ, Trung sĩ Ngà, Trung sĩ Xòm, Binh nhất
Thiện.

Toán giải phẫu cấp cứu Bệnh Viện Tiểu Khu Bình Long. Từ trái sang phải: Thượng sĩ Lỹ, Bác sĩ Lê Hữu Chí, Dược sĩ Nguyễn Văn Tân, Bác sĩ Nguyễn Phúc, Binh nhất Thiện, Trung sĩ Ngà chuyên viên phòng thí nghiệm, Trung sĩ Xòm chuyên viên gây mê. Tôi chụp nên không có trong hình.

Toán giải phẫu cấp cứu Bệnh Viện Tiểu Khu Bình Long: Trung sĩ
Xòm, Binh nhất Thiện, Bác sĩ Phúc, Bác sĩ Quý, Dược sĩ Tân,
Thượng sĩ Lỹ, Trung sĩ Ngà.

An Lộc 1972 trước ngày nhập trận, trong phòng tại bệnh viện.

An Lộc 6/72 sau hai tháng tử thủ, đứng trước hầm cứu thương.

Tại Tổng Y Viện Cộng Hòa, lại tiếp tục dao kéo mổ xẻ.

Kỷ niệm ngày thanh tra Quân Y Viện Đà Nẵng, chụp tại Sơn Trà 1973. Y sĩ Thiếu Tá Nguyễn Văn Quý.

Nhà Xuất Bản
VĂN NGHỆ
P.O. Box 2301
Westminster, CA 92683

9351 Bolsa Ave.
Westminster, CA 92683. USA

Tel (714) 934-8574
Fax (714) 934-8514

E-mail: vannghe@pacbell.net